விபரீதங்கள் இங்கே விற்கப்படும்

விபரீதங்கள் இங்கே விற்கப்படும்

RAJESH
ராஜேஷ்குமார்
KUMAR

RAJESHKUMAR
RK
Publishing

ISBN: 978-93-90771-02-8

விபரீதங்கள் இங்கே விற்கப்படும் (RK020)

ராஜேஷ்குமார்

வெளியீடு: RK பப்ளிஷிங், 23, யமுனா தெரு,
க்யூரியோ கார்டன் அவென்யூ, வடவள்ளி, கோயம்புத்தூர் - 641 046.

அட்டை வடிவமைப்பு: ஸ்ரீநாத்

நூல் வடிவமைப்பு: அ சங்கர்

Vibhareethangal Ingae Virkkappadum (RK020)

Rajeshkumar

Published by: RK Publishing, 23, Yamuna Street,
Curio Garden Avenue, Vadavalli, Coimbatore - 641046.
Mob: 89251 16783
email: rkpublishing41@gmail.com
Web: www.rajeskumarnovels.com

Cover Designed by: Srinath

Book Designed by: A Shankar

வளர்மதி சந்தோஷமான மூடில் இருக்கிறாள் என்றால் கணவன் ஹரியை ஒருமையில் கூப்பிடுவது கடந்த இரண்டு வருட திருமண வாழ்க்கையில் எழுதப்படாத ஒரு சட்டம். அந்தச்சட்டத்தில் கணவன் மனைவி என்ற உறவுகள் காணாமல் போயிருக்கும்.

ஹரி குரலைத் தாழ்த்தினான்." என்ன வளர்...! அம்மா ஹால்ல இருக்கும்போது எனக்கு ரொமான்ஸ் வருமா என்ன?"

"அப்புறம் எதுக்கு இந்த ரகசிய விஜயம்?"

"நாளைக்கு நம்ம வெட்டிங் டே... தேர்ட் அனிவர்ஸரி. அதை எப்படி செலிபரேட் பண்ணலாம்ன்னு நேத்து ராத்திரி நான் உன்கிட்டே யோசனை கேட்டப்ப நீ என்ன சொன்னே?"

"சிட்டியில் இருக்கிற ஒரு அநாதை விடுதிக்குப்போய் அங்கே இருக்கிற குழந்தைகளுக்கு ஒரு ராயல் லஞ்ச் ஏற்பாடு பண்ணலாம்ன்னு சொன்னேன்... நீதான் வேண்டாம்ன்னு சொல்லிட்டியே?"

"ஆனா இப்ப... அதுக்கான ஏற்பாட்டை பண்ணிட்டேன். தடாகம் கிராமத்துக்குப் போகிற வழியில் ஈரம் என்கிற பெயரில் ஒரு சிறுவர் காப்பகம் இருக்கு. போன் பண்ணி விசாரிச்சுட்டேன்... மொத்தம் 149 பேரு... 'ஹோட்டல் செவன்த் டேஸ்ட்'க்கு போன் பண்ணி ஆர்டரும் கொடுத்துட்டேன்"

வளர்மதியின் விழிகள் வியப்பில் தத்தளித்தன. கணவனை ஏறிட்டாள்.

"கண்ணா... என்னடா சொல்றே...?"

"நாளைக்கு நடக்கப்போறதைப்பத்தி சொல்லிட்டிருக்கேன்!"

"ஹோட்டல் செவன்த் டேஸ்ட் ரொம்பவும் காஸ்டலியாச்சேயடா...?"

"காஸ்டலிதான்... பெர் ஹெட் ஃபைவ் ஹண்ட்ரட் ரூபீஸ். இருக்கட்டுமே... அதனால் என்ன...?"

"அம்மாகிட்டே சொன்னியா...?"

"இல்ல வளர்... நான் அம்மாகிட்டே சொன்னா அம்மா ஒரு வார்த்தையில் அதெல்லாம் எதுக்கு... கோயிலுக்குப் போய்ட்டு வந்தா போதும்ன்னு சொல்லி... என்னை மேற்கொண்டு பேச விடாமே அடக்கிடுவா... நீ சொன்னாத்தான் இந்த ராயல் லஞ்ச்

ஈவண்ட்டுக்கு அம்மாகிட்டயிருந்து க்ரீன் சிக்னல் கிடைக்கும். போய் பேசிடறியா?"

"இப்ப வேண்டாம்... நான் இன்னிக்கு ஒன்பது மணிக்கெல்லாம் ஆபீஸ்ல இருக்கணும்.சீஃப் டைரக்டர் வர்றார்...நான்தான் அவர்க்கு பொக்கே கொடுக்கணும்ன்னு டைரக்டர் சொல்லிட்டார். நான் சாயந்தரம் நாலு மணிக்கெல்லாம் வீட்டுக்கு வந்துடுவேன்... அப்ப... அத்தைகிட்டே பேசிக்கிறேன்... இப்ப நீ ட்ரஸ் பண்ணிட்டு டைனிங் டேபிளுக்கு வா... பிரேக்ஃபாஸ்ட் ரெடியாய் இருக்கு"

"இன்னிக்கு பிரேக்ஃபாஸ்ட் மெனு என்ன?"

"ரவா இட்லி, வெண்பொங்கல், தக்காளி சட்னி"

"சூப்பர் காம்பினேஷன்... கேட்கும்போதே பசியோட பர்சன்டேஜ் எகிறுது. அஞ்சே நிமிஷம்... டைனிங் டேபிள்ல இருப்பேன்..."

ஹரி சமையலறையை விட்டு வெளியேறிப் போக வளர்மதி மாமியாருக்காக காப்பி தயாரிக்க ஆரம்பித்தாள்.

சரியாய் எட்டு மணி.

கணவனின் கையில் லஞ்ச் பாக்ஸை திணித்துவிட்டு மாமியாரிடம் வந்தாள் வளர்மதி.

"அத்தே... நான் கிளம்பறேன்...ஆபீஸூக்கு முக்கியமான ஒருத்தர் வர்றார். நான் ஒன்பது மணிக்கெல்லாம் அங்கே இருக்கணும். சாயந்தரம் சீக்கிரமா வந்துடறேன்"

"நாளைக்கு உன்னோட கல்யாண நாளு. லீவு போட்டுடு... மருதமலைக்கோ, பேரூர் கோயிலுக்கோ போயிட்டு வரலாம்"

"சாயந்தரம் வந்து பேசறேன் அத்தே... !" மாமியாரிடம் சொல்லிக்கொண்டு, கணவன் ஹரியைப்பார்த்து கண்சிமிட்டி விட்டு தன் ஊதா நிற ஸ்கூட்டியை நோக்கிப் போனாள் வளர்மதி. தன்னுடைய லஞ்ச் பாக்ஸையும், வாணிடி பேக்கையும் கிட்டில் திணித்துவிட்டு ஸ்கூட்டியை கிளப்பினாள். அது வேகம் பிடித்து ஒரு நிமிட நேரத்திற்குள் அந்தத் தெருவைக் கடந்து பிரதான சாலைக்கு வந்தது, போக்குவரத்தற்ற பரந்த சாலையில் ஸ்கூட்டியின் வேகத்தை அதிகரித்த வளர்மதி இரண்டு கிலோமீட்டர் தூரத்தைக் கடந்ததும் எதிர்ப்பட்ட அந்தப் பெரிய புளியமரத்தின் கீழே மண்டியிருந்த நிழலில் ஸ்கூட்டரைப் போய் நிறுத்திக்

கொண்டாள். வாணிடி பேக்கைப் பிரித்து அதற்குள் இருந்த செல்போனை எடுத்துக் கொண்டு காண்டாக்ட்ஸ் ஆப்ஷனுக்குப் போய் ஒரு எண்ணைத் தொட்டாள்.

மறுமுனையில் ரிங் போய் பத்தாவது விநாடி ஒரு ஆண்குரல் கேட்டது.

"என்னம்மா... வளர்மதி... இந்த நேரத்துக்குப் போன்...?"

"ஸார்... இன்னிக்கு எனக்கு அரை நாள் லீவு வேணும்... மத்தியானம் ஒரு மணிக்குள்ளே ஆபீஸுக்கு வந்துடறேன்"

"எதுக்கு அரை நாள் லீவு...?"

"என்னோட மாமியாருக்கு உடம்பு கொஞ்சம் முடியலை ஸார்... டாக்டர்கிட்டே அப்பாயிண்ட்மெண்ட் வாங்கியிருக்கேன். பத்து மணிக்கு போகணும்... எப்படியும் டாக்டரைப் பார்த்துட்டு வீடு திரும்ப பணிரெண்டு மணியாயிரும். அதுக்கப்புறம் நான் புறப்பட்டு ஆபீஸுக்கு வந்துடறேன் ஸார்"

மறுமுனையில் மௌனம்.

வளர்மதி கேட்டாள்.

"என்ன ஸார் பேச்சையே காணோம்...?"

"நான் பேசறதுக்கு என்னம்மா இருக்கு... கடந்த ஒரு வருஷத்துல மட்டும் பத்து தடவை இப்படி அரைநாள் லீவு போட்டிருக்கே. ஒவ்வொரு தடவையும் ஏதாவது ஒரு காரணம் சொல்றே...?"

"அப்படீன்னா நான் சொல்றதை நீங்க நம்பலையா ஸார்...?"

"நான் நம்பறேன்மா... ஆனா எனக்கும் மேலே இருக்கிற சீஃப் மானேஜர் சந்தேகப்படற மாதிரி தெரியுது. லீவ் கேட்டா சாங்ஷன் பண்ண வேண்டாம்ன்னு போன தடவையே சொன்னார்"

"ஸார்... இந்த ஒரு தடவை மட்டும் எப்படியாவது லீவ் சாங்ஷன் பண்ணிடுங்க ஸார். மாமியாருக்கு உடம்பு ரொம்பவும் முடியலை... அந்த டாக்டர்கிட்டே அப்பாயிண்ட்மெண்ட் வாங்கறதே கஷ்டம். எப்படியே தெரிஞ்ச நர்ஸ் மூலமாய் சொல்லி அப்பாயிண்ட்மெண்ட் வாங்கினேன் ஸார்"

"சரி...சரி... ஆபீஸுக்கு மத்தியானம் ஒரு மணிக்குள்ளே வந்துடுவியா...?"

"வந்துடுவேன் ஸார்...!"

"நீ கேட்ட லீவை நான் சாங்ஷன் பண்ணலை. இது ஆஃப் த ரெகார்ட் லீவு... ஆபீஸ்ல யார்க்கும் தெரிய வேண்டாம். ஆன் ட்யூட்டின்னு நான் போட்டுக்கிறேன்"

"தேங்க்யூ ஸார்...!"

"இப்படி நீ அரைநாள் லீவு போடறது இதுவே கடைசி தடவையாய் இருக்கட்டும்...!"

"முயற்சி பண்றேன் ஸார்"

செல்போனை அணைத்து வாணிடி பேக்கில் போட்டுக்கொண்ட வளர்மதி ஸ்கூட்டியை உயிர்ப்பித்துக் கொண்டு சாலையில் பறந்தாள்.

பத்து நிமிஷப் பயணத்திற்கு பிறகு ரேஸ்கோர்ஸ் பகுதியில் ஆள் நடமாட்டம் அற்ற ரோஸ்வில்லா அவென்யூ சாலையில் இருந்த அந்த ஸ்நோசெம் க்ரீம் நிற பெயிண்டில் குளித்திருந்த பங்களாவின் காம்பௌண்ட் கேட்டுக்கு முன்பு ஸ்கூட்டியை நிறுத்த செக்யூர்ட்டி கூண்டில் இருந்த செக்யூர்ட்டி எழுந்து வந்தார். நெற்றி நிறைய குழப்பத்தோடு கேட்டார்.

"என்னம்மா...?"

"ஈஸ்வர் அய்யாவைப் பார்க்கணும்"

"நீங்க யார்ன்னு தெரியலையேம்மா"

"என் பேர் வளர்மதி... அய்யாவைப் பார்த்து ஒரு ரெண்டு நிமிஷம் பேசணும்"

"அப்பாயிண்ட்மெண்ட் இருக்கா?"

"திடீர்ன்னு புறப்பட்டு வரவேண்டியதாயிருச்சு. அப்பாயிண்ட்மெண்ட் வாங்க முடியலை... நேர்ல சொல்ல வேண்டிய ஒரு முக்கியமான விஷயம்... !"

"ஒரு நிமிஷம் வெயிட் பண்ணுங்கம்மா... நான் அய்யாகிட்டே போன்ல கேட்கிறேன். அவர் வரச் சொன்னா நான் அனுப்பறேன்..."வாட்ச்மேன் சொல்லிக்கொண்டே உள்ளே போய் இண்டர்காம் செல்போனில் பேசிவிட்டு சற்றே பதட்டம் தொற்றிக் கொண்டே நடையோடு வந்தார்.

"அய்யா வரச் சொல்லிட்டார்... உள்ளே போங்கம்மா. லானை ஒட்டியிருக்கிற மாடிப்படி வழியாய் போனா முதல் மாடி. ரெண்டாவது ரூம்"

கேட் திறக்கப்பட ஸ்கூட்டியுடன் உள்ளே போனாள் வளர்மதி. வைட்டமின் 'ப' உபயத்தால் ஒட்டு மொத்த பங்களாவும் போஷாக்கோடு தெரிந்தது. லானில் வளர்ந்திருந்த கொரியன் க்ராஸ் கூட புதுவிதமான பச்சை நிறத்தைக் காட்டியது. ஸ்கூட்டியை அட்லாண்டிக் ப்ளூ நிறத்தில் இருந்த உயர்ந்த ஜாதி கார்க்குப் பக்கத்தில் நிறுத்திவிட்டு மாடிப்படியேறி மேலே போனாள். பங்களாவின் எந்த திசையிலும் ஆட்கள் இல்லை. முதல் மாடியின் இரண்டாவது அறைக்கு முன்பாய் வந்து பாதி திறந்திருந்த கதவை மெல்லத் தள்ளினாள்.

அது சத்தம் இல்லாமல் உள்ளே போக, பளீர் வெள்ளையில் பைஜாமா மாதிரியான உடையணிந்து மடியில் லேப்டாப்பை வைத்துக் கொண்டு அந்த மனிதர் சோபாவில் சாய்ந்திருந்தார். வயது ஐம்பதுக்கு மேல் ஏதோ ஒரு வயது.

வளர்மதி தயக்கமாய் உள்ளே நுழைந்தாள்.

"குட்மார்னிங் ஸார்"

"குட்மார்னிங்... உள்ளே வாம்மா"

"ஸாரி ஃபார் த டிஸ்டர்பன்ஸ் ஸார்"

"பரவாயில்ல... உட்கார்ம்மா..."அவர் தனக்கு எதிரில் இருந்த நாற்காலியைக் காட்ட வளர்மதி அதன் நுனியில் உட்கார்ந்தாள்.

"உம் பேர் என்னம்மா?"

"வளர்மதி"

"நல்ல பேர்... என்கிட்டே ஏதோ ஒரு முக்கியமான விஷயத்தைப்பத்தி பேசணும்ன்னு வாட்ச்மேன்கிட்டே சொன்னியாமே?"

"ஆமா ஸார்"

"என்ன விஷயம்மா?"

"ஸார்... இன்னிக்கு 20075 நாள்"

அந்த ஈஸ்வர் திகைப்போடு பார்த்துக் கொண்டிருந்த

லேப்டாப்பை அணைத்துக் கொண்டே கேட்டார்.

"20075வது நாளா?"

"ஆமா ஸார்... இன்னிக்கு நீங்க பிறந்து 20075 நாளாகுது... உங்களுக்கு இப்ப வயசு 55. இதை 365ல் பெருக்கிப் பாருங்க. 20075 நாள் வரும்..."

"சரி... அதுக்கு இப்ப என்னம்மா?"

"உங்களுக்கு பிறந்த நாள் வாழ்த்து சொல்ல வேண்டாமா... ஸார்?" சொன்ன வளர்மதி தனது இடுப்பின் மறைவுக்கு கையைக் கொண்டு போய் அந்த வெளிநாட்டு ஜாதி பிஸ்டலை எடுத்தாள்.

2

வளர்மதியின் கையில் முளைத்த பிஸ்டலைப் பார்த்ததும் முகம் வெளிறி உடம்பு நடுங்கிப் போனவராய் மெல்ல எழுந்து நின்றார் ஈஸ்வர். தொண்டைக்குழி அவஸ்தையில் துடித்து, வார்த்தைகளை சிரமப்பட்டு வெளியேற்றியது.

"நீ...நீ... யாரு... எதுக்காக என்னை?" அவர் திணறலோடு பேச வளர்மதி சிரித்தாள்.

"என்ன ஸார் பயந்துட்டீங்களா...? இது நிஜமாவே துப்பாக்கி கிடையாது. ஃபெஸ்டீவ் கன்... இப்ப பாருங்க என்ன நடக்குதுன்னு"சொன்ன வளர்மதி தன் கையிலிருந்த அந்த துப்பாக்கியை உயர்த்தி மேல் நோக்கி சுட்டாள்.

"டொப்"என்று ஒரு சத்தம்.

அந்த சத்தத்தைத் தொடர்ந்து தங்கமயமான காதிதத் துணுக்குகள் ஒரு சின்ன மழை போல் பொழிந்து ஈஸ்வர் உடம்பை சில விநாடிகள் மொய்த்து விட்டு உதிர்ந்தது.

"ஹேப்பி பர்த்டே ஸார்..."

ஈஸ்வர் திகைப்பிலிருந்து மீண்டார். சற்றே கோபம் மேலிட கேட்டார்."என்னம்மா... இதெல்லாம்?"

"ஸாரி ஸார்... எந்த ஒரு விஷயத்தையும் ஸ்பெஷலாய் பண்றதுதான் என்னோட பாணி. இது ஒரு வகையில் பார்த்தா தப்புத்தான். ஆனா வாழ்க்கையில் ஒரு த்ரில் இருந்தால்தான் ஒரு ரசனையோடு வாழ முடியும்...!"

"இதோ பார்... நீ யார்ன்னு எனக்குத் தெரியாது. இன்னிக்குத்தான் உன்னை முதல் தடவையாய் பார்க்கிறேன். என்னோட பிறந்தநாள் உனக்கு எப்படி தெரிஞ்சுது... நீ எதுக்காக எனக்கு வாழ்த்துச் சொல்லணும்...?"

"உங்களுக்கு பிறந்தநாள் வாழ்த்துச் சொல்ல காரணம் இருக்கு ஸார்"

"என்ன காரணம் ...?"

வளர்மதி தன் கையோடு கொண்டு போயிருந்த கைப்பையைப்

பிரித்து ஒரு நாளிதழை எடுத்து அதன் இரண்டாவது பக்கத்தில் வெளியாகியிருந்த செய்தியைக் காட்டினாள்.

"ரெண்டு நாளைக்கு முன்னாடி வந்த இந்த நியூஸைப் படிங்க ஸார்"

ஈஸ்வர் தன் ரிம்லஸ் கண்ணாடியை சரிப்படுத்திக் கொண்டு படித்தார்.

20 லட்ச ரூபாய் செலவில்
9 ஏழைப்பெண்களுக்கு திருமணம் செய்து வைத்த
தொழில் அதிபர் ஈஸ்வர்

செய்தியைப்படித்து முடித்த ஈஸ்வர் உதட்டில் அரும்பிய ஒரு புன்னகையுடன் வளர்மதியை ஏறிட்டார்.

"ஓ... இதுதான் காரணமா?"

"என்ன ஸார். இவ்வளவு அலட்சியமா சொல்றீங்க? இருபது லட்ச ரூபாய் செலவு பண்ணி ஒன்பது ஏழைப்பெண்களுக்கு கல்யாணத்தைப் பண்ணி வெச்சிருக்கீங்க. அவனவன் ஒரு பத்து ரூபாய் நோட்டை கோயில் உண்டியலில் போட்டுட்டு சுத்தி முத்தி பெருமையோடு பார்க்கிற காலம் இது"

"இதுல பெருமை பட என்னம்மா இருக்கு? நான் பண்ணிட்டிருக்கிற பிசினஸில எதிர்பாராதவிதமா ஒரு 20 லட்ச ரூபாய் அதிகப்படியாய் லாபம் வந்தது. அந்தப்பணத்தை உபயோககரமான முறையில் செலவு பண்ணனும்ன்னு நினைச்சேன். ஒரு ஜோஸியர்கிட்டே கேட்டேன். 9 கன்னிக் கடன்களை தீர்த்து வைன்னு சொன்னார். பெத்த பெண்களுக்கு கல்யாணத்தை பண்ணி வைக்க முடியாமல் தவிக்கிற குடும்பங்களைக் கண்டுபிடிச்சு அந்தப் பெண்களுக்கு கல்யாணம் பண்ணி வெச்சேன். இதைப் பத்திரிக்கைகாரங்க பெரிய விஷயமா நினைச்சு ஒரு நியூஸாய் போட்டுட்டாங்க..."

வளர்மதி சிரித்தாள்.

"ஸார்... உங்களை மாதிரியே எல்லாப் பணக்காரர்களும் இருந்துட்டா எந்தப் பெண்ணுமே முதிர்கன்னியாய் இருக்கமாட்டா"

"நீ சொல்றது உண்மைதாம்மா... ஆனா எல்லாப் பணக்காரர்களுக்கும் அந்த மனப்பக்குவம் வந்துடாது. போன வருஷம் கூட இந்த பணம் மேல ஒரு பற்று இருந்தது. எனக்கு

ஒரு பையன், ஒரு பொண்ணு. ரெண்டு பேருமே அமெரிக்காவில் செட்டில் ஆயிட்டாங்க... என்னோட ஒய்ஃப் பொண்ணு வீட்ல இருக்கா. வருஷத்துல ரெண்டு மாசம் இந்தியாவுக்கு வந்துட்டு போவா... இவ்வளவு பெரிய வீட்ல நான் ஒருத்தன் மட்டும்தான். ஏழெட்டு பிசினஸை பார்க்க வேண்டியிருக்கு. இல்லேன்னா நானும் வெளிநாடு போயிருப்பேன்"

"ஸார்... கையில் அளவுக்கு மீறி பணம் இருந்தாலும் ஒருத்தர்க்கு நூறு ரூபாய் கடன் கொடுக்க கூட மனசு இல்லாத உலகம் இது. உங்களுக்கு மட்டும் உதவணும்ன்னு என்கிற மனப்பக்குவம் வர என்ன காரணம்?"

"இந்த புக் தாம்மா காரணம்" சொன்ன ஈஸ்வர் தன்னுடைய மேஜையின் ஓரத்தில் இருந்த ஒரு புத்தகத்தை எடுத்துக் கொடுத்தார். வளர்மதி புத்தகத்தை வாங்கி அதன் தலைப்பை வாய்விட்டு வாசித்தாள்."கசந்த தேன்துளிகள்"

முதல் பக்கத்தைப் பிரித்தாள். கொட்டை எழுத்தில் வரிகள் ஓடியிருந்தது.

'இது புத்தகம் அல்ல. ஒரு போதி மரம். இந்த உலகத்தில் வாழ்ந்து மறைந்துபோன மிகப்பெரிய பணக்காரர்களின் கடைசி நாட்களின் வாழ்க்கை எப்படியிருந்தது என்று புத்தகத்தின் ஒவ்வொரு பக்கமும் சொல்லப் போகிறது.'

அடுத்த பக்கத்தைப் புரட்டினாள்.

"புளித்துப்போன ஆப்பிள்" என்ற தலைப்பில் முதல் கட்டுரை பார்வைக்குக் கிடைத்தது. வளர்மதி படிக்க ஆரம்பித்தாள்.

'உலகின் மிகப்பெரிய பணக்காரர்களில் ஒருவரான ஸ்டீவ் ஜாப்ஸ் டிஜிட்டலின் புகலிடமான ஆப்பிள் நிறுவனத்தின் உரிமையாளர். தொழிலில் உச்சம் தொட்ட இவரின் தலையில் டாலர் மழை நாள்தோறும் பொழிந்தது. மற்றவர்கள் இவரைப் பார்த்த பார்வையில் பொறாமை தீ கொழுந்துவிட்டு எரிந்தது. யார் போட்டிக்கு வந்தால் என்ன? எல்லோரையும் பின்னுக்கு தள்ளிவிட்டு ரேஸில் முதல் நபராய் ஓடிக்கொண்டு இருந்தார். பணம் ஒரு பக்கமும், புகழ் ஒரு பக்கமும் இவரை நெருக்கித்தள்ள வெற்றியின் படிக்கட்டுகளில் ஏறி உச்சத்தில் நின்றார். இது எல்லாமே அவருடைய 55 வயது வரை மட்டுமே. சில வேண்டாத தேவையற்ற பழக்கங்களின் காரணமாய் அவருடைய ஆரோக்கியம்

கெட்டு மருத்துவமனையில் அனுமதிக்கப்பட்ட போதுதான் அவர்க்கு வாழ்க்கை என்பது என்ன என்று புரிந்தது.

ஆரம்பத்தில் வந்து ஆர்வமாய் நலம் விசாரித்தவர்கள் சிறிது சிறிதாய் காணாமல் போனார்கள். நெருங்கிய உறவுகள் அவருடைய மரணத்திற்காக காத்திருந்தார்கள். மருத்துவமனையில் ஸ்டீவ் ஜாப்ஸின் பகல் நேரங்கள் கொடுமையாய் கழிந்தன. இரவு நேரங்கள் தூக்கமின்றி விடிந்தன.அவர் மரணமடைவதற்கு இரண்டு நாட்கள் முன்பு டயரியில் சில வரிகளை எழுதினார்.

இப்போது நான் இந்த உலக வாழ்க்கை என்ன என்பதைப் புரிந்து கொண்டேன்.பணம் ஒரு மதிப்புமிக்க காகிதம் ஒப்புக் கொள்கிறேன். ஆனால் ஒருவனின் ஆரோக்கியம் கெட்டபிறகு அந்தப் பணம் அவனைப் பொறுத்த வரையில் வெறும் காகிதமே.

உங்கள் காரை ஓட்ட ஒரு டிரைவரை நியமித்துக் கொள்ளலாம். உங்களுடைய வியாபாரத்தை செழிப்பாக்கிக் கொள்ள எத்தனை பேர்களை வேண்டுமானாலும் ஊழியர்களாய் சேர்த்துக் கொள்ளலாம். ஆனால் உங்கள் நோயையும் அதனால் உண்டாகும் வலிகளையும் ஏற்றுக்கொள்ள யாரையும் நியமிக்க முடியாது.

எந்த பொருள் தொலைந்தாலும் சரி, அதைப்போன்ற ஒரு பொருளை உலகத்தின் எந்த மூலையில் இருந்தாவது என்ன விலை கொடுத்தாவது வாங்கிவிட முடியும். ஆனால் உடம்பின் ஆரோக்கியம் தொலைந்து போனால் அதைத் தேடி கண்டுபிடிப்பதற்குள் நம் ஆயுள் முடிந்துவிடும். வாழ்க்கை என்னும் நாடக மேடையில் இப்போது நீங்கள் எந்த காட்சியில் நடித்துக் கொண்டிருந்தாலும் சரி, அந்தக் காட்சி முடிவதற்குள்ளாகவே நடுவிலேயே எப்போது வேண்டுமானாலும் திரை விழலாம். நமக்கு வயதாகும்போது தான் சில விஷயங்கள் புரிய ஆரம்பிக்கும்.

செலவழிக்க வாய்ப்பு இல்லாதபோது உங்கள் மணிபர்ஸில் ஒரு டாலர் இருந்தாலும் சரி, வங்கிக் கணக்கில் ஒரு கோடி டாலர் இருந்தாலும் சரி, இரண்டுமே ஒன்றுதான். உங்களைவிட்டு உறவுகள் பிரிந்த பிறகு எட்டுக்கு எட்டு என்ற அளவில் இருக்கக்கூடிய அறையும் ஒன்றுதான். ஏழடுக்கு மாளிகையும் ஒன்றுதான். பணத்தை நேசிக்காதீர்கள். மனிதர்களை நேசியுங்கள். முடிந்தவரை மற்றவர்களை வார்த்தைகளால் சந்தோஷப்படுத்துங்கள்.'

வளர்மதி புத்தகத்தை மூடினாள். ஈஸ்வர் ஒரு சிரிப்போடு கேட்டார்.

"என்னம்மா படிச்சியா?"

"படிச்சேன் ஸார்"

"நான் இருபது லட்ச ரூபாயை செலவு பண்ணி ஏன் ஒன்பது ஏழைப்பெண்களுக்கு திருமணம் செய்து வெச்சேன்னு உனக்குப்புரிஞ்சு இருக்குமே?"

"புரியுது ஸார்"

“அடுத்த கட்டுரையையும் படிச்சு பாரும்மா... உலகத்தோட டாப்-10 டாக்டர்கள்ல ஒருத்தர் ராபர்ட் ஸ்டீபன் தன்னோட வாழ்நாளின் கடைசி நாட்களைப்பற்றி என்ன எழுதியிருக்கார்ன்னு உனக்குப் புரியும்." ஈஸ்வர் சொல்லிக்கொண்டிருக்கும்போதே மேஜையின் மேல் இருந்த அவருடைய செல்போன் வைப்ரேஷன் மோடில் வெளிச்சமாய் ஒளிர்ந்தது. செல்போனை எடுத்து யார் என்று பார்த்துவிட்டு காதுக்கு கொடுத்தார்.

"ஹலோ"

மறுமுனையில் ஒரு ஆண் குரல் கேட்டது.

"நான் அபுபக்கர் பேசறேன் ஈஸ்வர்"

"தெரியுது சொல்லு..."

"ஈஸ்வர், நான் இப்போ பேசறதை மட்டும் கேளு. பதில் பேசாதே...!"

"சரி"

"இப்ப உனக்கு முன்னாடி ஒரு பொண்ணு உட்கார்ந்துட்டு இருக்காளா?"

"ஆமா"

"நீ இப்ப என்ன பண்றே... செல்போன்ல வாய்ஸ் ப்ரேக் ஆகுதுன்னு சொல்லி அடுத்த அறைக்கோ இல்லேன்னா கொஞ்சம் ஒதுக்குப்புறமாவோ போய் நின்னுகிட்டு பேசு"

ஈஸ்வர் தனக்கு முன்பாய் உட்கார்ந்திருந்த வளர்மதியை பார்த்தார். அவள் 'கசந்த தேன்துளிகள்' புத்தகத்தில் ஆழ்ந்திருந்தாள்.

"நீ புத்தகத்தை பார்த்துட்டிரும்மா... செல்போன்ல வாய்ஸ் ப்ரேக் ஆகுது... முன்னாடி இருக்கிற சிட்அவுட்ல போய் நின்னாத்தான் டவர் எடுக்கும்"

"நீங்க போய் பேசிட்டு வாங்க ஸார்"

ஈஸ்வர் செல்போனோடு அறையின் அடுத்த பக்கத்தில் இருந்த சிட்அவுட்டை நோக்கிப்போய் மறைவில் நின்று கொண்டு பேசினார்.

"சொல்லு அபுபக்கர்... எனக்கு முன்னாடி ஒரு பொண்ணு உட்கார்ந்திருக்கிற விஷயம் உனக்கு எப்படி தெரியும்?"

"சொல்றேன்... அவ பேரு வளர்மதிதானே?"

"ஆமா"

"அவ எதுக்காக உன்னைப் பார்க்க வந்திருக்கா?"

"நான் 20 லட்ச ரூபாய் செலவு பண்ணி ஒன்பது பெண்களுக்கு கல்யாணம் பண்ணி வெச்சதை பாராட்டவும், எனக்கு பிறந்தநாள் வாழ்த்துச் சொல்லவும் தான்"

"அப்படீன்னு நீ நினைச்சுட்டு இருக்கே"

"பின்னே?"

"உன்னே வேவு பார்க்க வந்து இருக்கா"

"அ...அ...அபுபக்கர்... நீ என்ன சொல்றே?"

"அவ ஒரு போலீஸ் இன்ஃபார்மர்..."

3

ஈஸ்வரின் ஒட்டுமொத்த உடம்பும் 4.5 ரிக்டர் அளவுக்கு அதிர்ச்சியில் ஆட்டம் கண்டது.

"அபு... ! நீ என்ன சொல்றே? என்னைப் பார்க்க வந்திருக்கிற அந்த வளர்மதி...ஒரு போலீஸ் இன்ஃபார்மரா...?"

"ஆமா"

"உனக்கு எப்படி தெரியும்?"

"ஈஸ்வர்... நீ ஒரு ஏ.ஸி. ரூமுக்குள்ள உட்கார்ந்துகிட்டு லேப்டாப்பைப் பார்த்துகிட்டே பிசினஸ் பண்றவன். நான் வெளியுலகத்தைப் பார்த்துகிட்டே பிசினஸ் பண்றவன். க்யூ பிராஞ்ச்ல சிராஜுதீன்னு ஒரு போலீஸ் ஆபீஸர் எனக்கு ஃப்ரெண்டா இருக்கிற விஷயம் உனக்குத் தெரியும்ன்னு நினைக்கிறேன்."

"தெரியும்...ஒரு தடவை ஏதோ ஒரு மேரேஜ் ரிசப்ஷன்ல நீ அவரை எனக்கு அறிமுகப்படுத்தி வெச்சிருக்கே... நல்ல உயரம்... வழுக்கைத்தலை."

"அவரேதான்...! இந்த வளர்மதியை ஒரு நாள் கமிஷனர் ஆபீஸில் ஏதேச்சையாய் பார்த்தேன். அந்த சமயத்துல சிராஜுதீனும் என்கூட இருந்தார். அவர்தான் வளர்மதியை பார்த்துட்டு இந்தப் பொண்ணு ஒரு போலீஸ் இன்ஃபார்மர். கமிஷனர்கிட்டே மட்டும்தான் பேசும். வாரத்துக்கு ஒரு தடவை வரும். சிட்டிக்குள்ளே எதுமாதிரியான சட்ட விரோத செயல்கள் நடந்தாலும் கமிஷனரோட தனிப்பட்ட கவனத்துக்கு கொண்டு வர்றது இந்த வளர்மதிதான்னு சொன்னார்"

"சிராஜுதீனுக்கு இந்த விஷயம் எப்படி தெரியும்... யார் சொன்னாங்க?"

"கமிஷனரோட பி.ஏ. ஒருத்தர் இந்த விஷயத்தை சிராஜுதீனுக்கு சொல்லியிருக்கார். அந்த பி.ஏவோட பேரு சுதாகர்ராவ். அவர் இப்ப டியூட்டியில் இல்லை. ஆறு மாசத்துக்கு முன்னாடி ரிடையர்ட் ஆயிட்டார். சுதாகர்ராவ் ஒரு விஷயம் சொன்னா அது நூறு சதவீத நம்பகத்தன்மையோடுதான் இருக்கும்"

"அபு... நீ சொல்ற விஷயம்...மனசுக்கு ரொம்பவும் அதிர்ச்சியாய் இருக்கு. நாம என்ன பிசினஸை பண்ணிட்டு இருக்கோம்ன்னு வளர்மதி ஸ்மெல் பண்ணியிருப்பாளா?"

"அப்படி ஸ்மெல் பண்ணியிருந்தா உன்னைத் தேடி வளர்மதி வந்து இருக்கமாட்டா... நேரிடையா போலீஸை வந்து இருப்பாங்க..."

"சரி... இப்ப எதுக்காக வந்திருப்பான்னு நினைக்கிறே?"

"20 லட்ச ரூபாய் செலவுல 9 பெண்களுக்கு நீ கல்யாணம் பண்ணி வெச்சது போலீஸுக்கு நெருடலாய் இருந்திருக்கணும்..."

"இதுல என்ன நெருடல்?"

“என்ன ஈஸ்வர்... நெருடல் என்னேன்னு உனக்கு நிஜமாவே தெரியாதா... இல்லே தெரிஞ்சு வெச்சுகிட்டே ...தெரியாத மாதிரி கேட்கிறியா?"

"புரியுது அபு... எனக்கு இப்ப என்ன பண்றதுன்னு குழப்பமா இருக்கு..."

"நான் சொல்றபடி கேளு"

"சொல்லு"

"டென்ஷனை கொஞ்சம் கூட காட்டிக்காமே அவகிட்டே பேசு. வேர்த்து வழியாதே. உனக்கு பிறந்தநாள் வாழ்த்து சொல்றதுக்காக வந்த வளர்மதிக்கு ஸ்வீட், காரம், காப்பி கொடு. அவ கேட்கிற கேள்விகளுக்கு யோசிச்சு பதில் சொல்லு. தேவையான இடங்கள்ல மட்டும் பொய் பேசு. அந்த பொய்யும் உண்மை மாதிரி தெரியணும்"

"அபு"

"என்ன?"

"வளர்மதி இங்கே இருக்கிறது உனக்கு எப்படி தெரியும். யார் சொன்னாங்க?"

"யாரும் சொல்லலை... நான் பார்த்தேன்"

"பார்த்தியா எப்படி?"

“உன்னே நேர்ல பார்த்து பிறந்தநாள் வாழ்த்து சொல்லிட்டு போலாம்ன்னு பதினஞ்சு நிமிஷத்துக்கு முன்னாடி உன் வீட்டுக்கு

வந்தேன். தெருமுனையில் என்னோட கார் நுழையும் போதே ஸ்கூட்டியில் வந்த வளர்மதியை நான் பார்த்துட்டேன். அவளைப் பார்த்த உடனேயே நான் உஷாராகி, காரை ரோட்டோரமாய் ஒரு மரத்துக்குக் கீழே பார்க் பண்ணிட்டேன். ஒரு போலீஸ் இன்ஃபார்மரான வளர்மதி உன்னைப் பார்க்க எதுக்காக வரணும்ன்னு யோசிச்சேன். எதுவும் பிடிபடலை. சரி உள்ளே போன வளர்மதி வெளியே வரட்டும்ன்னு கார்லயே உர்கார்ந்து வெயிட் பண்ணிட்டிருந்தேன். உள்ளே போனவ வெளியே வர்ற மாதிரி தெரியலை. என் மனசுக்குள்ளே லேசா ஒரு பயம் எட்டிப் பாத்துச்சு. அவகிட்டே நீ எதையும் உளறிவிடக் கூடாதுங்கிறதுக்காகத்தான் நான் உனக்கு போன் பண்ணி அவளுக்கு தெரியாமே ரூமைவிட்டு வெளியே வந்து பேசச் சொன்னேன்"

"நல்லவேளை போன் பண்ணினே?"

"சரி போனை கட் பண்ணிட்டு அவகிட்டே போய் பேசு... பேச்சில எந்த வித்தியாசமும் தெரிய வேண்டாம். அவ வீட்டை விட்டு வெளியே வந்ததும் நான் அவளை ஃபாலோ பண்ணி எங்கே போய் யாரைப் பார்க்கிறான்னு தெரிஞ்சுகிட்டு அப்புறமாய் உன்னை வந்து பார்க்கிறேன்"

"அபு... கொஞ்சம் டென்ஷனா இருக்கு"

"என்ன ஈஸ்வர்...ஒரு போலீஸ் இன்ஃபார்மர் அதுவும் ஒரு பொண்ணு வந்ததுக்கே இப்படி ஆடிப் போயிட்டே? சட்டத்துக்குப்பிடிக்காத ஒரு வேலையை பண்ண ஆரம்பிச்சுட்டா உடம்புக்குள்ளே இருக்கிற பயத்தை எல்லாம் வழிச்சு வீசிடணும்... நம்மை கண்டுபிடிக்கிற அளவுக்கு போலீஸ் புத்திசாலிகளா மாறிட்டா நாம அவங்ககிட்டே மாட்டிக்காத அளவுக்கு புத்திசாலிகளா மாறணும். இனிமேல் நீயும் சரி, நானும் சரி, எச்சரிக்கையோடு இருக்க வேண்டிய நிமிஷங்கள். அந்த வளர்மதியைப் போய்ப்பாரு. ரூமை விட்டு வெளியே வந்துடப் போறா"

அபுபக்கர் மறுமுனையில் செல்போனின் இணைப்பைத் துண்டித்துவிட ஈஸ்வர் வியர்த்துப் போயிருந்த முகத்தையும் கழுத்தையும் கர்ச்சீப்பால் ஒற்றிக்கொண்டு சிட்அவுட்டினின்றும் வெளிப்பட்டு வளர்மதி இருந்த அறைக்குள் நுழைந்தார்.

வளர்மதி 'கசந்த தேன்துளிகள்' புத்தகத்தைப் புரட்டியபடி உட்கார்ந்திருந்தாள்.

"என்னம்மா டாக்டர் ராபர்ட் ஸ்டீபனோட ஆர்டிக்களை படிச்சியா...?" ஈஸ்வர் இயல்பான குரலில் கேட்டுக்கொண்டே அவளுக்கு எதிரே போய் உட்கார்ந்தார்.

"ஸார்... இந்த புத்தகம் உண்மையிலேயே வாழ்வியல் தத்துவங்களை எடுத்துச் சொல்கிற அற்புதமான புத்தகம். நீங்க செல்போன் பேசிட்டு வர்றதுக்குள்ளே தி கிரேட் சயிண்டிஸ்ட் ஹெண்டார்ஸன்னின் லாஸ்ட் மினிட் கட்டுரையையும் படிச்சுட்டேன்"

ஈஸ்வர் வரவழைத்துக் கொண்ட சிரிப்போடு சொன்னார்."என்னோட மனமாற்றத்துக்கு காரணம் என்னன்னு இப்ப உனக்கு புரியதாம்மா...?"

"நல்லாவே புரியுது ஸார்... அந்த ஒன்பது பெண்களுக்கு கல்யாணம் பண்ணி வெச்சது ஒரு புண்ணியமான காரியம். இதுமாதிரியான நல்ல காரியங்களை நீங்க தொடர்ந்து பண்ணிட்டே இருக்கணும் ஸார்" சொல்லிக்கொண்டே எழுந்தாள் வளர்மதி.

"என்னம்மா புறப்பட்டுட்டியா...?"

"ஆமா ஸார்..."

"ஒரு பத்து நிமிஷம் உட்காரம்மா... என்னோட பிறந்தநாளுக்கு வந்திருக்கே. ஸ்நாக்ஸ், காப்பி சாப்ட்டுட்டு போலாம்"

"வேண்டாம் ஸார்... நான் கிளம்பறேன்"

"என்னம்மா இது... நீ பாட்டுக்கு வந்தே எனக்கு வாழ்த்து சொன்னே... இப்போ கிளம்பிப் போயிட்டே இருக்கே... உன்னைப்பத்தி எதுவுமே சொல்லலையேம்மா ...?"

"ஸார்... என் பேரு வளர்மதி. ஒரு பிரைவேட் கம்பெனியில் அக்கவுண்ட்டன்ட்டா ஒர்க் பண்றேன். அது தவிர 'அரவணைப்பு'னு ஒரு ஆதரவற்ற பெண்களின் நலவாழ்வு அமைப்பு ஆலோசகராகவும் இருக்கேன். உங்களை மாதிரியான குட் க்வாலிடி பர்சன்ஸ் ஆதரவற்ற பெண்களுக்கு உதவி செய்யும்போது அவங்களைத் தேடிப் போய் பாராட்டறது என்னோட பழக்கம்... அதுவும் வித்தியாசமான முறையில் பாராட்டறது எனக்கு பிடித்தமான விஷயம். அதான் ஃபெஸ்டீவ் துப்பாக்கியோடு வந்து ஒரு த்ரில்லான சந்தோஷத்தை உங்களுக்கும் கொடுத்து நானும்

என்ஜாய் பண்ணினேன்"

ஈஸ்வர் கலக்கத்தை மறைத்துக்கொண்டு வாய்விட்டுச் சிரித்தார்."எனக்கும் வாழ்க்கையில் இந்த த்ரில் பிடிக்கும். பை...த...பை... உனக்கு கல்யாணமாயிடுச்சாம்மா ...?"

"ஆயிடுச்சு ஸார்"

"அவர் என்ன பண்றார்"

"ஐ.பி.எம். கம்பெனியில் சாஃப்ட்வேர் என்ஜினியராய் ஒர்க் பண்றார்"

"கல்யாணம் கூட சமீபத்துலதான் நடந்திருக்கும்ன்னு நினைக்கிறேன்"

"ஆமா ஸார்... மூணு வருஷமாச்சு"

"நீ ஆலோசகராக இருக்கிற 'அரவணைப்பு' பெண்கள் நல நலவாழ்வு அமைப்புக்கு ஏதாவது உதவி வேணும்ன்னா சொல்லும்மா. பண்ணிடலாம்"

"தேவைப்படும்போது நானே நேர்ல வர்றேன் ஸார்" சொல்லிக் கொண்டே வளர்மதி எழுந்தாள்.

"அடிக்கடி வந்துட்டு போம்மா"

"தேங்க்யூ ஸார்"

வளர்மதி வெளியேற் பங்களாவின் கம்பௌண்ட் கேட்டை கடந்து தன்னுடைய ஸ்கூட்டியை நெருங்கும்வரை மாடி ஜன்னல் வழியாய் அவளையேப் பார்த்துக்கொண்டிருந்த ஈஸ்வர் தன்னுடைய செல்போனை எடுத்து அபுபக்கரைத் தொடர்பு கொண்டார்.

"அபு... !"

"நான் பார்த்துட்டேன். அவ எங்கே போறான்னு ஃபாலோ பண்ணிடறேன்"

"ஜாக்கிரதை... நீ அவளை ஃபாலோ பண்றதை ஸ்மெல் பண்ணிடப் போறா. அவ சாதாரணப் பொண்ணா என்னால நினைக்க முடியலை"

"நீ அவளை நினைச்சு பயப்படறேன்னு நினைக்கிறேன்"

"கொஞ்சம்..."

"நாம பண்ற பிசினஸுக்கு இந்த கொஞ்ச பயமும் இருக்கக்கூடாது... பயம் கரையான் மாதிரி"

"என்ன பண்ணலாம்ங்கிறே?"

"இந்த வாரத்துல ஒரு கெட்ட நாள் பார்த்து அவளை முடிச்சுடலாம். ஒரு பாம்பு வீட்டுக்குள்ளே நுழையறதும், ஒரு போலீஸ் இன்ஃபார்மர் வீட்டுக்குள்ளே நுழையறதும் என்னைப் பொறுத்தவரையில் ரெண்டு ஒண்ணுதான்...!"

4

ஈஸ்வர், அபுபக்கர் பேசியதைக்கேட்டு திடுக்கிட்டுப் போனவராய் செல்போனில் குரலைத்தாழ்த்தினார்.

"அபு... நீ என்ன சொல்றே?"

"அந்த வளர்மதியோட கதையை முடிச்சுடலாம்ன்னு சொல்றேன்"

"உனக்கென்ன பைத்தியமா பிடிச்சிருக்கு...? ஒரு போலீஸ் இன்ஃபார்மரான வளர்மதி என்மேல சந்தேகப்பட்டு பிறந்தநாள் வாழ்த்து சொல்ற மாதிரி வந்துட்டு போயிருக்கா...இந்த நிலைமையில அவளோட கதையை முடிச்சா போலீஸுக்கு என் மேல சந்தேகம் வராமே இருக்குமா...? போலீஸ் டிபார்ட்மெண்டில இருக்கிற ஒரு முக்கியமான அதிகாரிக்கு தெரியாமே வளர்மதி என்னை பார்க்க வந்திருக்க முடியாது. அது உனக்குப் புரியலையா...?"

செல்போனின் மறுமுனையில் அபுபக்கர் சிரித்தார்.

"எனக்கு அது புரியாமே இருக்குமா ஈஸ்வர்...? வளர்மதியோட கதையை இன்னிக்கோ அல்லது நாளைக்கோ நான் முடிக்கப் போறது இல்லை. ஒரு ரெண்டு வார காலத்துக்கு அவளைக் க்ளோஸா வாட்ச் பண்ணனும். அவ தினமும் எங்கே போறா, யார் யாரையெல்லாம் பார்க்குறான்னு உன்னிப்பா கவனிக்கனும். எல்லாத்துக்கும் மேலே அவ தனியாய் பயணம் செய்யும் நேரங்களை கண்காணித்து அதுக்கு ஏத்த மாதிரி நம்மோட செயல்பாடுகள் இருக்கணும். அதே நேரத்துல உன்கிட்டேயிருந்து எனக்கு க்ரீன் சிக்னல் வராம நான் துரும்பைக்கூட அசைக்கமாட்டேன். நான் இப்போ வளர்மதியை ஃபாலோ பண்ணிட்டிருக்கேன்.என்னோட கார்க்கு முன்னாடி நூறு மீட்டர் வித்தியாசத்துல அவ முன்னாடி போயிட்டிருக்கா. மிதமான ட்ராஃபிக். ஈஸியாய் அவளை என்னால ஃபாலோ பண்ண முடியுது...."

"அபு..."

"சொல்லு..."

"நீ அவளை ஃபாலோ பண்றதை நோட் பண்ணிடப் போறா...!"

"அவளுக்கு சந்தேகம் வர்ற மாதிரியா ஃபாலோ பண்ணுவேன்? எனக்கு முன்னாடி ஒரு கார் போயிட்டிருக்கு. அதுக்குப்பின்னாடி நான் மறைவா போயிட்டிருக்கேன். அவ ஸ்கூட்டரோட ரியர் வ்யூ கண்ணாடியில் என்னோட கார் தெரிய நியாயமில்லை. நீ போனை கட் பண்ணிடாதே...என்ன நடக்குதுன்னு நான் லைவா சொல்லிட்டு வர்றேன்"

"நான் கட் பண்ணல...நீ சொல்லிட்டே வா"

"இப்போ அவ ரேஸ்கோர்ஸ் ரோட்டை க்ராஸ் பண்ணி அவிநாசி ரோட்டுக்குள்ளே நுழைஞ்சு லட்சுமி மில் சிக்னல்ல நின்னுட்டு இருக்கா...ம்... சிக்னல் கிடைச்சாச்சு...நேரா போறா... அது ஸ்கூட்டியா இல்லை ஏவுகணையான்னு தெரியலை...வேகமாப் போறா...பைக்கை காரை எல்லாம் அனாசயமா ஓவர்டேக் பண்றா... அவ சாதாரண பொண்ணில்லை. சம்திங் எக்ஸ்ட்ராடினரி..."

"பார்த்தியா... நீயே இப்போ பயப்படறே?"

"இது பயம் இல்லை ஈஸ்வர். அவளை நினைச்சு ஆச்சர்யப்படறேன். அவ போகிற வேகத்துக்கு என்னால ஃபாலோ பண்ண முடியலை. இருநூறு மீட்டர் பின்தங்கிட்டேன்"

"பார்த்து... ! அவ உன்னோட பார்வையிலிருந்து மறைஞ்சுடப் போறா... !"

"ஈ...ஸ்...வ...ர்"

"என்ன குரல் நடுங்குது?"

"நீ சொன்ன மாதிரியே பார்வையிலிருந்து அவ மறைஞ்சுட்டா... !"

"அபு... நீ என்ன சொல்றே...?"

"ட்ராஃபிக்ல இப்ப அவ இல்லை... ஏதோ ஒரு கட் ரோட்டுக்குள்ளே நுழைஞ்சுட்டான்னு நினைக்கிறேன்"

"நல்லாப் பாரு... ஏதாவது ஒரு பெரிய வண்டிக்கு முன்னாடி அவ போயிட்டிருக்கலாம்"

"இல்ல ஈஸ்வர்.. இப்ப எனக்கு முன்னாடி வெகிள்ஸ் எதுவும் இல்லாமே ரோடு வெறுமையா இருக்கு... ரோட்டோட லெஃப்ட் ஸைடில ஒரு குறுக்கு சந்து தெரியுது... அந்த சந்துக்குள்ளேதான் வளர்மதி போயிருக்கணும்... நான் இப்ப போனை கட் பண்றேன். ஒரு அஞ்சு நிமிஷம் கழிச்சு பேசறேன்..."

அபுபக்கர் மறுமுனையில் செல்போனை அணைத்து விட, ஈஸ்வர் வியர்த்துப் போயிருந்த முகத்தை டவலால் ஒற்றிக்கொண்டு சோபாவுக்கு சாய்ந்து உட்கார்ந்தபடி ரிமோட் கண்ட்ரோலால் ஏ.ஸியின் ஜில்லிப்பை உயர்த்திக்கொண்டார். எப்போதும் இல்லாத அளவுக்கு இதயத்தின் துடிப்பு அதிகமாயிருந்தது.

'கடந்த 5 வருட காலமாய் தடையில்லாமல் போய்க்கொண்டிருந்த பிசினஸில் இப்போது முதன்முதலாய் போலீஸ் இன்ஃபார்மர் என்கிற உருவில் ஒரு ஸ்பீட் பிரேக்கர்!'

'போலீஸ் டிபார்ட்மெண்டில் இருக்கும் யார்க்கோ மூக்கு வியர்த்திருக்கிறது!'

'சில லட்சங்களை செலவு பண்ணினால் போதும் ஆள் யார் என்பதை கண்டுபிடித்துவிடலாம்'

ஈஸ்வர் யோசிப்பில் விநாடிகளைக் கரைத்துக் கொண்டிருக்க, சரியாய் பத்து நிமிஷம் கழித்து அபுபக்கரிடம் இருந்து செல்போன் அழைப்பு வந்தது.

"ஈஸ்வர்..!"

"என்னாச்சு அபு... வளர்மதியை கண்டுபிடிச்சுட்டியா...?"

"இல்லை... அவ போன சந்துக்குள்ளே என் கார் போக இடம் இல்லை. குறுகலான சந்து. காரை ரோட்டோரமாய் நிறுத்திட்டு சந்துக்குள்ளே நடந்து போய் அவளோட ஊதா நிற ஸ்கூட்டி எங்கேயாவது பார்க் ஆகியிருக்கான்னு பார்த்தேன். அந்த ஸ்கூட்டி என்னோட கண்ணில் படலை"

"சந்தோட மறுபக்கம் எந்த ரோட்ல முடியுதுன்னு பார்த்தியா ...?"

"ம்... பார்த்தேன். அது ஆர்.ஜி.நகர் ஏரியா. எந்த பக்கம் திரும்பினாலும் அப்பார்ட்மெண்ட்ஸ். எந்த அப்பார்ட் மெண்ட்டுக்குள்ளே போய் எப்படி தேடறது...?"

"சரி... விடு..! மறுபடியும் அவ நம்ம கண்ணுல படாமலா போயிடுவா"

"அவ யாரு எங்கேயிருக்கான்னு விசாரிச்சியா ஈஸ்வர்?"

"ம்...விசாரிச்சேன். அவ ஒரு பிரைவேட் கம்பெனியில் அக்கவுண்ட்டன்டா ஒர்க் பண்றதா சொன்னா. ஆனா கம்பெனியோட பேரு என்னன்னு கேட்க மறந்துட்டேன். ஆனா இன்னொரு தகவல்

சொன்னா"

"என்ன...?"

"அரவணைப்புனு ஒரு ஆதரவற்ற பெண்களின் நல்வாழ்வு அமைப்புக்கு ஆலோசகரா இருக்கிறதா சொன்னா. கல்யாணமாயிருக்கு. புருஷன்... ஐ.பி.எம் கம்பெனியில் வேலை பார்க்கிறதாகவும் சொன்னா"

"அவ வீட்டு அட்ரஸை கேட்டியா...?"

"டென்ஷன்ல கேட்க மறந்துட்டேன் அபு..."

"சரி...இப்ப உடனடியாய் ஒரு காரியம் பண்ணு"

"என்ன?"

"அந்த ஆதரவற்றோர் பெண்களின் நல்வாழ்வு அமைப்பான அரவணைப்பு விடுதி எங்கே இருக்குன்னு கூகுள்ல போய்ப் பாரு. கண்டிப்பா விபரம் கிடைக்கும். போன் நெம்பரும் இருக்கும். அந்த நெம்பர்க்கு போன் பண்ணி வளர்மதியைப் பத்தி விசாரி... நான் கார்ல ஒரு மணி நேரம் உட்கார்ந்து வெயிட் பண்ணி மறுபடியும் இந்த சந்திலிருந்து வெளியே வர்றாளான்னு பார்க்கிறேன்"

"சரி..!" என்று சொன்ன ஈஸ்வர் செல்போனை அணைத்துவிட்டு கூகுள் ஐகான்-ஐ உயிர்ப்பித்து அரவணைப்பு பற்றிய விபரம் தேட அடுத்த சில நிமிடங்களில் சரவணம்பட்டியில் இருந்த அந்த அமைப்பை பற்றிய எல்லா விபரங்களும் கிடைத்தது. லேண்ட் லைன் டெலிபோன் எண்ணை ஒரு தாளில் குறித்து வைத்துக்கொண்டு அந்த எண்ணை தொடர்பு கொண்டு பேசினார்.

"அது அரவணைப்பு இல்லமா...?"

"ஆமா" ஒரு பெண் குரல் பதில் சொன்னது.

"அங்கே வளர்மதி இருக்காங்களா...?"

"வளர்மதி வாரத்துக்கு ஒரு தடவை அதுவும் ஞாயிற்றுக்கிழமை சாயந்தரம்தான் வருவாங்க... ஆமா... நீங்க யாரு...?"

"நான் ஆதரவற்றோர் இல்லங்களுக்கு உதவி பண்ற ஒரு டோனர். எனக்கு தெரிஞ்ச ஒருத்தர் வளர்மதிங்கற ஒரு பொண்ணு அரவணைப்பு விடுதியில வேலைப் பார்க்கிறதாகவும் அந்தப் பொண்ணு மூலமா டொனேஷன் தரலாம்ன்னு சொன்னார். அது உண்மையான்னு தெரிஞ்சுக்கிறதுக்காக போன் பண்ணினேன்"

"வளர்மதி இங்கே வேலைப் பார்க்கிற பொண்ணு இல்லீங்க... இங்கே இருக்கிற பொண்ணுகளுக்கு கவுன்ஸிலிங் கொடுக்கிறதுக்காக வாரத்துக்கு ஒரு தடவை வந்துட்டுப் போவாங்க... அவ்வளவுதான். இந்த விடுதிக்கு நிர்வாகி நான்தான். நீங்க டொனேஷன் தர்றதா இருந்தா என்கிட்டேயே தரலாம். உங்களால வர முடியலைன்னா சொல்லுங்க. நானே நேர்ல வந்துடறேன் ஸார்"

"உங்க பேரு...?"

"நித்யா"

"டொனேஷன் தர்றது விஷயமாய் நாளைக்குக் காலையில் போன் பண்றேன்மா"

ஈஸ்வர் பேச்சை முடித்துக்கொண்டு அதே நிமிஷம் அபுபக்கரை தொடர்பு கொண்டார்.

"அபு... நான் அந்த அரவணைப்பு நிர்வாகிகிட்டே பேசிட்டேன். வளர்மதி அந்த விடுதிக்கு ஆலோசகராக இருக்கிறது உண்மை தான்"

"அப்படீன்னா வளர்மதி உண்மையிலே உனக்கு பிறந்தநாள் வாழ்த்துக்களைச் சொல்லத்தான் வந்திருப்பான்னு நினைக்கிறியா?"

"ஆமா..."

"போலீஸ் கமிஷனரோட பி.ஏ. சுதாகர்ராவ் என்னோட ஃப்ரண்ட் சிராஜுதீன்கிட்டே வளர்மதி ஒரு போலீஸ் இன்ஃபார்மர்ன்னு ஏன் பொய் சொல்லணும்...?"

"இதோ பார் அபு... கண்ணால் காண்பதும் பொய், காதால் கேட்பதும் பொய், தீர விசாரிப்பதே மெய்ன்னு சொல்லுவாங்க. இன்னிக்கு நடந்த விஷயமும் அப்படித்தான்"

"ஈஸ்வர் உனக்கு ஒரு விஷயம் தெரியுமா?"

"என்ன...?"

"போலீஸ் இன்ஃபார்மர்ஸ் தன்னைப்பத்தின எல்லா உண்மைகளையும் சொல்லிடுவாங்க. ஆனா தான் ஒரு போலீஸ் இன்ஃபார்மர் என்கிற உண்மையை மட்டும் கடைசிவரைக்கும் சொல்லமாட்டாங்க. அந்த வளர்மதியை நீ நம்பலாம். ஆனா

நான் நம்பமாட்டேன்"

"இப்ப ... நீ என்ன சொல்ல வர்றே?"

"வளர்மதி எப்படியும் உன்னைத் தேடிகிட்டு இன்னொரு தடவை உன் வீட்டுக்கு வருவா...அப்படி அவ வந்தா அதுவே அவளுக்கு கடைசி தடவையாய் இருக்கணும்"

"அபு...! அவசரப்பட்டு நாம ஏதாவது பண்ணி சிக்கலில் மாட்டிக்குவோமோன்னு பயம்மா இருக்கு!"

"ஏதாவது பண்ணாம இருந்தாத்தான் சிக்கல்ல மாட்டிக்குவோம். உனக்கு புரியற மாதிரி ஒரு விஷயம் சொல்லட்டுமா?"

"என்ன?"

"நாம கண்ணை திறந்துகிட்டே தூங்க வேண்டிய நேரம் இது"

வளர்மதி தன்னுடைய ஸ்கூட்டியை ஸ்பீட் ரெக்கவர் ஹாஸ்பிடலுக்குள் நுழைத்து பார்க்கிங்கில் இடம் பார்த்து நிறுத்திவிட்டு உள்ளே போய் லிஃப்டில் பயணித்து முதல் மாடியில் இருக்கும் ரிசப்னிஷ்ட் கௌண்டரை நெருங்கி லேப்டாப்பில் கவனமாய் இருந்த அந்த பெண்ணிடம் கேட்டாள்.

"போலீஸ் கமிஷனர் திரிபுரசுந்தரியைப் பார்க்க முடியுமா?"

"நீங்க...?"

"என் பேர் வளர்மதி"

"உங்களை அவர்க்குத் தெரியுமா...?"

"தெரியும்"

"ஒரு நிமிஷம்" என்று சொன்ன ரிசப்னிஷ்ட் இண்டர்காம் போனை எடுத்து பேசிவிட்டு வளர்மதியை ஏறிட்டாள்.

"நீங்க போய் பார்க்கலாம்"

வளர்மதி மறுபடியும் பக்கத்தில் இருந்த லிஃப்டில் உயர்ந்து ஐந்தாவது மாடியில் இருந்த, வி.ஐ.பி. பேஷண்ட்ஸ் அறைகளில் ஒன்றான ஏழாம் எண் அறைக்கு முன்பாய் போய் நின்றாள். கதவைத் தள்ளினாள். அது சத்தமில்லாமல் திறந்து கொள்ள, உள்ளே தயக்கமாய் நுழைந்தாள்.

சற்றே பெரிதான, சுத்தமான அந்த அறையின் நடுவே உயர்த்திப் போடப்பட்டிருந்த கட்டிலின் மேல் உல்லன் சால்வையைப்

போர்த்திக்கொண்டு ஐம்பது வயதின் ஆரம்பத்தில் இருந்த திரிபுரசுந்தரி உட்கார்ந்திருந்தாள். போலீஸ் பயிற்சியின்போது உருவாகியிருந்த உடம்பு நோய்வாய்ப்பட்ட அந்த நிலையிலும் கம்பீரம் குறையாமல் தெரிந்தது.

"எப்படி இருக்கீங்க...மேடம்?" வளர்மதி கேட்டுக்கொண்டே பக்கத்தில் போய் உட்கார்ந்தாள்.

"அயாம் ஃபைன்... சாதாரண வைரல் ஃபீவர்தானே? நாளைக்கு டிஸ்சார்ஜ் ஆயிடுவேன்...அது சரி... நீ போன காரியம் என்னாச்சு?"

"அந்த ஈஸ்வரைப் பார்த்து பேசிட்டுதான் வர்றேன் மேடம். ஆள் சரியில்லை. பார்க்கிற பார்வையில் நிறைய பொய் தெரியுது. நான் ஈஸ்வர்கிட்டே பேசிட்டு இருக்கும்போதே அவர்க்கு ஒரு போன்கால் வந்தது. என் எதிரில் பேச விரும்பாம ரெண்டு அறை தள்ளிப் போய் பேசிட்டு வந்தார். அந்த நிமிஷத்திலிருந்து அவரோட முகம் சரியில்லை. வேர்த்து வழிஞ்சார். என்னைப் பார்த்த பார்வையில ஒருவிதமான சந்தேகம் தெரிஞ்சது"

திரிபுரசுந்தரி முகம் மாறினாள். "ஒருவேளை நீ போலீஸ் இன்ஃபார்மர் என்கிற விஷயம் அந்த ஈஸ்வருக்கு தெரிஞ்சிருக்கலாம்"

"அப்படி தெரிய வாய்ப்பில்லை மேடம்"

"வேண்டாம் வளர்மதி...இனிமேல் உனக்கு இந்த போலீஸ் இன்ஃபார்மர் வேலை வேண்டாம். உன்னோட கணவர் ஹரிக்கும், மாமியார் மாமனார்க்கும் தெரியாமே இப்படிப்பட்ட வேலை பார்க்கிறது சரியில்லை"

"என்ன மேடம்...பயப்படறீங்களா?"

"கொஞ்சம் பயம் வருது... ஏன்னா அந்த ஈஸ்வர் பற்றி கேள்விப்படற விஷயங்கள் விபரீதமாய் இருக்கு... !" என்று சொன்ன திரிபுரசுந்தரி தன் தலையணைக்குக் கீழே கையைக்கொண்டு போய் சிவப்பு நிற நாடா கட்டப்பட்ட ஃபைல் ஒன்றை எடுத்தாள்.

5

சிவப்பு நாடாவோடு கூடிய ஃபைலை கையில் எடுத்த போலீஸ் கமிஷனர் திரிபுரசுந்தரி தனக்குப் பக்கத்தில் அதிர்ச்சியோடு உட்கார்ந்திருந்த வளர்மதியை ஒரு பெருமூச்சோடு பார்த்தாள்.

"இந்த ஃபைல் ஒரு மணி நேரத்துக்கு முன்னாடிதான் டி.ஜி. பி. மூலமா என்னோட கைக்கு வந்தது. ஃபைலோட இடதுபக்க மூலையில் என்ன எழுதப்பட்டிருக்குன்னு பாரு"

வளர்மதி தன்னுடைய பார்வையை ஃபைலின் இடதுபக்க மூலைக்குக் கொண்டு போனாள். ஆங்கில வாசகத்தோடு கூடிய ஒரு ஸ்டிக்கர் ஒட்டப்பட்டு பார்வைக்குத் தட்டுப்பட்டது.

'THE CONTENT MUST BE KEPT SECRET'

திரிபுரசுந்தரி அந்த ஃபைலைப் பிரித்துக்கொண்டே சொன்னாள்.

"இந்த ஃபைலில் சொல்லப்பட்ட விஷயங்களை நான் யார் கூடவும் பகிர்ந்துக்க கூடாது... இருந்தாலும் உனக்குத் தெரியப்படுத்தணும்ன்னு நான் விரும்பறதுக்கு காரணம் என்ன தெரியுமா?"

"சொல்லுங்க மேடம்..."

"இன்னிக்கு நான் சொன்னபடி அந்த ஈஸ்வரை நீ போய்ப் பார்த்து த்ரில்லிங்கான முறையில் பிறந்தநாள் வாழ்த்து சொல்லிட்டு வந்துட்டே. ஆனா இதனோட பின்விளைவுகள் எப்படியிருக்கும்ன்னு ரெண்டு பேருமே யோசிச்சுப் பார்க்கத் தவறிட்டோம்"

"பின்விளைவுகளா?"

"ஆமா... நீ இப்போதைக்கு அந்த ஈஸ்வர்கிட்டே உன்னைப்பத்தியும் உன்னோட கணவரைப்பத்தியும் உண்மையான விபரங்களைச் சொல்லியிருப்பே... அரவணைப்பு விடுதிக்கும் உனக்கும் உள்ள தொடர்பைப் பத்தியும் சொல்லியிருப்பே இல்லையா?"

"ஆமா மேடம்... அந்த ஈஸ்வர்க்கு... என்மேல ஒரு சின்னதா சந்தேகம் கூட வந்துடக்கூடாதுங்கிறதுக்காக என்னைப் பத்தின எல்லா விபரங்களையும் உள்ளது உள்ளபடியே சொல்லிட்டேன். ஏன்னா அவர் யாரையாவது அனுப்பி க்ராஸ் செக் பண்ணும்போது

அந்த விபரங்கள் எல்லாம் உண்மையா இருந்தால்தானே நாளைக்கு நான் மறுபடியும் அவரைப் பார்க்க முடியும்"

திரிபுரசுந்தரி வளர்மதியை இறுக்கமான முகத்தோடு பார்த்தாள்.

"நீ இப்படி யோசிச்சுப் பார்த்தியா?"

"எப்படி மேடம் ...?"

"ஒரு வேளை நீ பார்ட் டைமா போலீஸ் இன்ஃபார்மர் வேலையும் பார்க்கிறேன்னு அந்த ஈஸ்வர்க்கு தெரிய வந்தா?"

"அவர்க்குத் தெரிய வாய்ப்பில்லை மேடம் ..."

"தெரிஞ்சுட்டா...?"

"தெரிஞ்சுட்டா... கொஞ்சம் பிரச்சினைதான்"

"பிரச்சினை கொஞ்சமா வராது வளர்மதி...பெரிய அளவுக்கு வரும். அப்படிப்பட்ட பிரச்சினைகளை உன்னை மாதிரியான பெண்கள் ஃபேஸ் பண்ண முடியாது. அதனால்தான் இந்த ஈஸ்வர் விவகாரத்திலிருந்து நீ விலகிடுன்னு சொல்றேன்...!"

"மேடம்... நீங்க இப்ப பேசிட்டிருக்கிறது எனக்கு ஆச்சர்யமா இருக்கு. இதுக்கு முன்னாடி நாலைஞ்சு சிக்கலான கேஸ் விவகாரங்களில் ஒரு போலீஸ் இன்ஃபார்மரா வொர்க் பண்ணி உபயோகரமான தகவல்களை திரட்டிக் கொடுத்து இருக்கேன்"

திரிபுரசுந்தரி கையமர்த்தினாள்.

"இதோ பார் வளர்மதி...! நீ பண்ணின உதவியை எல்லாம் நான் மறக்கலை. அந்த கேஸ் விவகாரங்களில் குற்றவாளிகளுக்கு தண்டனை கிடைக்க காரணமாய் இருந்ததே நீ கலெக்ட் பண்ணிக் கொடுத்த தகவல்கள்தான். ஆனா இந்த ஈஸ்வர் விவகாரம் வேற மாதிரியானது"

"வேற மாதிரின்னா எப்படி மேடம்...?"

"ஈஸ்வரை என்ன காரணத்துக்காக வேவு பார்க்கப் போனே ...?"

"அவர் ரெண்டு வருஷத்துக்கு ஒரு தடவை ஒவ்வொரு ஊருக்குப் போய் 9 ஜோடி, 18 ஜோடின்னு இலவசத் திருமணங்களை நடத்தி வைக்கிற விஷயம் போலீஸ் உளவுத்துறைக்கு நெருடலாய் இருந்ததுன்னு நீங்கதான் சொன்னீங்க மேடம்... அப்படி அவர் ஏழைப் பொண்ணுங்களுக்கு இலவசமா திருமணம் பண்ணி வைக்கிறது இந்த சமூகப் பார்வைக்கு நல்லவிதமாய்

பட்டாலும் அவர் ஏதோ ஒரு சுயநல நோக்கத்துக்காக செய்யறதா உளவுத்துறைக்கு சந்தேகம்ன்னு சொன்னீங்க. அது எந்த அளவுக்கு உண்மைன்னு தெரிஞ்சுக்கத்தான் நான் ஈஸ்வரை போய்ப் பார்த்து பேச்சு கொடுத்து ஏதாவது விபரம் கிடைக்குமான்னு முயற்சி பண்ணினேன். அதுவும் நீங்க சொல்லித்தான் நான் போனேன்"

"நான்தான் சொன்னேன்... மறுக்கலை...ஆனா இப்போ விவகாரம் வேற மாதிரி இருக்குன்னு நான் கேள்விப்பட்ட பின்னாடி இந்த விஷயத்துல ஒரு குடும்பம் பெண்ணான உன்னை இன்வால்வ் பண்ண விரும்பலை"

"மேடம்... என்னைப் பொறுத்தவரைக்கும் நீங்க ஒரு துணிச்சலான போலீஸ் ஆபீஸர். எந்த ஒரு கேஸுக்கும் நீங்க இப்படி கலவரப்பட்டு நான் பார்த்தது இல்லை. இந்த ஈஸ்வர் கேஸ்ல ஒரு விபரீதம் இருக்குன்னு சொன்னீங்க. அது எதுமாதிரியான விபரீதம்ன்னு தெரிஞ்சுக்கலாமா மேடம்...?"

"தாராளமா..." என்று சொன்ன திரிபுரசுந்தரி குரலைத் தாழ்த்தினாள்.

"இந்த ஈஸ்வர் நாலு வருஷத்துக்கு முந்தி ஈரோட்டுல ஒரு பெரிய கல்யாண மண்டபத்தை வாடகைக்கு எடுத்து ஏழைக் குடும்பங்களைச் சேர்ந்த 18 பெண்களுக்கு இலவசமா கல்யாணம் பண்ணி வெச்சார். கல்யாண செலவு போக ஒவ்வொரு ஜோடிக்கும் ரெண்டு லட்ச ரூபாய் பணத்தை பேங்க்ல ஃபிக்ஸ்ட் டெபாசிட்டாய் போட்டார். அது சம்பந்தமான பேப்பர் கட்டிங்ஸைக்கூட உனக்குக் காட்டினேன்"

"ஆமா மேடம்..."

"இப்போ அந்த 18 ஜோடிகளில் மூணு ஜோடிகள் உயிரோடு இல்லை"

"என்ன சொல்றீங்க மேடம்?"

"எஸ்...அந்த மூணு ஜோடியும் கல்யாணம் நடந்த ரெண்டு வருஷ காலத்துக்குள்ளே தற்கொலை பண்ணிகிட்டு இறந்து போயிருக்காங்க..."

வளர்மதியின் கண்களில் பீதி பரவியது.

"தற்கொலையா?"

"எஸ்"

"காரணம்?"

"தெரியலை... உயிர் வாழ விருப்பம் இல்லைன்னு ரெண்டு பேரும் தங்கள் கைப்பட லெட்டர் எழுதி வெச்சுட்டு விஷம் குடிச்சு செத்துப் போயிருக்காங்க..."

"மே...ட...ம்"

"பார்த்தியா... உனக்கு இப்ப பயம் வருது"

"இது பயமில்லை மேடம்... அதிர்ச்சி"

"பயம், அதிர்ச்சி...இந்த ரெண்டுமே ஒண்ணுதான்"

"அந்த மூணு ஜோடிகள் தற்கொலை பண்ணிகிட்டதுக்கும் ஈஸ்வர்க்கும் ஏதாவது சம்பந்தம் இருக்கும்ன்னு நினைக்கறீங்களா மேடம்?"

"எஸ்"

"அந்த தற்கொலைகள் ஏன் கோ-இன்சிடென்ட்டா நடந்து இருக்கக் கூடாது...?"

"அதாவது ஈஸ்வர் சம்பந்தப்படாமே?"

"ஆமா மேடம்..."

"அதுக்கான வாய்ப்பு இல்லை... வளர்மதி"

"எப்படி சொல்றீங்க மேடம்?"

"நாலு வருஷத்துக்கு முந்தி ஈரோட்ல நடந்த இலவச திருமண ஜோடிகளில் மூணு ஜோடிகள் தற்கொலை பண்ணிகிட்ட மாதிரியே ரெண்டு வருஷத்துக்கு முந்தி அவிநாசியில நடந்த 9 ஜோடி இலவச திருமணத்தில் கல்யாணம் பண்ணிகிட்ட ரெண்டு ஜோடி போன மாசம் 10ம் தேதி விஷம் சாப்பிட்டு தற்கொலை செஞ்சு இறந்து போயிருக்காங்க..."

வளர்மதி உறைந்து போய் உட்கார்ந்திருந்தாள். திரிபுரசுந்தரி கேட்டாள்.

"என்ன ... பேச்சையே காணோம்?"

"இப்ப ஏதோ புரியற மாதிரி இருக்கு மேடம்"

திரிபுரசுந்தரி தன் கையில் வைத்து இருந்த ஃபைலைப் பிரித்து அதிலிருந்து ஒரு தாளை உருவி வளர்மதியிடம் நீட்டினாள்.

"இது ஃபாரன்ஸிக் ரிப்போர்ட் இதை மட்டும் படி. நான் சொன்ன விபரீதம் என்கிற வார்த்தைக்கு உனக்கு அர்த்தம் புரியும்"

வளர்மதி ஒரு நிமிட நேரத்தை செலவழித்து அந்த ரிப்போர்ட் முழுவதையும் படித்து முடித்துவிட்டு நெற்றியில் மின்னும் வியர்வையுடன் நிமிர்ந்தாள்.

"என்ன மேடம் இப்படி ஒரு ரிப்போர்ட்?"

"உனக்கு என்ன புரியுது?"

"தற்கொலை பண்ணிகிட்டு செத்துப் போன அந்த கல்யாண ஜோடிகள் எல்லாருமே ரிசின் (RICIN) என்கிற விஷத்தைச் சாப்பிட்டுத்தான் தற்கொலை பண்ணிகிட்டு செத்துப்போயிருக்காங்க ...!"

"இது ஒரு விபரீதமான தகவலா இல்லையா?"

கண்களில் கலக்கத்தோடும் முகத்தில் பீதியோடும் வளர்மதி தலையாட்டினாள்.

"எஸ்... மேடம்! மொத்தம் அஞ்சு ஜோடிங்க ரிசின் விஷத்தைச் சாப்பிட்டு தற்கொலை பண்ணிகிட்டது ஒரு அதிர்ச்சிகரமான விஷயம்... இந்த மரணங்கள் தற்கொலைகளாக இருக்க வாய்ப்பில்லை"

"உன்னோட கையில இருக்கிற ஃபாரன்ஸிக் ரிப்போர்ட்டும் அதைத்தான் சொல்லுது. ஆனா போலீஸ் ரிக்கார்ட்ஸ்படி அந்த அஞ்சு ஜோடிகள் அதாவது மொத்தம் பத்து பேர் இந்த உலகில் வாழப்பிடிக்காம இறந்து போயிருக்காங்க... இப்ப சொல்லு வளர்மதி...உனக்கு அந்த ஈஸ்வரை நினைச்சா பயம் வரலை...!"

"வரலை ... மேடம்"

"சும்மா வீம்புக்கு சொல்லாதே !"

"எனக்கு பொய் பேசிப் பழக்கமில்லை மேடம். நான் காலேஜ் டேஸ்ல இருந்தே த்ரில்லான விஷயங்களை அனுபவிக்க ஆசைப்பட்டவ. டிகிரியை முடிச்சதும் போலீஸ்ல வேலைல சேர நினைச்சேன். அப்பா ஓகேன்னு சொன்னாலும் அம்மா சொல்லலை. நான் போலீஸ் வேலைக்குப் போகக்கூடாதுன்னு அழுது ஆர்ப்பாட்டம் பண்ணினாங்க. நான் அம்மாவோட அழுகையை பொருட்படுத்தாமே வேலைக்காக முயற்சி பண்ணிட்டிருந்தப்ப அம்மா ஒருநாள் திடீர்ன்னு என் கால்ல

விழுந்து நீ போலீஸ் வேலைக்கு போகக்கூடாதுன்னு அழுதப்ப அதிர்ந்து போயிட்டேன். போலீஸ் வேலைக்குப் போகிற எண்ணத்துக்கு அந்த விநாடியே முழுக்குப் போட்டேன். ஆனா போலீஸ் டிபார்ட்மெண்ட்டுக்கு ஏதாவது ஒரு வகையில் என்னோட சர்வீஸை தரணும் என்கிற காரணத்துக்காகத்தான் போலீஸ் இன்ஃபார்மராய் மாறினேன். நீங்களும் சம்மதிச்சு என்கிட்டே சில கேஸ்களை ஒப்படைச்சீங்க. அந்த வழக்குகளில் உண்மையான குற்றவாளிகளைக் கண்டுபிடிக்க நானும் ஒரு காரணமாய் இருந்தேன்"

வேகமாய் பேசிக்கொண்டே போன வளர்மதியை கையமர்த்தினாள் திரிபுரசுந்தரி.

"வளர்மதி ... ! உன்னை இன்ஃபார்மராய் இருக்க வேண்டாம்ன்னு நான் சொல்லலை. இந்த ஈஸ்வர் விஷயத்தை டீல் பண்ண வேண்டாம்ன்னுதான் சொல்றேன். இதுக்கு முன்னாடி டீல் பண்ணின கேஸ்கள் எல்லாம் சாதாரணமானது. இது அப்படியில்லை. ரெண்டு வருஷத்துக்கு ஒரு தடவை 9 ஜோடி, 18 ஜோடின்னு இலவசத் திருமணங்களை பண்ணி வைக்கிற அந்த ஈஸ்வர்கிட்டே ஏதோ ஒரு பெரிய தப்பு இருக்கு. அதைக் கண்டுபிடிக்கிற முயற்சியில் நீ இறங்கினா வேண்டாத பிரச்சினைகள் உன்னைத் தேடி வரும். உனக்குன்னு ஒரு குடும்பம் இருக்கு. அம்மா, அப்பா, கணவன், மாமியார், மாமனார் என்கிற அருமையான உறவுகள் இருக்கு. அவங்களுக்குத் தெரியாமே நீ இந்த வேலை பார்க்கிறதே என்னோட மனசுக்கு உறுத்தலா இருக்கு. இந்த நிலைமையில் ஈஸ்வர் மாதிரியான..."

திரிபுரசுந்தரி சன்னமான குரலில் நிறுத்தி நிதானமாக பேசிக்கொண்டிருக்கும்போதே வளர்மதியின் கைப்பையில் இருந்த அவளுடைய செல்போன் டயல் டோனை வெளியிட்டது.

"ஸாரி மேடம்" என்று சொல்லிவிட்டு செல்போனை எடுத்து அழைப்பது யார் என்று பார்த்தாள்.

கணவன் ஹரி மறுமுனையில் கூப்பிட்டுக்கொண்டு இருந்தான். எடுத்து செல்போனை காதுக்குக் கொடுத்து"ஹலோ"என்றாள்.

"வளர்... ! நீ இப்போ எங்கேயிருக்கே?"

"என்ன கேள்வி இது ... ஆபீஸ்லதான்"

"பொய் சொல்லாதே... !"

6

வளர்மதி மனசுக்குள் ஆடிப் போனாள். முகம் வியர்த்து இருதய துடிப்பு உச்சத்துக்கு போனாலும், செல்போனின் மறுமுனையில் இருந்த ஹரியிடம் செயற்கையாய் கோபப்பட்டாள். பதட்டப்படாமல் கேட்டாள்.

"என்ன சொன்னீங்க... நான் பொய் சொல்றேனா?"

"ஆமா ... நீ இப்போ ஆபீஸ்ல இல்லைன்னு எனக்குத் தெரியும். அது பொய் இல்லையா?"

"சரி, நான் இப்போ எங்கே இருப்பேன்னு நினைக்கிறீங்க?"

"நீ எங்கே இருப்பேன்னு நீ சொல்லித்தான் எனக்குத் தெரியணுமா என்ன? அந்த ஆதரவற்றோர் பெண்கள் இல்லமான அரவணைப்பில்தானே இருக்கே...?"

ஹரி இப்படி கேட்டதும் வளர்மதியின் நெற்றியில் அரும்பியிருந்த வியர்வை சட்டென்று உலர்ந்து போக, மனசுக்குள் ஒரு ஆறுதல் எட்டிப் பார்த்தது.

'நல்லவேளை... நான் கமிஷனரைப் பார்க்க வந்தது அவர்க்குத் தெரியலை'

மறுமுனையில் ஹரி கேட்டான். குரலில் கேலி பரவித் தெரிந்தது.

"என்ன ... மேடத்துகிட்டயிருந்து பேச்சையே காணோம். நான் சொன்னது உண்மைதானே?"

"உண்மைதான் ... ஸாரிங்க"

"இதோ பார் வளர்...! நீ இப்படி ஸாரி சொல்றது எத்தனையாவது தடவைன்னு உனக்கும் தெரியாது. எனக்கும் தெரியாது. இந்த சமூகத்து மேல உனக்கு இருக்கற அக்கறை எனக்கும் இருக்கு. ஆனா நீ காட்ற அளவுக்கு தீவிரம் கிடையாது. மத்தவங்களுக்கு உதவி பண்ண வேண்டியதுதான். அதுக்கும் ஒரு எல்லையிருக்கு. ஆதரவற்ற பெண்களைப் பாதுகாக்க அரசாங்கமே அரவணைப்பு என்கிற பேர்ல ஒரு அமைப்பை உருவாக்கியிருக்கும்போது நீ எதுக்காக போய் அதுல மூக்கை நுழைக்கணும்...?"

"அது வந்துங்க ... !"

"வேண்டாம் வளர்... நீ எதையும் சொல்லி என்னை கன்வின்ஸ் பண்ண முயற்சி செய்யாதே. என்னோட அம்மாவுக்கும் அப்பாவுக்கும் இதுமாதிரியான விஷயங்களெல்லாம் பிடிக்காதுன்னு உனக்கு நல்லாவே தெரியும். அவங்க உன் மேல வெச்சிக்கிற பாசத்தையும் பிரியத்தையும் நீயாகவே கெடுத்துக்காதே... உன்னோட ஆபீஸ்ல கூட உன்மேல வருத்தப்பட்டாங்க... நீ அடிக்கடி பர்மிஷன் போட்டுட்டு வெளியே போறியாம். இன்னிக்குக்கூட என்னோட அம்மாவுக்கு உடம்பு சரியில்லை, ஹாஸ்பிடலுக்குப் போகணும்ன்னு பொய் சொல்லியிருக்கே...?"

"அ...அ...அது உங்களுக்கு எப்படி தெரிஞ்சது ?"

"நான் பதினைஞ்சு நிமிஷத்துக்கு முன்னாடி உன்னோட செல்போனை காண்டாக்ட் பண்ணி நெட் பேங்கிங் லாகின் பாஸ்வேர்ட் விஷயமா ஒரு சந்தேகம் கேட்க நினைச்சேன். ஆனா உன்னோட போனிலிருந்து நாட் ரீச்சபிள்ங்கிற ரெக்கார்ட்டட் வாய்ஸ் மட்டும் தொடர்ச்சியாய் கேட்டுட்டு இருந்தது. உன்னோட போன்ல ஏதோ பிராப்ளம்ன்னு நினைச்சு உன் ஆபீஸோட லேண்ட் லைன் டெலிபோனை காண்டாக்ட் பண்ணினேன். மொதல்ல ஆபீஸ் ரிசப்னிஷ்ட் பேசினா... அப்புறம் உன்னோட செக்ஷன் ஹெட், லைன்ல வந்து நீ பர்மிஷன்ல போயிருக்கிறதா சொன்னார். என்னோட அத்தைக்கு உடம்பு சரியில்லை ஹாஸ்பிடலுக்கு கூட்டிட்டுப் போகணும்ன்னு நீ சொன்னதா சொன்னார். நானும் புரிஞ்சுகிட்டு உன்னைக் காட்டிக் கொடுக்க விரும்பாமே ஆமான்னு சொல்லி வெச்சுட்டேன்... வேற வழி?"

"ஸாரிங்க..."

"இப்ப நீ சொன்ன இந்த ஸாரிதான், கடைசி ஸாரியாய் இருக்கணும். என்னோட அம்மா, அப்பாவுக்கு உன்னோட சமூக சேவை விஷயமெல்லாம் தெரிஞ்சா வீட்ல நிலைமை எப்படி இருக்கும்ன்னு என்னால நினைச்சுகூட பார்க்க முடியலை. புரிஞ்சு நடந்துக்கோ வளர்"

"ம்"

"சரி ... இப்ப நீ அரவணைப்பு இல்லத்திலிருந்து கிளம்பிட்டியா?"

"இதோ... கிளம்பிட்டே இருக்கேன்"

“இண்டர்நெட் பேங்க் மூலமா நம்ம ஜாயிண்ட் அக்கவுண்டிலிருந்து ஒரு அமெளண்டை ஹவுஸ் ஓனர்க்கு ட்ரான்ஸ்பர் பண்ணனும். சரியான பாஸ்வேர்டைப் போட்டாலும்"எரர்"ன்னு வருது. நீ பாஸ்வேர்ட் ஏதாவது சேஞ்ச் பண்ணியா?"

"இல்லையே... அப்படி பண்றதா இருந்தா உங்ககிட்டே சொல்லிட்டுதானே பண்ணுவேன்"

"அப்புறம்... பாஸ்வேர்ட்ல என்ன பிரச்சனைன்னு தெரியலை"

"ஒருவேளை பேங்க் சர்வர்ல ஏதாவது டிஸ்டர்பன்ஸ் இருக்கலாம். ஒரு மணி நேரம் கழிச்சு ரீ-ட்ரை பண்ணிப் பாருங்க"

"அப்படித்தான் செய்யணும். சரி... போனை வைக்கிறேன்... நீ ஆபீஸ் போய் சேர்ற வழியைப்பாரு"

"என்னங்க... என்மேல கோபம் இல்லையே?"

"எந்த கோபமும் இல்லை... உனக்கு இந்த சமூக சேவை, மத்தவங்களோட பிரச்சனைகளை தீர்த்து வெக்க ஆர்வம் காட்டறது இதெல்லாம் வேண்டாம்ன்னு சொல்றேன். அம்மா, அப்பாவுக்கு சுத்தமா பிடிக்காது. நீ சமூக சேவை என்கிற பேர்ல ஒருத்தர்க்கு செய்யற உதவி இன்னொருத்தர்க்கு உபத்திரவமாய் இருக்கும். அந்த நபரால உனக்கு ஏதாவது பிரச்சினை வரலாம். உனக்கொரு பிரச்சினை வந்தா அது எனக்கு வந்த பிரச்சினை மாதிரி. எனக்கு பிரச்சினை வந்தா அது நம்ம வீட்டுக்கே வந்த மாதிரி. நான் என்ன சொல்ல வர்றேன்னு உனக்குப் புரியுதா வளர்?"

"நல்லாவே புரியுதுங்க"

"என்ன புரியுது?"

"நம்ம வீட்ல இப்ப இருக்கிற சந்தோஷம் காணாமே போயிடும்ன்னு சொல்றீங்க?"

"அதேதான்" ஹரி சொல்லிவிட்டு மறுமுனையில் செல்போனின் இணைப்பைத் துண்டிக்க வளர்மதியும் தன்னுடைய செல்போனை மெளனமாக்கினாள். அதைக் கைப்பையில் போட்டுக் கொண்டு எதிரில் உட்கார்ந்திருந்த போலீஸ் கமிஷனர் திரிபுரசுந்தரியைப் பார்த்தாள். அவளுடைய உதடுகளில் ஒரு புன்னகை அரும்பியிருந்தது.

"வளர்மதி ! உன்னோட ஹஸ்பெண்ட் பேசினது என்னோட

காதிலேயும் அரையும் குறையுமா விழுந்தது. அவர் என்ன சொல்ல வர்றார்ங்கிறதையும் நான் புரிஞ்சுகிட்டேன். பெண்கள் பாதுகாப்பு சம்பந்தப்பட்ட அரவணைப்பு விஷயமே வேண்டாம்ன்னு சொல்ற உன்னோட ஹஸ்பெண்ட்டுக்கும், மாமியார் மாமனார்க்கும் நீ ஒரு போலீஸ் இன்ஃபார்மர் என்கிற விஷயம் தெரிஞ்சா வீட்டோட நிலைமை எப்படியிருக்கும்ன்னு கொஞ்சம் யோசனை பண்ணிப் பாரு"

"பண்ணிப் பார்த்துட்டேன் மேடம்...!"

"இனிமே உனக்கு இந்த போலீஸ் இன்ஃபார்மர் வேலை வேண்டாம். விலகிடு. என்னோட ஆபீஸுக்கு வர்றதையும், போன்ல பேசறதையும் அவாய்ட் பண்ணிடு"

"ஸாரி மேடம்"

"எதுக்கு ஸாரி?"

"நான் என்னை மாத்திக்கப் போறதில்லை"

"யூ ...மீன்?"

"இந்த போலீஸ் இன்ஃபார்மர் வேலை கண்டினியூ பண்ண போறேன். அந்த ஈஸ்வர்கிட்டே ஏதோ ஒரு தப்பான விஷயம் இருக்குன்னு தெரிஞ்ச பின்னாடி அதைக் கண்டுபிடிக்காமே விலகிப்போகறதுதான் தப்பு மேடம்"

"உன்னோட ஹஸ்பெண்ட் இவ்வளவு சொல்லியும் நீ உன்னை மாத்திக்கலைன்னா குடும்பத்துல பெரிய பிரச்சினை வருமே வளர்மதி...!"

"பிரச்சினை வரட்டும் மேடம். அதை ஃபேஸ் பண்ணி சரிபடுத்திக்க வேண்டியது என்னோட பொறுப்பு. நீங்க கொடுத்த ஒரு வேலையை பாதியில் விட்டுட்டுப் போக நான் தயாராய் இல்லை..."

"வளர்மதி! இது விளையாட்டில்லை"

"நானும் அதைத்தான் சொல்றேன் மேடம். இது விளையாட்டில்லை... விபரீதம்... ஈஸ்வர் நடத்தி வைக்கிற இலவச திருமணங்களுக்குப் பின்னாடி இருக்கற விபரீதத்தை கண்டுபிடிச்சு நான் சொல்றேன் மேடம் !"

"வளர்மதி!"

"ஸாரி மேடம்... ஒரு அநியாயம் நடந்துட்டிருக்குன்னு தெரிஞ்ச பின்னாடியும் என்னால அமைதியாய் இருக்க முடியாது. எனக்கு ஒரு வாரம் டயம் கொடுங்க மேடம். ஒரு நல்ல தகவலோடு உங்களை வந்து பார்க்கிறேன். நான் வர்றேன். தப்பாய் நினைச்சுக்காதீங்க மேடம்"

எழுந்து கொண்டாள் வளர்மதி.

இரவு பதினோரு மணி. ஈஸ்வரின் தோப்பு பங்களா.

ஈஸ்வரும், அபுபக்கரும் இரண்டாவது மாடியறையின் ஏ.ஸி. காற்றை சுவாசித்தபடி எதிரெதிரே உட்கார்ந்திருந்தார்கள். இரண்டு பேர்களின் இடது கையிலும் தங்கத்தை உருக்கியது போன்ற வெளிநாட்டு விஸ்கி கண்ணாடி குவளைகளில் மின்ன வலது கையில் மிளகுத்தூளில் வறுபட்ட சிக்கன் துண்டு தெரிந்தது.

"அபு ! இந்த பிராண்ட் விஸ்கி எப்படி...? ஒரு ஸ்மால் பெக்தான் உள்ளே போயிருக்கு... ஆனா ஃப்ளைட் டேக் ஆஃப் ஆகி போற மாதிரி ஃபீலிங்"

அபுபக்கர் அனலாய் பெருமூச்சுவிட்டார்.

"ஈஸ்வர் ! உனக்கு பயமாவேயில்லையா?"

"எதுக்கு பயம்?"

"அந்த பொண்ணு உன்னோட பர்த்டேக்கு வாழ்த்து சொல்ற மாதிரி வந்து வீட்டையும் உன்னையும் ஸ்மெல் பண்ணிட்டு போயிருக்கா... உனக்கு அது ஒரு நெருடலா மனசுக்குப்படவே இல்லையா?"

ஈஸ்வர் விஸ்கி கசியும் வாயோடு சிரித்தார்.

"இதோ பார் அபு... சி.சி.டி.வி. காமிரால பதிவாகியிருந்த அந்த வளர்மதி ஸ்கூட்டி ரெஜிஸ்ட்ரேஷன் நெம்பரை வெச்சு அவ வீட்டு அட்ரஸை கண்டுபிடிச்சு அந்த வீட்ல யார் யார் இருக்காங்க. அது எப்படிப்பட்ட குடும்பம் என்கிற எல்லா விபரங்களை உன்கிட்டே சொல்லிட்டேன். அந்தப் பொண்ணு வளர்மதிக்கு சோஷியல் சர்வீஸ் பண்றதுல ரொம்பவும் விருப்பம். அரவணைப்பு இல்லத்துக்கு போன் போட்டு அதையும் செக் பண்ணிகிட்டேன். வளர்மதி ஒரு குடும்பப் பெண். அம்மா, அப்பா, மாமியார், மாமனார், புருஷன் என்கிற நெருக்கமான

உறவுகளுக்கு இடையே வாழ்கிற ஒரு பெண் போலீஸுக்கு இன்ஃபார்மராய் இருக்க வாய்ப்பில்லை"

ஈஸ்வர் சொல்லிக்கொண்டிருக்கும்போதே டீபாயின் மூலையில் இடம் பிடித்து இருந்த அவருடைய செல்போன் வைப்ரேஷனில் அதிர்ந்தது. எடுத்து அழைப்பது யார் என்று பார்த்தார். முகம் மாறினார். அபுபக்கர் அதை கவனித்து விட்டு கேட்டார்.

"என்ன ஈஸ்வர் ... போன்ல யாரு?"

"போலீஸ் ஷேடோ ஸ்குவாடிலிருந்து நம்ம ஆள் தினகர் கூப்பிடறார்"

"எடுத்து என்னான்னு கேளு"

ஈஸ்வர் செல்போனை நடுக்கமாய் இடது காதுக்குக் கொடுத்தார்.

"என்ன தினகர்... இந்த ராத்திரியில போன். ஏதாவது முக்கியமான விஷயமா...?"

"முக்கியமான விஷயமாய் இருந்திருந்தா கூட இந்த நேரத்துக்கு உங்களை தொந்தரவுபடுத்தி இருக்கமாட்டேன் ஸார். இது தலைபோகிற விஷயம். அதுதான் உடனே போன் பண்ணிட்டேன்"

7

ஈஸ்வரின் உடம்பு ஒரு சிறிய அதிர்ச்சிக்கு உட்பட கையில் இருந்த கண்ணாடி டம்ளர் விஸ்கியை சிதறவிட்டது. செல்போனின் ஸ்பீக்கரை ஆன் செய்துவிட்டு பேச்சைத் தொடர்ந்தார்.

"தினகர்! நீங்க இப்ப என்ன சொன்னீங்க தலை போற விஷயமா?"

"ஆமா ஸார்... அதனால தான் இந்த நேரத்துல நான் உங்களுக்கு போன் பண்ண வேண்டியதாயிச்சு"

"மொதல்ல விஷயம் என்னன்னு சொல்லுங்க"

"ஸார்... டில்லி சி.பி.ஐயிலிருந்து ஒரு பெண் புலி தமிழ்நாட்டுக்கு வரப்போகுது. தமிழ்நாட்டு போலீஸால கண்டுபிடிக்கவே முடியாத ஏழு கேஸ்களை மறுபடியும் ரீ ஓப்பன் பண்ணி குற்றவாளி யார்ன்னு மோப்பம் பிடிக்கப் போகுது. அந்த ஏழு கேஸ்ல உங்க கேஸூம் ஒண்ணு. நீங்க இலவசமா திருமணம் பண்ணி வெச்ச கல்யாண ஜோடிகள்ல சில ஜோடிகள் மர்மமான முறையில தற்கொலை பண்ணிக்கிட்டு இறந்து போனது சி.பி.ஐக்கு ஒரு சந்தேகத்தை உண்டாக்கியிருக்கு..."

"அந்த பெண் புலியோட பேர் என்ன?"

"சில்பா... தமிழ்நாட்டுப் பொண்ணு. சொந்த ஊரு வேலூர்க்குப் பக்கத்துல வெட்டுவானம் என்கிற கிராமம். அப்பா வீரவாக்கியன்... ராணுவத்தில வேலை பார்த்தவர். அம்மா சிவகாமி ஒரு லாயர். ரெண்டு பேரும் உழைப்பைக் கொட்டி பொண்ணை ஐ.பி. எஸ். படிக்க வெச்சதோட பலன் சில்பா இன்னிக்கு சி.பி.ஐயில் டேலன்ட்டட் ஆபீஸர். ஸ்க்ரூட்னைஸிங் டிபார்ட்மெண்ட்டில் சீஃப் ஆபீஸர் போஸ்ட்"

"அந்தப் புலி தமிழ்நாட்டுக்குள்ளே எப்ப வருது?"

"அடுத்த வாரம்"

"சரி... தினகர்... நான் பார்த்துக்கிறேன்"

"ஸார்" செல்போனின் மறுபக்கம் குரல் இழுபட்டது.

"என்ன?"

"சி.பி.ஐயையும் நம்ம தமிழ்நாடு போலீஸ் மாதிரி நினைச்சுடாதீங்க. ஒரு சின்ன விஷயம் பார்வைக்குத் தட்டுப்பாட்டா கூட போதும் அதை வெச்சுகிட்டே ஒரு கேஸோட ஒட்டுமொத்த உண்மைகளையும் தோண்டி எடுத்துடுவாங்க"

"எனக்கு அது தெரியாதா... என்ன? சட்டத்துக்குப் பிடிக்காத ஒரு வேலையைப் பண்றதுக்கு முந்தி நாலு பக்கமும் சுவர் கட்டறவன் நான்... தினகர்! நீங்க எனக்கு பண்ண வேண்டிய ஒரே ஒரு வேலை என்ன தெரியுமா?"

"சொல்லுங்க ஸார்"

"அந்தப் பொண்ணு சில்பாவோட போட்டோ உங்ககிட்டே இருந்தா எனக்கு அதை வாட்ஸ்அப்ல அனுப்பி வையுங்க"

"போட்டோ இருக்கு ஸார்...! உடனே அனுப்பி வைக்கிறேன். பட் யூ ஷீட் பி காஷியஸ் ஸார்"

இரண்டு பக்கமும் செல்போன்கள் மௌனமாயின. ஈஸ்வர்க்கு எதிரில் உட்கார்ந்திருக்க அபுபக்கரின் முகம் வியர்வையில் மினுமினுத்தது.

"ஈஸ்வர்... நான் என்ன சொன்னேனோ அதுதான் நடந்துட்டு வருது. தமிழ்நாடு போலீஸுக்கு ஒரு இன்ஃபார்மராய் வேலை பார்க்கிற வளர்மதி உன் வீட்டுக்கே வந்து வேவு பார்த்துட்டு போயிருக்கான்னு நான் சொன்னப்ப நீ நம்பலை. இப்ப டெல்லி சி.பி.ஐயிலிருந்து சில்பான்னு ஒருத்தி வரப் போறதா நமக்கு வேண்டிய உளவுத்துறை ஆளே சொல்லிட்டார். இப்பவாவது நம்பறியா?"

"நம்பறேன்" என்று சொன்ன ஈஸ்வரின் முகம், இப்போது வார்த்த இரும்பைப்போல் மாறியிருந்தது. ஒரே மூச்சில் விஸ்கி முழுவதையும் தொண்டைக்குக் கொடுத்துவிட்டு கையில் இருந்த சிக்கன் துண்டை கடைவாய்க்கு கொடுத்து அரைத்தபடியே பேசினார்.

"அபு..! தினகர் பேசும்போது ஒரு விஷயத்தைச் சொன்னார். கவனிச்சியா...?"

"என்ன?"

"அந்த சி.பி.ஐ. ஸ்க்ரூட்னைஸிங் ஆபீஸர் சில்பா நம்ம மேல மட்டும் சந்தேகப்பட்டு தமிழ்நாட்டுக்கு வரலை. மொத்தம் ஏழு

கேஸ்களை டீல் பண்ணி உண்மைகளைக் கண்டு பிடிக்க வர்றா... இது எவ்வளவு பெரிய சாதகமான விஷயம் தெரியுமா?"

"எப்படி சாதகம்ன்னு சொல்றே?"

"அந்த ஏழு கேஸ்கள் சம்பந்தப்பட்ட யாராவது ஒருத்தர் சில்பாவை போட்டுத் தள்ள வாய்ப்பு இருக்கு இல்லையா?"

"இருக்கு... ஆனா"

"என்ன ஆனா?"

"ஒருவேளை யாருமே போட்டுத் தள்ளலைன்னா?"

"நாம போட்டுத் தள்ளிடுவோம்"

அபுபக்கர் திடுக்கிட்டார். "ஈஸ்வர்...! ஒரு சி.பி.ஐ. ஆபீஸரைப் போட்டு தள்ளறது அவ்வளவு சுலபம் கிடையாது"

"இப்ப நான் ஒரு விஷயம் சொன்னா நீ தப்பாய் நினைச்சுடக்கூடாது அபு"

"என்ன?"

"வர வர நீ ரொம்பவும் பயப்படறே... ஒரு முக்கியமான பிரச்சினையில் முடிவு எடுக்கும் போது அளவுக்கு அதிகமா யோசிக்கிறே. தைரியமாய் இருக்கிற என்னையும் பலவீனப்படுத்தற மாதிரி உன் பேச்சு இருக்கு.. உலகளவில சட்டத்துக்கு எதிராய் இருக்கிற ஒரு விபரீதமான விஷயத்தை யார்க்கும் எந்தவிதமான சந்தேகமும் வராத அளவுக்கு இதுநாள் வரைக்கும் டீல் பண்ணிட்டிருக்கோம். ஆனா விஷயம் எப்படியோ கசிஞ்சு சி.பி.ஐ. வரைக்கும் போயிடுச்சு. அதுக்காக நாம பயப்படவோ கவலைப்படவேண்டிய அவசியமோ இல்லை. ஏன்னா சி.பி. ஐயோட மேஜை வரைக்கும் போன எத்தனையோ கேஸ்கள் இன்னமும் அந்த ஃபைல்களுக்குள்ளேயே குறட்டை விட்டுத் தூங்கிட்டு இருக்கு..."

ஈஸ்வர் சொல்லிக் கொண்டிருக்கும்போதே மறுபடியும் அவருடைய போன் வெளிச்சமாய் ஒளிர்ந்தது. எடுத்து அழைப்பது யார் என்று பார்த்தார். மறுபடியும் தினகர்தான் கூப்பிட்டுக் கொண்டிருந்தார். காதுக்கு ஒற்றிப் பேசினார்.

"என்ன தினகர்?"

"ஸார் உங்க வாட்ஸ்அப்க்கு சில்பாவோட போட்டோவை

அனுப்பியிருக்கேன்"

"நான் இப்ப பார்த்துடறேன்"

"இன்னொரு விஷயம் ஸார்"

"என்ன?"

"சில்பா அடுத்த வாரம்தான் வரப்போறதா உங்ககிட்டே கொஞ்ச நேரத்துக்கு முந்தி சொன்னேன்"

"ஆமா..."

"அது அதிகாரபூர்வமான தகவல் இல்லை ஸார்"

"அப்புறம்?"

"சில்பா இப்பவே தமிழ்நாட்ல ஏதோ ஒரு ஊர்ல இருக்கிறதா கேள்விப்பட்டேன். மே பி இன் சென்னை ஆர் கோவை"

"இதுவாவது சரியான தகவல்தானா?"

"ஸார்... சி.பி.ஐயும் உளவுத்துறையும் முன்னே மாதிரி அந்நியோன்யமா இல்லை. சி.பி.ஐ. இப்ப அரசோட கட்டுப்பாட்டில் இருக்கிறதால சரியான தகவல் பரிமாற்றம் கிடையாது. போன நிமிஷம் எனக்குக் கிடைச்ச தகவல்படி சில்பா தமிழ்நாட்ல ஏதோ ஒரு சிட்டியில் இருக்கிறதா உறுதியா தெரிய வந்திருக்கு. மேற்கொண்டு ஏதாவது தகவல் கிடைச்சா உடனடியா நான் உங்களுக்கு இன்ஃபார்மர் பண்றேன் ஸார்"

"தினகர்"

"ஸார்"

"உங்களுக்கு எந்த சின்ன தகவல் கிடைச்சாலும் சரி, அது உண்மையாகவும் இருக்கலாம். பொய்யாகவும் இருக்கலாம். உடனே எனக்கு இன்ஃபார்ம் பண்ணிடுங்க"

"கண்டிப்பா ஸார்"

"அப்புறம் உங்களுக்கு பேசினபடி பணம் வந்துட்டு இருக்கா ...!"

"கரெக்டா வந்துடுது ஸார். அதுல எந்த ஒரு பிரச்சினையும் இல்லை..."

"சரி போனை கட் பண்றேன்" ஈஸ்வர் இணைப்பைத் துண்டித்துவிட்டு வாட்ஸ்அப்க்கு போய் தினகர் அனுப்பியிருந்த சில்பாவின் போட்டோவைப் பார்த்தார். அபுபக்கருக்கும் காட்டினார்.

அபுபக்கர் சொன்னார்.

"வயசு முப்பதுக்குள்ளதான் இருக்கும் போலிருக்கு"

"ஐ.பி.எஸ். படிச்சதுக்குப் பதிலாய் சினிமாவில் நடிக்கப் போயிருக்கலாம். அழகாயிருக்கா. முகத்துல ஒரு புத்திசாலித்தனமும் பார்க்கிற பார்வையில் ஒரு அதீதமான ஷார்ப்னஸும் தெரியுது... தமிழ்நாட்டுக்கு வந்துட்டாளாம். ஆனா எந்த சிட்டியில் இருக்கான்னு தெரியலைன்னு தினகர் சொன்னார். நம்ம பக்கம் பார்வையைத் திருப்பாமே இருந்தா அவ சர்வீஸ்ல இருக்கலாம். கல்யாணம் பண்ணிக்கலாம். குழந்தை பெத்துக்கலாம். ஒரு அழகான குடும்பமாய் வாழ்ந்துட்டு போலாம். அப்படி இல்லாத பட்சத்தில்..." என்று சொல்லி ஈஸ்வர் பேச்சை நிறுத்த அபுபக்கர் போதை வழியும் கண்களோடு சிரித்துக் கொண்டே சொன்னார்.

"மலர்வளையம் வெச்சுடவேண்டியதுதான் ..!"

மறுநாள் மாலை ஐந்தரை மணி

அலுவலகப் பணியை முடித்துக் கொண்டு கீழே பார்க்கிங் ஏரியாவுக்கு வந்து தன்னுடைய ஸ்கூட்டியை நெருங்கினாள் வளர்மதி. லஞ்ச் பாக்ஸையும் கைப்பையையும் கிட்டில் வைக்கும்போதே செல்போன் பவுச்சில் இருந்து கூப்பிட்டது. எடுத்துப்பார்த்தாள்.

கணவன் ஹரி

"என்ன சொல்லுங்க?"

"ஆபீஸ் முடிஞ்சுதா?"

"ம்... இப்பத்தான் வெளியே வந்தேன்"

"நேரா வீடுதானே?"

"இல்லை"

"பின்னே?"

"இன்னிக்கு பிரதோஷம். கோட்டை ஈஸ்வரன் கோயிலுக்குப் போகணும்ன்னு காலையிலேயே உங்ககிட்டேயும், உங்கம்மாகிட்டேயும் சொன்னேனே..."

"ஸாரி மறந்துட்டேன்"

"சரி... இப்ப எதுக்காக போன் பண்ணீங்க?"

"எனக்கு இன்னிக்கு ஆபீஸ்ல ஒரு எக்ஸ்ட்ரா வேலை. ஏர்போர்ட்டுக்கு போய் கம்பெனி சேர்மனை ரீஸீவ் பண்ணி ஹோட்டல் ரெஸிடென்ஸியில் ட்ராப் பண்ணனும். வீட்டுக்கு வர எப்படியும் ஒன்பது மணிக்கு மேலாயிடும்"

"டின்னர்?"

"எனக்கு வேண்டாம்... சேர்மனோட சாப்பிட வேண்டியிருக்கும்"

"அம்மாவுக்கு போன் பண்ணி சொல்லிட்டீங்களா?"

"ம்... சொல்லிட்டேன்"

"சரி... சேர்மனோடு ரெஸிடென்ஸி ஹோட்டல்ல டின்னரை என்ஜாய் பண்ணுங்க. ஆனா இன்னிக்கு பிரதோஷம். நோ நான்வெஜ். முட்டை கூட வேண்டாம்"

"சரி"

"குட் பாய்" சொல்லிச் சிரித்த வளர்மதி செல்போனை அணைத்து பவுச்சுக்குள் போட்டுக்கொண்டு ஸ்கூட்டியைக் கிளப்பினாள்.

போக்குவரத்து நிரம்பி வழிந்த காந்திபுரம் க்ராஸ் கட் சாலையைக் கடந்து பாரதியார் ரோட்டில் பயணித்து ரேஸ்கோர்ஸ் சாலைக்கு வந்தபோது நேரம் சரியாய் ஆறு மணி.

ரேஸ்கோர்ஸில் வாக்கிங் ட்ராக் அருகே காவிநிற டிஸ்டெம்பர் பூசப்பட்ட அந்தப் பழங்கால கட்டிடம் பார்வைக்குத் தட்டுப்பட, திறந்திருந்த காம்பௌண்ட் கேட்டுக்கு உள்ளே ஸ்கூட்டியை விரட்டினாள்.

கட்டிடத்தின் நெற்றியில் பெயிண்ட் நிறம் மங்கிப்போன பெயர்ப்பலகை மாலை நேர வெய்யிலின் மிச்சத்தால் பார்வைக்கு தட்டுப்பட்டது.

தன்னுடைய ஸ்கூட்டியை ஒரு மரத்திற்கு கீழே நிறுத்திவிட்டு கட்டிடத்தை நோக்கி நடந்தாள்.

உத்தரவின்றி அந்நியர்கள் பிரவேசிக்கக்கூடாது

பாதுகாக்கப்பட்ட இடம்

மீறுபவர்கள் தண்டிக்கப்படுவார்கள்

சிவப்பு பெயிண்ட் எழுத்துக்களில் எச்சரித்த ஒரு அறிவிப்புப் பலகையை அலட்சியப்படுத்திவிட்டு கட்டிடத்திற்குள் நுழைந்தாள் வளர்மதி. மொத்த கட்டிடமும் நிசப்தத்தில் உறைந்து போயிருந்தது.

8

வளர்மதி சுற்றும் முற்றும் பார்த்தபடி கட்டிடத்தின் உட்பகுதியில் நுழைந்து லிப்ட்டை நோக்கி நடைபோட, எதிரில் உயரமாய் திடகாத்ரமான செக்யூரிட்டி நபர் ஒருவர் எதிர்பட்டார். கையை மறித்தாற்போல் வைத்துக் கொண்டு கேட்டார்.

"எக்ஸ்கியூஸ் மீ...யாரைப் பார்க்கணும்?"

"மிஸ்டர் மனோஜ்..."

"டாக்ஸிகாலஜி டிபார்ட்மெண்ட்?"

"எஸ்"

"அப்பாயிண்மெண்ட்?"

"வாங்கிட்டேன்... சரியா ஆறுமணிக்கு வரச் சொன்னார்"

"உங்க நேம்?"

"வளர்மதி"

"ஒரு நிமிஷம் வெயிட் பண்ணுங்க" என்று சொன்னவர் தன் கையில் வைத்து இருந்த வாக்கிடாக்கி மாதிரியான கருவியில் ஒரு எண்ணை அழுத்திவிட்டு மெல்லிய குரலில் பேசிவிட்டு வளர்மதியிடம் திரும்பினார். வாக்கிடாக்கியை அணைத்துக் கொண்டே கேட்டார்.

"இதுக்கு முன்னாடி இங்கே வந்து இருக்கீங்களா?"

"ஒரு தடவை வந்திருக்கேன்... ஆனா அந்த சமயத்துல நான் வந்தது. ஃபாரன்ஸிக்கில் இருக்கிற வேற ஒரு ஆபீஸரைப் பார்க்க ..."

"இப்ப நீங்க மிஸ்டர் மனோஜைப் பார்க்க வந்தது... எதுக்காக...? பர்ப்பஸ் ஆஃப் விசிட்?"

வளர்மதி மென்மையாய் புன்னகை பூத்தாள்."மனோஜ் ஈஸ் மை காலேஜ்மேட்...திஸ் ஈஸ் ஏ ஃப்ரண்ட்லி விசிட்... அவ்வளவுதான்..."

"இட்ஸ் ஓ.கே...அதோ அங்கே இருக்கிற லெட்ஜர்ல உங்க பேரையும் போன் நெம்பரையும் எழுதி வெச்சுட்டு போங்க. மூணாவது மாடிதான் டாக்ஸிகாலஜி டிபார்ட்மெண்ட். மிஸ்டர் மனோஜ் அங்கேதான் இருப்பார்"

வளர்மதி அவர்க்கு ஒரு தேங்க்யூவை உதிர்த்துவிட்டு சற்று தள்ளி மேஜையின் மேல் விரித்த நிலையில் வைக்கப்பட்டிருந்த அந்தக் கனமான லெட்ஜரில் தன்னுடைய பெயரையும், போன் நெம்பரையும் குறித்து வைத்துவிட்டு லிஃப்ட்டை நோக்கிப் போனாள்.

மூன்றாவது மாடியை நோக்கி உயர்ந்தவள் லிஃப்டினின்றும் வெளிப்பட்டதுமே "TOXICOLOGY" என்ற பெயர்ப்பலகையுடன் பாதி திறந்திருந்த அறைக்கதவு பார்வைக்குத் தட்டுப்பட்டது. வளர்மதி கதவை நெருங்கி அதை மெல்லத் தள்ள உள்ளே ஒரு பெரிய அறை நீளமான மேஜைகளோடு தெரிய கண்ணாடி ஷெல்ஃப்களில் நிறம் நிறமாய் சிறியதும் பெரியதுமான குப்பிகள்.

அறையின் மூலையில் போடப்பட்டு இருந்த கண்ணாடி மேஜைக்குப் பின்னால் இளநீல வண்ண யூனிஃபார்ம் மாதிரியான உடை அணிந்து இருந்த அந்த அழகான இளைஞன் வளர்மதியைப் பார்த்ததும் அங்கிருந்தபடியே கையை உயர்த்தினான்.

"அயாம் ஹியர்...வா வளர்மதி"

வளர்மதி சிரிப்போடு அவனை நோக்கிப்போனாள்.

"ஹலோ மனோஜ்"

"உனக்காகத்தான் வீட்டுக்குப் போகாமே வெயிட் பண்ணிட்டிருக்கேன்"

"ஸாரி மனோஜ்..."

"நோ ப்ராப்ளம்... முதல்ல உட்கார்"

வளர்மதி அவனுக்கு எதிரில் இருந்த ஒரு நாற்காலியில் உட்கார்ந்தாள். மனோஜ் கேட்டான்.

"ஆபீஸ் முடிஞ்சு நேரா வர்றியா?"

"ஆமா"

"ஒரு காப்பி சாப்பிடலாமா?"

"அதெல்லாம் ஒண்ணும் வேண்டாம். எனக்கு ஒரு அரைமணி நேரம் உன்கிட்டே பேசணும்... முடியுமா?"

“ஒரு மணி நேரமே பேசலாம்... என்ன விஷயம்ன்னு சொல்லு?"

வளர்மதி சில விநாடிகள் மௌனமாய் இருந்து விட்டு மெல்லப் பேச்சை ஆரம்பித்தாள்.

"மனோஜ் காலேஜ்டேஸ்ல நீயும் நானும் தான் படிப்பு உட்பட எல்லா ஆக்டிவிட்டிஸிலும் டாப்பர்ஸாய் இருந்தோம்... காலேஜ்ல எதுமாதிரியான கல்ச்சுரல் ப்ரோக்ராம் நடந்தாலும் நீயும் நானும் அதுல பங்கெடுத்துக்குவோம். காலேஜூக்குப் பின்னாடி பொட்டல்காடாய் இருந்த ஒரு ஏக்கர் நிலத்தை பண்படுத்தி நாம நட்ட மரக்கன்றுகள் இன்னிக்கு பெரிய பெரிய மரங்களாய் வளர்ந்து அந்த இடமே இன்னிக்கு ஒரு பசுமை பூங்காவாய் மாறியிருக்கு... அப்புறம் ஆதரவற்ற முதியோர் இல்லங்களுக்கு போய் அவங்களோட தேவைகளைப் பூர்த்தி பண்ணியிருக்கோம். அது எல்லாமே உனக்கு ஞாபகம் இருக்கும்ன்னு நினைக்கிறேன்"

மனோஜ் சிரித்தான்.

"நல்லாவே ஞாபகம் இருக்கு... இப்ப எதுக்காக அந்த ஃப்ளாஷ்பேக் எல்லாம்?"

"காலேஜ் படிப்பை முடிச்ச பின்னாடியும் என்னால அதுமாதிரியான சேவைகளை எல்லாம் என்னால நிறுத்த முடியலை. பேப்பர்ல சமூக நலன் சார்ந்த செய்திகள் வரும்போது அதுல நானாகவே போய் பங்கெடுத்துக்கறதும் உண்டு"

"வளர்மதி...! நீ இப்படி பேசறதை கேட்கும்போது எனக்கு சந்தோஷமா இருக்கு. ஆனா என்னால அப்படி தொடர்ந்து சோசியல் ஆக்டீவிடீஸில் ஈடுபட முடியலை. காரணம் என்னோட குடும்பச் சூழ்நிலை. என்னோட பெரியப்பா ஃபாரன்ஸிக் டிபார்ட்மெண்ட்ல இருந்ததால மேற்கொண்டு ஃபாரன்ஸிக் சயின்ஸ் கோர்ஸ் படிச்சு இந்த வேலைக்கும் வந்துட்டேன். இந்த வேலையில் சேர்ந்த பின்னாடி ஒரு கல்யாணத்தையும் பண்ணிகிட்டு குடும்பஸ்தனாகவும் மாறிட்டேன். ஆனா நீ கல்யாணமான பின்னாடியும் சோசியல் ஆக்டீவிடீஸை கண்டின்யூ பண்றது எனக்கு சந்தோஷமாய் இருக்கு... ! சொல்லு... என்கிட்டே இருந்து உனக்கு என்ன உதவி வேணும்?"

"எனக்கு உன்னோட டிபார்ட்மெண்ட்டிலிருந்து ஆஃப் த ரெக்கார்டாய் ஒரு தகவல் வேணும்..."

"எது சம்பந்தமா?"

"ரிசின் என்கிற பேர்ல விஷம் ஏதாவது இருக்கா?"

"ம்... இருக்கு"

"அது எப்படிபட்ட விஷம்?"

"ஒரு மோசமான விஷம்... உயிரைப் பறிக்கக்கூடியது. எதுக்காக இப்ப அந்த விஷத்தைப்பற்றி கேட்கிறே?"

"மனோஜ்...! நீ கேட்ட கேள்விக்கான பதிலை நான் கடைசியில் சொல்றேன். இப்ப எனக்கு அந்த 'ரிசின்' என்கிற பாய்ஸனைப் பத்தின விபரங்கள் வேணும்"

மனோஜ் பக்கத்தில் இருந்த ஒரு அலமாரிக்குச் சென்று ஃபைல் ஒன்றை எடுத்து வந்து அதன் சில பக்கங்களைப் புரட்டிவிட்டு ஒரு பக்கத்தை வளர்மதிக்குக் காட்டினான்."இந்தப் பக்கத்தைப்படி... அந்த ரிசின் எப்படிப்பட்ட விஷம் என்கிற விஷயம் உனக்குப் புரியும்"

வளர்மதி ஃபைலை வாங்கி அதில் பார்வையைப் பதித்தாள். ஆங்கில வாசகங்களைப்படிக்கபடிக்க மனதுக்குள் தமிழாக்கம் ஓடியது.

'ஆமணக்கு கொட்டைக்குள் இருக்கும் ரிசின் "RICIN" என்கிற மூலக்கூறு அபாயகரமான விஷங்களில் ஒன்று என்பது அதிகாரப்பூர்வமானது. எதிர்காலத்தில் உயிரியல் போர் நடந்தால் இந்த ரிசின் விஷம் அந்தப் போரில் ஒரு முக்கிய பங்கு வகிக்கும் என்று டல்லாஸில் இருக்கும் டெக்சாஸ் சவுத் வெஸ்ட்ரன் மருத்துவ மையத்தில் பணிபுரியும் ஆராய்ச்சியாளர்கள் உறுதிபடச் சொல்கிறார்கள். ரிசினில் ஒரு அதிர்ச்சிகரமான விஷயம் என்னவென்றால் இது மிகவும் சுலபமான முறையில் தயாரிக்கப்படகூடியது மேலும் இதை சுலபமான முறையில் சேமித்தும் வைக்கலாம் என்பதுதான். இதை தயாரிக்க பெரிய மருத்துவ நிபுண திறன் வேண்டியதில்லை. ஆமணக்கு விதைகளை சரியான முறையில் காய வைத்தும், அரைத்தும் எண்ணெய் எடுத்த பின்பு அதைப் பாதுகாப்பான முறையில் சேமித்து வைத்தால் போதும். இந்த விஷத்தை உணவிலோ நீரிலோ கலந்து உட்கொண்டால் மரணம்தான். இந்த விஷம் ரத்தத்தில் கலந்ததும் அதன் மூலப்பொருள்கள் உடனே உடைந்து மரணத்தை உண்டாக்கும். இது சயனைடு விஷத்தை விட வீரியமானது'

வளர்மதி படிப்பதை நிறுத்திவிட்டு வியர்வை மின்னும் முகத்தோடு மனோஜை ஏறிட்டாள்.

"என்ன மனோஜ்... ஆமணக்கு விதைக்குள்ளே இப்படி யொரு விபரீத விஷம்?"

"எஸ்... இயற்கையே தயாரிச்சு வெச்சிருக்கிற விஷம் அது...!"

"அப்படீன்னா... கடைகளில் விற்கக்கூடிய விளக்கெண்ணெயில் அந்த விஷம் இருக்காதா?"

"ரிசின் பிரிக்கப்பட்ட விளக்கெண்ணை அது. அதனால எந்த ஆபத்தும் இல்லை" என்று சொல்லிச் சிரித்த மனோஜ் கேட்டான்.

"சரி... எதுக்காக தேடல்...யாராவது ரிசின் விஷத்தை மிஸ் யூஸ் பண்றாங்களா?"

"எஸ்"

"யாரது?"

"ஸாரி மனோஜ் ... பர்சன் யார்ன்னு நான் இப்போதைக்கு சொல்ல முடியாது. ஆனா இந்த விஷத்தால எதுமாதிரியான உயிரிழப்புகள் நேரிட்டது என்கிற விஷயத்தை மட்டும் உன்கிட்டே ஷேர் பண்ணிக்கிறேன்"

"இட்ஸ் ஓ.கே. சொல்லு"

"கடந்த நாலு வருஷத்துக்கு முந்தி ஈரோட்ல ஒரு பெரிய கல்யாண மண்டபத்தில 18 ஜோடிகளுக்கு இலவசமா திருமணம் நடத்தி வெச்சிருக்காங்க. கல்யாணம் நடந்த ரெண்டு வருஷத்துக்குள்ளே அதுல மூணு ஜோடிகள் தற்கொலை பண்ணிகிட்டு இறந்து போயிருக்காங்க. அப்பறம் அதே மாதிரி ரெண்டு வருஷத்துக்கு முந்தி நடந்த இலவச திருமணங்களில் ரெண்டு ஜோடி போன மாசம் பத்தாம் தேதி தற்கொலை பண்ணியிருக்காங்க"

மனோஜ் அதிர்ச்சியுடன் நிமிர்ந்தான்.

"அதாவது மொத்தம் பத்து பேர் செத்துப்போயிருக்காங்க"

"எஸ்...இந்த மரணங்களில் உறைந்து போயிருக்கிற ஒரு உண்மை என்னான்னா தற்கொலை பண்ணிகிட்ட பத்து பேருமே ரிசின் விஷத்தை சாப்பிட்டு தங்களோட முடிவைத் தேடிக்கிட்டதுதான்... இதுல ஒரு பொண்ணு அரவணைப்பு ஆதரவற்றோர் இல்லத்தைச் சேர்ந்தவ. அவ பேரு பூங்கோதை"

மனோஜ் பெருமூச்சுவிட்டான்.

"ஹைலி பேதடிக்... போலீஸுக்கு இந்த ரிசின் விஷயம் தெரியுமா ?"

"தெரியும்... ஆனா போலீஸாலே செயல்படாத நிலைமை..."

"புரியுது... பணம், அரசியல்"

"அதே தான்"

"சரி...! இந்த விஷயத்துல நான் உனக்கு எந்த வகையில் உதவணும்ன்னு சொல்லு... ரெண்டு பேரும் பார்ட்னராயிருவோம். பணம், அரசியல் எதுவாக இருந்தாலும் சரி, உடைப்போம்... நாளைக்கு வா... பேசலாம்"

"மனோஜ்... ! இப்போதைக்கு கொஞ்சம் பதுங்குவோம்... நான் இன்னும் கொஞ்சம் கூடுதல் விபரங்களோடு அடுத்த வாரத்துல ஒரு நாள் உன்னை வந்து சந்திக்கிறேன்"

"அதுவும் சரிதான்"

"அப்புறம்... ஒரு முக்கியமான விஷயம் மனோஜ். நான் இப்படிப்பட்ட ஆக்டீவிடீஸில் ஈடுபட்டு இருக்கிற விஷயம் என் ஹஸ்பெண்ட்டுக்கோ, மாமனார், மாமியார்க்கோ, என்னோட பேரண்ட்ஸ்க்கோ தெரியாது. நீ எனக்கு போன் பண்ணிடாதே. நானே உனக்கு போன் பண்றேன்...பேசறேன்" பேசியவாறே வளர்மதி எழுந்து கொண்டாள்.

டி.வியில் நியூஸ் போய்க் கொண்டிருந்தது.

காஷ்மீர் விவகாரத்தில் இனி பேச்சு வார்த்தையே கிடையாது. இந்தியா திட்டவட்டம்.

வடகொரியாவுக்கு அமெரிக்கா எச்சரிக்கை.

தங்கம் விலை உயர்ந்தால் கவலையில்லை. அரிசி விலை உயர்ந்தால்தான் கவலைப்பட வேண்டும் - அமைச்சர் பேச்சு.

இரண்டாவது டெஸ்ட் கிரிக்கெட் போட்டியில் மேற்கு இந்தியா தீவுகளை வீழ்த்தி இந்தியா அபாரம்.

செய்தி வாசிப்பை உன்னிப்பாய் கேட்டுக்கொண்டிருந்த அபுபக்கர் தன் செல்போனின் டயல்டோனைக் கேட்டதும் எடுத்து அழைப்பது யார் என்று பார்த்துவிட்டு காதுக்கு ஒற்றி குரல் கொடுத்தார்.

"சொல்லு மனோஜ்"

9

செல்லின் மறுமுனையில் இருந்த மனோஜ் அபுபக்கரிடம் கேட்டான்.

"ஸார்...உங்ககூட யாராவது இருக்காங்களா?"

"இல்லை... ரூம்ல நான் மட்டும்தான். டி.வியில் நியூஸ் பார்த்துட்டிருக்கேன். என்ன விஷயம் மனோஜ்?"

"ஸார்... ! தமிழ்நாட்ல போலீஸ் டிபார்ட்மெண்ட்ன்னு ஒண்ணு இருக்கு. அது உங்களுக்கு ஞாபகம் இருக்கா இல்லையா?"

"என்ன மனோஜ்... எதுக்காக இந்த கேள்வி?"

"பின்னே என்ன ஸார்... எந்த விஷயம் வெளியே தெரிய வாய்ப்பில்லைன்னு நினைச்சோமோ அந்த விஷயம் வெளியே வந்து ஆக்டோபஸ் மாதிரி எல்லாம் பக்கமும் எட்டிப் பார்த்துட்டிருக்கு" மனோஜ் சொன்னதைக் கேட்டு அபுபக்கர் திடுக்கிட்டார்.

"மனோஜ்... நீ என்ன சொல்றே?"

"அந்த விஷம் சம்பந்தப்பட்ட விஷயம் வெளியே எப்படியோ வந்துடுச்சு ஸார்"

"எந்த விஷம்?"

மனோஜ் செல்போனின் மறுமுனையில் லேசாய் எரிச்சல் பட்டான்.

"என்ன ஸார்...! நீங்க இப்ப நிதானத்துலதான் இருக்கீங்களா... இல்ல கையில் ஷீவாஸ் ரீகல் இருக்கா?"

"அதெல்லாம் ராத்திரி ஒன்பது மணிக்கு மேல ஈஸ்வரோட ஃபார்ம்ஹவுஸ்லதான். இப்ப நான் தெளிவாத்தான் இருக்கேன். விஷயம் என்னன்னு சொல்லு மனோஜ்"

"ஸார்... உங்க பார்ட்னர் ஈஸ்வர் கடந்த நாலு வருஷங்களில் நடத்தி வெச்ச இலவச திருமண ஜோடிகளில் அஞ்சு ஜோடி தற்கொலை பண்ணிகிட்டு இறந்து போனது இப்போ ஒரு பெரிய பிரச்சனையா மாறும் போலிருக்கு"

அபுபக்கரின் உடம்பில் பதட்டம் பரவியது.

"எப்படி சொல்றே...?"

"இன்னிக்கு சாயந்தரம் ஆறுமணிக்கு அந்த வளர்மதி என்னைப் பார்க்க என்னோட ஃபாரன்ஸிக் ஆபீஸ்க்கே வந்துட்டா. வந்தவ கேஷீவலா பேச்சை ஆரம்பிச்சு ரிசின் விஷம் பத்தின விபரங்களை கேட்டா. நான் எந்தவிதமான உணர்ச்சியையும் வெளிப்படுத்திக்காமே அவ கேட்ட தகவல்களுக்கெல்லாம் பதில் சொன்னேன்"

"எதுக்காக இந்த விசாரணைன்னு நீ அவகிட்டே கேட்கலையா?"

"கேட்காமே இருப்பேனா ... கேட்டேன்"

"என்ன சொன்னா?"

"தற்கொலை பண்ணிட்டு செத்துப்போன ஐந்து ஜோடிகள்ல ஒரு பொண்ணு பேர் பூங்கோதை. அந்தப் பொண்ணு அரவணைப்பு என்கிற அநாதை காப்பகத்தில் வளர்ந்தவ... அதனால் இந்த விஷயத்துல வளர்மதி அக்கறை காட்டி ஒரு விசாரணையை ஆரம்பிச்சுட்டா. அஞ்சு ஜோடிகளும் ஒரே மாதிரியான விஷத்தை அதாவது ரிசின் சாப்பிட்டு தற்கொலை பண்ணிகிட்டு இறந்து போயிருக்காங்க என்கிற உண்மையையும் கண்டுபிடிச்சுட்டா. ரிசின் விஷத்தைப் பத்தின அதிகப்படியான விபரங்களை கலெக்ட் பண்ண நேரா என்கிட்டே வந்துட்டா. நாங்க ரெண்டு பேரும் காலேஜ் டேஸ்ல சோசியல் ஆக்டிவிடீஸ்ல ஈடுபாட்டோடு இருந்ததுதான் காரணம்"

"அந்த ஒரு பாயிண்ட்டை வெச்சுகிட்டு உன்கிட்டே வந்திருக்கா?"

"ஆமா"

"அவளுக்கு உம்பேர்ல எந்த சந்தேகமும் வரலையே?"

"அவளுக்கு என்மேல சந்தேகம் வர எந்த ஒரு முகாந்திரமும் இல்லை... இந்தக் கேஸை கண்டுபிடிக்கிற விஷயத்தில் என்னையும் அவ ஒரு பார்டனரா சேர்ந்துகிட்டா ... இனிமே அவ அடிக்கடி என்னைப் பார்க்க வருவா?"

"என்னோட பேரையோ ஈஸ்வரோட பேரையோ உன்கிட்ட சொன்னாளா?"

"பேரைச் சொல்லலை ஸார். இப்போதைக்கு அவங்க யார்ன்னு சொல்லமுடியாதுன்னு சொல்லிட்டா"

"இந்த விஷயத்தை ஈஸ்வருக்கு போன் பண்ணிச் சொன்னியா?"

"இல்லை ஸார்... உங்க்கிட்ட பேசிட்டு அப்புறமா ஈஸ்வர் ஸார்கிட்டே பேசலாம்ன்னு"

"சரி... ஈஸ்வர்கிட்டே நான் பேசிக்கிறேன். இந்த விஷயத்துல வளர்மதியை நாம எப்படி டீல் பண்ணப் போறோம் மனோஜ்?"

"ஸார்... தெரிஞ்சோ தெரியாமலோ வளர்மதி என்னைப் பார்க்க வந்ததன் மூலமா நம்ம வளையத்துக்குள்ளே மாட்டிகிட்டா. இனிமேல் அவ என்ன செஞ்சாலும் எனக்குத் தெரிஞ்சுடும். அவளோட நடவடிக்கைகளுக்கு ஏத்த மாதிரி நாம செயல்பட்டாலே போதும். நாம இந்த விஷயத்துல ஒரு நிதானமான போக்கைத்தான் கடைபிடிக்கணும். ஏன்னா வளர்மதி ஒரு போலீஸ் இன்ஃபார்மர். போலீஸ் டிபார்ட்மெண்ட்ல இருக்கிற ஹைஅஃபிஷியல்ஸ் யாரோ அவளுக்கு கொடுத்திருக்கிற ஒரு அசைன்மெண்டாகக்கூட இது இருக்கலாம்"

"டில்லி சி.பி.ஐயிலிருந்து சில்பானு ஒரு ஐ.பி.எஸ் ஆபீஸர் வேற வந்து தமிழ்நாட்ல ஏதோ ஊர்ல ரகசியமான முறையில் தங்கி தமிழ்நாட்டு போலீஸாலே கண்டுபிடிக்க முடியாத ஏழு கேஸ்களை மறுபடியும் ஸ்க்ரூட்னைஸ் பண்ணி குற்றவாளிகளை கண்டுபிடிக்கப் போறதா உளவுத்துறையில் இருக்கிற நமக்கு வேண்டிய தினகர் ஒரு அதிகாரப்பூர்வமான தகவலைக் கொடுத்திருக்கார். அந்த ஏழு கேஸ்ல நம்ம கேஸும் ஒண்ணுன்னு நினைக்கும்போது அடிவயித்தைக் கலக்குது"

"ஸார்... நமக்கு இப்படியொரு சிக்கல் வர என்ன காரணம் தெரியுமா?"

"என்ன?"

"நான் ஒரு விஷயம் சொல்லியும் நீங்க ரெண்டுபேரும் பிடிவாதமா அதை கேட்காமே போனதோட விளைவுகள் இது"

"நீ என்ன சொல்லி... நாங்க கேட்காமே போனோம்?"

"அந்த அஞ்சு ஜோடியையும் தீர்த்துக்கட்ட நீங்க ரெண்டுபேரும் முடிவு பண்ணி என்கிட்ட யோசனை கேட்டப்ப போலீஸுக்கு அந்தத் தற்கொலைகளில் சந்தேகம் வராமே இருக்கணும்ன்னா அவங்க தற்கொலை செய்துக் கொள்கிற முறைகள் வெவ்வேறு விதமாய் இருக்கணும்ன்னு நான் சொன்னேன். ஆனா நீங்க ரெண்டுபேரும் கேட்கலை. விஷத்தை குடிக்க வெச்சே தற்கொலை பண்ணிக்க

வைக்கலாம்ன்னு சொன்னீங்க. நானும் நீங்க தர்ற பணத்துக்கு ஆசைப்பட்டு வேற வழியில்லாமே தலையாட்டி வெச்சேன். ரிசின் என்கிற பாய்ஸனையும் உங்களுக்கு கொடுத்தேன். பொதுவாய் ரிசின் சாப்பிட்டு செத்தவங்களோட உடம்பை போஸ்ட்மார்ட்டம் பண்ணினா ஏதோ ஒரு விஷம் சாப்பிட்டு இருக்காங்கன்னு தெரிய வரும் தவிர சாப்பிட்ட விஷம் ரிசின்தான் என்கிற உண்மை வெளியே வராது. ஆனா போலீஸுக்கு ஏதோ சந்தேகம் ஏற்பட்டு இறந்தவங்களோட குடல் பாகத்தை மும்பையில் இருக்கிற ரசாயன கூடத்துக்கு அனுப்பி அது எது மாதிரியான விஷங்கிறதை கண்டுபிடிச்சுட்டாங்க"

மனோஜ் பேசப் பேச அபுபக்கர் இடைமறித்து கேட்டார்.

"இனி போலீஸோட நடவடிக்கை எப்படி இருக்கும்ன்னு நினைக்கிறே மனோஜ்?"

"போலீஸுக்கு இந்நேரம் அது தற்கொலைகள் இல்லை கொலைகள்தான் என்கிற சந்தேகம் ஏற்பட்டிருக்கும். அதை தொடர்ந்து இறந்துபோன அந்த ஐந்து ஜோடிக்கும் ரிசின் விஷத்தைக் கொடுத்தது யார் என்கிற கோணத்தில் ஒரு மறைமுகமான விசாரணையும் ஆரம்பிச்சிருப்பாங்க... அதனோட அடையாளம்தான் வளர்மதி. ஈஸ்வர் ஸாரை தேடிவந்து பிறந்தநாள் வாழ்த்து சொன்னதும், இன்னிக்கு என்னைத் தேடிவந்து ரிசின் விஷம் பற்றிய விபரங்களைக் கேட்டதும்"

"மனோஜ் ! நீ பேசப் பேச பயம் வருது. இனி நம்ம நடவடிக்கைகள் எப்படி இருக்கணும்ன்னு நினைக்கிறே?"

"பயப்படாதீங்க ஸார்... போலீஸோட இன்வெஸ்டிகேஷன் இன்னமும் எல்.கே.ஜி. லெவல்லதான் இருக்கு. எல்லாத்துக்கும் மேலே வளர்மதி என்னோடு தொடர்புல இருக்கிறதால போலீஸோட நடவடிக்கைகள் நமக்கு டி.வி. பார்க்கிற மாதிரி தெரியும். இருந்தாலும் இனி வரப் போகிற நாட்கள்ல நாம கொஞ்சம் ஜாக்கிரதையாய் இருக்கணும்... இப்ப போன்ல உங்க்கிட்டே பேசினதையெல்லாம் ஈஸ்வர் ஸார்கிட்டே சொல்லிடுங்க நான் மறுபடியும் நாளைக்குக் காலையில் போன் பண்றேன்"

மனோஜ் மறுமுனையில் செல்போனை அணைத்துவிட அபுபக்கர் வியர்வை பிசுபிசுக்கும் முகத்தோடு தளர்ந்து போன உடம்போடு சோபாவுக்கு சாய்ந்தார்.

போலீஸ் கமிஷனர் அலுவலகம்.

காலை பதினோரு மணி. சி.பி.ஐயை சேர்ந்த ஸ்க்ரூட்னைஸிங் ஆபீஸர் சில்பா போலீஸ் கமிஷனர் திரிபுரசுந்தரிக்கு முன்பாய் ஒரு ஃபைலை பிரித்து வைத்துக் கொண்டு மெதுவாய் பேச ஆரம்பித்தாள்.

"மேடம், ஹாஸ்பிடலில் இருந்து என்னிக்கு டிஸ்சார்ஜ் ஆனீங்க... நவ் ஹெள ஈஸ் யுவர் ஹெல்த்?"

திரிபுரசுந்தரி மென்மையாய் புன்முறுவல் பூத்தாள்.

"நவ் அயாம் ஆல்ரைட் மிஸ் சில்பா. ஐ வாஸ் சப்பரிங் ஃபரம் ஏ சிவியர் வைரல் ஃபீவர். நேற்றைக்கு ஈவினிங்கே டிஸ்சார்ஜ் ஆயிட்டேன். நோ இஷ்யூ அபெளட் மை ஹெல்த் ...நாம தாராளமாய் பேசலாம்"

"வெரி நைஸ் டூ ஹியர் திஸ்... பை த பை டெல்லி சி.பி.ஐ. ஆபீஸிலிருந்து உங்களோட தனிப்பட்ட பார்வைக்கு வந்த இந்த ஃபைலோட காப்பியில் இருக்கிற எல்லா விபரங்களையும் படிச்சுப் பார்த்தீங்களா?"

"ம்... படிச்சுட்டேன்"

"அது சம்பந்தமா ஏதாவது நடவடிக்கை எடுத்தீங்களா?"

"அந்த ஃபைல் வர்றதுக்கு முன்னாடியே எனக்குக் கிடைச்ச ஃபாரன்ஸிக் ரிப்போர்ட்படி ஒரு போலீஸ் இன்ஃபார்மரை வெச்சு ஈஸ்வரை உரசிப் பார்த்துட்டேன்"

"யார் அந்த போலீஸ் இன்ஃபார்மர்?"

"எனக்கு தெரிஞ்ச பொண்ணு. பேரு வளர்மதி. ஹவுஸ் ஒய்ஃப். சோசியல் சர்வீஸ்ல ரொம்பவும் ஆர்வம். போலீஸ் வேலையில் சேர ஆசைப்பட்டு, அது நிறைவேறாமல் போகவே இன்ஃபார்மராய் ஒர்க் பண்ணிட்டிருக்கா, அப்படி வளர்மதி ஒர்க் பண்றது அவ வீட்ல ஹஸ்பெண்ட்டுக்கோ, மத்தவங்களுக்கோ தெரியாது"

"அது ரொம்பவும் ரிஸ்க் இல்லையா?"

சில்பா திகைப்போடு கேட்க, திரிபுரசுந்தரி புன்முறுவல் பூத்தாள்.

"நானும் இதைத்தான் வளர்மதிகிட்டே சொன்னேன். அந்தப்

பெண் கேட்கிற நிலைமையில் இல்லை"

"சரி ஈஸ்வரைப் போய்ப் பார்த்த வளர்மதிக்கு ஏதாவது உபயோகமான தகவல் கிடைச்சுதா?"

"ஈஸ்வரோட பிறந்தநாள் அன்னிக்கு அவர்க்கு வாழ்த்து சொல்கிற மாதிரி போய் ஈஸ்வர் நடத்தி வெச்ச இலவசத் திருமணங்களைப் பாராட்டியிருக்கா. இது முதல் சந்திப்பு. வளர்மதியால எதையும் தீர்மானிக்க முடியலை. ஆனா வளர்மதி எப்படியும் உண்மைகளைக் கண்டுபிடிச்சுருவா என்கிற நம்பிக்கை எனக்கு இருக்கு"

"அந்தப் பொண்ணை நான் பார்க்கணுமே?"

"இன்னிக்கு ஈவினிங் எப்படியும் வளர்மதி என்னைப் பார்க்க வருவா... நான் வேணும்ன்னா அவளுக்கு தகவல் கொடுத்து உங்களை வந்து பார்க்கச் சொல்லட்டுமா?"

"ஷ்யூர்...சில விஷயங்களை அவகிட்டே நான் ஷேர் பண்ணிக்கணும்... அதுல ஒரு முக்கியமான விஷயம் என்ன தெரியுமா மேடம்?"

"என்ன?"

"ஈஸ்வர் லட்சக்கணக்கான ரூபாயை செலவு பண்ணி இலவசத் திருமணங்களை நடத்தி வைக்கிறதுக்குப் பின்னாடி ஒரு பெரிய விபரீதம் உறைந்து போயிருக்கு மேடம்"

"எ...எ...என்ன அது?"

"அஞ்சு ஜோடிகள் இறந்து போயிருக்காங்க. அதாவது மொத்தம் பத்து பேர். இந்த பத்து பேர்ல ஆண்களோட மரணத்துல எந்த ஒற்றுமையும் இல்லை. ஆனா பெண்களோட மரணத்துல அந்த விபரீதமான ஒற்றுமை இருந்தது"

"எ...எ...என்ன ஒற்றுமை?"

"அந்த அஞ்சு பெண்களுமே மூணு மாச கர்ப்பமாய் இருந்திருக்காங்க!"

10

திரிபுரசுந்தரியின் நெற்றிப்பரப்பு பெரியதொரு வியப்புக்கும் அதிர்ச்சிக்கும் உட்பட்டு சுருங்கியது. சில்பாவை கலவரமாய் ஏறிட்டாள்.

"மிஸ் சில்பா... நீங்க என்ன சொல்றீங்க?"

சில்பா இறுகிப்போன முகத்தோடு "எஸ்" என்று சொல்லிவிட்டு பேச்சைத் தொடர்ந்தாள்.

"புனேவுல இருக்குற நேஷனல் ஃபாரன்ஸிக் சயின்ஸ் லேப்ரட்ரி இறந்துபோன அந்த அஞ்சு பெண்களோட கருப்பையின் சதை பாகங்களை ஒரு ரசாயன சோதனைக்கு உட்படுத்திப் பார்த்தப்ப அந்த பெண்கள் எல்லோருமே மூணு மாச கர்ப்பமாய் இருக்கும்போதுதான் இறந்து போயிருக்காங்கன்னு உறுதிபடச் சொன்னதோடு மட்டுமில்லாமே அதை ரிப்போர்ட்டாகவும் எழுதி கொடுத்துட்டாங்க... இந்த ரிப்போர்ட் பத்தின விபரங்களை மீடியாக்களுக்கு தெரியப்படுத்தினா இந்த விவகாரத்தில் சம்பந்தப்பட்டு இருக்கிற நபர்கள் உஷாராகிவிடலாம்ங்கிற எண்ணத்துலதான் சி.பி.ஐ. ஒரு ரகசியமான விசாரணைக்கு தயாராகி காய்களை நகர்த்த ஆரம்பிச்சது. அதனோட ஆரம்பம்தான் நான் கோயமுத்தூர் வந்தது"

திரிபுரசுந்தரி கவலையாய் பெருமூச்சொன்றை வெளியேற்றி விட்டு கம்மிப்போன குரலில் பேச ஆரம்பித்தாள்.

"மிஸ் சில்பா...நீங்க இப்ப சொன்ன இந்த மூணுமாச கர்ப்பம் என்கிற விஷயம் ஏன் ஒரு கோ-இன்ஸிடென்டா இருக்கக்கூடாது? ஏன்னா ஒரு ஆணுக்கும் பெண்ணுக்கும் கல்யாணம் நடந்ததுமே அடுத்தது எல்லோரும் எதிர்பார்க்கிற ஒரு விஷயம் அவளோட கர்ப்பத்தைத்தான். அந்த அஞ்சு ஜோடிகளுக்கும் ஒரே நேரத்துல கல்யாணம் நடந்ததாலே அடுத்த மூணு மாசத்துக்குள்ளே ஒரே நேரத்தில் கர்ப்பம் தரிக்க வாய்ப்பு இருக்கே?"

சில்பா குறுக்கிட்டாள்.

"எஸ்... யூ மே பி கரெக்ட். பட் அந்த அஞ்சு ஜோடிகளும் தற்கொலை செய்துக் கொள்ளவோ இல்லேன்னா கொலை செய்யப்படவோ ஏதோ ஒரு ஒற்றுமையான காரணம் இருக்கணுமே

மேடம். அந்தக் காரணம் எதுன்னு நாம கண்டுபிடிச்சுட்டா அதுக்கு காரணமானவங்களை நெருங்கிடலாம்"

சில்பா சொல்லிக்கொண்டிருக்கும் போதே திரிபுரசுந்தரியின் செல்போன் மெலிதான டெஸிபிலில் ரிங்டோனை வெளியிட்டது. போனை எடுத்து அழைப்பது யார் என்று பார்த்துவிட்டு லேசான மலர்ச்சியோடு சில்பாவிடம் நிமிர்ந்தாள்.

"நான் சொன்ன வளர்மதிதான் லைன்ல இருக்கா"

"ஸ்பீக்கரை ஆன் பண்ணிட்டு பேசுங்க மேடம். அந்தப் பெண்ணோட பேச்சு எப்படியிருக்குன்னு நானும் கேட்கிறேன்"

திரிபுரசுந்தரி செல்போனின் ஸ்பீக்கர்க்கு உயிர் கொடுத்துவிட்டு பேசினாள்.

"ஹலோ ... வளர்மதி"

மறுமுனையில் வளர்மதி கேட்டாள்.

"மேடம்... நீங்க ஃப்ரீயா இருந்தா பேசலாமா?"

"ஃப்ரீதான். என்ன விஷயம் சொல்லு?"

"மேடம் ! அந்த அஞ்சு பேரோட மரணங்களுக்கு காரணமான விஷம் ரிசின் பத்தின விபரங்களை கலெக்ட் பண்ணிட்டேன். காட்டாமணக்கு விதையிலிருந்து பிரித்து எடுக்கப்படுகிற ஒரு வகை என்சைம்க்கு பேர்தான் ரிசின். இது சுலபமா தயாரிக்கக்கூடிய ஒரு மோசமான விஷம். பொதுவாய் கிராமப்பகுதியில் இருக்கிறவங்க தற்கொலை பண்ணிக்க இதுமாதிரியான காட்டாமணக்கு விதைகளை அரைச்சு சாப்பிடறதும் உண்டாம்"

"இந்த விபரங்கள் எல்லாம் உனக்கு எப்படி கிடைச்சுது...?"

"மேடம்... ஃபாரன்ஸிக் டிபார்ட்மெண்ட்டோட டாக்ஸிக்காலாஜி செக்க்ஷனில் என்கூட காலேஜ்ல படிச்ச மனோஜ் அங்கே அனலிஸ்டா இருக்கார். நேத்தைக்கு சாயந்தரம் அவரைப் போய்ப் பார்த்தேன். ரிசின் விஷம் பற்றின விபரங்களைக் கேட்டேன். அவர் உடனே அது சம்பந்தப்பட்ட ஒரு ஃபைலை எடுத்துக் கொடுத்து படிக்கச் சொன்னார். படிச்சுப் பார்த்தேன். அதிலிருந்த விஷயங்கள் எல்லாமே பிரமிப்பாவும், படிக்க பயமாவும் இருந்தது"

"டாக்ஸிக்காலாஜி டிபார்ட்மெண்டில் இருக்கிற மனோஜை எனக்குத் தெரியும். 'நாட் ஃபவுண்ட்'ன்னு நான் ஒரு கொலைக்

கேஸோட ஃபைலை க்ளோஸ் பண்ணின பிறகு மனோஜ் கொடுத்த க்ளூவாலே கொலையாளி யார்ங்கிறதை என்னால கண்டுபிடிக்க முடிஞ்சுது. அவர் உன்னோட காலேஜ்மேட்டா?"

"எஸ் மேடம்... காலேஜ் டேஸில் இருந்தே எனக்கும் மனோஜுக்கும் சோஷியல் ஆக்டீவிடீஸில் ஆர்வம் அதிகம். டாஸ்மாக் கடைகளுக்கு எதிராகவும், குழந்தைகள் பாலியல் பலாத்காரங்களுக்கு எதிராகவும் ஒரு பெரிய போரட்டத்தையே நடத்தியிருக்கோம். அதுக்காக ஒரு வார ஜெயில் வாசத்தையும் அனுபவிச்சுட்டு வந்திருக்கோம். காலேஜ் படிப்பை முடிச்சதும் ரெண்டு வருஷம் எங்களுக்குள்ளே எந்த ஒரு தொடர்பும் இல்லாமே இருந்தது. அப்புறம் ஒரு நாள் ஏதேச்சையா ஒரு மெடிக்கல் கேம்ப்பில் பார்த்துகிட்டோம். அடிக்கடி செல்போன்ல காண்டாக்ட் பண்ணி பேசிக்குவோம். இந்த ரிசின் விவகாரத்தைப்பத்தி நீங்க சொன்னதும் எனக்கு ஃபாரன்ஸிக் டாக்ஸிக்காலாஜி வேலை பார்க்கிற மனோஜ் ஞாபகம்தான் வந்தது. போய்ப் பார்த்தேன். அவர் அந்த விஷத்தைப் பத்தின எல்லா விபரங்களையும் எடுத்துக் கொடுத்தார்"

"அவர் எதுக்காக இந்த விபரங்கள்ன்னு கேட்கலையா...?"

"கேட்டார் மேடம்... நான் கேஸோட முழு விபரத்தையும் சொல்லாமே லேசா கோடிட்டு காட்டிட்டேன். ஓரளவுக்கு அவரும் புரிஞ்சுக்கிட்டார்"

"நோ ப்ராப்ளம் வளர்மதி... நீ அவர்கிட்டே இந்த கேஸைப்பத்தின எல்லா முழு விபரங்களையும் சொல்லலாம்.ஏன்னா மனோஜ் ஒரு ஜென்யூன் பர்ஸன். எந்த ஒரு குற்றவாளியும் சட்டத்தோட பிடியிலிருந்து தப்பிச்சுடக் கூடாதுன்னு நினைக்கிறவர். இந்தக் கேஸை நீங்க ரெண்டு பேரும் சேர்ந்து ஒரு ஷேடோ என்கொயரி பண்ணி ஏதாவது உபயோககரமான தடயங்கள் கிடைச்சா உடனே எனக்கு இன்ஃபார்ம் பண்ணுங்க"

"கண்டிப்பாய் மேடம்..."

திரிபுரசுந்தரி மேற்கொண்டு பேசும் முன்பு சில்பா குறுக்கிட்டாள்."நான் வளர்மதிகிட்ட ஒரு ரெண்டு வார்த்தை பேசலாமா?"

"தாராளமாய் பேசலாம் மிஸ் சில்பா. நீங்க பேசினா வளர்மதி ரொம்பவும் சந்தோஷப்படுவா. நீங்க யார் என்கிற விபரத்தை

சொல்லிடலாமா?"

"தாராளமாய் சொல்லலாம்... அந்த வளர்மதியும், மனோஜும் உங்க குட்புக்ல இருக்காங்கிறதை நான் புரிஞ்சுகிட்டேன்"

திரிபுரசுந்தரி செல்போனை காதுக்கு ஒற்றி பேச முயல மறுமுனையில் இருந்த வளர்மதி கேட்டாள்.

"மேடம்... உங்க ரூம்ல வேற யாராவது இருக்காங்களா? அவங்க குரல் கேட்குது. போனை ஸ்பீக்கர்ல போட்டு இருக்கீங்க போலிருக்கு"

"யூ ஆர் கரெக்ட்... வளர்மதி ! அவங்க யார்ன்னு சொல்றேன். மனோஜ்க்கு மட்டும் தெரிஞ்சா போதும்" என்று ஆரம்பித்தவள் சில்பாவைப் பற்றிய எல்லா விபரங்களையும் இரண்டு நிமிஷ நேர அவகாசத்தில் சொல்லி முடித்துவிட்டு சில்பாவிடம் போனை நீட்டினாள்.

"பேசுங்க சில்பா"

போனை வாங்கிய சில்பா "ஹலோ" என்று குரல் கொடுத்தாள்.

"ஹேவ் ஏ க்ரேட் டே மேடம். நான் வளர்மதி பேசறேன். உங்க மாதிரியான போலீஸ் அஃபிஷியல்ஸ்கிட்டே பேசறதும் பழகறதும் எனக்கு ரொம்பவும் பிடிக்கும்"

சில்பா சிரித்தாள்.

"கமிஷனர் மேடம் உங்களைப் பத்தியும், ஃபாரன்ஸிக் பர்சன் மனோஜ் பத்தியும் ரொம்பவும் உயர்வாய் சொன்னார். நவ் அயாம் இன் ஏ ஹேப்பி மூட். காரணம் சில கேஸ்கள்ல குற்றவாளிக்களை கண்டுபிடிக்க போலீஸ் டிபார்ட்மெண்ட் என்னதான் முயற்சி பண்ணினாலும் அந்த இன்வெஸ்டிகேஷன்ல ஒரு அங்குலம் கூட முன்னேற முடியாது. உண்மையான குற்றவாளிகள் எந்த திசையில் இருக்காங்கறத கண்டுபிடிக்க முடியாது. அதுமாதிரியான கேஸ்களில் உங்களை மாதிரியும், மனோஜ் மாதிரியும் இருக்கிற தேர்ட் பர்சன்ஸ் தனிப்பட்ட முறையில் இன்வெஸ்டிகேட் பண்ணினால்தான் உண்மைகள் வெளியே வரும்"

"நீங்க இப்படி சொல்றதை கேக்கும்போது மனசுக்கு சந்தோஷமாய் இருக்கு மேடம். கோவையில இருக்கிற மிகப்பெரிய தொழில் அதிபரான ஈஸ்வர் இலவசத் திருமணங்களை நடத்தி

வைக்கிறது ரொம்பவும் இயல்பாக தெரிஞ்சாலும், அந்த ஜோடிகள்ல ஒரு அஞ்சு ஜோடி இறந்து போனது எனக்கும் மனோஜுக்கும் பெரிய நெருடலை ஏற்படுத்தியிருக்கு. அதுவும் அவங்க ஒரேமாதிரியான விஷத்தை சாப்பிட்டு இறந்து போயிருக்காங்க என்கிற ஒரு விஷயம் அதிர்ச்சிகரமானது"

"இந்த கேஸ்ல இன்னும் சில விஷயங்கள் அதிர்ச்சி தர்ற வகையில் இருக்கிறதை கண்டுபிடிச்சுட்டேன். அந்த விஷயங்கள் என்னன்னு நான் உங்களை நேர்ல பார்க்கும்போது சொல்றேன். பை... த... பை இந்த கேஸ்ல நீங்களும் மனோஜும் எடுக்கப்போகிற அடுத்தக்கட்ட நடவடிக்கை என்ன?"

"மேடம்... இறந்து போன அந்த அஞ்சு பெண்களில் ஒரு பெண் பூங்கோதை. அந்தப் பெண் அரவணைப்பு என்கிற காப்பகத்தில்தான் தங்கியிருந்தா... அந்த காப்பகத்துக்கு போகும்போதெல்லாம் அந்தப் பெண்ணோடு ரெண்டு வார்த்தையாவது பேசுவேன். அவளுக்கு கல்யாணமாயிருச்சுன்னு தெரிஞ்சப்ப ரொம்பவும் சந்தோஷப்பட்டேன். ஆனா இறந்துபோன அஞ்சு ஜோடிகளில் அவளும் அவளோட ஹஸ்பெண்டும் ஒரு ஜோடின்னு தெரிஞ்சதும் அப்படியே இடிஞ்சு போயிட்டேன். நானும் மனோஜும் பூங்கோதையோட மரணத்தில் இருந்துதான் விசாரணையை ஆரம்பிக்கப் போறோம்"

"பூங்கோதையே உயிரோடு இல்லாதபோது விசாரணையை எங்கிருந்து எப்படி ஆரம்பிப்பீங்க... வளர்மதி?"

"மேடம்... பூங்கோதையை கல்யாணம் பண்ணிகிட்ட நபர் யார்ங்கிறதை நானும் மனோஜும் எப்படியோ கண்டுபிடிச்சுட்டோம். அந்த நபரோட பேரு கோலப்பன். பேரூர்க்கு போகிற வழியில் செட்டிகுளம் ஏரியாவுல வீடு எடுத்து கோலப்பன் தங்கியிருந்தான். நேத்து அந்த வீட்டுக்கு போனோம். வீடு பூட்டியிருந்தது. வீட்டுக்கு எதிரில் கோலப்பனோட அண்ணன் வீடு இருந்தது. அண்ணனோட பேரு ராஜப்பன். அவர்க்கு மனைவி, குழந்தைன்னு யாரும் இல்லை. ஒண்டிக்கட்டை அவர்கிட்டே பூங்கோதையைப்பத்தியும், கோலப்பனைப்பத்தியும் விசாரிச்சோம். அப்போ அந்த ராஜப்பன் சொன்ன ஒரு விஷயம் எங்களுக்கு அதிர்ச்சியாய் இருந்தது மேடம்"

11

காலை ஒன்பது மணி.

வளர்மதியும் ஹரியும் டைனிங் டேபிளில் அருகருகே அமர்ந்து காலை நேர உணவை முடித்துக்கொள்வதில் தீவிரமாய் இருந்த போது ஹரி கேட்டான்.

"உன் ஃப்ரண்ட்டோட சீமந்தம் ஃபங்க்ஷன் நீ எத்தனை மணிக்கு போகணும் வளர்?"

"சாப்ட்டுட்டு...உடனே கிளம்ப வேண்டியதுதான். ஃபங்க்சன் பதினோரு மணிக்கு. அவ வீடு தடாகம் ரோட்ல லவ்லி நகர் அவென்யூ. ஒன்பதரை மணிக்குள்ளே புறப்பட்டு போனாத்தான் ஃபங்க்சனுக்கு முன்னாடி போய்ச் சேர முடியும். இன்னிக்கு சண்டே ட்ராஃபிக் அவ்வளவாய் இருக்காது"

"காரை நீயே ட்ரைவ் பண்ணிகிட்டு போயிடுவியா?"

"போயிடுவேன்... ஒண்ணும் பிரச்சினையில்லை. மத்தியானம் லஞ்ச் முடிஞ்சதும் உடனே புறப்பட்டு வந்துடுவேன்"

வளர்மதி சொல்லிக் கொண்டிருக்கும் போதே வளர்மதியின் மாமியார் சிவகாமி ஒரு பெருமூச்சோடு உள்ளே வந்தாள். "இந்த வருஷத்துல நீ மூணு பேரோட சீமந்தத்தை பார்த்துட்டே... உனக்கு நடக்கப்போகிற சீமந்தத்தை நானும் உன்னோட மாமனாரும் எப்ப பார்க்கறது?"

வளர்மதி சிரித்தாள்.

"கவலைப்படாதீங்க அத்தே... அடுத்த வருஷம் பார்த்துடலாம்"

"போன வருஷம் இப்படித்தான் சொன்னே?"

"அத்தே உங்களுக்கு பேரன் வேணுமா இல்ல பேத்தி வேணுமா?"

"பேரன்தான்"

"அப்படீன்னா அடுத்த வருஷம்வரைக்கும் நீங்க வெயிட் பண்ணியே ஆகணும். ஏன்னா இந்த வருஷம் எனக்கு குரு திசை முடிஞ்சு சனி திசை ஆரம்பமாகுது. இந்த திசையில் எனக்கு சீமந்தம் நடந்தா ஆண் குழந்தைதான்னு நம்ம உறவுல இருக்கிற

ஜோஸ்யர் மாமா ஒருத்தர் சொல்லியிருக்கார்"

சிவகாமியின் முகம் மலர்ந்தது.

"கும்பகோணத்து பரசுராம் மாமா சொல்லியிருப்பார்ன்னு நினைக்கிறேன்"

"ஆமா அத்தே. அவர்தான்...!"

"அவர் அரைகுறை ஜோஸ்யர்தான். இருந்தாலும் அவர் என்ன சொன்னாலும் நடந்துடும்" சிவகாமி சொல்லிக்கொண்டே சமையலறையை நோக்கிப் போக முன்புற அறையில் உட்கார்ந்து பேப்பர் பார்த்துக் கொண்டிருந்து மாமனார் ராமபத்ரன் உள்ளே எட்டிப் பார்த்து குரல் கொடுத்தார்.

"அம்மா... உன்னோட செல்போனை வைப்ரேஷன் மோட்ல வெச்சிருப்பே போலிருக்கு. யாரோ கூப்பிடறாங்க போலிருக்கு. ர்ர்ர்ன்னு உறுமிட்டேயிருக்கு வந்து யார்ன்னு பாரும்மா..."

தட்டில் மீதம் இருந்த அரை இட்லியை சட்னியில் தோய்த்து வாயில் திணித்துக்கொண்டே வளர்மதி வாஷ்பேசினில் கையைக் கழுவிக்கொண்டு வேகவேகமாய் போய் சார்ஜரில் போட்டு வைத்து இருந்த செல்போனை எடுத்து அழைப்பது யார் என்று பார்த்தாள்.

மறுமுனையில் மனோஜ்.

வளர்மதி சுற்றும் முற்றும் பார்த்துவிட்டு வீட்டின் முன்புறம் இருந்த சிட்அவுட்டின் மறைவான பகுதியில் போய் நின்று செல்போனை காதுக்கு ஒற்றினாள். தாழ்ந்த ஸ்தாயில் பேச ஆரம்பித்தாள்.

"சொல்லு மனோஜ்?"

"என்ன வீட்லயிருந்து புறப்பட்டியா?"

"புறப்பட்டுகிட்டே இருக்கேன்"

"வீட்ல என்ன காரணம் சொன்னே?"

"சீமந்தம்தான்"

"உன்னாலே எப்படி இவ்வளவு தைரியமாய் பொய் சொல்ல முடியுது...?"

"பழகிடுச்சு"

"எனக்கு உன்கிட்டே பிடிச்சதே இந்த தைரியம்தான்"

“பாராட்டு மடல் வாசிக்க இது நேரமில்லை. நீ வீட்லயிருந்து புறப்பட்டியா?"

"புறப்பட்டு நீ சொன்ன மீட்டிங் பாயிண்ட்டை நோக்கி போயிட்டிருக்கேன்"

"டாக்ஸிதானே?"

"ஆமா..."

"சரி... அதே பாய்ண்ட்ல வெயிட் பண்ணு. நான் எப்படியும் ஒரு அரைமணி நேரத்துக்குள்ளே வந்துடுவேன்..."

"லேட் பண்ணிடாதே... எனக்கு மத்தியானம் வேற ஒரு முக்கியமான வேலை இருக்கு... சீஃப் பாரன்ஸிக் ஆபீஸர் டெல்லியிலிருந்து வர்றார். அவர் வரும்போது நான் சீட்ல இருந்தேயாகணும்..."

"புலம்பாதே...! வந்துடறேன்" வளர்மதி பேச்சை முடித்துக்கொண்டு செல்போனை அணைத்த விநாடி, ஹரி டைனிங் அறையிலிருந்து வெளிப்பட்டு அவளை நோக்கி வருவது தெரிந்தது. ஒரு சின்ன சிரிப்போடு கேட்டான்.

"போன்ல யாரு உன்னோட சீமந்தம் ஃப்ரண்டா?"

"ஆமா... காலையிலிருந்து மூணாவது போன். வந்துடுவியல்ல... வந்துடுவியல்லன்னு கேட்டு உயிர் எடுக்கிறா... சீமந்தம் சம்பந்தமான சடங்குகள் நடக்கும்போது நான் பக்கத்துல இருக்கணுமாம்"

"நியாயம்தானே கிளம்பு... வளர் ..."

"இதோ பத்து நிமிஷத்துல ரெடியாயிடுவேன்"

"பட்டுப்புடவைதானே?"

"பின்னே?"

"அந்த யெல்லோ கலர் கட்டிக்கோ. எடுப்பாய் இருக்கும்"

வளர்மதி சிரித்தாள்.

"இன்னிக்கு என்னோட சாய்ஸூம் அதுதான். ராத்திரியே அந்தச் சேலையை அயர்ன் பண்ணி வெச்சுட்டேன்"

வளர்மதி மஞ்சள் பட்டுப்புடவையில் நிரம்பி கார்க்குள் ஏறி

உட்கார்ந்த போது நேரம் 9.15.

கணவன் ஹரி கார்க்கு வெளியே நின்று கையசைத்தான். "லஞ்ச் சாப்பிட்டதும் உடனே புறப்பட்டு வந்துடு. அரட்டையடிச்சுட்டு உட்கார்ந்துடாதே. சாயந்தரம் ஆர்.எஸ்.புரம் கலையரங்கத்துல மியூஸிக் கன்சர்ட் இருக்கு. சுபிட்சம் சிங்கர்ஸ் பாட்டுக் கச்சேரி, ரெண்டு காம்பளிமெண்டரி டிக்கெட்ஸ் இருக்கு... உனக்குத்தான் கர்நாடிக் மியூஸிக் பிடிக்குமே".

"இதை நீங்க சொல்லணுமா? மூணு மணிக்கெல்லாம் இங்கே இருப்பேன். போதுமா?"

வளர்மதி ஒரு புன்னகையோடு சொல்லிக்கொண்டே காரை நகர்த்தினாள்.

அந்த ஞாயிற்றுக்கிழமையின் கோவை நகரத் தெருக்களில் போக்குவரத்து நெரிசல் குறைவாய் இருக்க அடுத்த இருபது நிமிஷ நேரத்துக்குள் காந்திபுரத்தின் எல்லைக்குள் நுழைந்து டாடாபாத்தில் இருந்த அந்த சாலையோர பூங்கா அருகே காரை நிறுத்தினாள் வளர்மதி.

ஒரு மேஂஃப்ளவர் மரத்துக்குக் கீழே நின்றிருந்த மனோஜ் வேகவேகமாய் வந்து கார்க்குள் ஏறிக்கொண்டான். சீட் பெல்ட்டை மாட்டிக்கொண்டே "வளர்" என்றான்.

"சொல்லு"

"பட்டுப்புடவை அமர்க்களமாயிருக்கே"

"போடற வேஷத்தை ஒழுங்கா போடணும் இல்லையா?"

"வீட்டுக்குத் தெரிஞ்சா என்னாகுங்கிற பயமே உனக்கு இல்லையா?"

"வீட்டைப்பத்தி இன்னும் ஒரு மணி நேரத்துக்கு எதுவும் பேசாதே மனோஜ்"

"சரி பேசலை... இப்ப நாம எங்கே போயிட்டிருக்கோம்... அதையாவது சொல்லுவியா மாட்டியா?"

"அரை மணி நேரத்துக்கு முன்னாடிதான் நீயும் நானும் எங்கே போய் யாரைப் பார்க்கணும் என்கிற விபரத்தை போலீஸ் கமிஷனர் மேடம் திரிபுரசுந்தரி சொன்னாங்க"

"எதுக்காக இவ்வளவு மூடுமந்திரம்?"

“மனோஜ் ! டெல்லியிலிருந்து வந்திருக்கிற சி.பி.ஐ. ஸ்க்ரூட்னைஸிங் ஆபீஸர் சில்பா அந்த அஞ்சு ஜோடிகளோட மர்ம மரணங்களுக்கு பின்னாடி இருக்கிற நபர்களையும், உண்மைகளையும் வெளியே கொண்டு வர்றதுக்காக ஆஃப் த ரிகார்டாய் இந்த கேஸை இன்வெஸ்டிகேட் பண்ணிட்டு இருக்காங்க. போலீஸ் டிபார்ட்மெண்ட்ல இருக்கிற பாதிக்கு மேற்பட்ட அதிகாரிகள் சூழ்நிலைக் கைதிகளாய் அரசியல் தலைவர்களின் கைப்பிடியில் இருக்காங்க. ஒரு அரசியல் தலைவர்க்கு வேண்டப்பட்ட எந்த ஒரு நபரும் எப்படிப்பட்ட குற்றத்தை செய்து இருந்தாலும் கைது செய்யப்படாமல் இருக்கிறதுக்கும் இதுதான் காரணம். அந்த அஞ்சு ஜோடி மரணங்களுக்குப் பின்னாடி ஏதோ ஒரு பெரிய விபரீதமான விவகாரம் இருக்குன்னு சில்பாவும், போலீஸ் கமிஷனர் திரிபுரசுந்தரியும் நினைக்கிறாங்க. டிபார்ட்மெண்ட்டோட எந்தவொரு நடவடிக்கைகளும் யார்க்கும் தெரிஞ்சுடக்கூடாதுங்குற முன்ஜாக்கிரதை உணர்வுகளோடு எடுக்கப்பட்டு நம்ம உதவி தேவைப்படற நேரங்கள்ல இலைமறைவா காய்மறைவா எனக்கு இன்ஃபார்ம் பண்றாங்க. இந்த கேஸ்ல நீயும் இண்ட்ரஸ்ட் காட்றதால நான் அதை உனக்கு கன்வே பண்றேன்"

"சரி... இப்ப நாம யாரைப் பார்க்கப் போறோம்?"

"மிஸ்டர் ஸ்டீபன்ராஜ்"

"யார் அவர்?"

"அவர் யார்ன்னு எனக்கே தெரியாது. கணபதியில் இருக்கிற ஒரு அட்ரஸை கமிஷனர் மேடம் என்னோட வாட்ஸ்அப்புக்கு அனுப்பி வெச்சாங்க"

"என்ன அட்ரஸ்?"

"நெம்பர் 79, தேர்ட் க்ராஸ் சிவானந்தா நகர்"

"இந்த அட்ரஸ் இங்கிருந்து பக்கம்தான். ஒரு பத்து நிமிஷத்துக்குள்ளே போயிடலாம். ஆனா எனக்கு இப்ப இருக்கிற ஒரே டென்ஷன்... அந்த ஸ்டீபன்ராஜை இப்போ எதுக்காக பார்க்கப் போறோம் என்கிற விஷயம்தான்"

"இதோ பார் மனோஜ், அந்த சி.பி.ஐ ஆபீஸர் சில்பாவும், கமிஷனர் மேடமும் காரணம் இல்லாமே ஒரு இடத்துக்கு நம்மை போகச் சொல்லமாட்டாங்க. ஸ்டீபன்ராஜ் யார்... அவர் நம்மகிட்டே

எதுமாதிரியான விஷயத்தை ஷேர் பண்ணிக்கப் போறார்ன்னு இன்னும் கொஞ்ச நேரத்துல தெரிஞ்சுடும்"

வளர்மதி சொல்லிக் கொண்டிருக்கும்போதே மனோஜின் செல்போன் ரிங்டோனை மெலிதாய் வெளியிட்டது. சட்டைப் பையினின்றும் செல்போனை எடுத்து அழைப்பது யாரென்று பார்த்தான்.

மறுமுனையில் அபுபக்கர் காத்திருந்தார். மனோஜ் பதட்டப்படாமல் செல்போனின் டோனை லோ டெஸிபில் அளவில் வைத்துக்கொண்டு காதுக்கு ஒற்றினான்.

"சொல்லுங்க ஸார்"

"வளர்மதியோட காரைத்தான் ஃபாலோ பண்ணிட்டிருக்கேன்"

"ஸார்... ரிப்போர்ட் இன்னும் தயாராகலை. இன்னும் எப்படியும் ரெண்டு நாளாயிடும்"

"நீ இப்படியே பேசிட்டிரு... நான் சொல்ல வந்த விஷயத்தை சொல்லிடறேன்"

"உங்க அவசரம் புரியுது ஸார்... ஆனா இது மளிகைக்கடை லிஸ்ட் இல்லை. ஃபாரன்ஸிக் ரிப்போர்ட். ரிப்போர்ட்டை துல்லியமாய் தயாரிக்கணும்ன்னா ரெண்டு நாள் அதிகப்படியாய் வேண்டியிருக்கும்... ரிப்போர்ட் தயாரானதும் நானே உங்களுக்கு போன்ல தகவல் கொடுத்துட்டு மெயில் பண்ணிடறேன்"

"மனோஜ்...! வளர்மதியோடு சேர்ந்து இந்த கேஸை இன்வெஸ்டிகேட் பண்ணும்போது எந்த ஒரு இடத்திலும் டென்ஷனைக் காட்டிக்க வேண்டாம். போன் மியூட்ல இருக்குற மாதிரி பார்த்துக்கோ. ஆடியோ ரெக்கார்ட் பண்ணிடு"

"சரி ஸார்..." செல்போனை அணைத்தான் மனோஜ். வளர்மதி காரை ஓட்டிக்கொண்டே கேட்டாள்.

"போன்ல யாரு?"

"ஒரு எஸ்.ஐ. ரெண்டு நாளைக்கு முன்னாடிதான் எஸ்.ஓ.ஸி. சம்பந்தப்பட்ட சில தடயங்களைக் கொடுத்துட்டு போனார். இன்னிக்கே ரிப்போர்ட் வேணுமாம். எதையுமே எனக்கு துல்லியமாய் பண்ணினால்தான் பிடிக்கும்"

"மனோஜ்"

"சொல்லு"

"எனக்கு உன்கிட்டே பிடிச்சதே இந்த சின்சியாரிட்டிதான். நீ இந்த கேஸில் என்கூட சேர்ந்து இன்வெஸ்டிகேட் பண்றது மனசுக்கு எவ்வளவு சந்தோஷமாயிருக்கு தெரியுமா?"

கார் சிவானந்தா நகர்க்குள் நுழைந்தது.

12

சிவானந்தா நகர், அண்மையில் போடப்பட்டிருந்த தார்ச்சாலைகளோடும் சாலையின் இருபுறங்களிலும் செழித்து வளர்ந்திருந்த சரக்கொன்றை மரங்களோடும் பார்க்க அழகாய் இருந்தது. அங்கிருந்த ஒரு சிறிய காலி மைதானத்தில் வருங்கால விராட்கோலிகள் கிரிக்கெட் விளையாடிக் கொண்டிருந்தார்கள்.

வளர்மதி காரின் வேகத்தைக் குறைத்து ஒரு மரத்துக்கு கீழ் நின்றிருந்த மொபைல் இஸ்திரி வண்டியோடு தெரிந்த நபரிடம் கேட்டாள்.

"தேர்ட் கிராஸ் ரோடு எந்தப்பக்கம்?" பனியன் லுங்கி அணிந்த அந்த நபர் காலி மைதானத்துக்கு அப்பால் கை காட்டியபடி சொன்னான்.

"மைதானத்துக்கு அந்தப்பக்கமாய் போயிடுங்கம்மா. ஒரு ரேஷன் கடை வரும். அதையொட்டி உள்ளே போனா மூணாவது குறுக்கு ரோடு"

வளர்மதி காரை வலது பக்கமாய் திருப்பிக்கொண்டு ஒரு நிமிட பயணத்திற்குள்ளாக ரேஷன் ஒட்டியிருந்த மூன்றாவது தெருவுக்குள் நுழைந்து 79 என்று எண்ணிட்ட அந்தச் சிறிய பங்களாவுக்கு முன்பாய் காரை நிறுத்தினாள்.

"ஏரியா ரொம்பவும் சைலண்டாயிருக்கு" மனோஜ் சொல்லிக்கொண்டே காரை விட்டு இறங்கினான். சாலையில் ஆள் நடமாட்டமே இல்லை. பக்கத்து வீட்டில் மட்டும் டி.வி யை சத்தமாக வைத்து இருந்தார்கள். ஏதோ ஒரு டி.வி. சீரியலில் வில்லி சத்தமாய் சபதம் போட்டுக்கொண்டு இருந்தாள்.

"இந்த கல்யாணம் எப்படி நடக்குதுன்னு பார்த்துடறேன்... அவன் தாலி கட்டறதுக்கு முந்தி ஜெயில்ல இருந்தேயாகணும்... அந்தக்குடும்பமே நடுத்தெருவுக்கு வரணும்"

வளர்மதி காம்பௌண்ட் கேட்டை நெருங்கி அதைத் தள்ளினாள். கதவு உள்ளே போக பங்களாவின் சிட்அவுட்டில் அந்த இளைஞன் நின்றிருந்தான்.

க்ரீம் நிறத்தில் சட்டையும் பேண்ட்டும் அணிந்து அடர்த்தியான

தலைமுடியுடன் மீசை இல்லாத முகத்தோடு ஹிந்திப்பட ஹீரோ மாதிரி தோற்றம் கொடுத்தான். வளர்மதி தயக்கமான குரலில் கேட்டாள்.

"இங்கே மிஸ்டர் ஸ்டீபன்ராஜ்?"

"நான்தான்...! ப்ளீஸ் கம்... நீங்க வளர்மதி... இவர் மனோஜ். ஏம்...ஐ... கரெக்ட்?"

"எஸ்"

"உங்க ரெண்டு பேர்க்காகத்தான் வெயிட் பண்ணிட்டிருக்கேன். வாங்க... உள்ளே போலாம். யூ...போத்.. ஆர்... மோஸ்ட் வெல்கம்"

அந்த ஸ்டீபன்ராஜ் ஒரு புன்னகையோடு பேசிக்கொண்டே பங்களாவின் உட்புறத்தை நோக்கி நடக்க ஆரம்பித்துவிட, வளர்மதியும், மனோஜூம் தொடர்ந்தார்கள். அந்த நீண்ட ஹாலைக் கடந்து கடைசியில் இருந்த அறைக்குள் ஸ்டீபன்ராஜ் நுழைந்தான்.

அவனைப் பின்தொடர்ந்து குழப்பத்தோடும், தயக்கத்தோடும் இருவரும் அந்த அறைக்குள் நுழைய, போலீஸ் கமிஷனர் திரிபுரசுந்தரியும், சி.பி.ஐ. ஆபீஸர் சில்பாவும் அறையின் மையத்தில் போடப்பட்டிருந்த பெரிய சோபா ஒன்றில் பக்கம் பக்கமாய் உட்கார்ந்திருந்தார்கள்.

வளர்மதியும், மனோஜூம் திகைத்துப் போனவர்களாய் ஒருவரை ஒருவர் பார்த்துக் கொண்டார்கள்.

திரிபுரசுந்தரி சிரித்துக்கொண்டே தனக்கு எதிரே இருந்த சோபாவை காட்ட இருவரும் உட்கார்ந்தார்கள்.

"என்ன வளர்மதி... ! நானும் மிஸ் சில்பாவும் இங்கே இருப்போம்ன்னு நீங்க ரெண்டு பேருமே எதிர்பார்க்கலை போலிருக்கு !"

"ஆமா மேடம்... நிஜமாகவே எங்களுக்கு இது ஒரு சர்ப்ரைஸான விஷயம்தான்"

"அந்த அஞ்சு ஜோடி மரணங்களுக்குப் பின்னாடி இருக்கிற எல்லா உண்மைகளும் வெளியே வந்து குற்றவாளிகள் பிடிபடுகிறவரைக்கும் இதுமாதிரியான சர்ப்ரைஸ் நிகழ்வுகளை நீங்க ரெண்டு பேருமே பார்க்க வேண்டியிருக்கும்"

மனோஜ் தன்னுடைய மனக்கலக்கத்தை வெளியே காட்டிக் கொள்ளாமல் இயல்பாய் பேசினான்.

"மேடம்... நீங்க ரெண்டு பேரும் எங்க மேலே வெச்சிருக்கிற நம்பிக்கைக்கு நாங்க எப்படி நன்றி சொல்றதுன்னு தெரியலை..."

சில்பா மெல்லச் சிரித்தாள்.

"மிஸ்டர் மனோஜ்! நன்றி சொல்ல வேண்டியவங்க நீங்க இல்லை நாங்கதான். வளர்மதி ஒரு ஹவுஸ் ஒய்ஃப். அவங்க வீட்டுக்குத் தெரியாமே விதவிதமான பொய்களை சமயத்துக்கு ஏற்ற மாதிரி சொல்லி வெளியே வந்து இந்த கேஸை இன்வெஸ்டிகேட் பண்ணிட்டு வர்றாங்க. அதேமாதிரி நீங்களும் ஃபாரன்ஸிக்ல வேலை பார்த்தாலும் இந்த கேஸ்ல குற்றவாளிகள் கண்டுபிடிக்கப்பட்டு தண்டிக்கப்படணும் என்கிற ஆர்வத்துல வளர்மதியோடு சேர்ந்து புலனாய்வு பண்ணிட்டு இருக்கீங்க. நானும் கமிஷனர் மேடமும் போலீஸ் டிபார்ட்மெண்ட்ல பொறுப்பான பதவிகள்ல இருந்தாலும் சுதந்திரமாய் செயல்படமுடியாத காரணத்தால்தான் உங்க ரெண்டு பேரையும் இந்த கேஸில் ஆஃப் த ரிக்கார்ட்டாய் இன்வால்வ் பண்ண வெச்சிருக்கோம்"

வளர்மதி குறுக்கிட்டாள்.

"இட்ஸ் ஓ.கே மேடம்... நாங்க இப்ப எதுக்காக இங்கே வரவழைக்கப்பட்டிருக்கோம்ன்னு தெரிஞ்சுக்கலாமா?"

"ஷ்யூர் என்று புன்னகை செய்த திரிபுரசுந்தரி பேச்சைத் தொடர்ந்தாள்.

"ஸ்டீபன்ராஜ் பேரை இதுக்கு முன்னாடி நீங்க ரெண்டு பேரும் எந்த சந்தர்ப்பத்திலாவது கேள்விப்பட்டு இருக்கீங்களா?"

"இல்ல மேடம்"

"ஸ்டீபன்ராஜ் மாதிரியான திறமையான இளைஞர்கள் மண்ணுக்குள்ளே மறைஞ்சு கிடக்கிற வைரங்கள் மாதிரி இந்த சமுதாயத்தில் இருக்காங்க. இவர் எது மாதிரியான விஷயங்களை ஆராய்ச்சி பண்ணிட்டிருக்கார்ன்னு உங்களுக்கு தெரிஞ்சா நீங்க ஆச்சர்யப்படுவீங்க"

"மிஸ்டர் ஸ்டீபன்ராஜ் ஒரு ஜெனிடிக்சிஸ்ட். எம்.எஸ்ஸி ஜெனிடிக்ஸ் முடிச்சுட்டு வேலைக்கு போக விரும்பாமே ஜெனிடிக்ஸ் சம்பந்தப்பட்ட சில அரிய விஷயங்களை ஆய்வு

பண்ணிட்டிருக்கார். அதுல ஒரு ஆய்வுதான் இன்பார்ன் எர்ரர்ஸ் ஆஃப் மெட்டபாஸிஸம் (INBORN ERRORS OF METABOLISM)"

ஸ்டீபன்ராஜ் ஒரு சின்ன சிரிப்போடு குறுக்கிட்டான்.

"மேடம் ! வளர்மதியும், மனோஜூம் ஏற்கனவே குழம்பிப் போய் வந்து இருக்காங்க. எனக்குப் பாராட்டு பத்திரம் வாசிக்கிறதை விட்டுட்டு நேரா விஷயத்துக்கு வாங்க"

திரிபுரசுந்தரி கையமர்த்தினாள்.

"இது பாராட்டு பத்திரம் இல்லை ஸ்டீபன். நீங்க யார்ங்கிறதை இவங்க புரிஞ்சுக்கிட்டாத்தான் அந்த 5 ஜோடி கொலைக்கேஸை சுலபமாய் புலனாய்வு செய்ய முடியும்" என்று சொன்னவள் மறுபடியும் வளர்மதி, மனோஜை ஏறிட்டாள்.

"ரெண்டு வருஷத்துக்கு முந்தி புனேயில் ஒரு மெடிக்கல் செமினார் நடந்தது. அந்த செமினார் நடத்தப்பட்டதுக்கான முக்கியமான காரணம் மஹாராஷ்ட்ரால பிறந்த குழந்தைகளோட இறப்பு விகிதம் அதிகமாய் இருந்ததுதான். மத்திய சுகாதார துறை அமைச்சகம் இந்த விஷயத்துல தனிப்பட்ட கவனம் எடுத்துகிட்டு அந்த செமினார்க்கு ஏற்பாடு பண்ணியிருந்தாங்க. அதுல நூற்றுக்கணக்கான போலீஸ் அதிகாரிகளும் கலந்துகிட்டாங்க. அதுல நானும் ஒருத்தி. அந்த செமினார்லதான் நான் ஸ்டீபன்ராஜை சந்திச்சேன். ஒருத்தரை ஒருத்தர் அறிமுகப்படுத்திகிட்டோம். செமினார் ரெண்டு நாள் நடந்தது. அதுல பேசினவங்க எல்லாருமே பெரிய பெரிய டாக்டர்ஸ், மெடிக்கல் சயின்டிஸ்ட்ஸ். பிறந்த குழந்தைகளோட இறப்பு விகிதத்துக்கு காரணம் மருத்துவ நிர்வாகத்தின் கவனக்குறைவு. கர்ப்பிணி பெண்களுக்கு கொடுக்கப்படும் வீரியம் இல்லாத மருத்துவ வகைகள்தான்னு பேசிட்டு இருந்தாங்க. ஆனா ஸ்டீபன்ராஜ் மட்டும்தான் பிறந்த குழந்தைகள் சில மணி நேரங்களில் இறந்துபோகக் காரணம் இன்பார்ன் எர்ரர்ஸ் ஆஃப் மெட்டபாஸிஸம் என்கிற ஆர்ட்டிகளைப் படிச்சு செமினார்க்கு வந்து இருந்த அத்தனை பேரையும் ஆச்சர்யப்படுத்தினார். குழந்தைகளோட இறப்பு விகிதத்தை எப்படி குறைக்கலாம்ங்கிறதை மருத்துவரீதியாய் சில யோசனைகளையும் சொன்னார். அந்த யோசனைகளை நடைமுறைப்படுத்திய பின்னாடி தான் பிறக்கும் குழந்தைகளோட இறப்பு விகிதம் படிப்படியாய் குறைய ஆரம்பிச்சது"

மனோஜ் குறுக்கிட்டான்.

"ஓ.கே மேடம்... இப்ப நீங்க சொன்ன விஷயத்துக்கும் நாங்க இங்கே வந்ததுக்கும் என்ன சம்பந்தம்?"

"சம்பந்தம் இருக்கு மனோஜ். ரெண்டு நாளைக்கு முன்னாடி அரவணைப்பு இல்லத்தைச் சேர்ந்த பூங்கோதையும், அவளுடைய கணவன் கோலப்பனும் எப்படி இறந்தாங்கன்னு தெரிஞ்சுக்கிறதுக்காக பேரூர்க்குப் பக்கத்துல அவங்க குடியிருந்த வீட்டுக்கு நீங்களும் வளர்மதியும் போனீங்க இல்லையா?"

"ஆமா"

"அங்கே யாரைப் பார்த்தீங்க?"

"கோலப்பனும் பூங்கோதையும் குடியிருந்த வீடு பூட்டியிருந்தது. ஆனா அந்த வீட்டுக்கு எதிர் வீட்ல இருந்த கோலப்பனோட அண்ணன் ராஜப்பனைப் பார்த்தோம்"

"அந்த ராஜப்பன் சொன்ன ஒரு விஷயம் அதிர்ச்சியாய் இருந்ததுன்னு சொன்னீங்க இல்லையா?"

"ஆமா மேடம்"

"அது என்ன மாதிரி அதிர்ச்சி விஷயம். மறுபடியும் சொல்ல முடியுமா?"

"கோலப்பன் பள்ளிக்கூட படிப்பைக்கூட தாண்டாதவன். ஆனா பூங்கோதையை கல்யாணம் பண்ணிகிட்டு வந்த பின்னாடி அவன்கிட்டே சில மாற்றங்கள் தெரிஞ்சுது. நீட்டா ட்ரஸ் பண்ணி அடிக்கடி வெளியூர் போய்ட்டு வந்தான். ஒரு தடவை மும்பைக்கு ஃப்ளைட்ல போய்ட்டு வந்திருக்கான். அப்புறம் ஒருதடவை ராஜப்பன், கோலப்பன் வீட்டுக்கு ஏதேச்சையா போனப்ப அவன் வீட்டுக்கு பின்புறத்துல இருக்கிற ஒரு மரத்துக்கு கீழே நின்னுகிட்டு செல்போன்ல யார் கூடவோ நல்ல இங்கிலீஷ்ல பேசிட்டு இருந்திருக்கான்"

"யூ ஆர் கரெக்ட் வளர்மதி... ஆனா இப்ப நீ சொன்ன எல்லா அதிர்ச்சிகரமான விஷயங்களையும் தாண்டி கோலப்பன்கிட்டே இன்னொரு விபரீதமான விஷயமும் இருந்திருக்கு"

"என்ன மேடம் சொல்றீங்க?"

திரிபுரசுந்தரி தன்னிடம் இருந்த பெரிய கைப்பையைத் திறந்து

இரண்டு கனமான ஆங்கில புத்தகங்களை எடுத்து வைத்தாள். மனோஜும், வளர்மதியும் குழப்பமாய் பார்க்க இப்போது சில்பா பேச ஆரம்பித்தாள்.

"அந்த ரெண்டு புத்தகங்களோட தலைப்புகளை கொஞ்சம் பலமா படிங்க"

வளர்மதி அந்த இரண்டு புத்தகங்களையும் கையில் எடுத்து தலைப்புகளை பார்த்தாள். வாய்விட்டு படித்தாள்.

"தி ஷெல்ஃபிஷ் ஜீன் (THE SELFISH GENE) தி ப்ளைண்ட் வாட்ச் மேக்கர் ஜீன் (THE BLIND WATCH MAKER GENE)"

சில்பா சொன்னாள்.

"இப்ப நீங்க சொன்ன ரெண்டு ஜீன் சம்பந்தப்பட்ட புகழ் பெற்ற ஆங்கில புத்தகங்களைதான் சாகறதுக்கு ரெண்டு நாள் முன்னாடி வரை படிச்சுட்டு இருந்திருக்கான் கோலப்பன்..." சில்பா சொல்லச் சொல்ல -

வளர்மதியின் ஒட்டுமொத்த இருதயப்பிரதேசமும் கலவர பூமியாய் மாறியது.

13

வளர்மதி தன் நெற்றிப்பரப்பில் வியர்த்துவிட்ட வியர்வையுடன் சில்பாவை ஏறிட்டாள்.

"மேடம்... இந்த விபரங்கள் உங்களுக்கு எப்படி கிடைச்சுது?"

சில்பா மென்மையாய் புன்முறுவலித்து விட்டு சொன்னாள்.

"ரெண்டு நாளைக்கு முன்னாடி நீங்களும் மனோஜூம் கோலப்பன் வீட்டைத் தேடிட்டு போனப்ப கோலப்பனோட அண்ணன் ராஜப்பன் தன்னோட தம்பியைப் பத்தி ஒரு சில விபரங்களை மட்டும்தான் சொல்லியிருக்கான். ஆனா ராஜப்பன் பல விஷயங்களை மறைச்சிருக்கலாம்ன்னு எனக்கும் கமிஷனர் மேடத்தோட மனசுக்கும் பட்டது. நேத்து ராத்திரி பத்து மணிக்கு மேல் மஃப்டி டிரஸ்ல நாங்க ரெண்டு பேரும் ராஜப்பனை போய்ப் பார்த்தோம். கோலப்பனைப்பத்தி விசாரிச்சோம். வந்து இருக்கிறது போலீஸ்தான்னு தெரிஞ்சுகிட்ட ராஜப்பன் நாங்க கேட்ட கேள்விக்கெல்லாம் சரியான பதிலை பதிலை சொன்னதோடு மட்டும் இல்லாமல் கோலப்பன், பூங்கோதை மரணங்களுக்குப் பின்னாடி இருக்கிற எல்லா உண்மைகளும் வெளியே வரணும்ன்னுக்கிறதுக்காக நல்ல ஒத்துழைப்பும் கொடுத்தான். அவன்தான் பூட்டியிருந்த கோலப்பன் வீட்டைத் திறந்து இந்த புத்தகங்களையும் எடுத்துக் கொடுத்தான். பள்ளிக்கூட படிப்பையே முடிக்காத கோலப்பனால் இந்த ஆங்கில புத்தகங்களை எப்படி படிக்க முடிஞ்சுதுங்கிறதுதான் எங்களுக்கு ஏற்பட்ட மிகப்பெரிய ஆச்சர்யம்"

மனோஜ் உள்ளுக்குள் கலவரமாய் இருந்தாலும் அதை வெளிக்காட்டிக் கொள்ளாமல் சில்பாவை ஏறிட்டான்.

"மேடம்...! இந்த பூங்கோதை கோலப்பன் கேஸை கடந்த ரெண்டு மூணுநாளாத்தான் இன்வெஸ்டிகேட் பண்ணிட்டிருக்கோம். இந்த குறுகிய காலத்துக்குள்ளேயே இவ்வளவு பெரிய விபரீதங்கள் இதுக்குள்ளே இருக்குங்கிற உண்மை எனக்கும் வளர்மதிக்கும் ஒரு பெரிய அதிர்ச்சியாய் இருக்கு. மேற்கொண்டு இந்த கேஸை நாங்க இன்வெஸ்டிகேட் பண்றதைக் காட்டிலும் போலீஸ்துறையில் இருக்கிற ஒரு சிறப்பு புலனாய்வுதுறை விசாரிக்கிறதுதான்

பொருத்தமாய் இருக்கும்ன்னு நான் நினைக்கிறேன்"

திரிபுரசுந்தரி கையமர்த்தினாள்.

"நோ... மிஸ்டர் மனோஜ். இது ஒரு பயோ ஹைடெக் க்ரைம். போலீஸ் டிபார்ட்மெண்ட்ல இருக்கிற சில பேர்க்குத் தெரியாமே இந்த சம்பவங்கள் நடக்க வாய்ப்பில்லை. இந்த கேஸை இன்வெஸ்டிகேட் பண்ண ஒரு சிறப்பு புலனாய்வுக் குழுவை எவ்வளவு ரகசியமாய் நியமிச்சாலும் அடுத்த ஒரு மணி நேரத்தகுள் அந்தக் குழுவில் யார் யார் இருக்கிறாங்க என்கிற முழு விபரமும் அந்த கறுப்பு ஆடுகளுக்குப் போய்டும்... பணம், உலகத்தில இருக்கிற எந்த ஒரு மொழியையும் பேசிடுங்கறதால நியமிக்கப்படுற ரகசிய புலனாய்வு குழு ஒரு கண்துடைப்பு விசாரணையை நம்முடைய கண்ணுக்கு முன்பாகவே நடத்திட்டிருக்கும். ஸோ இந்த இன்வெஸ்டிகேஷனை மேற்கொண்டு நடத்தி குற்றவாளிகளை இனம் கண்டுபிடிக்க வேண்டியது உங்க கடமை... பை...த... பை உங்களுக்கு இதுல ஏதாவது பிரச்சினை இருக்கா மிஸ்டர் மனோஜ்?"

"நோ மேடம்... இது மாதிரியான சவாலான கேஸ்களை மீட் பண்ணவும் சேஸ் பண்ணவும் எனக்குப் பிடிக்கும். ஆனா வளர்மதிதான் இந்த விஷயத்துல யோசிச்சு ஒரு முடிவு எடுக்கணும். ஏன்னா எனக்கு ஃபேமிலி கிடையாது. வளர்மதிக்கு அப்படியில்லை. ஒரு அழகான குடும்பம் இருக்கு. வளர்மதி ஒரு போலீஸ் இன்ஃபார்மர் என்கிற விஷயம் அவங்க யார்க்கும் தெரியாது. அந்த உண்மை அவங்களுக்கு தெரிய வரும்போது வளர்மதியோட எதிர்கால வாழ்க்கையே தடம் புரண்டு போக வாய்ப்பு இருக்கு. அதுவுமில்லாமே..."

மனோஜ் மேற்கொண்டு பேசும்முன்பு அவனுடைய பின்னந்தலையில் செல்லமாய் தட்டிவிட்டு பேச ஆரம்பித்தாள் வளர்மதி.

"என்ன மனோஜ்... செண்டிமெண்டா பேசி என்னை இந்த கேஸிலிருந்து கழட்டிவிடப் பார்க்கிறியா...? என்னோட ஃபேமிலிக்கு இந்த விஷயம் தெரிய வரும் போது அதை எப்படி ஃபேஸ் பண்ணி சால்வ் பண்றதுன்னு எனக்குத் தெரியும். அதுவுமில்லாமே இன்னொரு விஷயம் இந்த பூங்கோதை கோலப்பன் கேஸ்ல உன்னை இன்வால்வ் பண்ண வெச்சதே நான்தான். அதை மறந்துடாதே!"

"ஸாரி ... வளர்... இந்த கேஸ் இப்போ ஒரு விபரீதத்தை நோக்கி போயிட்டு இருக்கிறதாலத்தான் சொன்னேன். நாளைக்கு ஏதாவது வேண்டாத சம்பவம் நடந்துடுச்சுன்னா அதுக்கான பொறுப்பை நானும் ஏத்துக்கணும் இல்லையா...?"

"வேண்டாத சம்பவம்ன்னா என்ன? யாராவது என்னை கொலை பண்ணிடுவாங்கன்னு நினைக்கிறியா?"

மனோஜ் மேற்கொண்டு பேசும் முன்பு திரிபுரசுந்தரி ஒரு சிரிப்போடு இருவரையும் கையமர்த்தினாள்.

"இதோ பார் மனோஜ்... நீங்க வளர்மதியை வார்ன் பண்றது தப்புன்னு சொல்ல மாட்டேன். நீங்க பேசின விஷயத்தையே நான் பல தடவை வளர்மதிகிட்டே பேசிக் களைச்சு போயிட்டேன். ஷி ஈஸ் வெரி அடமண்ட். அந்த அடமண்ட் எனக்குப் பிடிச்சிருக்கு. அதை அடமண்ட்ன்னு சொல்றதுகூட தப்பு. ஒரு தார்மீக தைரியம்ன்னு சொல்லணும்... கணவர்க்கும் ஃபேமிலி மெம்பர்ஸூக்கும் தெரியாமே இப்படிப்பட்ட அபாயகரமான இன்வெஸ்டிகேஷனில் ஈடுபடறது தப்புதான். ஆனா அது கண்டிக்ககூடிய அளவுக்கு ஒரு தப்பான விஷயம் இல்லை... நாளைக்கு இந்த விஷயம் தெரிய வந்தா வளர்மதியோட ஃபேமிலி மெம்பர்ஸை சமாதானப்படுத்தக்கூடிய கமிட்டியில் நானும் இருப்பேன்"

மனோஜ் செயற்கையாய் சிரித்து வைத்தான்.

"தென் நோ ப்ராப்ளம் மேடம்... நாங்க ரெண்டு பேருமே சேர்ந்து இந்த கேஸை இன்வெஸ்டிகேட் பண்றோம். இது என்ன மாதிரியான பிரச்சனை, இதுக்குப் பின்னாடி யார் யார் இருக்காங்க என்கிற எல்லா விபரங்களையும் வெளியே கொண்டு வர்றோம்"

அதுவரைக்கும் எதுவும் பேசாமல் சற்று தள்ளி நின்றிருந்த ஸ்டீபன்ராஜ் சில அடிகள் முன்னால் வந்து மனோஜ்க்கு முன்பாய் நின்றான்.

"மிஸ்டர் மனோஜ்... நீங்க ஃபாரன்ஸிக் டிபார்ட்மெண்ட்ல ஒரு கீ போஸ்ட் ஆபீஸர். உங்களுக்கு இந்த கேஸைப்பத்தி நான் எதுவும் சொல்ல வேண்டியதில்லை. இது ஒரு பயோ ஹைடெக் க்ரைம் என்கிற விஷயம்... நூறு பர்செண்ட் கன்ஃபார்ம். படிப்பறிவு இல்லாத கோலப்பன் இங்கிலீஷ் பேசியிருக்கான். ரெண்டு பிரபலமான ஜீன் சம்பந்தப்பட்ட புத்தகங்களைப் படிச்சிருக்கான். இந்த கேஸில்

நாம கண்டுபிடிக்க வேண்டிய முக்கியமான விஷயம் என்ன தெரியுமா?"

"என்ன ஸார்?"

"ஈஸ்வர் கல்யாணம் பண்ணி வெச்ச ஜோடிகளில் பலியான அஞ்சு ஜோடிகளில் ஒரு ஜோடிதான் கோலப்பன் பூங்கோதை ஜோடி. மீதி நாலு ஜோடி யார் யார்ன்னு தெரியுமா?"

"தெரியும் ஸார்"

"யார் யார்ன்னு சொல்லுங்க?"

"ரெண்டு ஜோடி திருப்பூரைச் சேர்ந்தவங்க பேரு பத்மநாபன் - கமலா, சாரதி- மீனா மத்த ரெண்டு ஜோடி பொள்ளாச்சியை சேர்ந்தவங்க வைசாலி-சிவகுமார், சந்திரா- இளங்கோ"

"அவங்க அட்ரஸையெல்லாம் நோட் பண்ணிட்டீங்களா?"

"கமிஷனர் மேடம் கொடுத்தாங்க ஸார். நாளைக்கு நானும் வளர்மதியும் திருப்பூர்ல முதல்கட்ட விசாரணையை ஆரம்பிக்கப் போறோம்... அப்புறம் பொள்ளாச்சி"

"இந்த விசாரணை பண்றப்ப நீங்க ரெண்டு பேரும் ரொம்பவும் எச்சரிக்கையாய் செயல்படணும். குற்றவாளிகள் இந்த விசாரணையை ஒரு சதவீதம் மோப்பம் பிடிச்சுட்டாக்கூட போதும். நீங்க போக வேண்டிய எல்லா வழிகளையும் அடைச்சுடுவாங்க... இன்னும் ஒரு படி மேலே சொல்லப் போனா உங்க உயிருக்குக்கூட ஆபத்து வரலாம்"

மனோஜ் மெல்ல சிரித்தான்."ஸார், நீங்க சொன்ன இந்த ரெண்டு விஷயமும் எங்களுக்கு பாலபாடம். இதுல எவ்வளவு ரிஸ்க் இருக்குன்னு எங்களுக்கும் தெரியும். யூ டோண்ட் வொர்ரி ஸார். இன்னும் வாரம், பத்து நாளைக்குள்ளே இந்த விபரீதத்துக்கான ஆணிவேர் இலவச திருமணங்களை நடத்தி வெச்ச ஈஸ்வரா இல்லை வேற யாராவதான்னு எப்படியும் கண்டுபிடிச்சுடுவோம் ..."

சில்பா குறுக்கிட்டாள் "இன்னொரு விஷயம்?"

"என்ன மேடம்...?"

"இந்த பயோ டெக் குற்றத்தில் ஈஸ்வர் ஒருத்தர் மட்டுமே குற்றவாளியாக இருக்க வாய்ப்பு இல்லை. அவர்கூட இன்னும் பலர்

இருக்க வாய்ப்பு அதிகம். மே...பி... ஒரு க்ரூப்பே இருக்கலாம்"

மனோஜ் மனசுக்குள் திடுக்கிட்டுப் போனவனாய் சில விநாடிகள் மௌனம் சாதித்தான். நெற்றி வியர்ப்பது அவனுக்கே தெரிந்தது. 'இவர்கள் எல்லாவற்றையுமே ஓரளவு கணித்துக் கொண்டுதான் செயல்பட்டுக் கொண்டு இருக்கிறார்கள் '

'உச்சபட்ச ஜாக்கிரதை அவசியம்'

'ஈஸ்வரையும், அபுபக்கரையும் கொஞ்ச நாளைக்காவது சந்திக்காமல் இருப்பது உத்தமம்'

திரிபுரசுந்தரி மெல்ல சிரித்தாள்.

"என்ன மனோஜ்...பேச்சையே காணோம். பயம் வருதா...?"

"இது பயமில்லை... மேடம்...! எப்படி செயல்பட்டா எதிரிகளைப் போய் தொடமுடியும் என்கிற யோசனைதான்"

வளர்மதி ஆமோதிப்பாய் தலையாட்டினாள்."எஸ் மேடம்... காலேஜ் டேஸிலிருந்து நான் மனோஜை கவனிச்சுட்டு வர்றேன். எந்த பிரச்சினையைக் கையாண்டாலும் அந்தப் பிரச்சினையை ஜெயிக்கக்கூடிய அளவுக்கு மனோஜ்கிட்டே ஒரு அறிவுபூர்வமான ப்ளானிங் இருக்கும். அப்படிப்பட்ட ஒரு ப்ளானிங்கைத்தான் இந்த இன்வெஸ்டிகேஷனிலும் மனோஜ் பயன்படுத்துவார்"

"தட்ஸ் குட்.... நீங்க ரெண்டு பேரும் எப்போ திருப்பூர் புறப்பட்டு போறீங்க?"

"நாளைக்கே மேடம்"

"உனக்கு ஆபீஸ்ல எப்படி லீவு கிடைக்கும்?"

"நாளைக்கு ஆபீஸ் லீவு மேடம்"

"எதுக்காக லீவு...?"

"கம்பெனியோட ஃபவுண்டர்ஸ் டே!"

"சரி... வீட்ல என்ன காரணம் சொல்லுவே?"

"கைவசம் ஆயிரம் காரணம் இருக்கு மேடம். ஏதாவது ஒரு பொருத்தமான காரணத்தை சொல்லிட்டு கிளம்ப வேண்டியதுதான்" வளர்மதி சொன்னதைக் கேட்டு எல்லோரும் சிரிக்க மனோஜ் மட்டும் இறுகிப்போன முகத்தோடு தன்னுடைய உதட்டுக்கு செயற்கையாய் ஒரு சிரிப்பைக் கொடுத்தான்.

இரவு பத்து மணி.

தன்னுடைய தோழி நர்மதாவின் வீட்டில் தங்கியிருந்த சில்பா படித்துக் கொண்டிருந்த புத்தகத்தை மூடி வைத்துவிட்டு இனி தூங்கலாம் என்று படுக்கத் தயாரானபோது அவளுடைய செல்போன் வெளிச்சமாய் ஒளிர்ந்து கூப்பிட்டது. அழைப்பது யார் என்று பார்த்தாள்.

சி.பி.ஐ. சீஃப் ஆபீஸர் வைத்யா கூப்பிட்டுக்கொண்டிருந்தார். செல்போனின் ஹேண்ட் செட்டை தன் காதுக்கு கொடுத்தாள்.

"ஸார்?"

"எப்படியிருக்கே சில்பா... அந்த அஞ்சு ஜோடி மர்டர் கேஸ்ல எனி ப்ராக்ரஸ்?"

"கொலைக்கான மோட்டிவேஷனை ஓரளவு நெருங்கிட்டேன் ஸார்"

"எனக்குத் தெரியும்"

"எப்படி ஸார்?"

"நான் இப்போ கோயமுத்தூர்லதான் இருக்கேன். சர்க்யூட் ஹவுஸ்ல ஸ்டே பண்ணியிருக்கேன். எனக்கு சாயந்தரம் ஒரு முக்கியமான தகவல் கிடைச்சுது. அந்தத் தகவல் உண்மையா இல்லையான்னு விசாரிச்சு தெரிஞ்சுக்கிறதுக்காக உடனடியாய் ஃப்ளைட் பிடிச்சு கோவை வந்துட்டேன்"

"அப்படியென்ன முக்கியமான விஷயம் ஸார்?"

"நீ இப்போ உன்னோட ஃப்ரண்ட் நர்மதாவோட வீட்லதானே ஸ்டே பண்ணியிருக்கே?"

"ஆமா ஸார்"

"அட்ரஸை வாட்ஸ்அப் பண்ணு. நான் வந்து பார்க்கிறேன்"

"நீங்க வந்து பார்க்கறீங்களா...? வேண்டாம் ஸார்...நான் வர்றேன். சர்க்யூட் ஹவுஸ்லதானே இருக்கீங்க... இங்கிருந்து பத்து நிமிஷ டிரைவ்தான். என் ஃப்ரண்ட் நர்மதாவோட காரை எடுத்துட்டு வந்துடறேன் ஸார்...."

"பார்த்து வாம்மா"

"எஸ்... ஸார்" செல்போனை அணைத்துக்கொண்டே எழுந்தாள் சில்பா.

14

சில்பா செல்போனை கைப்பையில் போட்டு பத்திரப்படுத்திக்கொண்டு வேறு உடைக்கு மாற தயாரான போது பக்கத்து அறையில் உட்கார்ந்து டி.வி. பார்த்துக்கொண்டிருந்த அவளுடைய தோழி நர்மதா வேகவேகமாய் எழுந்து வந்தாள்.

"என்ன சில்பா... ஏதோ போன் வந்தது போலிருக்கு...?"

"ஆமா"

"யார்கிட்டயிருந்து...?"

"சி.பி.ஐ. ஆபீஸர் வைத்யா..."

"என்ன இந்த நேரத்துல... எனிதிங்க் இம்பார்ட்டண்ட்...?"

"இம்பார்ட்டண்ஸ் இல்லாமலா இந்நேரத்துக்கு கோயமுத்தூர் வந்து சர்க்யூட் ஹவுஸ்ல தங்கியிருப்பார்...?"

நர்மதா முகம் நிறைய ஆச்சர்யப்பட்டாள்.

"என்னது...கோயமுத்தூர் வந்திருக்காரா...?"

"ஆமா"

"எதுக்கு...?"

"போனாத்தான் தெரியும்"

"இப்ப நீ அவரைப் பார்க்கத்தான் கிளம்பிட்டு இருக்கியா...?"

"ஆமா... ஏதோ ஒரு முக்கியமான விஷயத்தை ஷேர் பண்ணிக்கணுமாம்... இங்கேயே நம்ம வீட்டுக்கே வர்றேன்னு சொன்னார். நான்தான் வேண்டாம்ன்னு மறுத்து நானே சர்க்யூட் ஹவுஸுக்கு புறப்பட்டு வர்றதா சொல்லிட்டேன். உன்னோட கார் சாவியை குடு... ஒரு மணி நேரத்துக்குள்ளே வந்துடறேன்"

"சில்பா...! நான் ஒரு விஷயம் சொன்னா... நீ தப்பாய் நினைச்சுக்க மாட்டியே...?"

"நோ... நோ... தாராளமாய் சொல்லு"

"இந்த ராத்திரி நேரத்துல நீ தனியா புறப்பட்டுப் போறது சரியில்லை..."

"மணி பத்துதானே ஆகுது...?"

"இருந்தாலும்..."

சில்பா வேறு உடைக்கு மாறி கைப்பையை எடுத்து தோளில் மாட்டிக்கொண்டு சிரித்தாள்.

"நான் நடுராத்திரியிலேயே நடுக்காட்டுக்குப் போய் ஒரு டெரரிஸ்டை கைது பண்ணவ. நீ பேசாமே படுத்துத் தூங்கு. தூக்கம் வரலைன்னா டி.வியில் ஏதாவது ஒரு பாடாவதி படத்தைப் பார்த்துட்டிரு... நான் அவரைப் போய் பார்த்துட்டு வந்துடறேன்"

சில்பா சொல்லிக்கொண்டே நர்மதா எடுத்துக்கொடுத்த கார் சாவியை வாங்கிக் கொண்டு வீட்டை விட்டு வெளியே வந்து, போர்டிகோவில் நின்றிருந்த காரை நோக்கிப் போனாள். பின்னாலேயே வந்த நர்மதா தவிப்போடு "சில்பா..!" என்றாள்.

"என்ன...?"

"எனக்கு என்னமோ தெரியலை. மனசுக்குள்ளே திக்திக்ன்னு இருக்கு. நானும் உன்கூட வரட்டுமா ...?"

சில்பா திரும்பிப் பார்த்து நர்மதாவை முறைத்தாள்."ஏய்...! நான் என்ன கோயிலுக்கா போறேன்... துணைக்கு வரட்டுமான்னு கேட்கிறே...? இது என்னோட அஃபிஷியல் மேட்டர். என்கிட்டே ஏதோ ஒரு முக்கியமான விஷயத்தை சொல்றதுக்காகத்தான் அவர் டெல்லியில் இருந்து புறப்பட்டு வந்திருக்கார். போன்ல அந்த விஷயத்தை சொல்லக்கூடியதாய் இருந்தா அவர் டெல்லியில் இருந்தே சொல்லியிருப்பார். மெனக்கெட்டு கோயமுத்தூர் வரமாட்டார். இதெல்லாம் எங்க டிபார்ட்மெண்ட்டோட ஸீக்ரஸி மேட்டர்ஸ்..."

நர்மதா முணுமுணுப்பான குரலில் சொன்னாள்.

"சில்பா ! நீ சொல்றதெல்லாம் எனக்குப்புரியுது. இருந்தாலும் என் வீட்ல நீ தங்கியிருக்கும்போது உனக்கு எந்தவிதமான ஒரு அசம்பாவிதமும் நடந்துடக்கூடாதேன்னு நினைக்கிறேன்"

"உனக்கு ஒரு விஷயம் தெரியுமா நர்மதா? நான் கோயமுத்தூர்ல இருக்கிற விஷயம் டிபார்ட்மெண்ட் பீப்பிள் யார்க்கும் தெரியக்கூடாதுன்னு சொல்லி என்னை உன்னோட வீட்ல தங்கச் சொன்னதே அந்த சி.பி.ஐ. ஆபீஸர் வைத்யாதான். நான் இப்போ இன்வெஸ்டிகேட் பண்ணிட்டு இருக்கிறது ஒரு

வில்லங்கத்தனமான விவகாரம்தான். அதுக்காக பயந்து போய் பிரச்சினைகளை ஃபேஸ் பண்ணாமே இருக்க முடியுமா என்ன?"

ஒரு சின்ன சிரிப்போடு சில்பா சொல்லிக்கொண்டே கார்க்குள் ஏறி உட்கார்ந்தாள். நர்மதா கேட்டைத்திறந்து வைக்க, கார் வெளியேறி சாலையின் இருட்டுக்குள் கலந்து ஹெட்லைட் வெளிச்சத்தின் உதவியோடு வேகம் பிடித்தது. அந்த இரவு பத்து மணி வேளையிலும் கோவை நகரத் தெருக்கள் போக்குவரத்து நிரம்பி காணப்பட்டது. ரோட்டோர டிபன் கடைகளில் கூட்டம் தெரிந்தது. மேம்பால வேலைகள் நடந்து கொண்டிருந்த காந்திபுரம் நூறடி சாலையில் கார் நிதான வேகத்தில் சென்று கொண்டிருந்தபோது அவளுடைய செல்போன் கைப்பைக்குள் இருந்து கூப்பிட்டது.

எடுத்துப் பார்த்தாள்.

சி.பி.ஐ. ஆபீஸர் வைத்யாதான் கூப்பிட்டுக்கொண்டிருந்தார். சில்பா காரை ரோட்டோரமாய் ஒதுக்கி நிறுத்திக்கொண்டு தன்னுடைய செல்போனை எடுத்து காதில் வைத்தாள்.

"சொல்லுங்க ஸார்"

"என்னம்மா சில்பா புறப்பட்டியா?"

"வந்துட்டிருக்கேன் ஸார்... ஆன் த வே..."

"இப்போ எந்த இடத்துல இருக்கேம்மா?"

"காந்திபுரம் நூறடி ரோட்ல"

"சில்பா... நம்ம மீட்டிங் பாயிண்ட் இப்போ சர்க்யூட் ஹவுஸ் இல்லை. ஆர்.எஸ்.புரம் பிரகாசம் ரோட்ல பழைய ஜட்ஜ் பங்களா ஒண்ணு இருக்கு... அந்த இடத்துக்கு வந்துடு"

"என்ன ஸார் திடீர்னு சேஞ்ச் ஆப் ப்ளேஸ்?"

"அது ஒண்ணும் இல்லேம்மா. இன்னிக்கு ராத்திரி பதினோரு மணிக்கு மேல் சர்க்யூட் ஹவுஸுக்கு ஒரு மந்திரி வர்றார்ன்னு தகவல் வந்தது. அதைத் தொடர்ந்து கட்சித்தொண்டர்களோட கூட்டம் இப்பவே சர்க்யூட் ஹவுஸுக்கு முன்னாடி மாலைகளோடும் பொன்னாடைகளோடும் காத்திட்டிருக்கு. இந்த நிலைமையில் நீ அங்கே வந்து என்னப் பார்க்கறது சரியாய் இருக்காதுன்னு எம் மனசுக்குப்பட்டது. நம்ம சீஃப் டைரக்டர்க்கு தகவல் கொடுத்தேன். அவர் உடனே ஒரு அஞ்சு நிமிஷத்துக்குள்ளே

பேச வேண்டியவங்க கிட்டே பேசி பிரகாசம் ரோட்ல இருக்கிற பழைய ஜட்ஜ் பங்களாவை ஏற்பாடு பண்ணிக் குடுத்துட்டார். நீ நேரா அங்கே வந்துடும்மா"

"பிரகாசம் ரோட்ல எந்த இடம் ஸார்... லேண்ட் மார்க் ஏதாவது சொல்லுங்க..."

"ஆல் க்யூர் மல்ட்டி ஸ்பெஷாலிடி ஹாஸ்பிடல்ன்னு ஒரு பெரிய மெடிக்கல் காம்ப்ளக்ஸ் கட்டிடம் ஒண்ணு இருக்கு. அது உனக்குத் தெரியுமா?"

"தெரியும் ஸார்...பார்த்திருக்கேன்"

"அந்த கட்டிடத்துக்கு பக்கத்து ரோடு. மூணாவது கட்டிடம். ஒரு காலத்துல ஜட்ஜ்கள் மட்டும் தங்கியிருந்த பங்களா. இப்போ ரொம்பவும் பழசாயிட்டதாலே யாரும் தங்கறதில்லை... மாசத்துல ஒரு நாள் ரெண்டு நாள் வேற மாநில அரசு அதிகாரிகள் வரும்போது மட்டும் அந்த பங்களாவை தங்கறதுக்காக அலாட் பண்ணுவாங்க. சர்க்யூட் ஹவுஸுக்கு மந்திரி வர்றதால எனக்கு இங்கே இடம் கிடைச்சிருக்கு... நானும் இப்பத்தான் ரெண்டு நிமிஷத்துக்கு முன்னாடி தான் வந்து சேர்ந்தேன். உடனே உனக்கு தகவல் கொடுத்துடலாம்ன்னு போன் பண்ணினேன்..."

"இட்ஸ் ஓகே ஸார்... இன்னும் ஒரு மணி நேரத்துக்குள்ளே அங்கே இருப்பேன்"

"சில்பா, இன்னொரு முக்கியமான விஷயம்"

"சொல்லுங்க ஸார்"

"நீ இப்போ உன் ஃப்ரண்ட்டோட கார்லதானே வந்துட்டிருக்கே?"

"ஆமா ஸார்"

"உன்னை யாராவது ஃபாலோ பண்றாங்களான்னு ஒரு பார்வை பார்த்துக்கோம்மா"

சில்பா சிரித்தாள்.

"எனக்குப் பின்னாடியும் ரெண்டு கண்கள் இருக்கு ஸார்... என்னை யாரும் ஃபாலோ பண்ணலைன்னு நிச்சயமாய் என்னால சொல்ல முடியும்"

"உனக்குப் பின்னாடி இரண்டு கண்கள் இருக்கலாம். ஆனா இரவுக்கு ஆயிரம் கண்கள் என்கிற வாசகத்தை மறந்துடாதே"

"நோ பிராப்ளம் ஸார்... ஐ... வில் டேக் கேர்"

"அயாம் வெயிட்டிங்" மறுமுனையில் வைத்யாவின் செல்போன் வாயை மூடிக்கொள்ள சில்பாவும் செல்போனை அணைத்துவிட்டு காரைக் கிளம்பினாள். யூ டர்ன் எடுத்து வடகோவை மேம்பாலத்தை தொட்டவள் கௌலிபிரவுன் சாலையின் எல்லைக்குள் நுழைந்தாள். போக்குவரத்தற்ற நிசப்தமான சாலைகள் எதிர்பட அவைகளில் நுழைந்து பிரகாசம் சாலையைத் தொட்டபோது நேரம் சரியாய் பதினோரு மணி.

வைத்யா சொன்ன லேண்ட் மார்க்கை கண்டுபிடித்து பழைய ஜட்ஜ் பங்களாவின் காம்பௌண்ட் கேட்டுக்கு முன்பாய் காரை நிறுத்த உள்ளேயிருந்து டார்ச் வெளிச்சத்தோடு நீலநிற யூனிஃபார்ம் அணிந்த செக்யூர்ட்டி ஒருவர் ஓடி வந்தார்.

கேட்டை அகலமாய் திறந்து வைத்து விட்டு சல்யூட் அடித்து அவர் அட்டென்ஷனில் நிற்க காரை உள்ளே செலுத்தினாள் சில்பா. ஆங்கிலேயர் காலத்தில் கட்டப்பட்ட அந்த பங்களா பழைமையாக தெரிந்தாலும் அந்த இருட்டிலும் ஒரு கோட்டை மாதிரி கம்பீரம் காட்டியது. பங்களாவின் போர்டிகோவில் ஏற்கனவே ஒரு கார் நின்றிருக்க அதன் பின்னால் சீரான இடைவெளி விட்டு காரை மௌனமாக்கினாள் சில்பா.

காரை விட்டு இறங்கும்போதே சீருடை அணிந்த இன்னொரு செக்யூர்ட்டி நபர் பவ்யமாய் எதிர்பட்டு சல்யூட் வைத்தபடி சொன்னார்.

"மேடம்... உள்ளே ஸார் காத்திட்டிருக்கார். ஹாலை ஒட்டியிருக்கிற மாடிப்படியில் ஏறினா முதல் மாடி ரெண்டாவது ரூம்"

"தேங்க்யூ...!"

சில்பா பங்களாவின் போர்டிகோ படிகளில் ஏறி, பங்களாவின் ஹாலுக்குள் நுழைந்தாள். மிகவும் பெரிதான அந்த ஹால் ஒரே ஒரு ட்யூப்லைட் கொடுத்த வெளிச்சத்தில் ஒரு பழைய புகைப்படத்தைப் பார்ப்பது போல் இருந்தது. ஹாலின் இரண்டு பக்க மேற்புறச் சுவர்களில் பதவி வகித்த பழைய ஜட்ஜ்க்களின் புகைப்படங்கள் பெரிய மரச்சட்டங்களோடு தொங்கிக் கொண்டிருந்தன.

சில்பா ஹாலின் பாதி தூரத்தைக் கடந்திருந்த போது வவ்வால் ஒன்று கறுப்பு காகிதம் போல் அவளை நோக்கி வேகமாய் பறந்து

வந்து விருட்டென்று விலகி இருட்டில் காணாமல் போயிற்று.

ஒரு விநாடி நேரத்திற்குள் முகம் வியர்த்துப் போன சில்பா சுற்றும் முற்றும் பார்த்தாள்.

ஒரு பனிக்கட்டியைப்போல் நிசப்தம் உறைந்து போயிருந்தது. பார்வையில் யாரும்படவில்லை.

மாடிப்படிகளின் அருகே போய் நின்று கொண்டு அண்ணாந்து பார்த்தாள். மாடியின் வராந்தா கெட்டியான இருட்டில் இருந்தது. துணிச்சலை வரவழைத்துக் கொண்டு முதல் மாடிப்படியில் காலை வைத்தாள். அதே விநாடி -

அவளுடைய செல்போன் குரல் கொடுத்தது.

15

இருட்டான அந்த மாடிப்படிகளில் ஏற முயன்ற சில்பா தன்னுடைய செல்போன் ரிங் டோனை வெளியிட்டதும் அதைக் கைப்பையினின்றும் எடுத்து அழைப்பது யார் என்று பார்த்தாள்.

மறுமுனையில் நர்மதா காத்திருந்தாள்.

சில்பா செல்போனை காதுக்கு ஒற்றி மெல்ல குரல் கொடுத்தாள்.

"என்ன நர்மதா?"

"சர்க்யூட் ஹவுஸுக்கு போய் சேர்ந்துட்டியா?"

"இல்லை... இப்ப வேற ஒரு இடத்துக்கு வந்துட்டேன்"

"வேற இடம்ன்னா...?"

"நான் நேர்ல வந்து சொல்றேன். போன்ல பேச இப்போ நேரமில்லை. சி.பி.ஐ. ஆபீஸர் வைத்யா இங்கே எனக்காக வெயிட் பண்ணிட்டிருக்கார்"

"சரி, இப்ப நீ எங்கே இருக்கேன்னு சொல்லு..."

"இதோ பார் நர்மதா... நீ எனக்கு ஒரு நெருக்கமான தோழிதான். ஆனா அந்த ஒரு காரணத்துக்காக நான் உன்கிட்டே என்னோட உத்யோகபூர்வமான சில ரகசிய விஷயங்களை ஷேர் பண்ணிக்க முடியாது. நான் வெளியே எங்கேயும் தங்காமே உன் வீட்ல தங்கறதுக்கு காரணமே என்னோட பாதுகாப்புக்காகத்தான். நீ எதுக்கும் பயப்படாதே. நான் என்னோட டிபார்ட்மெண்ட்டைச் சேர்ந்த மேலதிகாரியைத்தான் சந்திக்கப் போறேன். டோண்ட் வொர்ரி...நீயும் பயப்பட்டு என்னையும் பயப்பட வைக்காதே... நீ போய் தூங்கு,,,,,,"

"சரி... நீ அங்கேயிருந்து புறப்படும்போது எனக்கு போன் பண்ணு"

"கண்டிப்பா..." பேசிவிட்டு செல்போனை அணைத்தாள் சில்பா. பின் மெதுவாய் மாடிப்படிகளில் ஏற ஆரம்பித்தாள். மேலே போகப் போக இருட்டின் சாயம் கரைந்து மெலிதாய் வெளிச்சம் தெரிந்தது.

மாடி வராந்தாவுக்கு வந்தாள். வராந்தாவில் இருந்த முன் இரண்டு அறைகள் கனமான பூட்டால் சாத்தப்பட்டிருக்க மூன்றாவது அறையின் கதவு மட்டும் பாதி திறந்த நிலையில் காற்றுக்கு லேசாய் அசைந்து கொண்டிருந்தது.

சில்பா வராந்தாவில் நடந்து திறந்திருந்த அந்த அறைக்கு முன்பாய் நின்று எட்டிப் பார்த்தாள்.

அறை மிதமான வெளிச்சத்தில் தெரிய அறுபது வயதை நெருங்கிக் கொண்டிருந்த வைத்யா ப்ரவுன் நிற நைட் கவுன் அணிந்து சோபாவுக்கு சாய்ந்து உட்கார்ந்தபடி டி.வி திரையை மியூட்டில் வைத்து வொர்ல்ட் கப் ஃபுட்பால் மேட்ச்சை பார்த்துக் கொண்டிருந்தார்.

சில்பா கண்ணில் பட்டதும் டி.வியின் திரையை இருட்டாக்கிவிட்டு ஒரு பெரிய புன்னகையை தன்னுடைய நரை மீசைக்குக்கீழே கொடுத்தார்.

"வாம்மா சில்பா... இந்த ராத்திரி நேரத்துல உன்னை அலைய வெச்சுட்டேன்... வெரி ஸாரி"

சில்பா அவர்க்கு மரியாதை செலுத்தும் விதமாக ஒரு சல்யூட்டை கொடுத்துவிட்டு மெல்லச் சிரித்தாள்.

"ஸார்... ! நீங்க இந்த "ஸாரி" என்கிற வார்த்தையை மென்ஷன் பண்ணக்கூடாது. ஏன்னா நீங்க எந்த நேரத்துல கூப்பிட்டாலும் வர வேண்டியது என்னோட ட்யூட்டி"

"இருந்தாலும் இந்த அகால வேளையில் உன்னைக் கூப்பிட கொஞ்சம் தயக்கமாய் இருந்துச்சு...பை த பை நீ எனக்கு சப்ஆர்டினட்டா இருக்கலாம். ஆனா என்னைப் பொறுத்த வரைக்கும் நீ எனக்கு பிறக்காத மக..."

"தேங்க்யூ ஸார்..."

"உட்காரம்மா,.." சொன்ன வைத்யா சோபாவைக் காட்ட சில்பா உட்கார்ந்தாள.

"ஏதாவது சாப்பிட்றியாம்மா?"

"ஒண்ணும் வேண்டாம் ஸார்... நீங்க எதுமாதிரியான விஷயத்தை என்கிட்டே ஷேர் பண்ணிக்கப் போறீங்கங்கிற ஆர்வம் மட்டுமே இப்ப என்னோட மனசுல இருக்கு ஸார்"

"நானும் சி.பி.ஐ. டைரக்டர் ஹரிகோவிந்தும் நீயும் போலீஸ் கமிஷனர் திரிபுரசுந்தரியும் சேர்ந்து அனுப்பின அந்த ரெட் டேப் ஃபைலைப் படிச்சுப் பார்த்துட்டு ஒரு சில நிமிஷங்கள் அதிர்ந்து போயிட்டோம். அந்த ஃபைலில் இருந்த ஒவ்வொரு விஷயமும் ஒரு விஷப்பாம்பு மாதிரி விபரீதமாயிருந்தது. இலவச திருமணங்கள் நடத்தி வெக்கிற ஈஸ்வர்கிட்டே ஏதோ பெரிய தப்பு இருக்கு. இறந்துபோன அந்த அஞ்சு ஜோடிகளில் ஒரு ஜோடியான கோலப்பன் பூங்கோதை விவகாரத்துல ஏதோ ஒரு விஞ்ஞான பயங்கரம் இருக்கிறதும் புரியுது. படிப்பறிவு இல்லாத கோலப்பன் அந்த தி ஷெல்ஃபிஷ் ஜீன் என்கிற புத்தகத்தையும், வாட்ச் மேக்கர் ஜீன் என்கிற புத்தகத்தையும் படிச்சிருக்கான். எல்லாத்துக்கும் மேலா இறந்துபோன அஞ்சு பெண்களுமே மூணு மாச கர்ப்பமாய் இருந்திருக்காங்ககிற விஷயத்தை கேட்டு சி.பி.ஐ. டைரக்டர் ஆடிப் போயிட்டார். ஒரு மணி நேரம் அவர் எதுவும் பேசாமே அசையாமே உட்கார்ந்திருந்தார். அவரை அப்படி ஒரு நிலைமையில் கடந்த 20 வருஷ காலத்துல ஒரு நாள் கூட பார்த்தது இல்லை. அதுக்கப்புறம் ரெண்டு மணி நேரம் கழிச்சு என்னை அவர் கூப்பிட்டு இந்த கேஸ் விஷயமாய் டிஸ்கஸ் பண்ணி கடைசியில் அதிரடியான ஒரு முடிவைச் சொன்னார்"

"அதிரடியான முடிவா...?"

"எஸ்"

"அப்படியென்ன முடிவு ஸார்...?"

"ஈஸ்வரை உடனடியாய் கைது பண்ணி ரெட் செல்லுக்கு கொண்டு போய் வெச்சு தேர்ட் டிகிரி ட்ரீட்மெண்ட் கொடுத்து அவர்கிட்டயிருந்து உண்மைகளை வாங்கணும்ன்னு சொன்னார். அந்த வேலையைப் பண்ணத்தான் நான் வந்திருக்கேன்"

வைத்யா சொன்னதைக்கேட்டு அதிர்ந்தாள் சில்பா.

"ஸாரி ஸார்"

"எதுக்கம்மா ஸாரி?"

"ஈஸ்வரை உடனடியாய் கைது பண்ணி விசாரிக்கிறது அவ்வளவு விவேகமான செயலாய் என்னோட மனசுக்குப்படலை ஸார்"

"ஏம்மா அப்படி சொல்றே?"

"ஸார்... மிஸ்டர் ஈஸ்வர் ரெண்டு வருஷத்துக்கு ஒரு தடவை ஊர் ஊரா போய் இலவசத் திருமணங்களை நடத்தி வெச்சிருக்கார். அதுக்கு ஆதாரம் இருக்கே தவிர அஞ்சு ஜோடிகள் மரணத்துக்கு காரணம் அவர்தான்னு சொல்றதுக்கு எந்தவிதமான ஒரு சின்ன எவிடென்ஸ் கூட இல்லையே ஸார்"

வைத்யா மெலிதாய் புன்னகைத்தார்.

"நீ சொல்றது சரிதான் சில்பா. நம்மகிட்டே அவரை குற்றம் சாட்டுகிற அளவுக்கு எந்த ஒரு ஆதாரமும் இல்லைதான். ஆதாரம் நமக்கு வேணுமின்னா அதை அவரோட வாயிலிருந்துதான் வரவழைக்க முடியும். அப்படி வரவழைக்கத்தான் அவரை அதிரடியாய் கைது பண்ணி ரெட் செல்லுக்கு கொண்டு போறோம்"

சில்பா தயக்கமாய் குறுக்கிட்டாள்.

"ஸார்... இஃப் யூ டோண்ட் மைண்ட் இந்த விஷயத்தில் என்னோட கெஸ் என்ன தெரியுமா?"

"தாராளமாய் சொல்லும்மா"

"உங்களுக்கே தெரியும் ஈஸ்வர் சாதாரண நபர் கிடையாது. இந்த சிட்டியில் இருக்கிற மிகப் பெரிய பணக்காரர்களில் அவரும் ஒருத்தர். அவர்க்கு ஒரு மகன், ஒரு மகள். ரெண்டு பேர்க்குமே கல்யாணமாகி அமெரிக்காவில் இருக்காங்க. மகன் ஒரு டாக்டர். புகழ்பெற்ற ஒரு ஹாஸ்பிடலை நிர்வகிக்கிற பொறுப்பை அந்த மாநில அரசாங்கமே கொடுத்திருக்கு. அதுவுமில்லாமே மருமகளும் டாக்டர். ஈஸ்வரோட மகளும், மருமகனும் பெரிய அளவில் ஸீ ஃபுட் எக்ஸ்போர்ட் பிசினஸ் பண்ணிட்டு வர்றாங்க. ஈஸ்வரோட மனைவியும் சாதாரணப்பட்டவங்க கிடையாது. வெளிநாட்டில் பொண்ணு மாப்பிள்ளையோடவே தங்கி அவங்க பண்ற பிசினஸுக்கு உறுதுணையாய் இருக்காங்க. அது தவிர ..."

சில்பா பேசப்பேச வைத்யா இறுகிப்போன முகத்தோடு அவளைக் கையமர்த்தினார்.

"அதாவது ஈஸ்வரோட ஃபேமிலியை ஒரு மெஜஸ்டிக் ஃபேமிலின்னு சொல்ல வர்றே?"

"ஆமா ஸார்... அப்படிப்பட்ட குடும்பத்தைச் சேர்ந்த ஈஸ்வரை நாம் கைது பண்ணினா அடுத்த ஒரு மணி நேரத்துக்குள்ளே அவர் ஜாமீன்ல வெளியே வந்துடுவார். காரணம் அவர்மேல

குற்றம் சாற்றக்கூடிய அளவுக்கு நம்மகிட்டே ஒரு சின்ன ஆதாரம் கூட கிடையாது. ஆதாரம் கிடைக்கிற வரை நாம கொஞ்சம் பொறுமையாய் இருக்க வேண்டியது அவசியம் ஸார்"

"சரி, ஆதாரம் எப்படி கிடைக்கும்?"

"அதற்கான ஏற்பாடுகளை போலீஸ் கமிஷனர் திரிபுரசுந்தரி பண்ணியிருக்காங்க ஸார். போலீஸ் இன்ஃபார்மராய் இருக்கிற வளர்மதியும், ஃபாரன்ஸிக் டிபார்ட்மெண்டில் ஒரு அதிகாரியாய் வேலை பார்க்கிற மனோஜும் வெளியே யார்க்கும் தெரியாத முறையில் ரகசியமாய் ஈஸ்வரை ஸ்மெல் பண்ணிட்டு இருக்காங்க"

வைத்யா மென்மையாய் ஒரு புன்னகை பூத்தார்."அந்த ரெண்டு பேர்னாலே எதையும் கண்டுபிடிக்க முடியாது"

"ஏன் ஸார் அப்படி சொல்றீங்க? அந்த வளர்மதி ஒரு குடும்பப் பெண்ணாக இருந்தாலும் இது மாதிரியான இன்வெஸ்டிகேஷனில் ரொம்பவும் திறமைசாலி. ஏற்கனவே போலீஸ் கமிஷனர் திரிபுரசுந்தரி கொடுத்த நாலைஞ்சு அசைன்மெண்ட்டை சக்சஸ்ஃபுல்லா முடிச்சிருக்கா"

"அது எனக்கும் தெரியும் சில்பா... ஆனா ஈஸ்வரை ஸ்மெல் பண்ற இந்த இன்வெஸ்டிகேஷனில் வளர்மதியால் எதையும் பண்ண முடியாது"

"ஏன் ஸார் முடியாது?"

"ஏன் முடியாதுன்னா... கட்டுச்சோத்துக்குள்ளே எலி"

"எலியா?"

"ம்... அந்த எலி வேற யாருமில்லை... அந்த ஃபாரன்ஸிக் ஆபீஸர் மனோஜ்தான்"

"என்ன ஸார் சொல்றீங்க?" அதிர்ச்சியில் கண்கள் விரிய கேட்டுக் கொண்டே எழ முயன்று சில்பாவை கையமர்த்தினார் வைத்யா.

"உட்காரம்மா... இந்த விஷயமே உனக்கு அதிர்ச்சியாய் இருந்தா இன்னும் நான் சொல்லப் போகிற விஷயங்களைக் கேட்டா அதையெல்லாம் நீ எப்படி தாங்கிக்கப்போறே?"

"ஸார்... வளர்மதியோடு சேர்ந்து இன்வெஸ்டிகேஷனை பண்ணப் போகிற மனோஜ் நம்பகரமான நபர் இல்லைன்னு சொல்ல

வர்றீங்களா?"

"ஆமா"

"இது உங்களுக்கு எப்படி ஸார் தெரியும்?"

"ஒருத்தர் சொன்னார்"

"யார் ஸார் அது?"

வைத்யா ஒரு கேலிப்புன்னகையோடு சொன்னார்.

"கொஞ்சம் பின்னாடி திரும்பிப் பார் சில்பா. அது யார்ன்னு உனக்கே தெரியும்"

சில்பா வியர்த்துப் போயிருந்த முகத்தோடு மெல்ல திரும்பிப் பார்த்தாள்.

சுவரோரமாய் இருந்த வார்ட்ரோப்பின் மறைவிலிருந்து சின்ன சிரிப்போடு வெளிப்பட்டான் மனோஜ்.

16

மனோஜைப் பார்த்ததும் சில்பா தன் உடம்பின் சகல அவயங்களிலும் அதிர்ந்து போனவளாய், தன்னையும் அறியாமல் எழுந்து நின்றாள். முகம் எண்ணெய் பூசிய தினுசில் வியர்த்து கொண்டிருக்க "மனோஜ் நீங்களா?" என்ற கேள்வி அவளுடைய உதடுகளிடனின்றும் உதிர்ந்தது.

மனோஜ் ஒரு சின்ன சிரிப்போடு சில்பாவை நெருங்கினான். "வணக்கம் மேடம்...! என்னை இந்த நேரத்துல இப்படிப்பட்ட ஒரு இக்கட்டான சூழ்நிலையில் என்னை எதிர்பார்த்து இருக்கமாட்டீங்க... ஆனா என்ன செய்யறது? சில விஷயங்களை இப்படிப்பட்ட நேரங்களில்தான் வெளிப்படுத்த வேண்டியிருக்கு..."

சில்பாவின் நிலைத்துப்போன கண்களில் கலவரம் நிரம்பியிருக்க, வைத்யாவை காட்டியபடி கேட்டாள்.

"ம...ம...மனோஜ் இவர் சொல்றது?"

"எல்லாம் உண்மை. உன்னோட பாஸ் பொய் சொல்வாரா என்ன? அந்த கட்டுச்சோத்து எலி நான்தான். அந்த போலீஸ் இன்ஃபார்மர் வளர்மதியும், போலீஸ் கமிஷனர் திரிபுரசுந்தரியும் என்னை எந்த அளவுக்கு நம்பினாங்களோ அதே சதவீத அளவுக்கு நீங்களும் என்னை நம்பினதுதான் என்னோட மிகப்பெரிய அதிர்ஷ்டம்"

சில்பா பதட்டத்தோடு சுற்றும் முற்றும் பார்க்க, வைத்யா சிரித்தபடி அவளை நெருங்கி நின்றார். சுவாசத்தில் விஸ்கி வாசம்.

"என்னம்மா சில்பா... இப்படி பார்க்கிறே...நான் ஏற்கனவே சொன்ன மாதிரி உனக்கு இனிமேல்தான் அதிர்ச்சிகரமான விஷயங்கள் ஒவ்வொண்ணா காத்திட்டிருக்கு... அதையெல்லாம் நீ எப்படி ஜீர்ணம் பண்ணிக்கப் போறேன்னு தெரியலை...!"

சில்பாவின் முகம் பீதியில் ரத்தமில்லாமல் வெளிறிப்போயிருக்க சிரமமாய் எச்சிலை விழுங்கிவிட்டு பேசினாள்.

"ஸ...ஸ...ஸார்... நீங்க எப்படி இப்படி....?"

"தலைகீழாய் மாறினேன்னு தெரியாதுன்னு சொல்ல வர்றியா...? என்னம்மா செய்யறது... போன வாரம் வரைக்கும்

நானும் நம்ம சி.பி.ஐ. டிபார்ட்மெண்ட்டுக்கு வாலை ஆட்டாத குறையாய் நன்றியோடுதான் இருந்தேன். ஆனா எனக்கு மேலே இருக்கிறவங்களும் அப்படியில்லையே... ஒவ்வொருத்தரும் 500 கோடி 1000 கோடி ரூபாய் சம்பாதிக்கணும்ன்னு டார்கெட் வெச்சு செயல்படும் போது அவங்களுக்கு குறுக்கே நின்னு நீதி போதனை பாடம் நடத்த முடியாதே. அப்படியும் பாடம் நடத்த முயற்சி பண்ணினேன். அந்த முயற்சிக்கு எனக்கு எதுமாதிரியான ரிப்ளை கிடைச்சுது தெரியுமா...?"

என்ன என்பது போல் பயமும் குழப்பமும் மண்டிய முகத்தோடு வைத்யாவைப் பார்த்தாள் அவள். அவர் தன் சட்டைப் பாக்கெட்டில் மடித்து வைத்து இருந்த ஒரு பழுப்பு நிறத்தாளை எடுத்து நீட்டினார்.

"டேக் ஏ வ்யூ திஸ் ரிப்போர்ட்" சில்பா நடுங்கும் விரல்களோடு அந்தத் தாளை வாங்கினாள். தாளின் மேல்பக்கம் 'அடாப்ஸி ரிப்போர்ட் டெக்ஸ்ட்' என்ற ஆங்கில வார்த்தைகள் தெரிய அதற்குக்கீழே பிரேதப் பரிசோதனை அறிக்கை என்ற தமிழ் வாசகம் சிறிய எழுத்துகளில் போனால் போகிறது என்று அச்சாகியிருந்தது.

வியர்வையின் சதவீதம் முகத்தில் அதிகமாயிருக்க சில்பா உறைந்த பார்வையோடு அதில் அச்சாகியிருந்த விபரங்களை படிக்க ஆரம்பித்தாள்.

பெயர்	-	வி.பிருந்தா
வயது	-	27 வயது
கணவன் பெயர்	-	விஜயகுமார்
மரணத்தின் வகை	-	விபத்து
மோதிய வாகனம்	-	கனரக வாகனம்
சம்பவம் நிகழ்ந்த நாள்	-	......
மரணத்துக்காரணம்	-	உடல் முற்றிலுமாக சிதைவு
மற்ற காரணங்கள்	-	எதுவுமில்லை

சில்பா போஸ்ட்மார்ட்டம் ரிப்போர்ட்டை படிப்பதை நிறுத்திவிட்டு காய்ந்து போன உதடுகளோடு கேட்டாள்.

"யா ...யார் ஸார் பிருந்தா?"

"என்னோட டாட்டர். நாலு வருஷத்துக்கு முன்னாடிதான் கல்யாணமாச்சு. ரெண்டரை வயசுல ஒரு பேத்தி இருக்கா. மருமகன் விஜயகுமார் ஒரு ஐ.டி கம்பெனியில் சீஃப் ப்ரோக்ராமர். அழகான அன்பான குடும்பம்"

"இந்த விபத்து சம்பவம் எப்ப ஸார் நடந்தது?"

"சம்பவம் இன்னும் நடக்கலை"

சில்பா திடுக்கிட்டுப் போனவளாய் வைத்யாவைப் பார்த்தாள்.

"அ...அ...அப்புறம் எப்படி ஸார் இப்படி ஒரு போஸ்ட்மார்ட்டம்?"

"விபத்து நடந்த தேதிக்கு நேரா என்ன எழுதியிருக்கு?"

சில்பா பார்த்துவிட்டு சொன்னாள். "தேதியே போடலையே?"

"தேதி எதுவும் போடாமே இப்படியொரு போஸ்ட்மார்ட்டம் ரிப்போர்ட்டை யாரோ தயார் பண்ணி எனக்கு போஸ்ட்ல அனுப்பி வெச்சுட்டு உடனே ஒருத்தன் போன் பண்ணிப் பேசினான். இப்படியொரு போஸ்ட்மார்ட்டம் ரிப்போர்ட்டை உண்மையிலேயே உங்க வாழ்க்கையில் நீங்க பார்க்காமே இருக்கணும்ன்னா உங்க சி.பி.ஐயில் வேலை செய்யற ஸ்க்ரூட்னைஸிங் ஆபீஸர் சில்பா எனக்கு உயிரோடு வேணும்... அதுக்கான ஏற்பாட்டை உங்களால்தான் பண்ண முடியும்ன்னு சொன்னான். அவன் அப்படி சொன்னதும் எனக்கு முதல்ல கோபம் வந்தது. இது மாதிரியான மிரட்டலுக்கெல்லாம் சி.பி.ஐ. பயப்படாதுன்னு சொல்லி ரிஸீவரை வெச்சுட்டேன். அன்னிக்கு சாயந்தரம் நாலு மணி சுமார்க்கு என்னோட டாட்டர் பிருந்தா எனக்கு போன் பண்ணி அவளோட காரை யாரோ ஒருத்தன் பைக்ல ஃபாலோ பண்றதாய் சொன்னா. ஹெல்மெட் போட்டு இருந்ததால அந்த நபரோட முகத்தைப் பார்க்க முடியலைன்னும் ஆனா பைக்கோட ரெஜிஸ்ட்ரேஷன் நெம்பரைப் பார்த்து நோட் பண்ணிகிட்டதாகவும் சொல்லி அந்த நெம்பரையும் எனக்கு வாட்ஸ்அப்ல அனுப்பி வெச்சா. நான் அந்த நெம்பரை "ஆர்.டி.ஓ ஆப்" மூலமாய் சர்ச் பண்ணிப் பார்த்தப்ப அப்படியொரு நெம்பரே ரெஜிஸ்ட்ரேஷன் பதிவில் இல்லை என்கிற உறுதி செய்யப்பட்ட பதில் எனக்கு வந்தது"

வைத்யா சில விநாடிகள் பேச்சை நிறுத்திவிட்டு, மினரல்

வாட்டர் பாட்டிலை எடுத்து ஒரு வாய் தண்ணீர் அருந்திவிட்டு சோபாவுக்கு போய் சாய்ந்தபடி மறுபடியும் பேச்சைத் தொடர்ந்தார்.

"அதுக்கப்புறமாய்த்தான் என்னோட மனசுக்குள்ளே ஒரு பயம் வந்தது. இந்த விஷயத்தை மீடியாக்களுக்கு கொண்டு போனா அதனோட விளைவுகள் நிச்சயமாய் மோசமாய் இருக்கும்ன்னு என்னோட உள்ளுணர்வு வார்ன் பண்ணினதால ரெண்டு நாள் மௌனமாய் இருந்தேன். மூணாவது நாள் அந்த சம்பவம் நடந்தது. என்னோட பொண்ணும் மாப்பிள்ளையும் ரீகல் சர்க்கிளில் ஷாப்பிங் பண்றதுக்காக கிளம்பி போனவங்க காரை பார்க் பண்ண சரியான இடம் கிடைக்காத காரணத்தால ரெண்டு தெரு தள்ளி ஆள் நடமாட்டம் இல்லாத தெருவுல காரை நிறுத்திவிட்டு போயிருக்காங்க. ஷாப்பிங் முடிச்சுட்டு ஒரு மணி நேரம் கழிச்சு கார்க்குப் பக்கத்துல வந்ததும் அதிர்ந்து போயிட்டாங்க. காரணம் காரோட கண்ணாடி ஜன்னல்கள் எல்லாம் தாறுமாறாய் உடைஞ்சு இருந்ததுதான். அந்த விபரத்தை என் பொண்ணு பிருந்தா போன் பண்ணி எனக்கு சொன்னா. நான் உடனே நிலைமையைப் புரிஞ்சுகிட்டேன். ஆனா எனக்கு வந்த போஸ்ட்மார்ட்டம் ரிப்போர்ட் மிரட்டல் பத்தி எதுவுமே நான் என் பொண்ணுகிட்டயோ மாப்பிள்ளைகிட்டயோ சொல்லலை. ஒரு போலீஸ் கம்ப்ளையண்ட் மட்டும் கொடுக்கச் சொன்னேன்"

சில்பா விக்கித்துப் போய் நின்றிருக்க மனோஜ் இப்போது குறுக்கிட்டு பேசினான்.

"மீதியை நீங்க சொல்றீங்களா... இல்லை நான் சொல்லட்டுமா ஸார்"

"நீயே சொல்லு மனோஜ். அதுக்குள்ளே நான் ஒரு பெக் போட்டுக்கறேன்" என்று சொன்ன வைத்யா பக்கத்தில் இருந்த சுவர் அலமாரிக்குப் போய் அதன் கதவைத் திறந்து விஸ்கி பாட்டிலை எடுத்துக் கொண்டார்.

மனோஜ் சில்பாவைப் பார்த்து சிரித்தான்.

"என்ன மேடம்... வைத்யா ஸார் சொன்னதை எல்லாம் கேட்கும் போது சினிமாவில் பார்க்கிற சம்பவங்கள் மாதிரி இருக்கா...? நான் உங்களுக்கு ஒரு உண்மை சொல்லட்டுமா... சினிமாவில் வர்ற சம்பவங்களை விட நிஜ வாழ்க்கையில வர்ற சம்பவங்கள்தான் எதிர்பாரதவிதமாய் இருக்கும். உங்களுக்கு

பாஸாய் இருக்கிற வைத்யா அவர்க்கு பாஸாய் இருக்கிற சி.பி.ஐ. டைரக்டர் ஹரிகோவிந்த்கிட்டே போய் போஸ்ட்மார்ட்டம் ரிப்போர்ட் மிரட்டலைக் காட்டி விபரத்தைச் சொன்னதும் அவர் சிரிச்சுகிட்டே சிங்கம் புலி மாதிரியான மிருகங்கள் உயிரோடு இருக்கணும்ன்னா சில புள்ளிமான்கள் வேட்டையாடப்படறதில தப்பே இல்லைன்னு சொல்லி உங்க உயிருக்கு ஈஸ்வர் 50 கோடி ரூபாய் விலையையும் நிர்ணயம் பண்ணிட்டார். இப்ப நாங்க எல்லாரும் ஒரு கூட்டணி. இன்னும் கொஞ்ச நேரத்துல ஈஸ்வரே இங்கே வந்து உங்களுக்கு ஒரு ஹலோ சொல்லப் போறார். நீங்க இன்னும் எத்தனை மணி நேரம் உயிரோடு இருக்கணும்ங்கிறதையும் அவர்தான் முடிவு பண்ணுவார் !"

மனோஜ் கேலியும் கிண்டலுமாய் பேசிக்கொண்டிருக்கும் போதே சில்பா புயல் வேகத்தில் குனிந்து அந்த டீபாயைத்தள்ளிவிட்டு, அதே வேகத்தில் சோபாவின் மேல் ஏறி மறுபக்கம் முதுகைக் காட்டியபடி நின்றிருந்த வைத்யாவின் பிடரியில் பலங்கொண்ட மட்டும் ஓங்கி அடித்தாள்."ர்ர்ர்ரப்ப்ப்"

ஷீவாஸ் ரீகல் விஸ்கியின் கண்ணாடிக்குடுவையை கையில் வைத்துக்கொண்டு புனல்வடிவ ஸ்மோக்கி கிளாஸ் கண்ணாடி டம்ளரில் விஸ்கி ஊற்றிக்கொண்டு இருந்த வைத்யா சில்பா அடித்த அடியில் பொறி கலங்கிப்போனவராய் அப்படியே பின்னுக்கு சாய்ந்து மல்லாந்தார்.

கையில் வைத்து இருந்த விஸ்கி நிரம்பிய கண்ணாடிக்குடுவை தெறித்து தரையில் தன் மண்டையை உடைத்துக்கொள்ள விஸ்கி எல்லாப்பக்கமும் தெளித்தபடி சில்லுச்சில்லாய் சிதறியது.

மனோஜ் நிலைமையை உணர்ந்து சில்பாவின் மேல் பாய்வதற்குள் அவள் சுவரோரமாய் விழுந்து கிடந்த உடைந்த விஸ்கி பாட்டிலின் நீளமான ஒரு அடி நீள கண்ணாடி சில்லை கையில் எடுத்துக்கொண்டு மனோஜை நோக்கி நீட்டினாள்.

மனோஜ் பத்தடி தூர வித்தியாசத்தில் அப்படியே நின்றான். கீழே விழுந்து கிடந்த வைத்யா தட்டுத்தடுமாறி எழுந்து சில்பாவை நோக்கி வர முயல அவரை நோக்கியும் அந்தக்கூர்மையான கத்தி போன்ற நீண்ட கண்ணாடி சில்லை அவரை நோக்கித் திருப்பினாள்.

"ரெண்டு பேர்ல யார் பக்கத்துல வந்தாலும் சரி இந்த

கண்ணாடி சில் அவங்க வயித்துல இறங்கிவிடும். உங்க ரெண்டு பேர் மனசிலும் எந்த அளவுக்கு இரக்கம் இல்லையோ அதே அளவுக்கு என்கிட்டேயும் இல்லை... ரெண்டு பேரும் அதே இடத்தில் அசையாமல் நிற்கணும்" சில்பா சொல்லிக்கொண்டே சற்றே பின்வாங்கி சுவர்க்கு சாய்ந்து கொண்டாள். வலது கையில் அந்த கண்ணாடி சில்லை வைத்துக்கொண்டே இடது கையை தன் இடுப்பின் மறைவுக்குக் கொண்டு போய் செல்போனை எடுத்தாள்.

வலது கையில் கண்ணாடி சில்லை உயர்த்திப் பிடித்துக்கொண்டு வைத்யாவையும், மனோஜையும் ஒரு ஜாக்கிரதை பார்வை பார்த்துக் கொண்டே போலீஸ் கமிஷனர் திரிபுரசுந்தரியின் செல்போனை தொடர்பு கொண்டாள்.

உடனே ரெக்கார்ட்டட் வாய்ஸ் கேட்டது."நீங்கள் டயல் செய்த எண்ணை தற்போது தொடர்பு கொள்ள முடியாது"

ஒரு விநாடி திடுக்கிட்ட சில்பா அடுத்த விநாடியே வளர்மதியின் செல்போன் எண்ணை பதட்டத்தோடு தொடர்பு கொண்டாள். அதிலும் ரெக்கார்ட்டட் வாய்ஸ் கேட்டது.

"நீங்கள் அழைக்கும் நபரின் எண்ணானது தற்போது ஸ்விட்ச் ஆ∴ப் செய்யப்பட்டுள்ளது"

17

சில்பா உச்சபட்ச பதட்டத்துக்கு உட்பட்டு மீண்டும் தன்னுடைய செல்போனில் வளர்மதியின் செல்போன் எண்ணை தொடர்பு கொள்ள மறுபடியும் அதே ரிக்கார்ட்டட் வாய்ஸ் கேட்டது.

“நீங்கள் அழைக்கும் நபரின் எண்ணானது தற்போது ஸ்விட்ச் ஆ‌ஃப் செய்யப்பட்டுள்ளது"

சில்பாவின் உள்மனம் எச்சரித்தது.

'போலீஸ் கமிஷனர் திரிபுரசுந்தரியின் எண் தொடர்பில் இல்லை என்கிற விஷயமோ, வளர்மதியின் செல்போன் ஸ்விட்ச் ஆ‌ஃப்பில் உள்ளது என்கிற உண்மையோ இந்த இரண்டு பேர்க்கும் தெரியக்கூடாது. மேற்கொண்டு என்ன செய்யலாம்? '

சில்பா யோசித்துக்கொண்டிருக்கும் போதே நர்மதாவின் நினைவு சட்டென்று மூளையை இடறியது. அவளுடைய எண்ணை செல்போனில் வேகமாய் ஒற்றி எடுத்தாள்.

அடுத்த விநாடியே மறுமுனையில் ரிங் போயிற்று. சில்பா வலது கையில் கண்ணாடி சில்லை ஒரு கத்தியைப்போல் பிடித்துக்கொண்டு மனோஜையும், வைத்யாவையும் மாறி மாறி பார்த்தபடி இடது காதுக்கு செல்போனை பொருத்தி நர்மதாவின் குரலுக்காக காத்திருந்தாள்.

மூன்றாவது ரிங் முடிந்திருந்த போது நர்மதாவின் குரல் கேட்டது.

"என்ன சில்பா... போன வேலை முடிஞ்சுதா?"

"இ...இ... இல்லை நர்மதா... இனிமேல்தான் வேலையை ஆரம்பிக்கணும்"

"ஏய் சில்பா... என்னாச்சு ஏன் இப்படி மூச்சு வாங்கிட்டு பேசறே... ஏதாவது பிரச்சினையா?"

"ஆ... ஆமா பிரச்சினைதான்... இந்த ராத்திரி நேரத்துல என்னை வெளியே புறப்பட்டு போக வேண்டாம்ன்னு நீ சொன்னது எவ்வளவு ஆபத்துன்னு இப்ப தெரியுது"

"விஷயம் என்னான்னு சொல்லு?"

"எல்லாத்தையும் விளக்கமாய் சொல்லிட்டிருக்க நேரமில்லை. முக்கியமான விஷயத்தை மட்டும் சொல்லிடறேன். என்னோட பாஸ் வைத்யாவும் சரி, ஃபாரன்ஸிக் டிபார்ட்மெண்ட்ல வேலை பார்க்கிற மனோஜூம் சரி நல்லவங்க இல்லை... ரெண்டு பேருமே கறுப்பு ஆடுகள். அந்த ஈஸ்வர்க்கு விசுவாசமாய் வாலை ஆட்டிகிட்டு இருக்கிற நாய்கள்"

"சி...சி...சில்பா... நீ என்ன சொல்றே?"

"எனக்கும் அதிர்ச்சிதான். நீ உடனடியாய் இப்ப பண்ண வேண்டிய வேலை என்ன தெரியுமா?"

"சொல்லு..."

"போலீஸ் கமிஷனர் திரிபுரசுந்தரிக்கும் வளர்மதிக்கும் போன் பண்ணிப் பார்த்தேன். ஒரு போன் நாட் ரீச்சபிள், இன்னொரு போன் ஸ்விட்ச் ஆஃப். ரெண்டு பேரையுமே என்னால காண்டாக்ட் பண்ண முடியலை. அதனால நீ உடனடியாய் உன் வீட்டுக்குப் பக்கத்துல இருக்கிற போலீஸ் ஸ்டேஷனுக்குப் போய் இன்ஸ்பெக்டர்கிட்டே விபரம் சொல்லி ஒரு போலீஸ் டீமோடு ஆர். எஸ்.புரம் பிரகாசம் ரோட்ல இருக்கிற பழைய ஜட்ஜ் பங்களாவுக்கு வந்துடு"

"பழைய ஜட்ஜ் பங்களாவா... நீ சர்க்யூட் ஹவுஸூக்கு போறதாகத்தானே சொன்னே?"

"இடத்தை மாத்தினதே வைத்யாதான்..."

"சில்பா... நீ பேசறதைப் பார்த்தா எனக்குப் பயமாய் இருக்கு. உன்னோட உயிர்க்கு எந்த ஆபத்தும் இல்லையே?"

"நீ போலீஸை கூட்டிகிட்டு வர வேகத்தையும் நேரத்தையும் பொறுத்துதான் நான் உயிரோடு இருப்பேனா இல்லையான்னு சொல்ல முடியும்..."

"சில்பா... நீ என்ன சொல்றே?"

"பேசிட்டிருக்காதே... போலீஸை கூட்டிகிட்டு உடனடியாய் வா...இல்லேன்னா அவசர போலீஸீக்கு போன் பண்ணி விபரம் சொல்லு...!"

"சரி... நான் மொதல்ல அவசர போலீஸ்க்கு போன் பண்ணிடறேன். பி-1 ஸ்டேஷன் பக்கத்து தெருதான். ஸ்கூட்டர்ல போனா ரெண்டே நிமிஷம்தான்"

"இந்த ரெண்டு பேரையும் எவ்வளவு நேரத்துக்கு சமாளிக்க முடியும்ன்னு எனக்குத் தெரியலை... சீக்கிரமா வா"

சில்பா மூச்சிரைக்க பேசிவிட்டு செல்போனை அணைத்து இடுப்பில் செருகிக்கொண்டு வலது கையில் இருந்த கண்ணாடி சில்லை உயர்த்திப் பிடித்தாள். உண்மையிலேயே அது ஒரு கத்தி போல் பளபளத்தது.

இந்தப்பக்கம் மனோஜும், அந்தப்பக்கம் வைத்யாவும் சில்பாவையே பார்த்தபடி உறைந்து போய் நின்றார்கள்.

அறைக்குள் கனமான நிசப்தம் நிலவிக்கொண்டிருக்க மனோஜ் சற்றே தைரியத்தை வரவழைத்துக் கொண்டு இரண்டடி முன்னால் நகர்ந்து சில்பாவை நோக்கிப் போனான்.

தன்னுடைய இடது கையின் ஆட்காட்டிவிரலை உயர்த்தி எச்சரித்தாள் சில்பா.

"மனோஜ்...! பக்கத்துல வராதே...!"

"என்ன... கையில் நீளமாய் ஒரு கண்ணாடி சில்லை வெச்சுகிட்டா நான் பயந்துடுவேன்னு நினைச்சியா? எங்கே குத்து பார்க்கலாம்" சொல்லிக்கொண்டே மேலும் இரண்டடி முன்னால் வந்தான் மனோஜ்.

"டேய்... பக்கத்துல வந்து என்னைக் கொலைகாரியாக்காதே... !"

மனோஜ் அவளை நோக்கி மேலும் ஒரு அடி எடுத்து வைக்க வைத்யா காய்ந்து போன தொண்டையோடு பயக்குரல் கொடுத்தார்.

"ம...ம...மனோஜ்... பார்த்து... அவ வெறியோடு இருக்கா... கையில இருக்கிறது கத்தியாய் இருந்தாக்கூட பரவாயில்லை... ஷார்ப்பாய் இருக்கிற கண்ணாடிச் சில்லு"

"தெரியுது ஸார் ... ஆனா இனி பயந்துகிட்டு இப்படியே நின்னுட்டிருந்தா போலீஸ் கையில் மாட்டிக்குவோம். அந்த நர்மதா எப்படியும் போலீஸோடு இன்னும் கொஞ்ச நேரத்துல இங்கே வந்துடுவா... முதல்ல இவ கதையை முடிப்போம்"

மனோஜ் பேசிக்கொண்டு இருக்கும்போதே அவன் கவனம் சிதறிய ஒரு மைக்ரோ விநாடியில் சில்பா ஒரு மின்னல் கீற்றுப்போல் செயல்பட்டாள்.

எதிர் சுவற்றில் தன் ஒரு காலை வைத்து சற்றே மேலே எம்பியவள் அரைவட்டமாய் சுழன்று இன்னொரு காலை உயர்த்தி மனோஜின் நடு மார்பில் "நெக்" கென்று ஓர் உதை விட்டாள். அந்த மூர்க்கமான உதையை சற்றும் எதிர்பார்க்காத மனோஜ் அந்தரத்தில் இரண்டு விநாடி பறந்து நாற்காலி மேல் விழுந்து அதை முடமாக்கிவிட்டு மல்லாந்தான். மூக்கும் உதடும் எதன் மீதோ மோதிக் கொண்டதில் வாய்க்குள் புளிப்பாய் ரத்தம் ஊறியது.

ரத்தத்தை உமிழ்ந்துவிட்டு ஆத்திரம் தலைக்கேற ஒரு நேர்கோடாய் எழுந்து நின்றான் மனோஜ். ஒரு பெண்ணிடம் அடி வாங்கியதில் தன்மானம் சிதைந்து போயிருந்தது. சில்பாவை நோக்கி மறுபடியும் கோபமாய் நடக்க முயன்ற விநாடி வைத்யா பதட்டத்தோடு குரல் கொடுத்தார்.

"மனோஜ்...! அவளுக்கு கராத்தே தெரியும். ப்ளாக் பெல்ட் ஹோல்டர். பி... கேர்ஃபுல்..."

மனோஜ் இப்போது மிரண்டு போனவனாய் மெல்ல பின்வாங்கினான். வைத்யாவும் பக்கவாட்டில் நகர்ந்து வந்து மனோஜோடு ஒண்டிக்கொண்டார். சில்பாவுக்கும் அவர்களுக்கும் இடையே இருந்த இடைவெளி இப்போது அதிகமாயிருக்க வைத்யா மனோஜூக்கு மட்டும் கேட்கும் தொனியில் அவனுடைய காதோரமாய் முணுமுணுத்தார்.

"மனோஜ்... சில்பாவை கையாள்கிற விஷயத்தில் கொஞ்சம் அலட்சியமாய் இருந்துட்டோம். என்னோட ரிவால்வர் பக்கத்து ரூம்ல இருக்கிற என்னோட ப்ரீப்கேஸ்ல இருக்கு. ஆனா இப்போதைக்கு இந்த இடத்தை விட்டு உன்னாலேயும் சரி, என்னாலேயும் சரி நகர முடியாது போலிருக்கே"

மனோஜூம் கிசுகிசுத்தான். "ஸார்... நான் அவளை ஹேண்டில் பண்றேன்... நீங்க பக்கத்து ரூமுக்கு மெல்ல மூவ் பண்ணிப்போய் ரிவால்வரை எடுத்துட்டு வந்துடுங்க" மனோஜ் சொல்லிவிட்டு சுற்றும் முற்றும் பார்த்துவிட்டு தனக்குப் பின்புறம் இருந்த பாலிவினைல் ஸ்டூலை எடுத்துக்கொண்டான். அதை ஒரு கேடயமாய் பாவித்து முன்புறம் நீட்டிக்கொண்டே சில்பாவை நோக்கிப்போனான். இரண்டடி எடுத்து வைத்திருப்பான்.

அதே விநாடி சில்பாவும் கண்ணாடி சில்லை உயர்த்திப்

பிடித்துக்கொண்டு மறுபடியும் அரைவட்டமாய் சுழன்று எம்பி இடது காலால் மனோஜின் கையில் இருந்த ஸ்டூலை எட்டி உதைத்தாள். அது எகிறிப்போய் விழ மனோஜ், வைத்யா இருவரும் நிலைமையை உணர்ந்து சுதாரிப்பதற்குள் வைத்யாவின் முதுகை எதுவோ நெருடியது.

திடுக்கிட்டுப் போனவராய் திரும்பிப் பார்த்தார்.

சில்பா நின்றிருப்பது தெரிந்தது. நடுமுதுகில் கண்ணாடி சில்லின் கூர்மை சற்றே கடினமாய் பதிந்து 'சுரீர்' என்ற உணர்வை கொடுக்க சில்பா அவருடைய காதோரமாய் பேசினாள்.

"ஸாரி ஸார்... நான் இப்போ ஆன் ட்யூட்டியில் இருக்கேன். நீங்க என்னைத் தாக்க முயற்சி பண்ணினாலோ மனோஜ் இப்ப நின்னுட்டிருக்கிற இடத்தை விட்டு ஒரு அங்குலம் அசைஞ்சாலோ உங்க முதுகுல பதிஞ்சிருக்கிற கண்ணாடித் துண்டு உங்க தண்டுவடத்தை அறுத்துடும்"

வைத்யா கிட்டத்தட்ட அலறினார்.

"வே...வேண்டாம் சில்பா... என்னை ஒண்ணும் பண்ணிடாதே...!"

"நான் உங்களை ஒண்ணும் பண்ணாமே இருக்கணும்ன்னா உங்க பார்ட்னர் கறுப்பு ஆடு மனோஜ் கத்தாமே இருக்கணும். அவன் ஒரு மில்லி மீட்டர் அசைந்தாலும் சரி இந்த கண்ணாடித் துண்டு உங்க முதுகுக்குள்ளே ஒரு செண்டிமீட்டர் உள்ளே போயிடும்"

வைத்யா மனோஜை பார்த்து பதட்டமாய் குரல் கொடுத்தார். குரலில் எவரெஸ்ட் குளிர்.

"மனோஜ்... கொஞ்ச நேரம் பேசாமே இரு... என்னைக் காப்பாத்த எந்த முயற்சியும் எடுக்காதே...!"

அவர் சொல்லிக்கொண்டு இருக்கும்போதே சில்பாவின் செல்போன் தன்னுடைய ரிங்டோனை வெளியிட்டது. எடுத்து அழைப்பது யார் என்று பார்த்தாள். மறுமுனையில் நர்மதா காத்திருந்தாள்.

"என்னாச்சு நர்மதா?"

"போலீஸோட வந்துட்டிருக்கேன்... இன்ஸ்பெக்டர் ராஜேந்திரன் ஸ்டேஷன்ல இருந்தார். பிரச்சினையை சொன்னதும் நாலு கான்ஸ்டபிள்களோடு புறப்பட்டுட்டார். நானும் இப்ப ஜீப்லதான்

இருக்கேன்... இன்னும் ஒரு பத்து நிமிஷத்துக்குள்ள அங்கே இருப்போம். உனக்கு ஒரு பிரச்சினையும் இல்லையே?"

"இல்லை... வைத்யா, மனோஜ் ரெண்டு பேரும் இப்ப என்னோட கஸ்ட்டியில்தான் இருக்காங்க. மூச்சு விட மட்டும்தான் அவங்களுக்கு பர்மிஷன் கொடுத்து இருக்கேன்"

"குட் ஜாப்"

"சீக்கிரமா வா... பாராட்டெல்லாம் அப்புறம்"

"பத்தே நிமிஷம் ... இப்போ டி.பி ரோட்ல இருக்கோம் ...!"

சரியாய் பத்து நிமிஷம்.

சில்பாவுக்கு அந்த பங்களாவின் வெளியே ஒரு வாகனம் வேகமாய் வந்து நிற்கும் சத்தம் கேட்டது. தொடர்ந்து ஹெட்லைட் வெளிச்சம் ஜன்னல் கண்ணாடிகளில் பட்டு விலகியது.

வந்துவிட்டார்கள்.

வைத்யா, மனோஜ் பீதி உறைந்து போன முகங்களோடு அசையாமல் நின்றிருக்க மாடிப்படிகளில் காலடிச் சத்தம் தபதபவென்று கேட்டது.

சில்பா காத்திருந்தாள்.

அடுத்த நிமிஷத்தின் ஆரம்பத்தில் அறையின் கதவைத் திறந்து கொண்டு நர்மதா உள்ளே வந்தாள்.

"வா நர்மதா" என்றவளின் பார்வை அவளுக்குப் பின்பக்கம் போயிற்று.

யாரும் இல்லை.

"நர்மதா...! இன்ஸ்பெக்டர் ராஜேந்திரன் எங்கே ... நாலு கான்ஸ்டபிள்களோடு வந்துட்டு இருக்கிறதா சொன்னே?"

"ஸாரி மேடம்... நர்மதா சொன்னது பொய்"

அறையின் வாசல் அருகே ஆண் குரல் கேட்டு சில்பா அதிர்ந்து போனவளாய் திரும்பிப் பார்த்தாள்.

ஈஸ்வர்.

18

ஈஸ்வரைப் பார்த்ததும் சில்பாவின் கரிய விழிகளில் அதிர்ச்சி ஒரு திடப்பொருளைப் போல் மாறி அப்படியே உறைந்து போயிற்று.

ஈஸ்வர் அவளை ஒரு சின்ன புன்னகையில் நனைத்தபடி பேசினார்.

"என்னம்மா சி.பி.ஐ... ! ஒரு கண்ணாடி சில்லை எல்லாம் கையில் வெச்சுகிட்டு வீரத்தைக் காட்டக்கூடாதும்மா. அது ரொம்ப நேரத்துக்கு உபயோகப்படாது. அதை அப்படியே ஓரமாய் தூக்கிப்போடம்மா..." என்று சொன்னவர் தான் அணிந்திருந்த ஷெர்வாணி பாக்கெட்டுக்குள் கையை நுழைத்து ஒரு கைத்துப்பாக்கியை எடுத்து பக்கத்தில் நின்றிருந்த நர்மதாவிடம் நீட்டினார்.

"இந்தாம்மா நர்மதா... உன்னோட உயிர்த்தோழியை நீயே ஹேண்டில் பண்ணு... !"

நர்மதா அந்த கைத்துப்பாக்கியை வாங்கிக்கொண்டு இறுகிப்போன முகத்தோடு சில்பாவை குறி பார்த்தாள்.

"சில்பா! ட்ராப் தட் பீஸ் ஆஃப் க்ளாஸ்"

சில்பாவின் பார்வை நர்மதாவின் முகத்தில் ஆணியடித்தாற்போல் நிலைத்தது. வார்த்தைகள் உதிர்ந்தது.

"ந...ந... நர்மதா... நீயுமா?"

நர்மதாவின் உதடுகளில் ஒரு சிரிப்பு பரவியது."ஸாரி சில்பா இது கலியுகம். இந்த யுகத்துல அம்மாவையும் அப்பாவையும் தவிர வேற யாரையும் நம்பக்கூடாதுன்னு பகவத் கீதையில் கிருஷ்ணனே சொல்லியிருக்கார். உனக்கு அதையெல்லாம் படிக்க நேரம் இருந்திருக்காது. இனிமேல் படிச்சும் பிரயோஜனம் இல்லை. அந்த கண்ணாடி சில்லை அப்படி ஓரமா போட்டுட்டு... மண்டி போட்டு உட்கார். இப்ப செய்ய வேண்டிய வேலை அது ஒண்ணுதான்"

"ந...ந... நர்மதா... !" இன்னமும் வியப்பு அகலாத விழிகளோடு சில்பா அவளையே பார்க்க ஈஸ்வர் சிரித்தார்.

"என்னம்மா சி.பி.ஐ. சில்பா... ! இப்படியே ஆச்சர்யப்பட்டுகிட்டு இருந்தா எப்படீம்மா...? இன்னமும் நீ தெரிஞ்சுக்க வேண்டிய விஷயம் எவ்வளவோ இருக்கு. அதுக்கு நீ கொஞ்ச நாளாவது உயிரோடு இருக்கணும். அப்படி நீ உயிரோடு இருக்கணும்ன்னா நாங்க சொன்னபடி கேட்கணும். எங்களுக்கு நீ பயப்படாமே போனாலும் பரவாயில்லை. நர்மதாவோட கையில் இருக்கிற துப்பாக்கிக்காவது பயப்பட்டாகணும்.."

சில்பாவின் முகத்தில் அதுவரைக்கும் இருந்த அதிர்ச்சி சிறிது சிறிதாய் அகன்று ஒருவித துணிச்சல் அரும்பியது. கையில் இருந்த கண்ணாடி சில்லை உயர்த்திக்கொண்டு சற்றே பின்வாங்கி நின்றாள். மூச்சிரைக்க பேசினாள்.

"நர்மதா... என்னோட அம்மாவும், அப்பாவும் உயிரோடு இருந்த வரைக்கும் அவங்களை மட்டும் நம்பினேன். அவங்க ரெண்டு பேரும் இறந்த பின்னாடி நான் நம்பினது உன்னை மட்டும்தான். ஆனா நீயும் இப்ப துப்பாக்கியும் கையுமாய் எனக்கு முன்னாடி நின்னுட்டிருக்கே... இப்ப நான் நம்பறது என் கையில் இருக்கிற இந்த கண்ணாடி சில்லை மட்டும்தான்... ஒண்ணு நீ என் கையால கிழிபட்டு சாகணும். இல்லேன்னா உன் கையில் இருக்கிற துப்பாக்கி தோட்டாவுக்கு நான் பலியாகணும்... வா..."

சில்பா சொல்லிக்கொண்டே இரண்டடி முன்னால் வந்து உடலை எம்பி அதை அரை வட்டமாய் சுழல வைத்து நர்மதாவை நோக்கி பாய முயன்ற விநாடி அவளுடைய கையில் இருந்த துப்பாக்கி விநாடிக்கும் குறைவான நேரத்தில் செயல்பட்டது.

"டப்ப்ப்" என்று ஒரு சிறிய சத்தம். 'துப்பாக்கியிலிருந்து ஒரு தோட்டா இவ்வளவு குறைவான சத்தத்தோடு வெளிப்படாதே' என்று சில்பா வியப்பாய் யோசித்துக்கொண்டிருக்கும் போதே அவளுடைய தோள்பட்டையில் ஊசி போட்ட தினுசில் எதுவோ சட்டென்று பாய்ந்து சொருகி நின்றது.

சில்பா தோளைப் பார்த்தாள்.

இரண்டு அங்குல நீளத்தோடு கண்ணாடி உடம்போடு கூடிய சிரிஞ்ச் ஊசியொன்று வலது தோள்பட்டையில் புதைந்து லேசாய் அசைந்து கொண்டிருந்தது.

சில்பாவுக்கு உடனே புரிந்தது. 'இது ஒரு ட்ரான்குலைசர் ஊசி'

சில்பா அந்த ஊசியை பிடுங்கி எறிய முயன்ற விநாடியே

அவளுடைய தலை சுழல்வது போல் இருந்தது. இரண்டு கண்களுக்குள்ளும் சட்டென்று இருட்டு பாய்ந்து கண்ணிமைகள் இரண்டும் வலுக்கட்டாயமாய் சாத்தப்பட அறுபட்ட ஒரு தோரணமாய் சரிந்து, ஒரு பக்கமாய் சாய்ந்து பிறகு ஸ்லோமோஷனில் மல்லாந்தாள்.

மனோஜ் பக்கத்தில் வந்து சில்பாவின் கையில் இருந்த கண்ணாடி சில்லை ஜாக்கிரதையாய் அகற்றிவிட்டு சொன்னான்.

"கொஞ்ச நேரமேயானாலும் மிரட்டிட்டா ஸார்"

வைத்யா வியர்த்த முகத்தோடு வந்தார்.

"நடுங்கிட்டோம் ஸார்"

ஈஸ்வர் மெல்ல நடந்து போய் சோபாவுக்கு சாய்ந்துகொண்டு தன் செல்போனை எடுத்து ஒரு எண்ணைத் தட்டிவிட்டு பேசினார்.

"அபுபக்கர்"

"சொல்லு ஈஸ்வர்... பெண்புலியை மடக்கியாச்சா?"

ஈஸ்வர் சிரித்தார்.

"சில்பா என்கிற பெண்புலி இப்போ சுய உணர்வு இல்லாமே மல்லாந்து விழுந்திருக்கு..."

"அதை நம்ம இடத்துக்கு எப்போ கொண்டுட்டு போகப்போறோம்?"

"இனிமே அடுத்தகட்ட வேலைகள் அதுதான்"

"சில்பாவோட ஃபரெண்ட் நர்மதாவுக்கு நாம கொடுத்த 50 லட்ச ரூபாய் நமக்கு எவ்வளவு விசுவாசமாய் வேலை பார்த்திருக்குன்னு இப்பவாவது உனக்குப் புரிஞ்சிருக்கும்ன்னு நினைக்கிறேன்"

"நீ சொல்றது எப்பவும் சரியாத்தான் இருக்கும் அபு. நீ சொல்லி நான் எதை செய்யாமே விட்டிருக்கேன். நம்ம ப்ராஜெக்ட் என்கிற செஸ் ஆட்டத்தில் நீ சொல்றபடிதான் காய்களை மூவ் பண்ணிட்டிருக்கேன்"

"சரி... நாளைக்குக் காலையில் செம்மேடு ஃபாரஸ்ட் கெஸ்ட் ஹவுஸுக்கு வந்துடறேன். மத்தியானம் அங்கேதான் எனக்கு லஞ்ச்... மாதப்பன்கிட்டே சொல்லி மான்கறிக்கு ஏற்பாடு பண்ணு"

"வா...அபு... மாதப்பனே ரெண்டு மான்களை வளர்த்துட்டு வர்றான். இளசா எது இருக்கோ அதைப் போட்டுடலாம்"

ஈஸ்வர் பேசிவிட்டு சி.பி.ஐ. ஆபீஸர் வைத்யாவை ஏறிட்டார்.

"என்ன ஸார்... இன்னும் வேர்த்து வழிஞ்சுட்டு இருக்கீங்க? சில்பா இன்னும் ஒரு பனிரெண்டு மணி நேரத்துக்கு இப்படித்தான் கிடப்பா. நாளைக்குக் காலையில் பத்து மணிக்குத்தான் கண்விழிப்பா.. !"

வைத்யா அவஸ்தையாய் சிரித்து வைத்தார்."எனக்கு ஒரு சின்ன சந்தேகம் மிஸ்டர் ஈஸ்வர்"

"என்ன?"

"சில்பாவை ஒரேயடியாய் தீர்த்து டிஸ்போஸ் பண்றதை விட்டுட்டு எதுக்காக ட்ரான்குலைசர் ஊசி போட்டு இப்படி ...?"

"மயக்கத்துக்கு கொண்டு போயிருக்கீங்கன்னு கேட்கறீங்க இல்லையா?"

"ஆமா ஸார்"

"சில்பா இன்னும் ஒரு மூணு மாச காலத்துக்கு உயிரோடு இருக்கிறது அவசியம்"

"எ... எ...எதுக்காக உயிரோடு இருக்கணும்?"

"போகப் போக உங்களுக்கே தெரியும்"

மறுநாள் காலை பதினோரு மணி.

போலீஸ் கமிஷனர் அலுவலகத்திற்குள் தன்னுடைய ஸ்கூட்டியை பார்க்கிங் என்று சொன்ன இடத்தில் நிறுத்திவிட்டு லிஃப்டில் உயர்ந்து கமிஷனர் திரிபுரசுந்தரி இருந்த அறைக்குள் மெதுவாய் எட்டிப் பார்த்தாள் வளர்மதி.

ப்ளாஸ்கில் இருந்த டீயை பீங்கான் கோப்பையில் ஊற்றிக் கொண்டிருந்த திரிபுரசுந்தரி வளர்மதியைப் பார்த்ததும் புன்முறுவலோடு "வா... உள்ளே" என்றாள்.

"குட்மார்னிங் மேடம்"

"குட்மார்னிங் வா... டீ சாப்பிடலாம்"

"தேங்க்ஸ் மேடம்... ஒரு அரை கப் போதும்"

வளர்மதி சொல்லிக்கொண்டே திரிபுரசுந்தரிக்கு எதிரே இருந்த காலி இருக்கைக்கு சாய்ந்தாள்.

"சரியான வெயில் மேடம்"

"என்ன இன்னிக்கு ஆபீஸ் இல்லையா?"

"ஒரு கிளையண்ட்டை பார்த்து பேசறதுக்காக ஆன் ட்யூட்டியில்

வந்தேன் மேடம்... அப்படியே உங்களையும் பார்த்து ஒரு பத்து நிமிஷம் பேசிட்டு போகலாம்ன்னு வந்தேன்"

திரிபுரசுந்தரி பாதி நிரம்பிய டீ கோப்பையை வளர்மதியிடம் நீட்டிக் கொண்டே கேட்டாள்.

"உனக்கு சில்பாகிட்டயிருந்து ஏதாவது போன் வந்ததா?"

"இல்ல மேடம்..."

"நான் இன்னிக்கு காலையில் இருந்து நாலைஞ்சு தடவை போன் பண்ணிப் பார்த்துட்டேன். போன் நாட் ரீச்சபிள்ன்னு வருது..."

"நான் இப்ப போன் பண்ணிப் பார்க்கட்டுமா மேடம்... !"

"ம்... பண்ணு"

வளர்மதி தன்னுடைய கைப்பையைத் திறந்து செல்போனை எடுத்து சில்பாவின் எண்ணை தொடர்பு கொண்டாள்.

மறுமுனை மௌனம் சாதித்தது.

வளர்மதி சில விநாடிகள் காத்திருந்து பார்த்துவிட்டு திரிபுரசுந்தரியை ஏறிட்டாள்.

"மேடம்... எந்த ரெஸ்பான்ஸூம் இல்லை"

"எனி ரெக்கார்ட்டட் வாய்ஸ்?"

"எதுவுமே இல்லை"

"சில்பாவோட போன்ல ஏதாவது ப்ராப்ளம் இருக்கலாம். சில்பா எங்கே ஸ்டே பண்ணியிருந்தாங்கன்னு தெரியுமா உனக்கு?"

"தெரியும் மேடம். ஆர்.எஸ்.புரத்துல நர்மதான்னு ஒரு ஃப்ரெண்ட் இருக்கிறதாகவும் அந்தப் பொண்ணோட வீட்லதான் ஸ்டே பண்ணியிருக்கிறதாகவும் என்கிட்டே சொன்னாங்க"

"அந்த நர்மதாவோட போன் நெம்பர் உன்கிட்டே இருக்கா?"

"இல்லை மேடம்... ஆனா அவங்க ஃப்ரண்ட்டோட வீடு இருக்கிற லேண்ட்மார்க் எனக்குத் தெரியும்"

"எங்கே?"

"பாஷ்யகார்லு ரோட்ல பீட்சா ஜங்க்சன்னு ஒரு கடையிருக்கு. அந்தக் கடையிலிருந்து நாலாவது வீடு"

"வளர்மதி... நீ மொதல்ல டீயைக் குடி. அப்புறம் எனக்காக ஒரு வேலை செய்"

"சொல்லுங்க மேடம்"

"உளவுத்துறையிலிருந்து சீஃப் டைரக்டர் ராதேஷ்யாம் எனக்கு போன் பண்ணி சில்பாகிட்டே ஒரு விஷயத்தை ஷேர் பண்ணிக்கச் சொல்லியிருக்கார். நான் சில்பாகிட்டே பேசியாகணும். நீ நேர்ல போய்ப் பார்த்து விபரம் சொல்றியா?"

"இதோ கிளம்பிடறேன் மேடம்"

டீ கோப்பையை வளர்மதி கையில் எடுத்துக்கொண்ட நேரம் திரிபுரசுந்தரியின் செல்போன் ரிங்டோனை மெலிதாய் வெளியிட்டது.

எடுத்து அழைப்பது யார் என்று பார்த்துவிட்டு "எஸ்" என்றாள்.

மறுமுனையில் ஒரு ஆண் குரல் கேட்டது.

"மேடம்... நான் ஷேடோ புலனாய்வு பத்திரிக்கையின் ரிப்போர்ட்டர் புகழேந்தி பேசறேன் மேடம்"

"தெரியுது சொல்லுங்க"

"மேடம்... ஒரு சின்ன க்ளாரிஃபிகேஷனுக்காகத்தான் உங்களுக்கு போன் பண்ணினேன். ஸாரி ஃபார் த டிஸ்டர்பன்ஸ் மேடம்"

"அதுதான் போன் பண்ணிட்டீங்களே.. அப்புறம் என்ன? விஷயம் என்னன்னு சொல்லுங்க"

"மேடம்... போன மாசம் உங்க கிட்டே பேட்டி எடுக்கும்போது நான் ஒரு கேள்வி கேட்டேன். பிரகாசம் ரோட்ல இருக்கிற பழைய ஜட்ஜ் பங்களாவை அரசு அதிகாரிகளுக்கோ, வி.ஐ.பிக்களுக்கோ தங்கறதுக்காக அனுமதிக்கிறது இல்லைன்னு சொன்னீங்க?"

"ஆமா"

"இப்ப அந்த அனுமதி விவகாரத்துல ஏதாவது மாறுதல் பண்ணியிருக்கீங்களா?"

"இல்லை...யாராக இருந்தாலும் அங்கே தங்க அனுமதியில்லை !"

"அப்படீன்னா நேத்து ராத்திரி அந்த பழைய ஜட்ஜ் பங்களாவில் தங்கியிருந்தது யார் மேடம்?"

19

திரிபுரசுந்தரியின் முகம் கோபத்தில் நிறம் மாறியது. செல்போனின் மறுமுனையில் இருந்த புகழேந்தியிடம் குரலை சற்றே உயர்த்தினாள்.

"என்ன சொல்றீங்க புகழேந்தி ஆர்.எஸ்.புரம் பழைய ஜட்ஜ் பங்களாவில் நேத்து ராத்திரி ஆட்கள் இருந்தாங்களா?"

"ஆமா மேடம்..."

"நீங்க பார்த்தீங்களா ...?"

"பார்த்தேன் மேடம்... பங்களாவுக்குள்ளே ஆள் நடமாட்டம் இருந்தது. ஆனா உள்ளே இருந்தது யார்ன்னு தெரியாது"

"எத்தனை மணிக்கு பார்த்தீங்க?"

"பதினோரு மணி இருக்கும்"

"அந்த நேரத்துக்கு அங்கே எதுக்கு போனீங்க?"

"மேடம்... ஆர்.எஸ்.புரம் பிரகாசம் ரோட்ல ஒரு பஞ்சாபியோட தாபா இருக்கு... வாரத்துல ஒரு நாள் அங்கதான் சாப்பிடப் போவேன். நேத்து அந்த தாபா கடைக்கு போயிட்டு இருந்தபோதுதான் பழைய ஜட்ஜ் பங்களாவுக்குள்ளே ஆள் நடமாட்டம் இருக்கறமாதிரி தெரிஞ்சுது. கண்ணாடி ஜன்னல்களில் வெளிச்சம் ஒட்டியிருந்தது."

"இதோ பாருங்க புகழேந்தி... உங்க ப்ரஸ் ரிப்போர்ட்டர் புத்தியை என்கிட்டே காட்ட வேண்டாம்... உங்க பத்திரிக்கைக்கு பரபரப்பான நியூஸ் வேணும்ன்னா வேற பக்கம் போய்த் தேடுங்க. எனக்கு போன் பண்ணி வாயைக் கிளறாதீங்க"

மறுமுனையில் ரிப்போர்ட்டர் புகழேந்தி சிரித்தான்."ஸாரி மேடம்... நான் பரபரப்பான நியூஸ்களுக்காக அலையற ரிப்போர்ட்டர் கிடையாது. நான் ஒர்க் பண்ற ஷேடோ இன்வெஸ்டிகேஷன் ஜர்னலைப் பத்தி உங்களுக்கு நல்லாவே தெரியும். சமுதாய அவலங்களை தைரியமாய் சுட்டிக்காட்டற ஒரு பத்திரிக்கை அது. நீங்களே அந்தப் பத்திரிக்கையைப் பாராட்டியும் இருக்கீங்க... அந்தப் பத்திரிக்கையில் வர்ற செய்திகளெல்லாம் ஒருதலைப்பட்சமாய் இல்லாமே நடுநிலைமையோடு

இருந்ததினால்தான் உங்களோட பர்சனல் செல்போன் நெம்பரை எனக்கும் கொடுத்து ஏதாவது உதவி தேவைப்பட்டா உங்களை காண்டாக்ட் பண்ணச் சொன்னீங்க. சட்டத்துக்கு விரோதமான செயல்கள் எங்கே நடந்தாலும் உடனடியாய் உங்களுக்கு இன்ஃபார்ம் பண்ணும்படியாய் இன்ஸ்ட்ரக்சனும் கொடுத்து இருக்கீங்க. என் மேல உங்களுக்கு இவ்வளவு ஸாப்ட் கார்னர் இருக்கும்போது நான் எதுக்காக பொய் சொல்லணும். நேத்து ராத்திரி அந்த பிரகாசம் ரோடு வழியாய் நான் போகும்போது அந்த பங்களாவுக்குள்ளே நடமாட்டம் இருந்தது உண்மை மேடம்"

"இட்ஸ் ஓ.கே... நான் என்கொயர் பண்றேன். அங்கே ரெண்டு செக்யூரிட்டி எப்பவும் இருப்பாங்க. தே ஆர் வெரி லாயல். நான் இப்ப பேசிடறேன்"

"ஸாரி மேடம்... நான் உங்களை டென்ஷன் பண்ணிட்டேன்"

"நோ இஷ்யூஸ்... தேங்க்ஸ் ஃபார் யுவர் டைம்லி இன்பர்மேஷன்... என்னோட நாலேட்ஜுக்கு வராமே யாரும் அந்த பங்களாவில் தங்கியிருக்க முடியாது. ஐ வில் டேக் கேர்"

திரிபுரசுந்தரி செல்போனை இறுகிப்போன முகத்தோடு அணைத்துவிட்டு பெருமூச்சொன்றை அனல் கலந்து வெளியேற்றினாள். அவளுடைய முகபாவத்தை படித்துவிட்ட வளர்மதி சற்றே கவலையான குரலில் கேட்டாள்.

"என்ன மேடம்! ஏதாவது மோசமான செய்தியா?"

"ஆமா வளர்மதி... ஆர்.எஸ்.புரம் பிரகாசம் ரோட்ல இருக்கிற பழைய ஜட்ஜ் பங்களாவைப்பற்றி நீ கேள்விப்பட்டிருப்பேன்னு நினைக்கிறேன்"

"நிறையவே கேள்விப்பட்டிருக்கேன் மேடம். ரெண்டு வருஷங்களுக்கு முந்தி வரை அந்த பங்களா அரசியல் தலைவர்களுக்கும், உயர் அரசு அதிகாரிகளுக்கும் ஒரு சர்க்யூட் ஹவுஸாக செயல்பட்டு வந்தது. ஆனா அதுக்கப்புறம் அங்கே யாரும் தங்க அனுமதியில்லைன்னு பேப்பர்ல ஒரு நாள் நியூஸ் பார்த்தேன். அது ஒரு முக்கியமான விஷயமாய் எனக்கு தோணாததால அதுல நான் ஆர்வம் காட்டலை. இப்ப அந்த பங்களாவில் என்ன பிரச்சினை மேடம்...?"

"நேத்து ராத்திரி அந்த பங்களாவில் யாரோ ஸ்டே

பண்ணியிருக்காங்க. ஆள் யார்ன்னு தெரியலை. ஆனா பங்களாவுக்குள்ளே நடமாட்டம் இருந்ததாக ஷேடோ புலனாய்வு பத்திரிக்கை ரிப்போர்ட்டர் புகழேந்தி போன் பண்ணிச் சொன்னார். புகழேந்தி ஒரு ஜென்யூன் ரிப்போர்ட்டர். அவர் என்னிக்குமே காஸிப் நியூஸைத் தரமாட்டார். இருக்கிற பிரச்சினைகள் போதான்னு இது ஒரு புது பிரச்சினை" சொன்ன திரிபுரசுந்தரி தனக்குப் பக்கத்தில் இருந்த இண்டர்காம் போனின் ரிஸீவரை எடுத்து யாரிடமோ பேசினாள்.

"ஏ.சி.பி. சடகோபன் வந்துட்டாரா...?"

"வந்துட்டார் மேடம்"

"என்னை வந்து பார்க்கச் சொல்லுங்க..."

"எஸ் மேடம்"

இண்டர்காம் ரிஸீவரை வைத்த திரிபுரசுந்தரியை ஒரு தயக்கப் பார்வையுடன் ஏறிட்டாள் வளர்மதி.

"மேடம்...இஃப் யூ டோண்ட் மைண்ட் நான் உங்ககிட்டே ஒரு கேள்வி கேட்கலாமா...?"

"என்ன...?"

"அந்த பழைய ஜட்ஜ் பங்களாவில் கடந்த ரெண்டு வருஷ காலமாய் யாரையுமே தங்க வைக்காததுக்கு என்ன காரணம் மேடம்...? அந்தக் கட்டிடம் தங்க முடியாத அளவுக்கு மோசமான நிலைமையில் இருக்கா...?"

"நோ...நோ...நூறு வருஷத்துக்கு முன்னாடி பிரிட்டிஷ்க்காரன் காலத்துல கட்டப்பட்ட உறுதியான கட்டிடம் அது. இன்னும் ஒரு நூறு வருஷமானாலும் அது அப்படியே இருக்கும்"

"அப்புறம் என்ன பிரச்சினை மேடம்...?"

"அது... வந்து... வந்து..."

"அதை என்கூட ஷேர் பண்ணிக்கக்கூடாதுன்னு நீங்க நினைச்சா வேண்டாம் மேடம்"

"அப்படியெல்லாம் ஒண்ணுமில்லை. அந்த பழைய ஜட்ஜ் பங்களாவோடு சம்பந்தப்பட்ட ஒரு செய்தி இன்னமும் உறுதி செய்யப்படாத நிலையில் இருக்கு. அதாவது ரெண்டு வருஷத்துக்கு முந்தி அந்த பங்களாவில் வந்து தங்கின அரசியல்

பிரமுகர் ஒருவர் மர்மமான முறையில் படுக்கையில் இறந்து கிடந்தார். அது இயற்கையான மரணம் மாதிரி வெளியுலகத்துக்கு சொல்லப்பட்டாலும், அவர் கொலை செய்யப்பட்டிருக்கலாம்ங்கிறது உளவுத்துறையின் சந்தேகம். இந்த சம்பவம் நடந்த அடுத்த ஒரு மாத காலத்துக்குள்ளே எதிர்க்கட்சி அரசியல் தலைவர் ஒருவர் உயிர்க்கு ஆபத்தான நிலைமையில் அங்கேயிருந்த போது உடனடியாய் ஹாஸ்பிடல்ல அட்மிட் செய்தும் அடுத்த ஒரு மணி நேரத்துக்குள்ளே இறந்து போனார். இந்த ரெண்டு மரணங்களைப்பற்றிய சந்தேகம் போலீஸ் டிபார்ட்மெண்ட்டுக்கு இருந்ததே தவிர அரசியல் கட்சிகளுக்கோ பொதுமக்களுக்கோ இல்லை... இருந்தாலும் போலீஸ் உயர் அதிகாரிகள் அதிரடியாய் ஒரு முடிவு எடுத்து இனி பழைய ஜட்ஜ் பங்களா ஒரு நினைவுச் சின்னமாக மட்டுமே இருக்கும். அது சர்க்யூட் ஹவுஸ் போல அரசியல் தலைவர்களுக்கோ, உயர் அரசு அதிகாரிகளுக்கோ தங்க அனுமதி மறுக்கப்படும் என்கிற அறிவிப்பை வெளியிட்டது. இந்த அறிவிப்புக்கு ஆரம்பத்தில லேசாய் எதிர்ப்பு இருந்தது. நாட்கள் செல்லச்செல்ல அந்த எதிர்ப்பும் காணாமல் போச்சு. போலீஸ் கமிஷனரோட உத்தரவு இல்லாமே அந்த பங்களாவில் யாரும் ஒரு பத்து நிமிஷம் கூட தங்க முடியாது. அட் ப்ரஸண்ட் நான்தான் போலீஸ் கமிஷனர். என்னோட ரிட்டன் உத்தரவு இல்லாமே யாரும் அந்த பங்களாவுக்குள்ளே நுழையக்கூடாது"

திரிபுரசுந்தரி சொல்லிக்கொண்டிருக்கும் போதே அசிஸ்டெண்ட் போலீஸ் கமிஷனர் சடகோபன் வேக நடையில் அறைக்குள் நுழைந்து சுள்ளென்று உத்யோக தோரணையில் சல்யூட் அடித்துவிட்டு "எஸ் மேடம்" என்றார்.

"உட்கார்ங்க சடகோபன்"

வளர்மதிக்குப் பக்கத்தில் இருந்த இருக்கை நுனியில் உட்கார்ந்து நிமிர்ந்தார்.

"பழைய ஜட்ஜ் பங்களாவில் நேத்து ராத்திரி யாராவது ஸ்டே பண்ணியிருந்தாங்களா?"

சடகோபனின் பரந்த நெற்றி சில கோடுகளோடு வியப்புக்கு உட்பட்டது.

"அது எப்படி மேடம் அந்த பங்களாவில் தங்க முடியும். அங்கேதான் யாரும் ஸ்டே பண்ண பர்மிஷன் இல்லையே?"

"ஆனா...நேத்து ராத்திரி அங்கே யாரோ தங்கியிருந்திருக்காங்க... பங்களாவுக்குள்ளே ஆள் நடமாட்டம் இருந்ததை ஒரு நபர் பார்த்திருக்கார்..."

"அந்த நபர் வேற ஏதாவது ஒரு பங்களாவைப் பார்த்து தவறுதலாய் சொல்லியிருக்கலாம் மேடம்"

"சொன்ன நபர் என்னோட நம்பிக்கைக்கு உரிய ப்ரஸ் ரிப்போர்ட்டர். அவர்க்கு அந்த பங்களாவைப்பத்தின எல்லா விவரங்களும் தெரியும்"

"அப்படீன்னா அந்த பங்களாவில் செக்யூரிட்டிகளாய் பணி புரிகிற ராயப்பனையும் ரஹ்மானையும் என்கொயர் பண்ணிடலாம்" சடகோபன் சொல்லிக்கொண்டே தன்னுடைய செல்போனை எடுத்தார்.

திரிபுரசுந்தரி கேட்டாள்.

"போன் பண்ணப் போறீங்களா?"

"ஆமா..."

"வேண்டாம் ... நேர்ல போயிடுவோம். நேத்து ராத்திரி அப்படி யாராவது அந்த பங்களாவில் ஸ்டே பண்ணியிருந்தாங்கன்னா பங்களாவுக்குள்ளே ஏதாவது மாற்றங்கள் தெரியலாம்"

"நீங்க சொல்றதும் சரிதான் மேடம்... எப்ப புறப்படலாம்?"

"இப்பவே... ஜீப்பை ரெடி பண்ணுங்க. நான் பத்து நிமிஷத்துல கீழே வர்றேன்"

"எஸ் மேடம்"

அசிஸ்டெண்ட் கமிஷனர் எழுந்து நின்று ஒரு சல்யூட்டை தந்துவிட்டு அறையினின்றும் வெளியேறிப் போக, திரிபுரசுந்தரி வளர்மதியை ஏறிட்டாள்.

"நீ நர்மதா வீட்டுக்குப் போய் அங்கே சில்பா இருந்தா நான் அவங்களைப் பார்க்க விரும்பறதா சொல்லு. இல்லேன்னா சில்பாவை என்கிட்டே பேசச் சொல்லு. நான் அதுக்குள்ளே இந்த பழைய ஜட்ஜ் பங்களாவுக்குள்ளே என்ன நடந்ததுன்னு பார்த்துட்டு வந்துடறேன்"

"ஓ.கே. மேடம்" வளர்மதி தலையசைத்துக் கொண்டே எழுந்து கொண்டாள்.

ஆர்.எஸ்.புரம் பிரகாசம் ரோட்டின் மையத்தில் இருந்த அந்த பழைய ஜட்ஜ் பங்களாவின் பிரதான காம்பௌண்ட் கேட்டுக்கு முன்பாய் ஜீப் நின்று ஹார்ன் சத்தத்தை எழுப்ப, அடுத்த சில விநாடிகளில் கேட் திறக்கப்பட்டு ஜீப் உள்ளே போயிற்று. அந்த பெரிய போர்டிகோவின் பரந்த பரப்பில் போய் நின்றது.

கமிஷனர் திரிபுரசுந்தரியும், அசிஸ்டெண்ட் கமிஷனர் சடகோபனும் ஜீப்பை விட்டு இறங்க செக்யூரிட்டிகள் ராயப்பனும், ரஹ்மானும் பவ்யத்தோடு சல்யூட் வைத்துவிட்டு சற்றுத்தள்ளி நின்றார்கள்.

திரிபுரசுந்தரி அவர்களை நெருங்கி நின்று உன்னிப்பாய் பார்த்தபடி கேட்டாள்.

"நேத்து ராத்திரி இந்த பங்களாவுக்குள்ளே யார் தங்கியிருந்தாங்க..?"

ராயப்பன் இரண்டடி முன்னால் வந்து நின்று தயக்கமாய் பேச ஆரம்பித்தான்.

"அது... அது... வந்து மேடம்" ராயப்பன் மேற்க்கொண்டு பேசும் முன்பு அவனுடைய சட்டைப் பாக்கெட்டில் செல்போன் குரல் கொடுத்தது.

அவன் செல்போனை எடுக்கத் தயங்க திரிபுரசுந்தரி குரல் கொடுத்தாள்.

"செல்போனை எடுத்து யார்ன்னு பாரு. ஸ்பீக்கரை ஆன் பண்ணிட்டு பேசு..."

ராயப்பன் அவஸ்தையாய் எச்சில் விழுங்கிவிட்டு ஸ்பீக்கரை ஆன் செய்துவிட்டு "ஹலோ" என்று குரல் கொடுத்தான் மெல்ல.

"என்ன ராயப்பா... காலையிலிருந்து போனையே காணோம். பேசின அமௌண்ட் கைக்கு வந்துச்சா இல்லையா?"

20

செல்போனின் மறுமுனையில் ஒலித்த பேச்சைக் கேட்டு விட்டு ராயப்பன் மௌனம் சாதிக்க, திரிபுரசுந்தரி ராயப்பனை ஏறிட்டு மேற்கொண்டு பேசும்படி சைகை காட்டினாள்.

ராயப்பன் வியர்த்த முகமாய் பேச ஆரம்பித்தான்.

"அது வந்து வந்து...."

செல்போனின் மறுமுனையில் குரல் சிரித்தது.

"என்ன ராயப்பா... ராத்திரி குடிச்ச விஸ்கி இன்னமும் ரத்தத்துல இருக்கா... பேச்சே வரமாட்டேங்குது. பேசின அமௌண்ட்டை அந்த சுந்தரமூர்த்தி உனக்குக் கொடுத்தானா இல்லையா?"

ராயப்பன் எச்சில் விழுங்கிவிட்டு மெள்ளமாய் தயக்கக் குரலில் பேசினான்.

"ம்... குடுத்தான்"

"கமிஷன் ஏதாவது எடுத்துகிட்டானா?"

"இல்ல... பேசின தொகையை குடுத்துட்டான்"

"இருபதாயிரம்தானே?"

"ஆமா"

"உனக்கு இப்ப சந்தோஷம்தானே?"

"ம்"

"உனக்கு இன்னிக்கு என்னாச்சு ராயப்பா? நான் எப்ப போன் பண்ணினாலும் என்னை பேசவிடாமே அடைமழை மாதிரி நீயே கொட்டித்தீர்ப்பே... இன்னிக்கு குரலே மேலே எழும்பாமே பேசிட்டிருக்கே... உனக்கு வரவேண்டிய பணம் கம்மியாய் இருக்கேன்னு ஃபீல் பண்றியா...? அடுத்ததா சூலூர்ல ஒரு பெரிய பார்ட்டியோட 150 ஏக்கர் தென்னந்தோப்பு ஸேலுக்கு வருது. நீயும் நானும்தான் டீல் பண்ணப்போறோம். உனக்குத்தெரிஞ்ச அந்த நீலாம்பூர் பார்ட்டிக்கிட்டே பேசிப்பாரு. பார்ட்டி படிஞ்சுதுன்னா உனக்கு ரெண்டு பர்ஸண்ட் கமிஷன் சேர்த்துக் குடுத்துடறேன். இந்த தடவை நடுவுல வந்த ஒரு புரோக்கர்க்கு ஒரு பர்சண்ட் கமிஷன் கொடுக்க வேண்டியதாயிடுச்சு. அதான் உனக்கு

கொடுக்க வேண்டிய கமிஷன்ல கை வெச்சுட்டேன். தப்பா எடுத்துக்காதே. நான் ஊருக்கு போய்ட்டு வந்த பின்னாடி உன்னை வந்து பார்க்கிறேன்"

செல்போனின் உரையாடல் முடிந்து போயிருக்க திரிபுரசுந்தரியும் அஸிஸ்டெண்ட் கமிஷனர் சடகோபனும் ஏமாற்றம் படிந்த முகங்களோடு ஒருவரையொருவர் பார்த்துக்கொண்டார்கள்.

சடகோபன் ராயப்பனை நெருங்கி அவனுடைய முகத்தை உன்னிப்பாய் பார்த்தபடி கேட்டார்.

"இப்ப போன்ல பேசின நபர் யாரு?"

"என்னோட ஃப்ரண்ட் மரியதாஸ் ஸார். ரியல் எஸ்டேட் பிசினஸ் பண்றான். நிலம் வாங்க விருப்பப்படற பார்ட்டீஸை அவன்கிட்டே கூட்டிட்டு போய் விட்டா அவன் எனக்கு கமிஷன் கொடுப்பான்"

"செக்யூரிட்டி வேலையைத் தவிர இந்த லேண்ட் புரோக்கர் வேலையையும் பார்க்கிறே போலிருக்கு?"

"ஆமா ஸார்... ஃபேமிலி பெரிசு. வீட்ல அப்பாவுக்கும் அம்மாவுக்கும் உடம்பு முடியலை... வைத்திய செலவு அதிகம் அதனால இப்படி சைடுல..."

"சரி... நீ என்னமோ பண்ணிட்டு போ... நான் இப்ப கேட்கப் போகிற கேள்விக்கு மட்டும் உண்மையான பதிலைச் சொல்லு... நேத்து ராத்திரி இந்த பங்களாவுக்குள்ளே உங்க ரெண்டு பேரைத்தவிர வேற யார் இருந்தாங்க?"

"யாரும் இல்ல ஸார்... நாங்க ரெண்டு பேர் மட்டும்தான் இருந்தோம்"

சடகோபனின் பார்வை இப்போது பக்கத்தில் இருந்த இன்னொரு செக்யூரிட்டியான ரஹ்மானின் மேல் பதிந்தது.

"நீ சொல்லு... நேத்து ராத்திரி இந்த பங்களாவில் யாரைத் தங்க வெச்சீங்க?"

ரஹ்மான் பதட்டமாய் பேசினான். "இந்த பங்களாவுக்குள்ளே யாரையும் தங்க அனுமதிக்கக்கூடாதுங்கிற விதிமுறை இருக்கும்போது நாங்க எப்படி ஸார் அந்நியர்களை தங்க வைப்போம்?"

திரிபுரசுந்தரி குறிக்கிட்டாள்.

"இப்படியெல்லாம் பதில் சொல்லி நீங்க ரெண்டு பேரும் தப்பிக்க முடியாது. நேத்து ராத்திரி இந்த பங்களாவுக்குள்ளே வேற்று ஆட்கள் நடமாட்டம் இருந்ததை ஒருத்தர் பார்த்திருக்கார். அவர் பொய் சொல்லக் கூடியவர் இல்லை. பணத்துக்கு ஆசைப்பட்டு இந்த பங்களாவுக்குள்ளே யாரையாவது தங்க அனுமதிச்சிருந்தா இப்பவே இதே இடத்துல உண்மையைச் சொல்லிடுங்க. இல்லேன்னா ரெண்டு பேரையும் ஸ்டேஷனுக்கு கூட்டிப்போய் லாக்கப்புக்குள்ளே வெச்சு எப்படி விசாரிக்கணுமோ அப்படி விசாரிக்க வேண்டி வரும்"

ராயப்பனும் ரஹ்மானும் பதறிப் போனவர்களாய் கையெடுத்து கும்பிட்டார்கள். ராயப்பன் அழுகிற குரலில் பேசினான். "மேடம்... நாங்க ரெண்டு பேரும் பணம் காசுக்கு ஆசைப்பட்டு அப்படிப்பட்ட காரியத்தை பண்ணமாட்டோம். எங்க புள்ளைங்க மேல சத்தியமா... நேத்து இந்த பங்களாவில் யாரையும் தங்க வைக்கலை"

"நிஜமாத்தான் சொல்றீங்களா?"

"ஆமா மேடம்"

சரி... வீட்டுக் கதவைத் திற... உள்ளே போய் பார்ப்போம். கடைசியா வீட்டுக்குள்ளே போய் எப்ப சுத்தம் பண்ணீங்க?"

"போன ஞாயித்துக்கிழமை"

"அதுக்கப்புறம் உங்க ரெண்டு பேர்ல யாரும் உள்ளே போகலையா?"

"போகலை மேடம்"

"சரி... டோரை ஓப்பன் பண்ணு"

ராயப்பன் பக்கத்து அறைக்கு ஓடிப்போய் சாவிக் கொத்தை எடுத்து வந்து அதில் இருந்த ஒரு சாவியின் மூலம் பிரதான கதவில் தொங்கிக் கொண்டிருந்த பூட்டுக்கு விடுதலை கொடுத்தான்.

சடகோபன் முதல் ஆளாய் கதவைத் தள்ளிக்கொண்டு உள்ளே போனார். எல்லா ஜன்னல்களும் சாத்தப்பட்டு இருந்ததால் அந்த பகல் நேரத்திலேயே அறைக்குள் அரையிருட்டு பரவியிருந்தது. சுவரில் ஸ்விட்ச் போர்ட்டைத் தேடி பட்டன்களைத் தட்ட இரண்டு ட்யூப் லைட்டுகள் மட்டும் உயிர் பிடித்துக்கொண்டு அறைக்குள் வெளிச்சத்தை நிரப்பியது.

திரிபுரசுந்தரியும் சடகோபனும் அந்த அறையை மெதுவான நடையில் சுற்றிப் பார்த்துவிட்டு மாடிப்படிகளை நோக்கிப் போனார்கள். அவர்களுக்கு முன்பாகவே ராயப்பன் வேகமாக மாடிப்படிகளில் ஏறி வராந்தாவில் இருந்த எல்லா சாத்தப்பட்ட அறைகளையும் சாவிக்கொத்தில் இருந்த சாவிகளையும் உபயோகித்து திறந்து வைத்தான்.

ஒவ்வொரு அறைக்குள்ளும் நுழைந்து பார்வையை சுழலவிட்ட சடகோபன் சமையலறைக்குப் பக்கத்தில் இருந்த ஒரு அறையின் கதவைத் திறந்தபடி உள்ளே நுழைந்த விநாடி சட்டென்று நின்றார். திரிபுரசுந்தரியை பார்த்தார்.

"மேடம்"

"என்ன?"

"உங்களால ஏதாவது ஸ்மெல் பண்ண முடியதா?"

"எஸ்... லிக்கர் ஸ்மெல் மே...பி...பிராந்தி ஆர் விஸ்கி...?"

"நேத்து ராத்திரி இங்கே வந்தவங்க இந்த அறையைத்தான் யூஸ் பண்ணியிருக்காங்கன்னு நினைக்கிறேன்"என்று சொன்ன சடகோபன் தனக்குப் பக்கத்தில் நின்றிருந்த ராயப்பனையும் ரஹ்மானையும் ஒரு ஊசிப்பார்வை பார்த்தபடி கேட்டார்.

"என்ன சரக்கு வாசனை வருதா...?"

"ம்...ம்... வ...வ...வருது ஸார்"

"எப்படி...?"

ரஹ்மான் படபடத்தான். "தெ... தெ... தெரியலை ஸார்... நானும் ராயப்பனும் லிக்கர் சாப்பிடறதாய் இருந்தா கீழே போர்ட்டிகோ படிகளிலேயே உட்கார்ந்து சாப்ட்ருவோம் ஸார்... வீட்டுக்குள்ளே வந்து இதுவரைக்கும் சாப்பிட்டதே இல்லை ஸார்"

"நீங்க ரெண்டு பேருமே இங்கே வரலைன்னா வேற யாரோ இங்கே வந்து இருக்காங்கன்னு தெரியுது. உங்களுக்குத் தெரியாமே அவங்க எப்படி வந்தாங்க...?"

"தெ... தெ... தெரியலை ஸார்"

"தெரியலையா? இன்னும் கொஞ்ச நேரத்துக்குத்தான் இப்படி தெரியலை, தெரியலைன்னு சொல்லிட்டிருக்க முடியும். அப்புறம் தெரியும்ன்னு சொல்ற கட்டாயம் வரும்..." சடகோபன்

சொல்லிக்கொண்டே போய் வெளிச்சம் உள்ளே வருவதற்காக ஜன்னல் கதவுகளை திறந்து வைக்க சூரிய வெளிச்சம் உள்ளே பாய்ந்தது.

ரஹ்மான், ராயப்பன் இருவரின் முகங்களும் வெளிறிப்போயிருக்க, சடகோபனின் பார்வை அறை பூராவும் பரபரவென்று அலைந்தது. திரிபுரசுந்தரி அறையோடு அட்டாச் செய்யப்பட்டிருந்த பாத்ரூம் கதவை திறந்து பார்த்துவிட்டு "சடகோபன்..!" என்று கூப்பிட்டாள்.

"மேடம்...!"

"நோ டவுட் இந்த அறையை நிச்சயமாய் யூஸ் பண்ணியிருக்காங்க. பாத்ரூமோட ஃபளோர் ஈரமாயிருக்கு ! போன சண்டேதான் வீட்டை சுத்தம் பண்ணியிருக்காங்க. இப்போ எப்படி ஈரம் இருக்கும்...?"

சடகோபனின் பார்வை மறுபடியும் ராயப்பன், ரஹ்மான் மேல் சந்தேகமாய் பாய, ராயப்பன் உடல் நடுக்கத்துடன் முன்னால் வந்தான்,

"ஸ...ஸார்...இப்பத்தான் எனக்கொரு விஷயம் ஞாபகத்துக்கு வருது...!"

"என்ன...?"

"ஸார்... நேத்து ராத்திரி நானும் ரஹ்மானும் வெளியே போர்டிகோ படிகள்ல உட்கார்ந்துட்டு சரக்கு சாப்பிட்டோம். அப்போ ஒன்பது மணி இருக்கும். சரக்கு சாப்பிட்ட கையோட சாப்பாட்டையும் முடிச்சுகிட்டு வழக்கம் போல ரெண்டு பேரும் படுத்துத் தூங்கற ரூமுக்குப் போனோம். ரஹ்மான் படுத்த கொஞ்ச நேரத்துக்குள்ளே தூங்கிட்டான். எனக்கு அரைகுறைத் தூக்கம். அந்த அரைகுறைத் தூக்கத்திலேயும் ரூமுக்குள்ளே ஒரு வாசனை அடிக்கிறதை தெரிஞ்சது. அது என்னன்னு தெரிஞ்சுக்கிறதுக்காக எந்திரிக்க முயற்சி பண்ணினேன். ஆனா என்னால எந்திரிக்க முடியலை. கண்ணெல்லாம் இருட்டிகிட்டு வர்ற மாதிரியிருந்தது. அப்படியே படுத்துட்டேன் ஸார். எவ்வளவு சரக்கு அடிச்சுட்டு படுத்தாலும் காலையில் அஞ்சு மணிக்கெல்லாம் எனக்கும் ரஹ்மானுக்கும் முழிப்பு வந்துடும் ஸார். ஆனா இன்னிக்கு நாங்க ரெண்டு பேரும் கண் முழிக்கும் போது எட்டு மணி ஸார். ஜன்னல்ல வெளிச்சம். எப்படி இவ்வளவு நேரம் அசந்து தூங்கினோம்ன்னு

எனக்கும் ரஹ்மானுக்கும் ஆச்சர்யமாய் இருந்தது. சாப்பிட்ட சரக்குதான் காரணமாய் இருக்கும்ன்னு ரஹ்மான் சொன்னான். ஆனா எனக்கு மட்டும் ராத்திரி ரூமுக்குள்ளே அடிச்ச அந்த வித்தியாசமான வாசனையோட ஞாபகம் வந்தது. ரஹ்மான் கிட்டே அதைப்பத்தி சொன்னேன். அவன் அதை ஒரு பெரிய விஷயமாய் எடுத்துக்கலை. நானும் மறந்துட்டேன். ஆனா இப்ப நீங்க இந்த பங்களாவுக்குள்ளே நேத்து ராத்திரி யாரோ இருந்தாங்கன்னு சொன்ன பின்னாடிதான் அந்த வாசனை ஏன் ஒரு மயக்க மருந்தாய் இருக்கக்கூடாதுன்னு தோணுது ஸார்"

திரிபுரசுந்தரி குறுக்கிட்டு கேட்டாள்.

"அதாவது நீங்க படுத்து தூங்கிட்டிருந்த அறைக்குள்ளே யாரோ மயக்க மருந்தை ஸ்பிரே பண்ணியிருப்பாங்கன்னு சொல்ல வர்றியா?"

"ஆமா மேடம்...நாங்க சரக்கு சாப்பிட்டு சாப்பாட்டையும் முடிச்சுகிட்டு ரூமுக்கு வந்து படுத்த பின்னாடி ஜன்னல் வழியா யாரோ மயக்க மருந்தை ஸ்பிரே பண்ணியிருக்கணும்"

"அந்த வாசனை எப்படியிருந்தது?"

"அழுகிப்போன பழங்களிலிருந்து ஒரு வேண்டாத வாசனை வருமே... அது மாதிரி இருந்தது மேடம்"

திரிபுரசுந்தரி சடகோபனை ஏறிட்டாள்.

"என்ன சடகோபன். இவங்க சொல்றதெல்லாம் நம்பற மாதிரி இருக்கா?"

சடகோபன் பதில் சொல்லாமல் அறையின் இடது பக்க மூலையை உற்றுப் பார்த்துக் கொண்டிருக்க திரிபுரசுந்தரி கேட்டாள்.

"என்ன பார்த்துட்டு இருக்கீங்க?"

"ஒரு நிமிஷம் மேடம்" என்று சொன்ன சடகோபன் அறையின் மூலையை நோக்கி வேகமாய் போனார்.

21

வளர்மதி தன்னுடைய ஸ்கூட்டரை மிதமான வேகத்தில் விரட்டியபடி பாஷ்யகார்லு ரோட்டில் உள்ள நர்மதாவின் வீட்டை நெருங்கிய போது மத்தியானம் பனிரெண்டு மணி.

சூரியன் நடுவானில் இருந்தாலும் இதமான வெப்பத்தோடு கோவைக்கு உரித்தான குளிர்காற்று வளர்மதியின் முகத்தில் மோதியது. ஸ்கூட்டரை காம்பௌண்ட் கேட்டுக்கு வெளியே நிறுத்தி விட்டு கேட்டைத் திறந்து கொண்டு உள்ளே போனாள்.

கரும்பச்சை நிற கான்வாஸ் போர்வையை போர்த்திக்கொண்டு கார் ஒன்று ஷெட்டில் நின்றிருந்தது.

யாரோ வீட்டுக்குள் இருப்பதற்கு அடையாளமாய் டி.வியின் விளம்பர அறிவிப்பு ஒன்று ஜன்னல் வழியாக தப்பித்து வளர்மதியின் காதுமடல்களை உரசியது. வாசற்படி ஏறி அழைப்பு மணியை ஒலிக்க வைத்த பத்தாவது விநாடி கதவு தயக்கத்தோடு பின்வாங்கி ஒரு பெண்ணின் முகத்தைக் காட்டியது.

வளர்மதி தயக்கமான குரலில் கேட்டாள்.

"நர்மதாங்கிறது?"

"நான்தான்... நீங்க?"

"என் பேரு வளர்மதி. மிஸ் சில்பாவுக்கு என்னைத் தெரியும். அவங்களைப் பார்க்க வந்தேன்"

நர்மதா மனசுக்குள் அதிர்ந்து போனாலும் முகத்தில் அந்த அதிர்ச்சியின் ஒரு சதவீதத்தைக்கூட காட்டிக் கொள்ளாமல் புன்னகைத்தாள்.

"ஓ... சில்பாவைப் பார்க்க வந்தீங்களா? சில்பா இப்ப வீட்ல இல்லையே...?"

"வெளியே எங்கேயாவது போயிக்காங்களா?"

"திடீர்ன்னு சில்பா நேத்து சாயந்தரமே ஊட்டி புறப்பட்டுப் போயிட்டாளே?"

"எ...எ...என்னது ஊட்டியா?"

"ஆமா... அப்படித்தான் என்கிட்டே சொன்னா?"

"ஊட்டியில் யாரைப் பார்க்கிறதுக்காக போனாங்கன்னு தெரியுமா?"

"ஸாரி... தெரியாது... நான் சில்பாகிட்டே யாரைப் பார்க்கிறதுக்காக ஊட்டி போறேன்னு கேட்டேன். அவ அதுக்கு இது என்னோட டிபார்ட்மெண்ட் சம்பந்தப்பட்ட விஷயம். உன்கிட்டே சொல்ல முடியாதுன்னு சொல்லிட்டா. சில்பா அப்படி சொன்ன பிறகு நான் அவளை கம்பெல் பண்ண விரும்பலை" என்று இயல்பாய் சொன்ன நர்மதா வலுக்கட்டாயமாய் தன்னுடைய உதட்டுக்கு ஒரு பெரிய புன்னகையைக் கொடுத்தாள்.

"உள்ளே வாங்களேன்... வெளியேவே நின்னு பேசிட்டு இருக்கீங்க?"

வளர்மதி தயக்கமாய் வீட்டுக்குள் காலடி எடுத்து வைத்தாள். வீடு சிறியதாக இருந்தாலும் நேர்த்தியாய் இருந்தது. நர்மதா ரிமோட் கண்ட்ரோலை எடுத்து டி.வி திரையை இருட்டாக்கிவிட்டு வளர்மதிக்கு சோபாவைக் காட்டினாள்.

"ப்ளீஸ் உட்கார்ங்க"

வளர்மதி உட்கார்ந்ததும் நர்மதா கேட்டாள்.

"நீங்க யார்ன்னு தெரிஞ்சுக்கலாமா?"

"நான் இதே ஊர்தான்... ஒரு கன்ஸல்டிங் ஏஜென்ஸியில் வொர்க் பண்றேன்... ப்ரீலான்ஸரா ஜர்னலிஸ்டிட்டாவும் ஒர்க் பண்றேன். போலீஸ் கமிஷனர் திரிபுரசுந்தரிகிட்டே சமீபத்துல நடந்த பாலியல் பலாத்கார சம்பவங்களைப்பற்றி ஒரு பேட்டி எடுக்கப் போனேன். போலீஸ் கமிஷனர் பிஸியாய் இருந்தாங்க... ரெண்டு மணி நேரம் கழிச்சு வரச் சொன்னதால சில்பாவை பார்த்துட்டு போலாம்ன்னு வந்தேன்"

"சில்பாவை உங்களுக்கு எப்படி தெரியும்?"

"கமிஷனர் திரிபுரசுந்தரியின் ஆபீஸில் நாலைஞ்சு தடவை பார்த்திருக்கேன். பேசியிருக்கேன். அப்படி ஏற்பட்டதுதான் பழக்கம். நேத்து அவங்ககிட்டே பேசிட்டு இருக்கும்போதுதான் உங்க வீட்ல ஸ்டே பண்ணியிருக்கிறதாய் சொன்னாங்க. அதான் பார்த்து பேசிட்டு போலாம்ன்னு வந்தேன்"

"நீங்க சில்பாவுக்கு போன் பண்ணியிருக்கலாம். அப்படி

போன் பண்ணி பேசியிருந்தா உங்களுக்கு விபரம் தெரிஞ்சு இருக்கலாம்..."

"போன் பண்ணினேன்... எந்த ஒரு ரெஸ்பான்ஸும் இல்லை..."

"ஒரு வேளை டவர் கிடைக்காமல் போயிருந்து இருக்கலாம் ..."

"அப்படி ஏதாவது டவர் பிராப்ளம் இருந்திருந்தா ரெக்கார்டட் வாய்ஸாவது வந்து இருக்கும். அதுவும் வரலையே?"

"நான் என்னோட போனிலிருந்து ட்ரை பண்ணிப் பார்க்கட்டுமா?"

"சரி" என்ற பாவனையில் வளர்மதி தலையசைக்க, நர்மதா இயல்பாய் உடம்பின் எந்த ஒரு அவயத்திலும் பதட்டத்தை வெளிப்படுத்தாமல் தன்னுடைய செல்போனை எடுத்து சில்பாவின் எண்ணை தொடர்பு கொண்டு விட்டு ஒரு சின்னப் புன்னகையோடு அழகாய் உதட்டைப் பிதுக்கினாள்.

"சில நேரங்களில் சில்பா இப்படித்தான். அவளும் ஊமையாயிடுவா... அவளோட செல்போனும் ஊமையாயிடும். வாரம் பத்து நாள் கழிச்சு திடீர்ன்னு போன் பண்ணிப் பேசுவா... இந்த விஷயத்துல அவளையும் குற்றம் சொல்ல முடியாது. காரணம் அவ சி.பி.ஐ. டிபார்ட்மெண்ட் சில விதிமுறைகளுக்குக் கட்டுப்பட்டு மௌனம் காக்க வேண்டிய கட்டாயம். ஒரு வேளை சில்பா எனக்கு போன் பண்ணினாலும் பண்ணுவா... அப்ப நீங்க வந்துட்டு போனதை சொல்றேன். ஏதாவது முக்கியமான விஷயம் இருந்தா சொல்லுங்க நான் சில்பாவுக்கு கன்வே பண்ணிடறேன்" என்று சொன்னவள் கேட்டாள்.

"ஹேவ் சம் காப்பி... ஆர்... டீ!"

"பரவாயில்லை... நான் கிளம்பறேன்" வளர்மதி வாசலை நோக்கி நகர்ந்தாள். வாசலில் நின்றிருந்த ஸ்கூட்டியில் ஏறி அவள் புறப்பட்டு போகும்வரை காத்திருந்த நர்மதா பிறகு தன் செல்போனை எடுத்து காண்டாக்ட் ஆப்ஷனுக்குப் போய் ஒரு எண்ணைத் தேய்த்துவிட்டு பேசினாள்.

"ஸார்... நான் நர்மதா"

மறுமுனையில் ஈஸ்வர் பேசினார்.

"என்ன நர்மதா...குரல்ல டென்ஷன் தெரியுது. என்ன ஏதாவது பிரச்சினையா?"

"ஆ...ஆமா ஸார்"

"என்ன?"

"அந்த போலீஸ் இன்ஃபார்மர் வளர்மதி சில்பாவை தேடிகிட்டு என்னோட வீட்டுக்கே வந்துட்டா"

"அப்படியா... ஆச்சர்யமாயிருக்கே சில்பா உன்னோட வீட்லதான் தங்கியிருந்தான்னு வளர்மதிக்கு எப்படி தெரியும்?"

"சில்பா சொல்லியிருக்கணும் ஸார்"

"சரி... வளர்மதி சில்பாவைப் பார்க்க எதுக்காக வந்தான்னு நீ கேட்கலையா?"

"கேட்டேன் ஸார்... பெண்கள் பாலியல் பலாத்காரத்தைப் பத்தி சில்பாகிட்டே பேட்டி எடுக்க வந்தாளாம்"

"பொய் சொல்றா"

"பொய்தான்... நல்லாவே தெரியுது... என்ன காரணத்துக்காக சில்பாவைப் பார்க்க வந்தான்னு தெரியலை. எனக்கு கொஞ்சம் பயமாயிருக்கு ஸார்"

"எதுக்கு பயம்?"

"நேத்து ராத்திரி பழைய ஜட்ஜ் பங்களாவில் நடந்த சம்பவம் போலீஸிக்கு தெரிஞ்சு இருக்குமோ?"

"அப்படி தெரிய வாய்ப்பில்லை நர்மதா"

"ஸார்... சில்பா இப்போ...?"

"எங்க இருக்கணுமோ அங்கே இருக்கா... அவளை இனிமே நீ மறந்துடு... அவளைப்பத்தி உன்கிட்டே யார் வந்து கேட்டாலும் நேத்து சாயந்தரமே அவ ஊட்டி புறப்பட்டுப் போயிட்டான்னு சொல்லு..."

"வளர்மதிகிட்டேயும் அப்படித்தான் சொல்லியிருக்கேன்"

"அதை அப்படியே கண்டினியூ பண்ணு"

"ஸார்... எனக்கு எந்த பிரச்சனையும் வந்துடாதே?"

"இதோ பார் நர்மதா... உனக்கொரு பிரச்சனை வந்தா அந்தப் பிரச்சனை எனக்கு வந்த மாதிரிதான். அப்படியே பிரச்சனைன்னு ஏதாவது வந்துட்டா அதை எப்படி சால்வ் பண்றதுன்னும் எனக்குத் தெரியும். நீ எதுக்கும் கவலைப்படாதே..."

"ஸ...ஸார்..."

"என்ன குரல் நடுங்குது?"

"அந்த போலீஸ் இன்ஃபார்மர் வளர்மதியை இன்னிக்குத்தான் நான் முதல் தடவையாய் பார்க்கிறேன். அவகிட்டே ஒரு கெட்டிக்காரத்தனம் தெரியுது. பார்க்கிற பார்வையிலும் கேட்கிற கேள்வியிலும் கூர்மை இருக்கு... சில்பா மாதிரி அவளையும் ..."

"பொறு... பொறு நர்மதா... போலீஸோட நடவடிக்கைகள் நமக்கு எதிராய் எப்படி எடுக்கப்படுதுன்னு தெரிஞ்சுக்க நமக்கு இருக்கிற ஒரு சானல் வளர்மதிதான். நம்ம ஆள் மனோஜும் அவளோடு சேர்ந்து இன்வெஸ்டிகேட் பண்ணும் போது போலீஸ் எடுத்து வைக்கிற ஒவ்வொரு ஸ்டெப்பும் நமக்கு சி.சி.டி.வி. காமிராவில் பதிவாகிற காட்சிகள் மாதிரி தெரியும்... போலீஸ் எந்த திசையில் மூவ் பண்றாங்கன்னு தெரிஞ்சாத்தான் நாம அவங்க பார்வையில் படாமே தப்பிக்க முடியும்... நான் சொல்றது உனக்குப் புரியுதா நர்மதா?"

"புரியுது ஸார்"

"லஞ்ச் சாப்பிட்டியா?"

"இனிமேல்தான் ஸார்"

"போய் சாப்பிடு... அடிக்கடி போன் பண்ணாதே. விஷயம் முக்கியமானதாய் இருந்தா மட்டும் போன் பண்ணு"

"சரி... ஸார்" என்று சொல்லி தன்னுடைய செல்போனை நர்மதா அணைத்த விநாடி வாசலில் ஏதோ ஒரு வாகனம் வந்து நிற்கும் சத்தம் கேட்டது.

நர்மதா ஜன்னல் வழியாக எட்டிப் பார்த்தாள்.

போலீஸ் ஜீப் ஒன்று வாசலில் நின்றிருக்க போலீஸ் கமிஷனர் திரிபுரசுந்தரி ஜீப்பினின்றும் இறங்கிக் கொண்டிருந்தாள். உடம்பில் பதட்டம் பரவிக் கொள்ள, இருதயத்துடிப்பு உச்சத்துக்குப்போயிற்று. ஜன்னலின் க்ரில் கம்பிகளைப் பிடித்துக்கொண்டு பிரமை பிடித்தவள் போல் நின்றாள்.

ஜீப்பினின்றும் இறங்கிய திரிபுரசுந்தரி தனக்கு பின்னால் நின்றிருந்த அஸிஸ்டெண்ட் கமிஷனர் சடகோபனைப் பார்த்தாள்.

"இதுதான் சில்பாவோட ஃப்ரண்ட் நர்மதா வீடுன்னு

நினைக்கிறேன்"

"நீங்க சொன்ன லேண்ட் மார்க் படி பார்த்தா இதுவாகத்தான் இருக்கணும் மேடம்... நான் போய் மொதல்ல விசாரிக்கிறேன்" சொன்ன சடகோபன் வீட்டின் சிறிய காம்பௌண்ட் கேட்டைத்திறந்து கொண்டு உள்ளே நுழைந்தார். "எதுக்காக வருகிறார்கள்?" நர்மதா வியர்த்து வழிந்து யோசித்துக்கொண்டிருக்கும் போதே சடகோபன் படியேறி வந்து அழைப்பு மணியின் பொத்தானை அழுத்தினார்.

நர்மதா சேலைத்தலைப்பால் வியர்த்த முகத்தை ஒற்றிக்கொண்டே போய் கதவைத்திறந்தாள். போலீஸ் யூனிஃபார்மில் இருந்த சடகோபனை எந்த அதிர்ச்சியும் இல்லாமல் பார்த்து மெலிதாய் புன்னகைத்தாள்.

"எஸ்"

"இங்கே நர்மதா?"

"நான்தான்"

"மேடம் சில்பா இங்கேதானே ஸ்டே பண்ணியிருந்தாங்க?"

"ஆமா..."

"இப்ப அவங்க எங்கே?"

"ஊட்டிக்கு போயிருக்காங்க"

"ஊட்டிக்கா?"

"ம்"

"எப்ப போனாங்க ?"

"நேத்து சாயந்தரம்"

"அவங்க ஊட்டிக்கு போக வாய்ப்பு இல்லையே?"

22

நர்மதாவின் இதய மையத்தில் ஒரு சிறிய பூகம்பம் உருவானாலும் அதை தன் முகத்தில் சிறிதும் வெளிப்படுத்திக் கொள்ளாமல் சடகோபனைப் ஏறிட்டாள்.

"என்ன ஸார் சொல்றீங்க. என்னோட ஃப்ரண்ட் சில்பா ஊட்டிக்கு போக வாய்ப்பு இல்லையா?"

"எஸ்"

"சில்பா ஊட்டிக்கு போகலைன்னு உங்களுக்கு எப்படி ஸார் தெரியும்? என்கிட்டே அவ அப்படித்தானே சொல்லிட்டுப்போனா"

"உங்ககிட்டே அப்படி சொல்லியிருக்கலாம். ஆனா அவங்க ஊட்டிக்கு போன மாதிரி தெரியலை. அப்படி ஒரு வேளை அவங்க ஊட்டிக்கு போறதா இருந்திருந்தா கமிஷனர் மேடத்துக்கு போன் பண்ணி சொல்லியிருப்பாங்க. அப்படி ஏதும் சொல்லலையே?"

நர்மதா இப்போது அப்பாவித்தனமாய் முகத்தை வைத்துக் கொண்டு கேட்டாள்."இட்ஸ்... ஓ.கே... இப்ப என்ன ஸார் பிரச்சினை...? எதுக்காக இந்த என்கொய்ரி?"

கமிஷனர் திரிபுரசுந்தரி இரண்டடி முன்னால் வந்தாள். தன்னுடைய கையில் வைத்து இருந்த ஒரு மோதிரத்தைக் காட்டினாள்.

"இது யாரோட மோதிரம்ன்னு உனக்குத் தெரியுதா நர்மதா?"

நர்மதாவுக்கு அந்த மோதிரத்தை பார்த்த அடுத்த விநாடியே அது சில்பாவின் மோதிரம்தான் என்று உடனே அடையாளம் பிடிபட்டது. அவளுடைய இதயத்துடிப்பு சற்றே அதிகரித்து முகம் வியர்வையின் மினுமினுப்புக்கு உட்பட்டது. செயற்கையாக ஒரு பதட்டத்தை வரவழைத்துக் கொண்டு கேட்டாள்.

"மேடம்... சில்பாவுக்கு என்னாச்சு... அவளோட மோதிரம் மட்டும் உங்க கைக்கு எப்படி கிடைச்சுது?"

"மொதல்ல மோதிரத்தை நல்லா பாரு... இது சில்பாவோட மோதிரம்தானே?"

"ஆமா மேடம்... எஸ் என்கிற எழுத்தும் லைட் பிங்க் நிற கல்லும்

பதித்த இந்த நெளி மோதிரம் சில்பாவோட கைக்கு ரொம்பவும் அழகாயிருக்கும். நேத்து காலையில் கூட அவ என்கிட்டே இந்த மோதிரம் கொஞ்சம் லூசா இருக்கு... எங்கேயாவது விழுந்துடுமோன்னு பயமாயிருக்கு. கழட்டி வெச்சுடணும்ன்னு சொல்லிட்டிருந்தா..."

"சில்பா பயப்பட்ட மாதிரியே இந்த மோதிரம் அவ கையிலிருந்து கழண்டு விழுந்திருக்கு"

"எங்கே மேடம்?"

"ஆர்.எஸ்.புரம் பிரகாசம் ரோட்ல பழைய ஜட்ஜ் பங்களான்னு ஒண்ணு இருக்கு. உனக்குத் தெரியுமா?"

"தெரியாது மேடம்"

"உனக்கு இதே ஊர்தானே?"

"இல்ல மேடம்... எனக்கு சொந்த ஊர் திருச்சி. இந்த ஊருக்கு குடிவந்து அஞ்சு வருஷமாச்சு. குறிப்பா சில இடங்கள் மட்டும்தான் தெரியும். நீங்க சொல்ற அந்த பழைய ஜட்ஜ் பங்களாவைப்பத்தி இன்னிக்குத்தான் கேள்விப்படறேன்"

"இந்த மோதிரம் அந்த பங்களாவில்தான் கிடைச்சுது..."

"அப்படீன்னா சில்பா எங்கே மேடம்?"

"இப்ப நீ கேட்ட இந்த கேள்விக்கான பதிலைத் தேடிகிட்டுதான் இங்கே வந்திருக்கிறோம். சில்பா என்னோட ஆபீஸுக்கு முதல் நாள் வந்தபோதே சில்பாவோட விரலில் இருந்த மோதிரத்தைப் பார்த்துட்டு மோதிர டிசைன் நல்லாயிருக்கே. நாமும் இது மாதிரி ஒரு மோதிரத்தைப் பண்ணிக்கணும்ன்னு நினைச்சேன். மோதிரத்தையும் கழட்டி கொடுக்கச் சொல்லிப் பார்த்தேன். நான் அப்படி பார்த்தால்தான் என்னவோ அந்த பங்களாவோட ஒரு அறையின் மூலையில் கிடந்த இந்த மோதிரத்தை அஸிஸ்டெண்ட் கமிஷனர் சடகோபன் எடுத்து காட்டின உடனேயே இது சில்பாவோட மோதிரமாய்தான் இருக்கணும்ன்னு நினைச்சேன். அதை உறுதிப்படுத்திக்கத்தான் பங்களாவிலிருந்து நேரா புறப்பட்டு உன் வீட்டுக்கு வந்தோம்"

நர்மதா செயற்கையான திகைப்போடு கேட்டாள்."மேடம் ! சில்பா என்கிட்டே ஊட்டிக்குப் போறேன்னு சொல்லிட்டு எதுக்காக அந்த பழைய ஜட்ஜ் பங்களாவுக்கு போகணும்?"

"அதுதான் புரியலை. சில்பா தன்னிச்சையாய் அந்த பங்களாவுக்கு போக வாய்ப்பு இல்லை. யாரோ போன் பண்ணி வரச்சொல்லியிருக்கணும்... நேத்து ராத்திரி அந்த பங்களாவுக்குள்ளே ஆட்கள் நடமாட்டம் இருந்திருக்கு. ஆனா அண்மைக்காலமாய் அந்த பங்களாவில் யாருக்கும் தங்க அனுமதியில்லை. காவலுக்கு இருந்த ரெண்டு செக்யூரிட்டி ஆட்களையும் மயக்க நிலைக்கு கொண்டு போன பின்னாடி உள்ளே நுழைஞ்சிருக்காங்க. அந்த ஆட்கள் லிக்கரை கன்ஸ்யூம் பண்ணியிருக்காங்க. அந்த அறைக்குள்ளே நாங்க நுழைஞ்சதுமே ஸ்மெல் அடிச்சுது"

"மேடம்... பங்களாவுக்குள்ளே ஆட்கள் இருந்த விஷயத்தை உங்களுக்கு சொன்னது யாருன்னு நான் தெரிஞ்சுக்கலாமா?"

"நான் பிரஸ் ரிப்போர்ட்டர். அவர் பேரு புகழேந்தி, ஜென்யூன் பர்ஸன். அவர் பொய் சொல்லியிருக்க வாய்ப்பு இல்லை. நேத்து ராத்திரி அந்த பங்களாவுக்குள்ளே வேண்டாத ஒரு சம்பவம் நடந்து இருக்கணும். ஏன்னா இந்த மோதிரத்தைத் தவிர ஒரு கண்ணாடி சில்லும் எங்க பார்வைக்கு தட்டுப்பட்டது" கமிஷனர் திரிபுரசுந்தரி சொன்னதைக் கேட்டு நர்மதா உள்ளுக்குள் நிலை குலைந்து போனாலும் அதற்கான அடையாளத்தை உடம்பின் எந்த பகுதியிலும் காட்டாமல் மிதமான அதிர்ச்சியை மட்டும் கண்களில் காட்டி போலியான அழுகைக் குரலில் கேட்டாள்.

"மேடம் எனக்கு பயமாயிருக்கு. சில்பாவுக்கு ஏதும் ஆயிருக்காதே?"

"எதுவும் ஆகியிருக்ககூடாதேங்கிறதுதான் என்னோட கவலையும். இப்ப என்னோட மனசுக்குள்ளே இருக்கிற ஒரே ஒரு கேள்வி இதுதான். ஒரு சி.பி.ஐ. ஆபீஸரான சில்பா எதுக்காக ராத்திரி நேரத்துல அந்த பங்களாவுக்குப் போகணும்?"

நர்மதா தயக்கமான குரலில் குறுக்கிட்டாள்.

"மேடம்... இந்த நேரத்துல நான் உங்ககிட்டே ஒரு விஷயத்தை ஷேர் பண்ணிக்கலாமா?"

"என்ன...?"

"சில்பா கோயமுத்தூர்க்கு எப்ப வந்தாலும் என்னோட வீட்லதான் ஸ்டே பண்ணுவா. அவளுக்கு உத்யோகரீதியாய் எவ்வளவு பிரச்சினைகள் இருந்தாலும் அதையெல்லாம்

மறந்துட்டு ரொம்பவும் ஜாலியான மூடில் இருப்பா. ரெண்டு பேரும் சினிமாவுக்கு போவோம். ப்ரூக் ஃமாலுக்குப் போய் ஐஸ்க்ரீம் சாப்பிடுவோம். ஆனா இந்த தடவை சில்பா என்கூட இருக்கும்போது அவகிட்டே எனக்கு நிறைய வித்தியாசம் தெரிஞ்சுது..."

திரிபுரசுந்தரியின் புருவங்கள் உயர்ந்தன.

"வித்தியாசமா... என்ன வித்தியாசம்...?"

"பொதுவாய் சில்பா இங்கே இருக்கும்போது அவளுடைய இம்மீடியட் ஹெட் அடிக்கடி போன் பண்ணி பேசுவார். இந்த தடவை யாரும் அப்படி போன் பண்ணிப் பேசலை. அவர்க்கு பதிலாய் வேற யாரோ ஒரு நபர் நாலைஞ்சு தடவை போன் பண்ணிப் பேசினார். அந்த நபரோட போன் கால் வரும்போதெல்லாம் சில்பா டென்ஷனாயிடுவா. நான் அந்த செல்போன் கான்வர்சேஷனை கேட்டுடக்கூடாதேன்னு கால் வந்ததுமே மெள்ள நடந்து வெளியே போயிடுவா. பேசி முடிச்ச பின்னாடிதான் உள்ளே வருவா. அந்த சமயத்துல அவளோட முகம் இருளடைஞ்சு போயிருக்கும். நான் அவளோட முகத்தைப் பார்த்துட்டு ஏதாவது பிரச்சினையான்னு கேட்பேன். அதுக்கு அவ ஒண்ணுமில்லை. என்னோட உத்யோகத்தைப்பத்தித்தான் உனக்குத் தெரியுமேன்னு சொல்லி சிரிச்சுட்டே போயிடுவா... நேத்திக்கு சாயந்தரம் ஊட்டிக்கு போறேன்னு சில்பா சொன்ன போதும்கூட அவ முகம் சரியில்லை மேடம்"

"நேத்து சில்பா ஊட்டிக்கு புறப்பட்டு போகப் போறதாய் சொன்னப்ப மணி என்ன இருக்கும்...?"

"சாயந்தரம் ஆறு மணி"

"எதுல புறப்பட்டு போனாங்க ?"

ஒரு மைக்ரோ விநாடி அதிர்ந்து போன நர்மதா எளிதாக அந்தப் பொய்யையும் சொல்லி வைத்தாள்.

"ஏதோ ஒரு கால் டாக்ஸி சென்டர்க்கு போன் பண்ணி ஊட்டியில் அவளை ட்ராப் பண்ண என்ன சார்ஜாகும்ன்னு கேட்டுகிட்டு இருந்தா"

"அது என்ன கால் டாக்ஸி? பேர் தெரியுமா?"

"நான் சரியா கவனிக்கலை ஸார். டாக்ஸி வாசல்ல வந்து

நின்னதும் ஒரு பை சொல்லிட்டு சில்பா பாட்டுக்கு கிளம்பிப் போயிட்டா" நர்மதா பேசப் பேச பொய் அவளுக்கு சரளமாய் வந்தது.

"சில்பா இந்த வீட்ல எந்த ரூம்ல ஸ்டே பண்ணியிருந்தாங்கன்னு சொல்ல முடியுமா?"

"அதோ அந்த ரூம்தான் ஸார்... ஊட்டிக்கு போயிட்டு ஒரு நாள்ல திரும்பிடுவேன்னு சொல்லி ஒரு செட் மாற்றுத்துணி மட்டும் எடுத்துட்டுப் போனா... மத்தபடி அவ கொண்டு வந்த திங்க்ஸ் எல்லாம் அப்படியே இருக்கு ..."

"அந்த ரூமைப் பார்க்கலாமா?"

"வாங்க ஸார்" சொல்லிவிட்டு நர்மதா முன்னால் நடக்க, சடகோபனும் திரிபுரசுந்தரியும் அவளைப் பின்தொடர்ந்து போனார்கள்.

திரிபுரசுந்தரி தன்னுடைய அலுவலக அறைக்குத் திரும்பியபோது மாலை நான்கு மணி. அறைக்குள் ஒரு நாளிதழைப் புரட்டியபடி உட்கார்ந்திருந்த வளர்மதியைப் பார்த்துவிட்டு விழிகள் நிறைய வியப்பு காட்டினாள்.

"வளர்... நீ எப்ப வந்தே?"

வளர்மதி நாளிதழை மடித்து மேஜையின் மீது வைத்துக்கொண்டே சொன்னாள்.

"நான் வந்து அரைமணி நேரமாச்சு மேடம். உங்க போனுக்கு ட்ரை பண்ணினேன். நாட் ரீச்சபிள்ன்னு வாய்ஸ் வந்தது. தொடர்பு கொள்ள முடியாத இடத்துல இருக்கீங்கன்னு நினைச்சு, எப்படியும் சாயந்தரம் நாலு மணிக்குள்ளே இங்கே வந்துடுவீங்கன்னு நினைச்சு வெயிட் பண்ணிட்டிருக்கேன்"

திரிபுரசுந்தரி பெருமூச்சொன்றை வெளியேற்றியபடி தன்னுடைய இருக்கைக்கு சாய்ந்தாள்.

"நானே உனக்கு போன் பண்ணி வரச் சொல்லாம்ன்னு இருந்தேன்"

"என்ன மேடம்... ரொம்ப டல்லாயிருக்கீங்க?"

"நர்மதா வீட்டுக்குப் போய் நீ சில்பாவைப் பார்த்தியா வளர்?"

"இல்ல மேடம்... நான் நர்மதா வீட்டுக்குப் போனபோது சில்பா

அங்கே இல்லை. அவங்க ஊட்டிக்கு போயிருக்கிறதாய் நர்மதா சொன்னாங்க"

"நானும் அஸிஸ்டெண்ட் கமிஷனர் சடகோபனும் இப்ப நர்மதா வீட்டிலிருந்துதான் வர்றோம். எங்களுக்கும் அதே பதில்தான் கிடைச்சுது"

"நீங்க எதுக்காக நர்மதா வீட்டுக்குப் போனீங்க மேடம்?"

"நீ இன்னிக்கு காலையில் என்னை வந்து பார்த்துட்டு போன பிறகு ஷேடோ பத்திரிக்கை ரிப்போர்ட்டர் புகழேந்தி எனக்கு போன் பண்ணி நேத்து ராத்திரி ஆர்.எஸ்.புரம் பிரகாசம் ரோட்டில் இருக்கிற பழைய ஜட்ஜ் பங்களாவில் ஆள் நடமாட்டம் இருந்ததா சொன்னார். அந்த பங்களாவில் யாரும் தங்கக்கூடாதுன்னு தடை செய்யப்பட்டு இருக்கும்போது தடையை மீறி அங்கே தங்கியிருந்தது யார்ன்னு தெரிஞ்சுக்கறதுக்காக நானும் சடகோபனும் புறப்பட்டு போனோம். அங்கே போய் செக்யூரிட்டி ஆட்கள் ரெண்டு பேரை விசாரிச்ச போது சில அதிர்ச்சிகரமான சம்பவங்கள் வெளியே வெளியே வந்தது"

"என்ன சம்பவங்கள் மேடம்?"

திரிபுரசுந்தரி ஒரு ஐந்து நிமிட நேரத்தை செலவழித்து எல்லா விபரங்களையும் சொல்லி முடிக்க வளர்மதியின் முகம் அதிர்ச்சிக்குப் போயிற்று.

"என்ன மேடம் சொல்றீங்க... பழைய ஜட்ஜ் பங்களாவில் சில்பாவோட மோதிரம் கிடைச்சுதா?"

"ஆமா... அதுமட்டுமல்லை. அந்த பங்களாவுக்குள்ளே ஒரு கைகலப்பும் நடந்திருக்கு"

"சில்பா அந்த பங்களாவுக்கு ஏன் போகணும்?"

"தெரியலை... அதுவும் நர்மதாகிட்டே ஊட்டிக்குப் போறேன்னு பொய் சொல்லிட்டு..."

வளர்மதியின் உதடுகளில் ஒரு புன்னகை ஸ்லோமோஷனில் பரவியது."பொய் சொன்னது சில்பா இல்லை மேடம்...நர்மதா"

"என்னது நர்மதாவா?"

"ஆமா மேடம்"

"நர்மதாகிட்டே ரெண்டு மணி நேரம் விசாரணை பண்ணினோம்.

சில்பா ஸ்டே பண்ணியிருந்து அறையையும் சோதனை பண்ணிப் பார்த்தோம். நர்மதாவை சந்தேகப்பட எந்த ஒரு முகாந்திரமும் இல்லை. அவ எதுக்காக பொய் சொல்லணும்?"

வளர்மதியின் புன்னகை பெரிதாகியது.

"நீங்களும் சரி, ஏ.சி.பி சடகோபன் ஸாரும் சரி, நர்மதாவை சரியா அப்ஸர்வ் பண்ணலைன்னு நினைக்கிறேன்"

"வளர் நீ என்ன சொல்றே?"

"நர்மதா ஒரு தப்பான பெண்"

"எதை வெச்சு சொல்றே?"

"மேடம்... நர்மதா மாதிரியான ஒரு குடும்பப் பெண்கிட்டே சாதாரண செல்போன் இருக்கலாம். ஆனா இரிடியம் செல்போன் இருக்கலாமா?"

"என்னது இரிடியம் செல்போனா... அவ தீவிரவாதி மாதிரியான ஆட்கள் கிட்டேதானே இருக்கும்?"

"அந்த இரிடியம் செல்போன் நர்மதாகிட்டே இருந்தது மேடம்"

23

திரிபுரசுந்தரி நிலைத்துப்போன விழிகளோடு வளர்மதியையேப் பார்த்தாள். அவளுடைய உதடுகள் தன்னிச்சையாய் அசைந்தது.

"வளர்... நீ என்ன சொல்றே... சில்பாவோட ஃப்ரண்ட் நர்மதாகிட்டே இரிடியம் செல்போன் இருந்ததை நீ பார்த்தியா?"

வளர்மதியின் முகம் சின்னப் புன்னகையில் விரிந்தது.

"பார்க்காமே நான் எப்படி சொல்வேன்... மேடம்?"

"சரி, நீ பார்க்கும்போது அவளோட கையில் அந்த போன் இருந்ததா?"

"என்ன மேடம்... அவ கையில் வெச்சிருப்பாளா என்ன...?"

"அப்புறம்...?"

"புஸ்தக ஷெல்ப்க்குப் பின்னாடி அதை வெச்சிருந்தா"

"அது எப்படி உன்னோட கண்ணுல பட்டது...?"

"ஒரு சாதாரண செல்போனுக்கும் இரிடியம் செல்போனுக்கும் புறத்தோற்றத்தில் தெரிகிற முதல் வித்தியாசம் என்ன மேடம்...?"

"ஹாக்கி பக் வகை ஆன்டெனாவும் டேட்டா மோடமும் வெளியே தெரியற மாதிரி இருக்கும்"

"அந்த ரெண்டும் என்னோட பார்வைக்குப்பட்டது மேடம்"

"அதுதான் எப்படின்னு கேட்கிறேன்?"

வளர்மதி குரலைத் தாழ்த்தினாள்."சொல்றேன் மேடம். அதுக்கு முன்னாடி இன்னொரு விஷயத்தை உங்ககிட்ட சொல்லணும். அந்த ரூமுக்குள்ளே ஒரு மைக்ரோ ரிஸீவர் பக்கை பிக்ஸ் பண்றதுக்காக ஒரு தோதான இடத்தையும் தேடிகிட்டு இருந்தேன்"

திரிபுரசுந்தரியின் விழிகள் அகலமாயிற்று.

"வளர்... நீ என்ன சொல்றே... நர்மதாவோட வீட்டுக்குள்ளே மைக்ரோ ரிஸீவர் பக்கை பொருத்தணும் என்கிற எண்ணம் உனக்கு ஏன் வந்தது என்ன காரணம்...?"

"மேடம்... நான் போலீஸ் டிபார்ட்மெண்ட்ல ஒரு போஸ்ட்

இல்லாமே போனாலும் அந்த துறைக்கே உரித்தான அத்துணை விஷயங்களும் எனக்கு அத்துப்படி. சில்பாவைப் பார்த்து பேசறதுக்காக நான் நர்மதா வீட்டுக்குப் போய் ஒரு நிமிஷம்தான் அவகிட்டே பேசியிருப்பேன். அந்த ஒரு நிமிஷத்துக்குள்ளே அவகிட்டே இருக்கிற ஒரு வேண்டாத பதட்டத்தை அப்ஸர்வ் பண்ணிட்டேன். அவளோட பார்வை பத்து விநாடிக்கு ஒரு தடவை புக் ஷெல்ப் பக்கமாய் போய்ட்டு வர்றதையும் கவனிச்சுட்டேன். அவ என்னை வீட்டுக்குள்ளே கூப்பிட்டு சோபாவில் உட்காரச் சொன்னப்ப அந்த புக் ஷெல்ப்பை என்னோட பார்வையால் ஸ்கேன் பண்ணினேன். ஒரு கனமான காலிகோ பைண்டிங் செய்யப்பட்ட புத்தகத்துக்குப்பின்னாடி அந்த இரிடியம் போனோட ஹாக்கி பக் ஆன்டெனாவும் டேட்டா மோடமும் இலைமறைவு காய்மறைவாய் தெரிஞ்சுது. நான் நர்மதா வீட்டு காலிங் பெல்லை அழுத்தும்போது அந்த போன்ல அவ யார்கூடவோ பேசிட்டு இருந்து இருக்கலாம். காலிங் பெல் சத்தம் கேட்ட உடனே கையில் இருந்த இரிடியம் போனை அவசர அவசரமாய் புக் ஷெல்ப்பில் இருந்த அந்த புஸ்தகத்துக்குப் பின்னாடி ஒளிச்சு வெச்சிருக்கலாம்ன்னு நினைக்கிறேன் மேடம்"

திரிபுரசுந்தரி லேசாய் முகம் மலர்ந்தாள்.

"குட் அப்ஸர்வேஷன் வளர்"

"தேங்க்யூ மேடம் ... அந்த இரிடியம் செல்போனைப் பார்த்த பின்னாடிதான் நர்மதாகிட்டே ஏதோ தப்பு இருக்கணும்ன்னு என்னோட மனசுக்குப்பட்டது. அதனால்தான் எப்பவும் என்னோட கைப்பையில் இருக்கிற மைக்ரோ ரிஸீவர் பக்கை அந்த அறைக்குள்ளே எங்கேயாவது ஃபிக்ஸ் பண்ணிடனும்ன்கிற முடிவுக்கு வந்தேன்"

"ஃபிக்ஸ் பண்ணியா இல்லையா?"

"பண்ணிட்டேன்"

"எங்கே?"

"நான் உட்கார்ந்திருந்த சோபாவுக்கு கீழே குறுக்கே ஒரு இரும்பு ராடு இருந்தது. அதுல ஸ்டிக் பண்ணிட்டேன். நான் அந்த வீட்டிலிருந்து வெளியேறின பிறகு நர்மதா வீட்டுக்கு வந்து அவகூட யார் பேசியிருந்தாலும் சரி, இல்லேன்னா அவ யார்க்காவது போன் பண்ணியிருந்தாலும் சரி அந்த மைக்ரோ

ரிஸீவர் எல்லாவற்றையும் துல்லியமாய் பதிவு பண்ணியிருக்கும் மேடம்"

திரிபுரசுந்தரி வளர்மதிக்கு கை கொடுத்தாள்.

"ரியலி யூ ஹேவ் டன் ஏ க்ரேட் ஜாப் வளர்... ஆனா எனக்கும் சரி, ஏசிபி சடகோபனுக்கும் சரி, நர்மதா மேல துளி கூட சந்தேகம் வரலை. சில்பா தங்கியிருந்த அந்த அறையை மட்டும் சோதனை போட்டோமே தவிர ஒட்டு மொத்த வீட்டையும் சோதனை போடலை..."

"இப்ப உடனே போய் போட்டுடுவோம் மேடம் ..."

"ஒரு பத்து நிமிஷம் வெயிட் பண்ணு. ஏசிபி சடகோபனுக்கு இன்ஃபார்ம் பண்ணி அவரையும் வரச் சொல்லிடறேன்" சொன்ன திரிபுரசுந்தரி தன்னுடைய செல்போனை எடுத்து தகவல் கொடுக்க, அவர் அடுத்த கால்மணி நேரத்திற்குள் அறைக்குள் இருந்தார். வளர்மதிக்கு கை கொடுத்து பாராட்டினார்.

"எக்ஸலண்ட் ஜாப். உடனே புறப்பட்டுடலாம். நர்மதா யூஸ் பண்ணிட்டு இருக்கிறது இரிடியம் செல்போனாய் இருக்கிற பட்சத்தில் இது ஒரு மிகப்பெரிய விபரீதமான விவகாரமாய்த்தான் இருக்கணும்..."

திரிபுரசுந்தரி குரலைத் தாழ்த்தினாள்.

"சடகோபன்"

"மேடம்..."

"சைபர் க்ரைம் விங்கில் இருந்து ரெண்டு பேரை கூட்டிகிட்டு போயிடலாம். இது ஒரு ஹைஃபை மேட்டர். நாம எஸ்.ஓ.ஸி. பார்க்கிறதைக் காட்டிலும் அவங்க எஸ்.ஓ.ஸி. பார்த்தா கொஞ்சம் கூடுதல் தடயங்கள் கிடைக்கலாம்"

"யூ...மே.பி மேடம்... விஜயபூபதியும், சாரங்கனும் இந்த எஸ்.ஓ.ஸி. பார்க்கிறதுல எக்ஸ்பெர்ட்ஸ். இப்பத்தான் ஆபீஸ் காண்டீன்ல பார்த்தேன். அவங்களையே கூட்டிகிட்டு போயிடலாம்"

"குட்... ஒரு டவேரா வேனை ஏற்பாடு பண்ணுங்க. உடனே புறப்பட்டுடலாம்"

திரிபுரசுந்தரி நாற்காலியினின்றும் தன்னை உருவிக்கொண்டு எழுந்தாள். சடகோபன் அறையினின்றும் வெளியேறினார்.

வளர்மதியும் எழுந்த விநாடி அவளுடைய செல்போன் ரிங்டோனை வெளியிட்டது.

கைப்பைக்குள் இருந்த செல்போனை எடுத்து அழைப்பது யார் என்று பார்த்தாள்.

மறுமுனையில் மனோஜ் அழைத்துக்கொண்டு இருந்தான்.

"மேடம்... போன்ல மனோஜ்"

"என்னன்னு கேளு வளர்"

வளர்மதி செல்போனின் ஹேண்ட் செட்டை இடது காதுக்கு ஒற்றினாள். மெல்ல குரல் கொடுத்தாள்.

"சொல்லு மனோஜ்"

"இப்ப நீ எங்கே இருக்கே?"

"கமிஷனர் மேடத்தோட ரூம்ல"

"நானும் இப்ப மேடத்தைப் பார்க்கத்தான் வந்துட்டிருக்கேன். ரயில்வே ஸ்டேஷனுக்குப் பக்கத்துல வந்துட்டேன். இன்னும் ஒரு அஞ்சு நிமிஷத்துல அங்கே இருப்பேன்"

"நல்ல நேரத்துலதான் வந்துட்டிருக்கே...மனோஜ் சீக்கிரம் வந்து சேரு"

"ஏதாவது முக்கியமான விஷயமா?"

"ரொம்ப ரொம்ப முக்கியமான விஷயம்"

"என்ன சொல்லு"

"போன்ல எதுவும் வேண்டாம்... நீதான் நேர்ல வர்றியே... வா..."

வளர்மதி செல்போனை அணைப்பதுவிட்டு திரிபுரசுந்தரியை ஏறிட்டாள்.

"மேடம்... மனோஜும் வர்றார்"

"வரட்டும்... அவனும் நீயும்தானே இந்த கேஸை இன்வெஸ்டிகேட் பண்ணப் போறீங்க...? நர்மதாவோட விவகாரத்தை அவரும் தெரிஞ்சுக்கிறது பெட்டர். இப்ப வந்துடுவாரா?"

"ஒரு அஞ்சு நிமிஷத்துக்குள்ளே இங்கே இருப்பேன்னு சொன்னார்"

"தட்ஸ் குட்... வா... வளர்... நாம கீழே போய் வெயிட்

பண்ணுவோம்"

இருவரும் அறையை விட்டு வெளியே வந்தார்கள். மாடிப்படிகளை முடித்துக்கொண்டு கீழே போர்டிகோவுக்கு வந்து நின்ற விநாடி மனோஜூம் பைக்கில் வந்து சேர்ந்து இருந்தான். பைக்கை பார்க்கிங்கில் நிறுத்தி ஹெல்மெட்டை அதனோடு இணைத்து பூட்டிவிட்டு வியர்த்த முகமாய் பக்கத்தில் வந்தான். திரிபுரசுந்தரிக்கு உத்யோகபூர்வமான ஒரு சல்யூட்டை வைத்துவிட்டு இயல்பான குரலில் கேட்டாள்.

"எங்கே மேடம் கிளம்பிட்டீங்க?"

"நீங்களும் வளர்மதியும் இப்ப இன்வெஸ்டிகேட் பண்ணிட்டு இருக்கிற தொழிலதிபர் ஈஸ்வர் சம்பந்தப்பட்ட கேஸில் புதுசா ஒரு விஷயம் கிடைச்சிருக்கு"

"ஈஸ் இட்?"

"எஸ்..." என்று புன்னகைத்த திரிபுரசுந்தரி வளர்மதியிடம் திரும்பினாள்.

"உன்னோட பார்ட்னர்க்கு நீயே சொல்லு ..."

வளர்மதி அக்கம் பக்கம் பார்த்துவிட்டு மனோஜிடம் குரலைத் தாழ்த்தி ஒரு இரண்டு நிமிட நேரத்தை செலவழித்து நர்மதா பற்றியும் பழைய ஜட்ஜ் பங்களாவில் நடந்து சம்பவங்களைப்பற்றியும் சொல்லி முடிக்க மனோஜின் அடிவயிற்றில் ஒரு கலவரம் பரவியது.

'கண்டு பிடித்துவிட்டார்கள் '

'என்ன செய்யலாம்? நர்மதாவுக்கு அல்லது ஈஸ்வருக்கோ இந்த விஷயத்தை உடனடியாய் தெரியப்படுத்தியாக வேண்டும் '

வளர்மதி மனோஜின் தோளை ஒரு சின்ன சிரிப்போடு மெல்ல தட்டினாள்.

"என்ன மனோஜ்,... ஸ்டன் ஆயிட்டே?"

சட்டென்று உணர்வுக்கு வந்து வரவழைத்துக்கொண்ட சிரிப்போடு பேசினான் மனோஜ்.

"ஸ்டன் ஆகாமே என்ன பண்றது...? உனக்கு இருக்கிற கீன் அப்ஸர்வேஷன் எனக்கு இல்லையே?"

"நான் ஏதேச்சையாய்தான் அந்த இரிடியம் செல்போனைப்

பார்த்தேன்"

"அதுகூட பெரிய விஷயமில்லை வளர்... சோபாவுக்கு அடியில் ஒரு மைக்ரோ ரிஸீவர் பக்கை ஃபிக்ஸ் பண்ணிட்டு வந்திருக்கியே அதுதான் ஹைலைட்..."

திரிபுரசுந்தரி புன்னகையோடு குறுக்கிட்டாள்.

"எஸ்.. மனோஜ்... ஒரு வேலையோட வெற்றியே அந்த டைமிங்தான்... அந்த வகையில் பார்த்தா ஷி ஹேஸ் டன் ஏ வொண்டர்ஃபுல் ஜாப். இப்ப நேரா நாம அந்த நர்மதா வீட்டுக்கு போறோம். அந்த இரிடியம் செல்போனையும், மைக்ரோ ரிஸீவர் பக்கையும் நர்மதா வீட்ல இருந்து எடுக்கிறோம். அது வெரி பவர்ஃபுல் மைக்ரோசிப். அந்த வீட்டுக்குள்ளே இருந்துகிட்டு நர்மதா யார்கிட்டே என்ன பேசியிருந்தாலும் ஒரு வார்த்தை கூட மிஸ் ஆகாமே அதுல பதிவாகியிருக்கும். அவ என்ன பேசினான்னு தெரிஞ்சாலே போதும். அவளுக்கும் பின்னாடி இருக்கிற எல்லா விஷயங்களும் வெளியே வந்துடும்... அதுல யார் யார் சம்பந்தப்பட்டு இருக்காங்கிற பட்டியலும் நமக்குக் கிடைச்சிடும் ..."

திரிபுரசுந்தரி பேசப் பேச மனோஜின் இருதயத் துடிப்பு சம்மட்டி அடிகளாய் மாறி விழுந்து கொண்டிருந்தது.

24

வளர்மதி மனோஜின் முகத்தை கவனித்துவிட்டு கேட்டாள். "மனோஜ் ஏன் என்னமோ... மாதிரி ஆயிட்டே... யூ ஸீம்ஸ் டு பி வெரி டென்ஸ்ட்"

"ஒண்ணுமில்லை வளர்...! நீ சமயோசிதமாய் செயல்பட்டு ஒரு பிரில்லியண்டான ஜாப்பை பண்ணியிருக்கே. இருந்தாலும் சில்பா மேடத்துக்கு என்னவாகியிருக்குமோன்னு நினைக்கும்போது முதுகு தண்டுவடத்துல ஒரு பய ஊசி பாயற மாதிரி இருக்கு. அவங்க ஏன் அந்த பழைய ஜட்ஜ் பங்களாவுக்கு போகணும்? அந்த பங்களாவில் இருந்தவங்க யாரு...? பங்களா செக்யூரிட்டி ஆட்களுக்கு தெரியாமே பங்களாவில் நுழைய வேண்டிய அவசியம் என்ன... இது மாதிரியான கேள்விகளுக்கெல்லாம் நமக்கு சரியான பதில் கிடைக்குமா?" மனோஜ் சற்றே பதட்டத்தோடு பேச வளர்மதி தன்னுடைய உதட்டை ஒரு பெரிய புன்னகையால் நனைத்தபடி பேச ஆரம்பித்தாள்.

"மனோஜ்... அடுத்த இருபது நிமிஷத்துக்குள்ளே அந்த நர்மதா போலீஸ் வளையத்துக்குள்ளே இருப்பா? அப்ப என்கிட்டே எல்லா கேள்விகளுக்கும் அந்த நர்மதா பதில் சொல்லுவா. நர்மதா ஒரு சாதாரண பெண். அவகிட்டே இரிடியம் செல்போன் இருக்குன்னா நிச்சயமாய் அவ ஒரு தப்பான பெண்ணாய் இருக்க வாய்ப்பு அதிகம். அவளை போலீஸ் கஸ்டடிக்கு கொண்டு வந்து விசாரிக்கிற விதத்துல விசாரிச்சா எல்லா உண்மையும் வெளியே வந்துவிடும்... ஈஸியா சில்பாவை ட்ரேஸ் அவுட் பண்ணிடலாம்" வளர்மதி சொல்லிக் கொண்டிருக்கும்போதே சைபர் க்ரைம் பிராஞ்ச்சை சேர்ந்த விஜயபூபதியும், சாரங்கனும் அசிஸ்டெண்ட் கமிஷனர் சடகோபனுடன் இணைந்து வேகநடை போட்டு பக்கத்தில் வந்தார்கள். திரிபுரசுந்தரியை ஏறிட்டார் சடகோபன்.

"மேடம்... கார் ரெடி... கிளம்பலாமா?"

"ஃபாரன்சிக் மனோஜும் நம்ம கூட வர்றார்.வேன்ல இடம் இருக்குமா?"

"நோ... ப்ராப்ளம் மேடம்... தாராளமாய் இடம் இருக்கும்"

"தட்ஸ் குட்" என்று சொன்ன திரிபுரசுந்தரி ஆபீஸின் வாசலில்

நின்றிருந்த டவேரா காரை நோக்கி நடக்க, ஐந்து பேரும் அவளைப் பின்தொடர்ந்தார்கள். மனோஜ் தனக்குள் இருந்த பதட்டத்தையும் பயத்தையும் வெளிக்காட்டிக் கொள்ளாமல் அவர்களோடு நடந்தான். மனசுக்குள் யோசனை எறும்புகளாய் ஊர்ந்தன.

'நர்மதாவுக்கு விஷயத்தை எப்படியாவது கன்வே செய்தாக வேண்டும்... எப்படி செய்யலாம்?'

'இப்போது இருக்கிற நிலைமையில் செல்போனை எடுத்து ஈஸ்வரிடமோ, அபுபக்கரிடமோ, நர்மதாவிடமோ பேச முடியாது. வாட்ஸ்அப் மூலமாகவோ, எஸ்.எம்.எஸ். மூலமாகவோ செய்தியை அனுப்புவதும் அவ்வளவு உசிதமில்லை... இந்த ஐந்து பேர்களில் யாராவது ஒருத்தர் கவனிக்க கூடிய சாத்தியம் இருக்கிறது. முக்கியமாய் வளர்மதி'

ஆறுபேரும் கட்டிட வளாகத்திலிருந்தும் வெளிப்பட்டு வாசலுக்கு வந்தார்கள். இளம்பச்சை வண்ண டவேரா காத்திருந்தது.

ஒவ்வொருவராய் ஏறி உட்கார்ந்தார்கள். கார் புறப்பட்டு சாலையில் வேகம் எடுத்ததும் திரிபுரசுந்தரி ஏ.சி.பியிடம் கேட்டாள்.

"சடகோபன்... ட்ரைவர்கிட்டே நாம எங்கே போகணும்ங்கிறதை சொல்லிட்டீங்களா?"

"சொல்லிட்டேன் மேடம்"

கார் போக்குவரத்து நிறைந்த சாலைகளில் வேகம் எடுத்தது. மனோஜின் இதயம் ஒரு கடிகார பெண்டுலம் மாதிரி அசைந்து இதயத்தின் சுவர்களில் மோத, வேனில் பரவியிருந்த ஏ.ஸியின் குளிர்ச்சியிலும் உடம்பு வியர்த்து நெற்றி பிசுபிசுத்தது.

'என்ன செய்யலாம்?' மனோஜ் ஒருவித அவஸ்தையில் நெளிந்து யோசித்துக் கொண்டிருக்கும்போதே அவனுடைய செல்போன் சட்டைப் பாக்கெட்டுக்குள் இருந்து வைப்ரேஷனில் உறுமியது.

செல்போனை எடுத்து அழைப்பது யார் என்று பார்த்தான். AB என்ற இரு எழுத்துக்கள் ஒளிர்ந்தன. AB என்றால் அபுபக்கர்.

மனோஜின் மனசுக்குள் ஒரு சின்ன சந்தோஷம் எட்டிப் பார்த்து வியர்வை சுரப்பிகளை அடக்கியது. செல்போனை எடுத்து பேசலாமா வேண்டாமா என்று இரண்டு விநாடி அவன் தயங்க

திரிபுரசுந்தரி திரும்பிப் பார்த்து "போன் உங்களுக்கா மனோஜ்?" என்று கேட்டாள்.

"ஆமா மேடம்..."

"அட்டெண்ட் பண்ணிப் பேசுங்க. ஏதாவது உங்க ஃபரான்ஸிக் டிபார்ட்மெண்ட் விஷயமாய் இருக்கப் போகுது"

மனோஜ் செல்போனை எடுத்து லோ டெஸிபல் மோடுக்கு கொண்டு போய் இடது காதுக்கு ஒற்றினான். மெள்ள குரல் கொடுத்தான்.

"எஸ்"

மறுமுனையில் அபுபக்கர் பேசினார்.

"என்ன மனோஜ்...ஏதாவது செய்தி உண்டா?"

"ஸாரி ஸார்... முழுமையான ரிப்போர்ட் இன்னமும் ரெடியாகலை... எப்படியும் ரெண்டு நாளாயிடும்"

"மனோஜ் ... இப்போ வெளிப்படையா எதுவுமே பேச முடியாத நிலைமையில் இருக்கேன்னு நினைக்கிறேன்"

"ஆமா..."

"ஒரு மணி நேரம் கழிச்சு பேசலாமா?"

"வேண்டாம்... ரிப்போர்ட்டோட முக்கியமான ரெண்டு பாயிண்ட்ஸை மட்டும் குறிப்பிட்டு இப்ப உங்களுக்கு வாட்ஸ்அப் பண்றேன். உடனடியாய் அதை பார்த்துட்டு தேவையான ஸ்டெப்ஸ் எடுங்க..."

"ம்...அனுப்பு... பார்த்துடறேன்"

மனோஜ் செல்போனை ஊமையாக்கிவிட்டு ஒருவிதமான செயற்கை சலிப்போடு திரிபுரசுந்தரியை ஏறிட்டபடி சொன்னான்.

"ஃபரான்ஸிக் ரிப்போர்ட்ன்னா இன்ஸ்டண்ட் காபி மாதிரி நினைச்சுகிட்டு உடனே வேணும்ன்னு கேட்கிறாங்க... மேடம்"

திரிபுரசுந்தரி உதடு பிரியாமல் சிரித்து விட்டு சொன்னாள். "அவங்களுக்கு என்ன அவசரமோ...? நீங்க சொன்ன மாதிரி வாட்ஸ்அப்ல முக்கியமான ரெண்டு பாயிண்ட்டுகள் மட்டும் அனுப்பிவிடுங்க..."

"அப்படித்தான் பண்ணனும் மேடம்" என்று சொன்ன மனோஜ்

வாட்ஸ்அப் ஆப்ஷனுக்குப் போய் அபுபக்கரின் எண்ணைப் பொறுக்கி எடுத்துக் கொண்டு வேகமாய் ஆட்காட்டி விரலை மட்டும் பயன்படுத்தி டைப் செய்ய ஆரம்பித்தான்.

'நர்மதாவின் வீட்டை சோதனையிட போலீஸ் கமிஷனர், அசிஸ்டெண்ட் போலீஸ் கமிஷனர் சடகோபன். வளர்மதி இரண்டு சைபர் க்ரைம் ஆபீஸர்ஸ் போய்க்கொண்டு இருக்கிறார்கள். அவர்களோடு நானும் இருக்கிறேன். என்னால் நர்மதாவுக்கு தகவல் கொடுக்க முடியாது. நீங்கள் உடனடியாக போன் செய்து தகவல் தரவும். நாங்கள் அங்கே போகும்போது நர்மதா வீட்டில் இருக்கக்கூடாது. போலீஸின் கைகளில் அகப்படவும் கூடாது. அங்கே மைக்ரோ ரிசீவர் பக்கை வைத்திருக்கிறார்கள். அதை எடுத்து விடுங்கள். உடனடியாய் செயல்படுங்கள். ஈஸ்வர்க்கும் தகவல் அனுப்பி விடுங்கள். நாம் எச்சரிக்கையோடு இருக்க வேண்டிய நேரம் இது.'

மேற்கண்ட வாசகங்களை ஒரு நிமிஷ நேரத்திற்குள் டைப் அடித்து வாட்ஸ்அப்பில் அனுப்பிவிட்டு நிம்மதி பெருமூச்சோடு வேனின் இருக்கைக்கு சாய்ந்து உட்கார்ந்தான் மனோஜ்.

கோவை நகரின் அந்த மாலை வேளைப் போக்குவரத்தில் தத்தளித்த டவேரா கார் நான்கைந்து முக்கியமான சிக்னல்களில் மௌனம் காத்து நர்மதாவின் வீடு இருந்த தெருவுக்குள் நுழைந்தபோது நேரம் சரியாக ஆறு மணி.

டிரைவர்க்கு சடகோபன் நர்மதாவின் வீட்டைக் காட்ட கார் அவளுடைய வீட்டுக்கு முன்பாய் போய் நின்றது. ஆறு பேரும் கீழே இறங்கினார்கள்.

மற்றவர்கள் பின் தொடர முதல் நபராய் திரிபுரசுந்தரி நடந்தாள்.

மனோஜின் பார்வை வீட்டின் கதவை நோக்கிப் போயிற்று.

வீடு பூட்டியிருந்தால் பிரச்சினையிலிருந்து தப்பி விடலாம். பார்வை ஆர்வமாய் பாய மனோஜின் முகத்தில் ஏமாற்றம்.

கதவில் பூட்டு இல்லை. ட்யூப்லைட் உள்ளே உயிரோடு இருக்க ஜன்னல் வழியே வெளிச்சம் பரவி வீட்டின் முன்பக்கம் இருந்த போர்டிகோவை தெளிவாய் காட்டியது.

வளர்மதி முன்னதாக போய் அழைப்பு மணியின் பட்டனை அழுத்தினாள். வீட்டுக்குள்ளே ஒரு பத்து விநாடி இன்னிசை

ஒலித்தது.

மனோஜின் நெற்றி மறுபடியும் வியர்க்க ஆரம்பிக்க பார்க்கும் தெரியாமல் கர்ச்சீப்பை எடுத்த ஏற்றிக் கொண்டான்.

'அபுபக்கர்க்கு நான் அனுப்பிய வாட்ஸ்அப் செய்தி போய் சேரவில்லை. செய்தி போய் சேர்ந்திருந்தால் நர்மதா வீட்டைப் பூட்டி விட்டு வெளியே கிளம்பியிருப்பாளே?'

'நர்மதா வீட்டுக்குள் இருப்பதற்கு அறிகுறியாக உள்ளே வெளிச்சம் தெரிகிறது'

கதவு திறக்கப்பட எல்லோரும் காத்திருந்தார்கள். ஒரு நிமிடம் மௌன விநாடிகளில் கரைந்து கொண்டிருக்க திரிபுரசுந்தரி வளர்மதியை ஏறிட்டாள்.

"இன்னொரு தடவை காலிங் பெல் குடு"

வளர்மதி மறுபடியும் அழைப்பு மணிக்கான பட்டனை அழுத்துவதற்காக தன் ஆட்காட்டிவிரலை அதன் மேல் வைத்த விநாடி உள்ளேயிருந்து குரல் கேட்டது.

"யாரது?" வேகமான குரலைத் தொடர்ந்து, பக்கவாட்டு ஜன்னல் திறக்கப்பட, நர்மதாவின் தலை தெரிந்தது. தலையின் பின்புறக் கொண்டையில் ஈரத்தை உறிஞ்சுவதற்காக சுற்றப்பட்ட டவல் அவிழும் நிலையில் இருக்க, திரிபுரசுந்தரியை பார்த்ததும் விழிகள் வியப்பில் விரித்தன.

"மேடம்... நீங்களா?"

"நானேதான் கதவைத் திற"

"ஒரு நிமிஷம் மேடம்... இப்பத்தான் குளிச்சுட்டு வர்றேன். ட்ரஸ் சேஞ்ச் பண்ணிட்டு வந்துடறேன்"

"ம்...ம்... சீக்கிரம் ..."

"ரெண்டே நிமிஷம் மேடம்..."

ஜன்னலில் நர்மதாவின் தலை மறைய திரிபுரசுந்தரி அசிஸ்டெண்ட் கமிஷனரை ஏறிட்டாள்.

"சடகோபன்"

"மேடம்"

"நர்மதாவை நான் என்கொயர் பண்றேன்... நீங்க பேச

வேண்டாம்"

"எஸ் மேடம்"

"வளர்... நீயும் எதுவும் பேசாதே... அப்புறம் நீ ஃபிக்ஸ் பண்ணிட்டு வந்த அந்த மைக்ரோ ரிஸீவர் பக்கை எடுக்க உடனடியாய் ஆர்வம் காட்டாதே... நான் சொல்லும் போது மட்டும் நீ அதை எடுத்தா போதும்..."

"சரி மேடம்..."

திரிபுரசுந்தரி பின்பக்கம் திரும்பிப் பார்த்தாள்.

"மனோஜ்"

"மேடம் ..."

"உங்களுக்குத்தான் முக்கியமான வேலை... நான் நர்மதாவை விசாரணை பண்ணிட்டிருக்கும்போது நீங்க வீட்டுக்குள் இருக்கிற அறைகளுக்குப் போய் அங்கே வித்தியாசமான பொருட்கள் ஏதாவது இருக்கான்னா நோட் பண்ணுங்க. முடிஞ்சா செல்போன்ல வீடியோ எடுத்துக்குங்க"

"எஸ் மேடம்"

சைபர் க்ரைம் பிராஞ்ச் அதிகாரிகளான விஜயபூபதியையும், சாரங்கனையும் ஏறிட்டாள் திரிபுரசுந்தரி.

"இன்ஸ்ட்ரக்சன் ஃபார் யூ... நர்மதா உபயோகிக்கிற செல்போன் எது மாதிரியானதுன்னு பார்வையாலேயே ஸ்கேன் பண்ண வேண்டியது உங்க வேலை. அவளை ட்ராப் பண்ணனும்ன்னா நிதானமான அணுகுமுறை வேணும்... அவளை நாம சந்தேகப்படற மாதிரி எந்த ஒரு நடவடிக்கையும் இருக்கக்கூடாது"

"எஸ் மேடம்"

ஆறுபேரும் கதவு திறக்கப்பட அந்த விநாடிக்காக கனத்த நிசப்தத்தோடு காத்திருக்க ஆரம்பித்தார்கள்.

நிமிஷங்கள் ஒன்று இரண்டு... மூன்று... நான்கு ஐந்து என்று வேகமாய் கரைந்து கொண்டிருக்க வீட்டுக்குள் கனத்த மௌனம்.

25

திரிபுரசுந்தரி சில நிமிடங்கள் வரை பொறுமையாய் காத்துவிட்டு வளர்மதியை ஏறிட்டாள்.

"வளர்"

"என்ன மேடம்?"

"இதோ ட்ரஸ் பண்ணிட்டு வர்றேன்னு சொல்லிட்டு உள்ளே போன நர்மதா இன்னமும் என்ன பண்றா? மறுபடியும் காலிங்பெல் குடு"

வளர்மதி தன்னுடைய இடது கையின் பெருவிரலால் அழைப்புமணியின் பொத்தானை பலமாய் அழுத்த அது உள்ளே கதறியது.

பதிலுக்கு வீட்டுக்குள் கனத்த மௌனம்.

மனோஜ் பதட்டத்தை காட்டிக்கொள்ளாமல் திரிபுரசுந்தரியிடம் சொன்னான்.

"மேடம்... லேடீஸ் ட்ரஸ் பண்ற விஷயத்தில் கொஞ்சம் லேட் பண்ணத்தான் செய்வாங்க... கொஞ்சம் வெயிட் பண்ணிப் பார்க்கலாம்"

"இல்லை மிஸ்டர் மனோஜ் எனக்கென்னவோ சந்தேகமாய் இருக்கு" என்று சொன்னவள், திறந்திருந்த ஜன்னல் பக்கமாய் போய் உள்ளே எட்டிப் பார்த்தாள். டி.வி. மியூட் மோடில் வைக்கப்பட்டிருக்க அதன் திரையில் ஒரு சீரியல் மௌன பாஷை பேசிக் கொண்டிருந்தது. ட்யூப் லைட் வெளிச்சம் பிரகாசமாய் தெரிந்தது.

திரிபுரசுந்தரி பலமாய் குரல் கொடுத்தாள்.

"நர்மதா..!!!"

வீட்டுக்குள்ளிருந்து ஒரு சின்ன முனகல் சத்தம் கூட கேட்கவில்லை. வளர்மதி மறுபடியும் நீளமாய் அழைப்புமணியை அழுத்த உள்ளே நிசப்தம் நீடித்தது.

திரிபுரசுந்தரி பதட்டமானாள்.

"சடகோபன்"

"மேடம்"

"சம்திங் ஈஸ் கோயிங் ராங்க்... வீட்டுக்குள்ளே நர்மதாவுக்கு ஏதோ பிரச்சினை. இந்த வீட்டுக்கு பின்பக்கம் ஏதாவது வழியிருக்கான்னு பாருங்க..."

சடகோபன் வீட்டுக்குப் பின்பக்கம் வேகமாய் போனார். அடுத்த சில விநாடிகளில் அவருடைய குரல் பதட்டமாய் கேட்டது.

"மேடம்... இங்கே வாங்க..."

"என்னாச்சு?" திரிபுரசுந்தரி கேட்டுக்கொண்டே வேக நடையில் வீட்டின் பின்பக்கம் நோக்கிப் போக, அவளை வளர்மதி மனோஜ் உட்பட எல்லோரும் தொடர்ந்தார்கள்.

வீட்டின் பின்பக்கம் ஒரு சின்ன தோட்டத்தோடு தெரிய அரையிருட்டில் அஸிஸ்டெண்ட் கமிஷனர் சடகோபன் தவிப்புடன் நின்றிருந்தார்.

"என்ன சடகோபன்?"

"வீட்டோட பின்பக்கக் கதவு திறந்திருக்கு மேடம். ஷி மே ஹேவ் எஸ்கேப்ட்"

"உள்ளே போய் பாருங்க"

சடகோபன் உள்ளே நுழைந்தார். எல்லா அறைகளிலும் எல்.இ.டி. விளக்குகள் பிரகாசமாய் இருந்தன. எல்லோரும் பரபரவென்று வீட்டுக்குள் பரவி நர்மதாவைத் தேட ஆரம்பித்தார்கள். அவள் எந்த அறையிலும் இருப்பதற்கான அறிகுறிகள் அறவே இல்லை என்பது அடுத்த சில விநாடிகளிலேயே தெரிந்துவிட்டது. திரிபுரசுந்தரியின் முகத்தில் கோபமும் ஏமாற்றமும் மாறி மாறி பிரதிபலித்தது.

"வளர்"

"மேடம்"

"அந்த இரிடியம் செல்போனை எந்த இடத்தில் பார்த்தே?"

"அதோ அந்த புக் ஷெல்ஃப்பில் மேடம்"

"இப்ப அது அந்த இடத்துல இருக்கான்னு பாரு"

"பார்த்துட்டேன் மேடம்... அந்த புக் ஷெல்ஃப்ல நான் பார்த்த இடத்துல அந்த போன் இல்லை"

"நீ ஃபிக்ஸ் பண்ணின மைக்ரோ ரிஸீவர் பக் இருக்கான்னு பாரு"

"அந்த இடத்தையும் செக் பண்ணிப் பார்த்துட்டேன் மேடம். அந்த மைக்ரோ ரிஸீவர் பக்கையும் காணோம்"

திரிபுரசுந்தரி தன்னுடைய நெற்றியைப் பிடித்துக் கொண்டாள்."நாம இங்கே வரப் போகிற விஷயம் எப்படியோ அவளுக்கு தெரிஞ்சிருக்கு... அதான் ட்ரஸ் பண்ணிட்டு வர்றேன்னு நம்மகிட்டே சொல்லிட்டு வீட்டு பின் வாசல் வழியா தப்பிச்சு ஓடிட்டா... நாம இங்கே வரப் போறது அவளுக்கு எப்படி தெரிஞ்சிருக்கும்"

மனோஜின் உடம்புக்குள் மகிழ்ச்சி ததும்பி வழிந்தாலும் அதை வெளிக்காட்டிக்கொள்ளாமல் செயற்கையான கவலையோடு படபடத்தான்.

"மேடம்... அந்த நர்மதா தப்பிச்சு போய் ரொம்ப நேரமாயிடலை... மீறிப் போனா ஒரு பத்து நிமிஷம்தான் ஆகியிருக்கும்... இந்த ஏரியா எல்லையை விட்டு ரொம்ப தூரம் போயிருக்க மாட்டா. நான் வேணும்ன்னா போய்ப் பார்க்கட்டுமா?"

"தட்ஸ் குட்...ஏ.சி.பியையும் கூட்டிட்டு போங்க. அதுக்கு முன்னாடி ட்ராஃபிக் கண்ட்ரோல் ரூமுக்கு இன்ஃபார்ம் பண்ணி சிட்டியில் இருக்கிற எல்லா செக்போஸ்ட்களையும் அலர்ட் பண்ணுங்க..."

"எஸ்... மேடம்"

மனோஜும், ஏ.சி.பி. சடகோபனும் அந்த இடத்தைவிட்டு வேகவேகமாய் வெளியேறினார்கள்.

அபுபக்கர் காரை நிதானமான வேகத்தில் ஓட்டிக் கொண்டே தனக்குப் பக்கத்தில் உட்கார்ந்திருந்த நர்மதாவை ஒரு கேலிப் புன்னகையோடு பார்த்தார்.

"நாம பண்றது தப்புன்னு நமக்கு நல்லாவே தெரியும். அந்தத் தப்பை பண்ணும் போது நமக்குள்ளே எச்சரிக்கை உணர்வு வேணும். அந்த போலீஸ் இன்ஃபார்மர் வளர்மதியோட பார்வையில் படற மாதிரி இரிடியம் செல்போனை புக் ஷெல்ஃப்பில் வெச்சிருக்கியே ஒரு பொறுப்பு வேண்டாம்?"

நர்மதா வியர்த்து வழிகிற முகத்தோடு பேசினாள்.

"ஸ...ஸாரி... ஸார். ஏதோ அவசரத்துல வெச்சுட்டேன். அந்த வளர்மதி இவ்வளவு ஷார்ப்பா இருப்பான்னு நான் கொஞ்சம் கூட நினைச்சுப் பார்க்கலை"

"சரி... அதுதான் போகட்டும்... அந்த வளர்மதி உன்கூட பேசிகிட்டே சோபாவுக்கு அடியில் இருக்கிற ராடில் ஒரு மைக்ரோ ரிஸீவர் பக்கை ஃபிக்ஸ் பண்ணிட்டு போயிருக்கா. அதை எப்படி நோட் பண்ணாமே விட்டே?"

"ஸாரி... ஸார் அவ ரொம்பவும் கேஷுவலா பேசிட்டு இருந்ததால அதை என்னால கவனிக்க முடியலை"

"எல்லாத்துக்கும் ஒரு ஸாரி சொல்லிட்டா சரியாயிடுமா...? மனோஜ் மட்டும் எனக்கு சரியான நேரத்துல வாட்ஸ் அப் செய்தியை அனுப்பாமே இருந்திருந்தா இந்நேரம் நீ போலீஸ் பிடியில் இருப்பே...நான் அனுப்பின வாட்ஸ் அப் செய்தியையும் நீ ரொம்பவும் லேட்டா பார்த்ததால கடைசி நிமிஷத்துல கஷ்டப்பட்டு தப்பிக்க வேண்டியதாயிச்சு. எல்லாத்துக்கும் மேலா நான் மூணு தடவை உன்னோட செல்லுக்கு போன் பண்ணின பிறகுதான் நீ போனையே அட்டெண்ட் பண்ணினே?"

"போன் மியூட்ல இருந்ததால ரிங் டோனை என்னால கேட்க முடியலை ஸார்"

"சரி சரி இனி பழையதைப் பேசி என்ன பிரயோஜனம்? இந்நேரம் போலீஸ் கமிஷனர் திரிபுரசுந்தரி அலர்ட்டாகி மொத்த போலீஸ் டிபார்ட்மெண்டையும் உசுப்பியிருப்பா. கோயமுத்தூர் எல்லையை விட்டு நீ இனி ரெண்டு நாளைக்கு வெளியே எங்கேயும் போக முடியாது"

"அப்படீன்னா நான் இப்ப எங்கேதான் ஸ்டே பண்றது ஸார்"

"எனக்கும் இப்ப அந்த குழப்பம்தான். இரு ஈஸ்வர்க்கு போன் பண்ணி கேட்டுடலாம்" சொன்ன அபுபக்கர், காரை ரோட்டோரமாய் ஒதுக்கி நிறுத்தினார். செல்போனை எடுத்து ஸ்பீக்கரை ஆன் செய்துவிட்டு ஈஸ்வரோடு பேசினார்.

"ஈஸ்வர்... நர்மதாவை ஒரு ஸேஃப்டியான இடத்துக்கு கொண்டு போய் பாதுகாப்பாய் வெச்சிருக்கணும். எங்கே கூட்டிட்டு போறது?"

"உன்னோட வீட்டுக்கு கொண்டு போயிடு"

"என்னோட வீட்டுக்கா...?"

"ஆமா... அபு... பர்தா ஒண்ணை மாட்டிகிட்டு உன்னோட வொய்ஃப்புக்கு சொந்தக்கார பொண்ணாய் அந்த வீட்லயே கொஞ்ச நாளைக்கு இருக்கட்டும்... போலீஸோட சுறுசுறுப்பெல்லாம் ஆடி அடங்கின பிறகு நர்மதாவை நம்ம டெல்லி பிராஞ்சுக்கு அனுப்பி வெச்சுடலாம். இனிமே நர்மதா கோயமுத்தூரை மறந்துட வேண்டியது தான்..."

"சரி... ஈஸ்வர்"

"நர்மதாகிட்டே போனை குடு...நான் ரெண்டு வார்த்தை பேசிடறேன்"

அபுபக்கர் தன்னுடைய செல்போனை நர்மதாவிடம் நீட்ட, அவள் வாங்கிப் பேசினாள்.

"ஸ...ஸார்"

"இதோ பாரம்மா... நீ தெரியாமே பண்ணின ரெண்டு தப்புகளாலே இப்போ நிலைமையே மாறி போச்சு. போலீஸ் உன்னை ஸ்மெல் பண்ணிட்டாங்களேன்னு பயப்படாதே. சில்பா விஷயத்துல நீ பண்ணின உதவியை நானும் அபுபக்கரும் மறக்க மாட்டோம். போலீஸோட பார்வைக்கு நீ தட்டுப்படாமே இருக்கணும்ன்னா அபுபக்கரோட வீடுதான் உனக்கு பாதுகாப்பான இடம். அபுபக்கரோட ஒய்ப் நஸ்ரினாவுக்கு துணையாய் நீ அந்த வீட்லயே இருந்துக்கலாம். வெளியே போகணும்ன்னா ஒரு பர்தாவை மாட்டிகிட்டு நஸ்ரினாவோடு எங்கே வேணும்ன்னாலும் பயமில்லாமே போகலாம். இது எல்லாம் கொஞ்ச நாளைக்குத்தான். அதுக்கப்புறம் நீ டெல்லி போய் எனக்கு சொந்தமான கம்பெனி ப்ராஞ்சில் வேலை பார்க்கலாம்"

"ஸ...ஸார்"

"என்னம்மா?"

"எனக்கு பயம்மாயிருக்கு ஸார்"

"எதுக்கம்மா பயப்படறே...? இன்னிக்கு உன்னோட வீட்டுக்கு வந்த போலீஸ் சாதாரண போலீஸ். மேல்மட்டத்துல எனக்கு எல்லா போலீஸ் ஆபீஸரையும் தெரியும். உனக்கு எந்த பிரச்சினையும் வராமே நான் பார்த்துக்கிறேன். நீ அபுபக்கர் வீட்ல பிரியாணி சாப்பிட்டுகிட்டு சந்தோஷமாய் இரு. தேவைப்பட்டா பர்தாவை

போட்டுகிட்டு வெளியே வா... சினிமாவுக்குப் போ. ஷாப்பிங் பண்ணு. மனசைப் போட்டு குழப்பிக்காமே சந்தோஷமாய் இரு..." ஈஸ்வர் சொல்லிவிட்டு செல்போனை அணைத்துவிட அபுபக்கர் நர்மதாவைப் பார்த்து புன்னகைத்தார்.

"என்னம்மா... ஈஸ்வர் சொன்னதைக் கேட்டியா?"

"மனசுக்கு இப்போ கொஞ்சம் தைரியமாய் இருக்கு ஸார்"

"போகப் போக இன்னும் தைரியம் ஜாஸ்தியாயிடும்..." சொல்லிக் கொண்டே காரை நகர்த்தினார் அபுபக்கர்.

இருபது நிமிஷப் பயணம்.

இருட்டான குறிச்சி ஏரியாவில் இருந்த அந்த பங்களாவின் காம்பௌண்ட் கேட்டுக்கு முன்பாய் காரை நிறுத்திய அபுபக்கர் ஹார்னை அழுத்த, செக்யூரிட்டி ஒடி வந்து காம்பௌண்ட் கேட்டின் ஸ்லைடிங் டோரைத் திறந்து வைத்தான்.

கார் உள்ளே போயிற்று. விஸ்தாரமான போர்டிகோவில் நின்று... இயக்கத்தை நிறுத்திக்கொண்டது.

அபுபக்கர் இறங்கிக் கொண்டே சொன்னார்."கொஞ்ச நாளைக்கு இனிமேல் இதுதாம்மா உன்னோட வீடு. வா போகலாம்"

அவர் சொல்லிக்கொண்டே போர்டிகோ படிகளில் ஏறி உள்ளே போனார். நர்மதா பின்தொடர்ந்தாள்.

அந்தப் பெரிய வாசல் கதவுக்கு முன்பாய் போய் நின்ற அபுபக்கர் தன்னிடம் இருந்த சாவியொன்றை எடுத்து கதவில் தொங்கிக் கொண்டிருந்த பூட்டுக்கு விடுதலை கொடுத்தார்.

நர்மதா சற்றே அதிர்ச்சியடைந்தவளாய் கேட்டாள்.

"என்ன ஸார்... வீடு பூட்டியிருக்கு. உங்க மனைவி வீட்ல இல்லையா?"

அபுபக்கர் ஒரு கபடப் புன்னகையுடன் அவளைப் பார்த்தார். பிறகு குரலைத் தாழ்த்திக் கொண்டு சொன்னார்.

"எனக்கு மனைவியே இல்லாதப்ப அவ எப்படி வீட்ல இருப்பா?"

26

நர்மதா அதிர்ந்து போனவளாய் அபுபக்கரைப் பார்க்க, அவர் தன்னுடைய புன்னகையின் பரப்பளவை சற்றே பெரிதாக்கினார்.

"என்னம்மா... அப்படி பார்க்கிறே?"

"ஸ...ஸார்... நீங்க இப்ப பேசினது மனசுக்கு கொஞ்சம் குழப்பமாய் இருக்கு ..."

"நான் என்ன சொன்னேன்?"

"எனக்கு மனைவியே இல்லாதப்ப அவ எப்படி வீட்ல இருப்பான்னு சொன்னீங்க. ஆனா ஈஸ்வர் ஸார் போன்ல பேசும் போது உங்களுக்கு கல்யாணமாகி நஸ்ரினா என்கிற பேர்ல மனைவி இருக்கிறதா சொன்னாரே...?"

அபுபக்கர் வீட்டுக்குள் நுழைந்து கொண்டே சொன்னார்."ஈஸ்வர் சில சமயங்களில் பேசற பொய்களில் இதுவும் ஒரு பொய் நர்மதா"

"அவர் எதுக்காக ஸார் இப்படிப்பட்ட பொய்யைச் சொல்லணும்?"

"முதல்ல வீட்டுக்குள்ளே வாம்மா"

"எனக்கு பயமாயிருக்கு ஸார்... என்னை ஒண்ணும் பண்ணீடாதீங்க ஸார்... நான் எங்கேயாவது தலைமறைவாய் போயிடறேன்" நர்மதா சொல்லிக்கொண்டே இரண்டடி பின்வாங்கி நகர வேக நடையோடும் ஒரு மென்மையான சிரிப்போடும் அவளுக்குப் பக்கத்தில் வந்து நின்றார் அபுபக்கர்.

"நர்மதா... சில்பா விஷயத்துல நீ எங்களுக்கு மிகப் பெரிய உதவி பண்ணியிருக்கே. அந்த நன்றியை நானும் சரி, ஈஸ்வரும் சரி மறக்கவே மாட்டோம். ஒரு பொண்ணான உன்னாலே வெளியே போலீஸூக்கு பயந்து தலைமறைவு வாழ்க்கையை நடத்த முடியாது. போலீஸ் கமிஷனர் திரிபுரசுந்தரியும் சரி, அந்த வளர்மதியும் சரி உன்னை எப்படியும் ட்ரேஸ் அவுட் பண்ணிடுவாங்க... போலீஸ்ல மாட்டினா உன்னோட கதி என்னாகும்ன்னு கொஞ்சம் யோசனை பண்ணிப்பாரு"

நர்மதா ஒன்றும் பேசத் தோன்றாமல் கலவரமாய் சுற்றும் முற்றும் பார்த்தாள். அபுபக்கர் சிரிப்பு மாறாமல் பேசினார்.

"இதோ பாரு நர்மதா...இப்ப உன்னோட மனசுல எதுமாதிரியான எண்ணம் ஓடிட்டு இருக்கும்ங்கிறதை என்னால யூகிக்க முடியுது. உன்னை போலீஸ் ஸ்மெல் பண்ணிட்டதால எங்களால உன்னோட உயிருக்கு ஆபத்து ஏற்படலாம்ன்னு நினைக்கிறே... இல்லையா?"

நர்மதா வியர்வை மினுமினுக்கும் முகத்தோடு காய்ந்து போன தொண்டையில் எச்சில் விழுங்கி பலவீனமாய் குரல் கொடுத்தாள்.

"நா...நான் அப்படியெல்லாம் நினைக்கலை ஸார்"

"ஒருவேளை அப்படிப்பட்ட நினைப்பு உன்னோட மனசுக்குள்ளே இருந்தா அதை உடனடியாய் இந்த விநாடியே அழிச்சுடும்மா... போலீஸ் வலைக்குள்ளே நீ மாட்டிக்கக் கூடாதுங்கிற நல்ல எண்ணத்துலதான் உன்னை இங்கே கூட்டிகிட்டு வந்திருக்கோம். வீட்ல என்னோட மனைவி இருக்குன்னு சொன்னாத்தான் நீ தைரியமாக என்கூட வருவேன்னு ஈஸ்வர் ஒரு பொய்யைச் சொன்னார். அந்தப் பொய்யை நீ பெரிசாய் எடுத்துக்க வேண்டாம்"

"ஸார்... அது வந்து..."

"எதையும் யோசனை பண்ணாமே உள்ளே வாம்மா. உனக்கு அப்பா இல்லை அம்மா மட்டும் சொந்த கிராமத்துல இருக்கிற விஷயம் எனக்குத் தெரியும். என்னை உன்னோட அப்பா மாதிரி நினைச்சுகிட்டு உள்ளே வாம்மா..."

அபுபக்கர் சொன்ன அந்த கடைசி வாக்கியத்தில் ஒரு சில விநாடிகள் கரைந்து போன நர்மதா அந்த வீட்டுக்குள் காலடி எடுத்து வைத்தாள். பெரிய வீடு என்பது முதல் பார்வையிலேயே தெரிந்தது. பளீரென்ற விளக்கு வெளிச்சத்தில் மில்க்கிவே க்ரானைட் தளம் பளபளத்தது. ஹாலின் மையத்தில் இருந்து இரு திசைகளிலும் படிகள் பிரிந்து உச்சியில் போய் ஒன்று சேர்ந்து பால்கனியைக் காட்டின.

"ஒரு பத்து நிமிஷம் சோபாவில் உட்காரம்மா... கூல் ட்ரிங்க் ஏதாவது சாப்பிடறதா இருந்தா அந்த ஃபிரிஜ்ல எல்லா ஃப்ரூட் ஃப்ளேவர்லேயும் ட்ரிங்க்ஸ் இருக்கு. எடுத்துக்கோம்மா" அப்புபக்கர் சொல்ல, நர்மதா சரி என்கிற பாவனையில் தலையாட்டிக்கொண்டிருக்கும் போதே அபுபக்கரின் செல்போன் முணுமுணுப்பாக டயல் டோனை வெளியிட்டது.

எடுத்துப் பார்த்தார்.

மறுமுனையில் ஈஸ்வர்.

செல்போனோடு சற்று நகர்ந்து போய் பேசினார். குரலைத் தாழ்த்திக் கொண்டார்.

"சொல்லு ஈஸ்வர்"

"என்ன அபு... நர்மதா ஏதாவது பிரச்சினை பண்றாளா?"

"அதெல்லாம் ஒண்ணுமில்லை. நான் பேச வேண்டிய விதத்துல பேசி நம்ம வழிக்கு கொண்டு வந்துட்டேன்"

"அவகிட்டே இருந்த இரிடியம் செல்போன், வளர்மதி ஃபிக்ஸ் பண்ணிட்டுப் போன மைக்ரோ ரிஸீவர் பக் எல்லாத்தையும் வாங்கி பத்திரப்படுத்திகிட்டியா?"

"ம்... என்கிட்டதான் இருக்கு..."

"சரி, இப்ப நர்மதா உனக்குப் பக்கத்தில் இல்லையே?"

"இல்லை... இருபதடி தள்ளி ஹால் சோபாவில் உட்கார்ந்திருக்கா"

"நீ எதுவும் பேசாதே... நான் சொல்றதை மட்டும் கவனமாய் கேளு"

"ம்..."

"அடுத்த வாரம் என்னோட சன் தீபக் ஃபாரீன்லிருந்து புறப்பட்டு கோயமுத்தூர் வர்றான்"

"சர்ப்ரைஸ்... எதுக்காக இந்த திடீர் பயணம்?"

"என்னோட சன் தீபக் மட்டும் வரப் போறதில்லை"

"அப்புறம்?"

"டாக்டர் ஜான் மில்லரும் வர்றார்"

அபுபக்கர் குரலைத் தாழ்த்தினார்.

"ஏதாவது முக்கியமான விஷயமா?"

"ரொம்ப ரொம்ப முக்கியமான விஷயம். நாம ரொம்ப நாளாய் கண்ட கனவு... நனவாகப் போகுது"

அபு மெல்லச் சிரித்தார்."நமக்குத்தான் நிறைய கனவுகள் இருக்கே. நீ எதைச் சொல்றே ஈஸ்வர்?"

"நியூரல் போஸ்ட் கார்ட், நியூரா லிங்க் டிவைஸ் இந்த

ரெண்டையும் டாக்டர் ஜான் மில்லர் உருவாக்கிட்டார்"

"நிஜமாவா?"

"நம்பு... அடுத்த வாரம் பார்க்கப் போறோம். டாக்டர் ஜான் மில்லரும், தீபக்கும் வந்துட்டு போகிறவரைக்கும் நர்மதா உயிரோடு இருக்கணும். நான் என்ன சொல்ல வர்றேன்னு புரியுதா அபு?"

"நல்லாவே புரியுது... மொதல்ல எலி, ரெண்டாவது முயல், மூணாவது குரங்கு, நாலாவதாய் நர்மதா....சரியா?"

"ரொம்பச்சரி..." மறுமுனையில் ஈஸ்வர் சிரித்துக் கொண்டே செல்போனை அணைத்தார்.

அபுபக்கர் தன்னுடைய செல்போனையும் அணைத்து சட்டையின் பாக்கெட்டில் போட்டபடி சோபாவில் உட்கார்ந்து வீட்டை மலங்க மலங்க பார்த்தபடி உட்கார்ந்திருந்த நர்மதாவிடம் வந்தார்.

"என்னம்மா கூல் ட்ரிங்க்ஸ் எடுத்துக்கலையா?"

"வேண்டாம் ஸார்... எதையும் சாப்பிடணும்ன்னு தோணலை"

"இது புது இடம்... ஒரு ரெண்டு நாளைக்கு அப்படித்தான் இருக்கும். மாடியில் ரெண்டு ரூம் கீழே ரெண்டு ரூம் இருக்கு. உனக்கு எந்த ரூம் பிடிக்குதோ, அந்த ரூம்ல நீ ஸ்டே பண்ணிக்கலாம். இந்த பங்களாவுக்கு பின்னாடி ஒரு அவுட் ஹவுஸ் இருக்கு. அங்கே வஹிதாங்கிற வேலைக்காரி தங்கியிருக்கா. இன்னும் கொஞ்ச நேரத்துல அவ இங்கே வருவா. ராத்திரி டின்னர்க்கு நாம என்ன சாப்பிட விருப்பமோ அதைச் சொன்னா ப்ரிப்பேர் பண்ணிக் குடுத்துட்டு போவா. வஹிதா ரொம்ப வருஷமா இந்த வீட்ல வேலை செய்யறா. வயசு ஐம்பதுக்கு மேல ஆனாலும் ஒரு சின்னப் பொண்ணு மாதிரி வேலை செய்வா. அதிகமா பேசமாட்டா" அபுபக்கர் பேசிக் கொண்டே போக நர்மதா தயக்கமாய் குரல் கொடுத்தாள்.

"ஸ...ஸார்"

"என்னம்மா?"

"கட்டின சேலையோடு தப்பிச்சு வந்துட்டேன். மாற்று ட்ரஸ் இல்லை"

"புரியுது... உனக்கு வேண்டிய ட்ரஸ் மெட்டீரியல்ஸுக்கு நான் ஏற்பாடு பண்றேன். நாளைக்கு காலையில் நீ கேட்டதெல்லாம் உன்னோட ரூமுக்குள்ளே இருக்கும்"

"ஸார்... நான் பர்தா போட்டுகிட்டு வெளியே போலாமில்லையா?"

"நோ...நோ... ஒரு பத்து நாளைக்கு நீ இந்த வீட்டை விட்டு வெளியே போகக்கூடாது. போலீஸோட வேகம் கொஞ்சம் தணியட்டும். பின்னாடி பார்த்துக்கலாம்"

நர்மதா கலவரம் படிந்த விழிகளோடு தலையாட்டி வைத்தாள்.

மறுநாள் காலை பதினோரு மணி.

டி.ஜி.பி. பஞ்சாபகேசன் முன்பாக திரிபுரசுந்தரி அவரை நேர் பார்வை பார்த்தபடி நிமிர்ந்து உட்கார்ந்திருந்தாள். உடம்பில் உத்யோக பதட்டம்.

பஞ்சாபகேசன் கோபத்தில் முகம் சிவந்து போனவராய் நிறுத்தி நிதானமான குரலில் அழுத்தம் திருத்தமாய் பேசிக்கொண்டிருந்தார்.

"அந்த நர்மதாவைத் தேடி மொத்தம் ஆறு பேர் அவ வீட்டுக்கு போயிருக்கீங்க. அவளும் வீட்டுக்குள்ளே இருந்திருக்கா... உங்களோடு பேசியும் இருக்கா. அப்படியிருந்தும் அந்த நர்மதா உங்களையெல்லாம் ஏமாத்திட்டு தப்பிச்சு போயிருக்கா"

"ஸாரி ஸார்... அவ வீட்டுக்குள்ளேதானே இருக்கான்னு கொஞ்சம் அலட்சியமாய் இருந்துட்டோம்"

பஞ்சாபகேசன் சட்டென்று எரிந்து விழுந்தார்."ஐ டோண்ட் வாண்ட் யுவர் ப்ளடி ஸாரி. ஜி.பி.ஆபீஸிலிருந்து ரெண்டு மணி நேரத்துக்கு முன்னாடி எனக்கு வந்த ரெட் டேப் ஃபைல் இது. அந்த ஃபைலை ஒரு ரெண்டு நிமிஷம் படியுங்க. ஜி.பி. அஞ்சு கேள்வி கேட்டிருக்கார். அந்த அஞ்சு கேள்வியில் ஒரு கேள்விக்காவது உங்களால பதில் சொல்ல முடியுதான்னு பார்க்கலாம்" டி.ஜி.பி. சொல்லிக்கொண்டே மேஜையின் ஓரத்தில் வைத்து இருந்த ஒரு ஃபைலை எடுத்து திரிபுரசுந்தரியின் முன்பு போட்டார்.

திரிபுரசுந்தரி அந்தப் ஃபைலை தயக்கத்தோடு எடுத்துப் புரட்டினாள்.

THE CONSEQUENCES OF MYSTERY CASE

டி.ஜி.பி. கேட்டார். "இங்கிலீஷ்ல கான்ஸீக்வன்ஸ் வார்த்தைக்கு

என்ன அர்த்தம் உங்களுக்குத் தெரியுமா தெரியாதா?"

"தெரியும்"

"ஜி.பி. அந்த வார்த்தையைத்தான் மென்ஷன் பண்ணி அஞ்சு கேள்விகளை கேட்டிருக்கார். முதல்ல கேள்விகளைப் படியுங்க. பதிலை யோசிச்சு சொல்லுங்க."

திரிபுரசுந்தரி அந்தப் ஃபைலில் இருந்த ஆங்கில வாசகங்களைப் படிக்க ஆரம்பித்தாள். தமிழாக்கம் மனசுக்குள் ஓடியது.

முதல் கேள்வி

ஈஸ்வர் என்னும் தொழிலதிபர் நடத்தி வைத்த இலவசத் திருமண ஜோடிகளில் 5 ஜோடிகள் ரிசின் என்ற விஷம் சாப்பிட்டு தற்கொலை செய்து கொண்டு இறந்து போயிருக்கிறார்கள். அது தற்கொலைகளா இல்லை கொலைகளா?

இரண்டாவது கேள்வி

தற்கொலை அல்லது கொலை காரணமாய் இறந்து போயிருக்கும் அந்த 5 ஜோடிகளில் பெண்கள் மூன்று மாத கர்ப்பிணிகளாய் இறந்து போயிருக்கிறார்கள். இந்த நிகழ்வு கோ இன்ஸிடென்டலாக இருக்க வாய்ப்பில்லை என்றால் வேறு என்ன காரணம்?

மூன்றாவது கேள்வி

ஐந்து ஜோடிகளில் ஒரு ஜோடியான பூங்கோதை கோலப்பன் சம்பந்தப்பட்ட விசாரணைக்கோணம் அதிர்ச்சியூட்டுவதாக உள்ளது. அவ்வளவாக படிப்பறிவு இல்லாத கோலப்பன் பயோ ஹைடெக் சம்பந்தப்பட்ட புத்தகங்களைப் படித்து இருக்கிறான். அவன் படித்த புத்தகங்களில் தி ஷெல்ஃபிஷ் ஜீன் , தி ப்ளைண்ட் வாட்ச்மேன் ஜீன் போன்ற விஷயங்கள் இருந்ததாக ஜெனிடிக்சிஸ்ட் ஸ்டீபன்ராஜ் தன்னுடைய அறிக்கையில் குறிப்பிட்டுள்ளார். இது எந்த அளவுக்கு உண்மை?

நான்காவது கேள்வி

டெல்லி சி.பி.ஐ.யின் ஸ்க்ரூட்னைஸிங் ஆபீஸர் சில்பா கோவைக்கு வந்து இந்த வழக்கை விசாரிக்க ஆரம்பித்து இருக்கிறார். அப்படி வந்தவர் ஆர்.எஸ்.புரத்தில் இருக்கும் பழைய ஜட்ஜ் பங்களாவுக்கு இரண்டு நாட்களுக்கு முன்பு இரவு

நேரத்தில் யாரைப் பார்ப்பதற்காகப் போனார். அதற்குப்பிறகு அவர் எங்கே போனார்?

ஐந்தாவது கேள்வி

இரிடியம் செல்போன் போன் வைத்திருந்த சில்பாவின் தோழி நர்மதா அந்த வீட்டிலிருந்து தப்பித்துப் போனாளா? இல்லை கடத்தப்பட்டாளா? போலீஸார் வீட்டுக்கு வரப் போகிற விஷயத்தை நர்மதாவுக்கு முன்கூட்டியே யாரோ சொல்லியிருக்கிறார்கள். அந்தக் கறுப்பு ஆடு நிச்சயமாக நம்முடைய டிபார்ட்மெண்டைச் சேர்ந்த ஒரு நபராகத்தான் இருக்க வேண்டும். அந்தக் கறுப்பு ஆடு யார்?

திரிபுரசுந்தரி ஃபைலை படித்துக் கொண்டிருக்கும்போதே அவளுடைய செல்போனிலிருந்து வைப்ரேஷன் அதிர்வலைகள் கேட்டது.

டி.ஜி.பி. தலையசைத்தார்.

"அட்டெண்ட் த போன்"

திரிபுரசுந்தரி செல்போனை எடுத்து காதுக்கு வைக்க மறுமுனையில் வளர்மதி பேசினாள்.

"மேடம்"

"சொல்லு வளர்"

மறுமுனையில் வளர்மதி மௌனம் சாதிக்க லேசாய் எரிச்சலானாள் திரிபுரசுந்தரி.

"விஷயம் என்னான்னு சொல்லு"

"மே...மேடம்... நம்ம விசாரணைக்கு தேவைப்பட்ட பயோடெக் சம்பந்தப்பட்ட விஷயங்களை நமக்கு கொடுத்துகிட்டிருந்த ஜெனிடிக்சிஸ்ட் ஸ்டீபன்ராஜ் இப்போ உயிரோடு இல்லை"

"எ...எ...என்னாச்சு?"

"தெரியலை மேடம்... தூக்குல தொங்கிட்டிருக்கார்"

27

செல்போனில் வளர்மதி சொன்னதைக் கேட்டு சில விநாடிகள் மின்சாரம் தாக்கப்பட்ட உணர்வோடு அதிர்ந்து போனவளாய் நிமிர்ந்து உட்கார்ந்தாள் திரிபுரசுந்தரி.

"வளர்... நீ என்ன சொல்றே... ஜெனிடிக்சிஸ்ட் ஸ்டீபன்ராஜ் தூக்குல தொங்கிட்டிருக்காரா?"

"ஆமா மேடம்..."

"ஒரு நிமிஷம் லைன்ல அப்படியே இரு..." சொன்ன திரிபுரசுந்தரி தனக்கு எதிரில் உட்கார்ந்திருந்த டி.ஜி.பியை கலவர விழிகளோடு ஏறிட்டாள்.

"ஸார்... ஒரு அன்எக்ஸ்பெக்டட் நியூஸ்"

"நான் புரிஞ்சுகிட்டேன்... அந்த ஸ்டீபன்ராஜ் இப்ப உயிரோடு இல்லை... போலீஸ் இன்ஃபார்மர் வளர்மதியோடுதானே பேசிட்டு இருக்கீங்க?"

"எஸ்...ஸார்"

"செல்போன் ஸ்பீக்கரை ஆன் பண்ணிட்டு வளர்மதியோடு பேச்சை கண்டினியூ பண்ணுங்க"

சரி என்கிற பாவனையில் தலையாட்டிய திரிபுரசுந்தரி ஸ்பீக்கரை ஆன் செய்துவிட்டு செல்போனில் பேச்சைத் தொடர்ந்தாள்.

"வளர்... எப்ப இந்த சம்பவம் நடந்தது?"

"இப்பத்தான் மேடம்... ஒரு பத்து நிமிஷத்துக்கு முந்தி"

"எங்கே?"

"ஸ்டீபன்ராஜோட வீட்லதான்"

"நீ எதுக்காக அங்கே போனே...?"

"அது வந்து மேடம்... நாளைக்கு நானும் மனோஜும் திருப்பூர்க்குப் புறப்பட்டு போய், அந்த இலவச திருமண ஜோடிகள் இறந்து போன விவகாரத்தை விசாரிக்கலாம்ன்னு இருந்தோம். அந்த விசாரணையில் எதுமாதிரியான கேள்விகளைக் கேட்டா உண்மைகள் வெளியே வரும்ன்னு தெரிஞ்சுக்கிறதுக்காக ஸ்டீபன்ராஜை சந்திச்சு பேச ஆசைப்பட்டோம். இன்னிக்கு

காலையில் ஆறுமணி சுமார்க்கு ஸ்டீபன்ராஜுக்கு போன் பண்ணி "உங்களை எப்ப வந்து பார்க்கலாம்" ன்னு கேட்டேன். பத்து மணி சுமார்க்கு வரச் சொன்னார். நான் அவர் சொன்னமாதிரி 10 மணிக்கெல்லாம் அவர் வீட்டுக்குப் போயிட்டேன்"

திரிபுரசுந்தரி குறுக்கிட்டாள்.

"மனோஜ் உன்கூட வரலையா?"

"மனோஜும் என்கூட வந்து ஜாய்ண் பண்ணிக்கறேன்னு சொல்லியிருந்தார். ஆனா காலையில ஒன்பது மணிக்கு போன் பண்ணி ஒரு எஸ்.ஓ.சி. பார்க்கிறதுக்காக பொள்ளாச்சி வரைக்கும் போக வேண்டியிருக்கு. நீ மட்டும் போய் ஸ்டீபன்ராஜைப் பார்த்து பேசிட்டு வந்துடு. நாம சாயந்தரமாய் மீட் பண்ணுவோம்ன்னு சொல்லிட்டார். அதனாலதான் நான் மட்டுந்தான் ஸ்டீபன்ராஜைப் பார்க்கப் போனேன். சரியா பத்து மணிக்கு அவர் வீட்டு காம்பௌண்ட் கேட்டுக்கு முன்னாடி ஸ்கூட்டியை நிறுத்திவிட்டு உள்ளே போய் காலிங் பெல் கொடுத்தேன். வீட்டு வேலைக்காரிதான் வந்து கதவைத் திறந்தா, நான் விபரம் சொன்னதும் அவ என்னை சோபாவில உட்காரச் சொல்லிட்டு இண்டர்காம் போன் ரிஸீவரை எடுத்து ஸ்டீபன்ராஜ்கிட்டே பேசினா..."

திரிபுரசுந்தரியின் இரண்டு புருவங்களும் சற்றே உயர்ந்து தாழ்ந்தன.

"வளர்... நீ என்ன சொல்றே... வேலைக்காரி இண்டர்காம் போன் மூலமா ஸ்டீபன்ராஜ்கிட்டே பேசினாளா?"

"ஆமா மேடம்"

"பேசினது ஸ்டீபன்ராஜ்தான்னு உனக்கு எப்படி தெரியும்?"

"போன்ல நானும் அவர்கிட்டே பேசினேன் மேடம். வேலைக்காரி ரிஸீவரை என்கிட்டே கொடுத்தா. ஸ்டீபன்ராஜ் எனக்கு "குட்மார்னிங்" சொல்லிட்டு ஒரு பத்து நிமிஷம் வெயிட் பண்ணுங்க. ஒரு ரிசர்ச் ரிப்போர்ட்டை முடிச்சு மெயில் பண்ணிட்டு வந்துடறேன்னு சொன்னார்"

திரிபுரசுந்தரியும், டி.ஜி.பி. பஞ்சாபகேசனும் திகைப்போடு ஒருத்தரையொருத்தர் பார்த்துக் கொள்ள வளர்மதி செல்போனின் மறுமுனையில் பேசிக் கொண்டிருந்தாள்.

"நானும் அவர்கிட்டே டேக் யுவர் வோன் டைம் ஸார்... நான்

உங்களுக்காக வெயிட் பண்ணிட்டிருக்கேன்னு சொல்லிட்டு டீபாயின் மேல் இருந்த அன்னிக்கு வந்த பேப்பரையெல்லாம் புரட்டி படிக்க ஆரம்பிச்சேன். மணி பத்தே காலாச்சு... பத்தரை மணியாச்சு ஸ்டீபன்ராஜ் மாடியிலிருந்த இறங்கி வர்ற மாதிரி தெரியலை. வேலைக்காரி ஒரு தடவை டீ போட்டுட்டு வந்து குடுத்தா. இப்ப பத்து நிமிஷத்துக்கு முன்னாடிதான் நான் வேலைக்காரியைக் கூப்பிட்டு மறுபடியும் ஒரு தடவை போன் பண்ணிப் பாரம்மா. வேலை மும்முரத்துல நான் வந்து இருக்கிறதையே ஒருவேளை மறந்து போயிருக்கலாம்ன்னு சொன்னேன். நான் சொன்னதைக் கேட்டு வேலைக்காரியும் போன் பண்ணினா. ஆனா இண்டர்காம் போன் வேலை செய்யலை. நானும் ட்ரை பண்ணிப் பார்த்தேன். மறுமுனையிலிருந்து எந்த ஒரு சத்தமும் வரலை. வேலைக்காரி உடனே நீங்க இருங்கம்மா... நான் போய்ப் பார்த்துட்டு வர்றேன்னு சொல்லிட்டு மாடிக்குப் போனா. அடுத்த நிமிஷமே வேலைக்காரியோட அலறல் சத்தம் கேட்டது. நான் மாடிப்படிகளில் வேகமாய் ஏறி மேலே போனேன். வேலைக்காரி அழுதுட்டிருந்தா... ஸ்டீபன்ராஜ் தூக்குல தொங்கிட்டிருந்தார்"

"தற்கொலையா...?"

"எனக்கு என்ன சொல்றதுன்னு தெரியலை மேடம்"

"சரி... அந்த ஏரியா பீட் போலீஸ் ஸ்டேஷனுக்கு தகவல் குடு. நானும் புறப்பட்டு வர்றேன்"

திரிபுரசுந்தரி பேசி முடித்து செல்போனை அணைத்துவிட்டு டி.ஜி.பி. பஞ்சாபகேசனை ஏறிட்டாள்.

"ஸார்,... இது ஒரு எதிர்பாராத செய்தி... நான் ஸ்பாட்டுக்குப் போய்ப் பார்த்துட்டு..."

டி.ஜி.பி. கோபமாய் கையை உயர்த்தினார்.

"லிசன் மீ... கொஞ்ச நேரத்துக்கு முந்தி நான் உங்ககிட்டே கொடுத்த ஃபைலில் அஞ்சு விபரீதமான சம்பவங்களைக் குறிப்பிட்டு அது எப்படி நடந்து இருக்கும் என்கிற கேள்விகளையும் கேட்டிருந்தேன். அந்த கேள்விகளுக்கு பதில் சொல்றதுக்கு முந்தி இப்ப இது ஆறாவது சம்பவம். ஜெனிடிக்சிஸ்ட் ஸ்டீபன்ராஜ் நிச்சயமாய் தற்கொலை பண்ணிக்க வாய்ப்பில்லை. போய் என்கொயரி பண்ணுங்க. இன்னும் ஒரு வாரத்துக்குள்ளே

ஃபைலில் நான் கேட்டிருந்த எல்லா கேள்விகளுக்கும் எனக்கு பதில் கிடைக்கணும். வில் யூ ...?"

"எஸ்...ஸார்." திரிபுரசுந்தரி எழுந்து விறைப்பாய் சல்யூட் அடித்துவிட்டு அறையினின்றும் தளர்வாய் வெளியேறினாள்.

அடுத்த இருபது நிமிஷம் ஜீப்பில் பயணித்து ஸ்டீபன்ராஜ் வீடு போய் சேர்ந்தபோது வீட்டு வாசலில் ஒரு போலீஸ் ஜீப்பும், ஆம்புலன்ஸ் வேனும் சாலையோரமாய் நின்றிருக்க, அந்தத் தெருவில் குடியிருந்தவர்கள், சின்னச் சின்ன குழுக்களாய் திரண்டு சத்தம் வெளியே வராமல் பேசிக் கொண்டிருந்தார்கள்.

திரிபுரசுந்தரி ஜீப்பினின்றும் இறங்கி உள்ளே போக வளர்மதி களைத்துப் போன முகத்தோடு எதிர்பட்டாள்.

"மேடம்"

"லோக்கல் போலீஸ் ஸ்பாட்டுக்கு வந்தாச்சா?"

"வந்தாச்சு மேடம்"

"இன்ஸ்பெக்டர் யாரு...?"

"பரசுராம்..." வளர்மதி சொல்லிக்கொண்டிருக்கும் போதே நடுத்தர வயதில் இருந்த அந்த இன்ஸ்பெக்டர் பரசுராம் வேக நடையில் வந்து நின்று சல்யூட் வைத்தார். மாடிப்படிகள் ஏறிக்கொண்டே திரிபுரசுந்தரி கேட்டாள்.

"ஃபார்மாலிடீஸ் முடிஞ்சுதா?"

"பாடியை இறக்கிட்டோம் மேடம் ஃபாரன்ஸிக் பீப்பிள் இப்பத்தான் வந்து எஸ்.ஓ.ஸி. பார்த்துட்டு இருக்காங்க"

"எனி ஃபர்ஸ்ட் ஹேண்ட் இன்ஃபர்மேஷன்?"

"மே...பி... சூஸையிட் மேடம்"

"கன்ஃபர்ம்ட்டா ?"

"அ...அ....அது வந்து எஸ்.ஓ.ஸி. ரிசல்ட் வந்த பின்னாடிதான் தெரியும் மேடம்"

"பின்னே சூஸையிட்ன்னு எப்படி சொல்றீங்க?"

"வேலைக்காரியை என்கொயர் பண்ணினபோது அவ சொன்ன சில விஷயங்கள் ஸ்டீபன்ராஜை தற்கொலை பண்ணிக்க தூண்டியிருக்கலாம்ன்னு நினைச்சேன் மேடம்"

"ஈஸிட்?"என்ற திரிபுரசுந்தரி மாடிப்படிகளை ஏறி முடித்துக்கொண்டு திறந்திருந்த அந்த அறைக்குள் நுழைந்தாள்.

ஸ்டீபன்ராஜின் உடல் சுவரோரமாய் ஒரு போர்வையால் போர்த்தப்பட்டு தெரிய, ஃபாரன்ஸிக் அதிகாரிகள் நான்கு பேர் அறையில் இருந்த பொருள்களின் மேல் பவுடரை ஸ்பிரே செய்து கைரேகை பதிவுகளைத் தேடிக் கொண்டிருந்தார்கள். திரிபுரசுந்தரியைப் பார்த்ததும் அட்டென்ஷனுக்கு வந்து உத்யோகபூர்வமான சல்யூட்டைக் கொடுத்துவிட்டு பணியைத் தொடர்ந்தார்கள். சுவரோரமாய் நின்றிருந்த ஒரு கான்ஸ்டபிள் போர்வையை விலக்கி ஸ்டீபன்ராஜின் உடலைக் காட்ட திரிபுரசுந்தரி பார்த்துவிட்டு இன்ஸ்பெக்டர் பரசுராமிடம் திரும்பினாள்.

"நீங்க அந்த வேலைக்காரியை விசாரிச்சப்ப அவ ஏதோ ஸ்டீபன்ராஜைப்பத்தி சொன்னதாய் சொன்னீங்களே?"

"ஆமா மேடம்"

"அவ என்ன சொன்னா?"

"நீங்களே அவளை விசாரிங்க மேடம்" என்று சொன்ன இன்ஸ்பெக்டர் பரசுராம் சற்றுதள்ளி அழுத கண்களும் வீங்கிய முகமுமாய் நின்றிருந்த வேலைக்காரியை கையசைத்துக்கூப்பிட, அவள் சேலைத் தலைப்பால் வாயைப் பொத்திக்கொண்டபடி திரிபுரசுந்தரியை நெருங்கினாள்.

அவளை ஒரு முறை தன் பார்வையால் ஸ்கேன் செய்த திரிபுரசுந்தரி நிதானமான குரலில் பேச்சை ஆரம்பித்தாள்.

"உம் பேர் என்ன...?"

அவள் விசும்பிக்கொண்டே "லீலா" என்றாள்.

"எத்தனை வருஷமாய் இங்கே வேலை பார்க்கிறே?"

"அஞ்சு வருஷமா...?"

"ஸ்டீபன்ராஜ் கல்யாணம் பண்ணிக்கலை என்கிற விஷயம் எனக்குத் தெரியும். அவரோட ஃபேமிலியைப் பத்தி உனக்கு தெரியுமா ...?"

"ஸார்க்கு அம்மா, அப்பா ரெண்டு பேருமே இல்லை. மூணு வருஷத்துக்கு முன்னாடிதான் ரெண்டு பேரும் அடுத்தடுத்து ஹார்ட் அட்டாக்ல இறந்துட்டாங்க. ஸார்க்கு இப்ப இருக்கிற

ஒரே சொந்தம் அவரோட அண்ணன் நேசமணிதான். அவர் துபாய்ல ஒரு எண்ணெய்க் கம்பெனியில வேலை பார்க்கிறார். வருஷத்துக்கு ஒரு தடவை இந்தியா வரும்போது ஸாரைப் பார்க்க வீட்டுக்கு வருவார்"

"அப்படீன்னா இந்த ஊர்ல அவர்க்கு சொந்தம்ன்னு யாருமில்லை...!"

"சொந்தம்ன்னு யாருமில்லை... ஆனா..." என்று சொல்லி லீலா பேச்சை நிறுத்த திரிபுரசுந்தரி அவளைக்கூர்மையாய்ப் பார்த்தபடி கேட்டாள்.

"என்ன ஆனா ...?"

"மெர்ஸி என்கிற ஒரு பெண்ணை ஸார் விரும்பிட்டு இருந்தார். ஒவ்வொரு சண்டேயும் அந்தப் பொண்ணு இங்கே வரும். கொஞ்ச நேரம் பேசிட்டு இருப்பாங்க. அப்புறம் ரெண்டு பேரும் சேர்ந்து சர்ச்சுக்கு போயிட்டு வருவாங்க. ஆனா கடந்த ஒரு மாச காலமா அந்தப் பொண்ணு இங்க வர்றதில்லை"

"ஏன்?"

"காரணம் என்னன்னு எனக்குத் தெரியலை. ரெண்டு பேர்க்குள்ளே ஏதோ சண்டைன்னு நினைக்கிறேன்"

"என்ன சண்டை?"

"சரியா எனக்குத் தெரியலை... நேத்தைக்கு காலையில் ஸார் போன்ல அந்த பொண்ணுகிட்டே கோபமா ஏதோ பேசிட்டிருந்தார். இங்கிலீஷ்ல பேசிட்டிருந்தார். எனக்குப் புரியலை. காலையில் வெளியே போனவர், ராத்திரி எட்டு மணிக்குத்தான் வீட்டுக்கு வந்தார். அவர் வந்த பின்னாடிதான் நான் என்னோட வீட்டுக்குப் போனேன். வழக்கமா நான் ஆறு மணிக்கெல்லாம் வேலையை முடிச்சுட்டு வீட்டுக்குப் போயிடுவேன். மறுநாள் காலையில் ஆறு மணிக்கு வேலைக்கு வந்துடுவேன்"

"உனக்கு வீடு எங்கே?"

"பக்கத்துலதான்... சாயிபாபாகாலனி..."

திரிபுரசுந்தரி மேற்கொண்டு பேசும்முன்பு இன்ஸ்பெக்டர் பரசுராம் பக்கத்தில் வந்தார்.

"மேடம்..."

திரிபுரசுந்தரி என்ன என்பது போல் திரும்பிப் பார்த்தாள். பரசுராம் அறையின் கதவருகே நின்றிருந்த ஒரு இளைஞனைச் சுட்டிக் காட்டியபடி சொன்னார்.

"ஹி இஸ் அனிஷ்... இந்த வீட்டுக்குப் பின்னாடி இருக்கிற அப்பார்ட்மெண்ட்ல குடியிருக்கார். உங்க்கிட்டே பேசணும்ன்னு சொல்றார்"

திரிபுரசுந்தரி அந்த இளைஞனைப் பார்த்தாள். சாயம் போன தினுசில் இருந்த ஸ்டோன்வாஷ் பேண்டிலும் தொளதொளப்பான டீ சர்ட்டிலும் பார்வைக்குத் தட்டுப்பட்டான். மோவாயில் ப்ரெஞ்ச் தாடியும் கண்களில் கலவரமும் தெரிந்தது.

"ப்ளீஸ் கம்..."

அவன் உள்ளே வந்தான். திரிபுரசுந்தரிக்கு முன்பாய் நின்று மெல்லிய குரலில் பேச ஆரம்பித்தான்.

"மேடம்... உங்ககிட்டே ஒரு விஷயம் சொல்லணும்"

"என்ன சொல்லுங்க"

"மேடம்... ஸ்டீபன்ராஜ் தற்கொலை பண்ணிக்க வாய்ப்பில்லை. இது திட்டமிட்ட கொலை"

"எப்படி சொல்றீங்க?"

"நான் அந்த கொலையாளிகளைப் பார்த்தேன் மேடம். மொத்தம் மூணு பேர்"

28

திரிபுரசுந்தரி அந்த இளைஞன் அனிஷை வியப்பான பார்வையால் நனைத்தாள். நடுக்கமான குரலில் கேட்டாள்.

"நீ...நீ...நீங்க கொலையாளிகளைப் பார்த்தீங்களா?"

"ஆமா மேடம்...! மொத்தம் மூணு பேர். அவங்க மூணு பேருமே ஈ.பி. டிபார்மெண்ட்டைச் சேர்ந்தவங்க"

"என்ன சொல்றீங்க அனிஷ்...? ஈ.பி. ஆட்கள் எப்படி உள்ளே வந்தாங்க... அவங்களை நீங்க எங்கேயிருந்து... எப்படி பார்த்தீங்க?"

"மேடம்... இன்னிக்குக் காலையிலிருந்தே நான் என்னோட வீட்டு மொட்டைமாடியில்தான்...இருந்தேன். மாடியில நான் ஒரு தோட்டம் போட்டிருக்கேன். காய்கறிச் செடிகளுக்கு இயற்கை உரம் போட்டு வேலையை செஞ்சுட்டு இருக்கும்போதுதான் என்னோட வீட்டுக்கு எதிரில் மின்துறை பராமரிப்பு என்கிற நேம் போர்ட் போட்ட க்ரே நிற டெம்போ வேன் ஒண்ணு வந்து நின்னது. அந்த வேனுக்குள்ளே ஒரு ஃபோல்டபள் மல்டி பர்ப்பஸ் அலுமினிய ஏணி ஒண்ணும் இருந்தது. எலக்ட்ரிக் போஸ்டில் பொருத்தப்பட்டு இருக்கிற எல்.இ.டி. பல்புகளை மாத்தறதுக்காக ஈ.பி.ஆட்கள் வந்து இருக்கலாம்ன்னு நினைச்சு அதுல இண்ட்ரஸ்ட் காட்டாமே நான் தோட்ட வேலையைப் பார்த்துட்டிருந்தேன். அடுத்த சில நிமிஷங்கள்ல என்னோட வேலையை முடிச்சுட்டு கை கழுவறதுக்காக மாடியின் ஓரமாய் இருக்கிற பைப் கிட்டே போனேன். அந்த சமயத்துல ஈ.பி. வேன் ஸ்டீபன்ராஜ் வீட்டையொட்டி இருந்த மின்கம்பத்துக்கு கீழே நின்னுட்டிருந்தது. வேனோடு பொருத்தப்பட்டு இருந்த அலுமினிய ஏணி சுமார் இருபதடி உயரம் மேல் எழும்பி ஸ்டீபன்ராஜ் வீட்டு ரெண்டாவது மாடியின் சன் ஷேடோடு ஒட்டிகிட்டு இருந்தது"

திரிபுரசுந்தரி பதட்டக் குரலில் கேட்டாள்.

"ஏணி சன் ஷேடோட ஒட்டிகிட்டு இருந்ததா?"

"ஆமா..."

"நல்லாப் பார்த்தீங்களா?"

"பார்த்தேன் மேடம்... ஏணியை உயர்த்தும்போது ஏதாவது

பிரச்சினை ஏற்பட்டு ஸ்டீபன்ராஜ் வீட்டு மேல சாய்ஞ்சு இருக்கலாம்ன்னு நினைச்சு அதை சந்தேகத்துக்குரிய ஒரு நிகழ்வாய் நான் எடுத்துக்கலை. அந்த ஏணிக்கு கீழே மூணு பேர் நின்னுட்டிருந்தாங்க"

"அவங்க உங்களைப் பார்த்தாங்களா?"

"இல்லை மேடம்"

"சரி... அந்த மூணுபேரும் எப்படி இருந்தாங்க?"

"நான் அவங்க முகத்தைப் பார்க்கலை மேடம். ஆனா அந்த மூணு பேர்க்குமே என்னோட வயசுதான் இருக்கும். காக்கி பேண்ட்டும் வெள்ளைச் சட்டையும் போட்டிருந்தாங்க"

"நீங்க அந்த மூணுபேரைப் பார்க்கும்போது அவங்க என்ன பண்ணிட்டிருந்தாங்க?"

"ஏணியை சரி பார்த்துட்டு இருந்தாங்க. ஒருத்தன் கையில் டூல் பாக்ஸ் மாதிரி ஒரு பெட்டி தெரிஞ்சுது"

"சரி... ஸ்டீபன்ராஜை அந்த மூணுபேர்தான் கொலை பண்ணியிருக்கணும் என்கிற எண்ணம் உங்களுக்கு வர என்ன காரணம்?"

"ஸ்டீபன்ராஜ் தற்கொலை பண்ணிகிட்டார்ன்னு அரைமணி நேரத்துக்கு முன் என்னோட அப்பாதான் என்கிட்டே வந்து சொன்னார். டி.வியில் கிரிக்கெட் மேட்ச் பார்த்துட்டிருந்த நான் ஒரு நிமிஷம் ஆடிப் போயிட்டேன். ஏன்னா ஸ்டீபன்ராஜ் எப்பவுமே ஹேப்பியா சந்தோஷமான மூட்லதான் இருப்பார். அவர் ஏன் தற்கொலை பண்ணிக்கனும்ன்னு யோசிச்சேன். அப்படி யோசிக்கும்போதுதான் எனக்கு அந்த ஈ.பி. டிபார்மெண்ட் ஆட்கள் மேல சந்தேகம் வந்தது. உடனடியாய் இந்த ஏரியா ஈ.பி. ஆபீஸூக்கு போன் பண்ணி ஏ.ஈ. கிட்டே பேசினேன். என்னோட தெரு பேரைச் சொல்லி இங்கே எலக்ட்ரிக் போஸ்ட்ல பராமரிப்பு வேலைகளை செய்ய ஆட்கள் யாரையாவது கொஞ்ச நேரத்துக்கு முன்னாடி அனுப்பி வெச்சீங்களான்னு கேட்டேன். அவர் இல்லையேன்னு சொன்னார். நான் திரும்பவும் அவர்கிட்டே கன்ஃபார்ம் பண்ணி சொல்லுங்க ஸார்ன்னு கேட்டேன். அவரும் தீர்மானமான குரலில் நீங்க சொல்றமாதிரியான பராமரிப்பு வேன் எல்லாம் இந்த ஈ.பி. டிவிஷனில் கிடையாதுன்னு அவர் சொன்னார். அவர் அப்படி சொன்ன பிறகுதான் எனக்கு ஸ்டீபன்ராஜோட

மரணத்தில் சந்தேகம் வந்தது. ஃபோல்டபள் அலுமினியம் ஏணி அவர் வீட்டு மாடி சன்ஷேடில் வைக்கப்பட்டிருந்ததும் ஞாபகத்துக்கு வந்தது. ஸ்டீபன்ராஜ்க்கு வேண்டாத யாரோ மூணு பேர் ஈ.பி. டிபார்மெண்ட்டைச் சேர்ந்த ஆட்கள் மாதிரி வந்து ஏணி வழியா மாடிக்குப் போய் ஸ்டீபன்ராஜோட உயிரை எடுத்து இருக்காங்க"

"வந்த அந்த மூணுபேர்ல ஒருத்தனைக் கூடவா நீங்க பார்க்கலை?"

"பார்க்கலை மேடம்... அந்த அளவுக்கு அவங்க மூணுபேரும் எனக்கு சந்தேகம் வராத மாதிரி நடந்துகிட்டாங்க. தே ஹேவ் ப்ளாண்ட் வெரி வெல்.."

"அந்த வேனோட ரெஜிஸ்ட்ரேஷன் நெம்பரையாவது பார்த் தீங்களா?"

"ஸாரி மேடம்...நான் அவங்களை கொஞ்சமாவது சந்தேகப்பட்டு இருந்தா எல்லா விஷயங்களையும் அப்ஸர்வ் பண்ணியிருப்பேன்."

"இந்த தெருவுல சிசிடிவி காமிரா இருக்கா?"

"மூணு மாசத்துக்க்கு முன்னாடி வரை இருந்தது மேடம், அது சரியா வொர்க் பண்ணாததாலே அதை எடுத்துட்டு வேற ஒரு புது மாடலை ஃபிக்ஸ் பண்ண காலனி அஸோசேஷன் முடிவு பண்ணியிருந்தாங்க. அதுக்குள்ளே அஸோசேஷன்ல ஒரு ஈகோ பிரச்சினை வந்து அந்த பிளான் ட்ராப் ஆயிடுச்சு..."

அனிஷ் சொல்லிக்கொண்டிருக்கும்போதே எஸ்.ஓ.ஸி. பார்த்துக் கொண்டிருந்த ஃபாரன்ஸிக் ஆபீஸர்ஸ் தயக்கத்தோடு பக்கத்தில் வந்து நின்றார்கள்.

திரிபுரசுந்தரி அவர்களை ஏறிட்டாள்.

"டிட் யூ ஃபைண்ட் எனி திங்க்?"

"எஸ் மேடம் ..."

"என்ன?"

"மேடம்... கேன் யூ கம் அலோன் ஃபார் ஏ மினிட்?"

திரிபுரசுந்தரி தலையசைத்து அவர்களோடு நடந்து அடுத்த அறைக்குள் நுழைந்தாள்.

"ம்... சொல்லுங்க"

"மேடம் வி ஹேவ் கலெக்டட் சம் ஃபிங்கர் பிரிண்ட்ஸ்"

லேசாய் முகம் மலர்ந்தாள் திரிபுரசுந்தரி.

"குட் ஸ்டார்ட்"

"ஸாரி மேடம்"

"ஸாரி ஃபார் வாட்?"

"மேடம்... ஸ்டீபன்ராஜோட அறையில் கலெக்ட் பண்ணின ஃபிங்கர் பிரிண்ட்ஸ் எல்லாமே ஆர்ட்டிஃபிஷியல் ஃபிங்கர் பிரிண்ட்ஸ்"

"வாட் டு யூ ஸே... ஆர்ட்டிஃபிஷியல் ஃபிங்கர் பிரிண்ட்ஸ் என்கிற வார்த்தையை நான் இன்னிக்குத்தான் கேள்விப்படறேன்"

"இட் ஈஸ் நியூ ஃபார் ஃபாரன்ஸிக் மேடம். ரெண்டு வருஷத்துக்கு முந்தி ஸ்காட்லாண்ட் யார்டு போலீஸ்தான் லண்டனில் ஒரு குற்றம் நடந்த இடத்தில் இதுமாதிரியான ஆர்ட்டிஃபிஷியல் ஃபிங்கர் பிரிண்ட்ஸை கண்டுபிடிச்சு அதை இண்டர்போல் போலீஸுக்கும், இன்டர்நேஷனல் ஃபாரன்ஸிக் அஸோசேஷனுக்கும் தெரியப்படுத்தியிருந்தாங்க... அந்த ஃபிங்கர் பிரிண்ட்ஸ் இன்னிக்கு ஸ்டீபன்ராஜ் அறைக்குள்ளே கிடைச்சிருக்கு"

திரிபுரசுந்தரி கலவரமானாள்.

"இந்த ஆர்ட்டிஃபிஷியல் ஃபிங்கர் பிரிண்ட்ஸ் கிடைச்ச விவகாரத்தில் ஏதாவது அப்நார்மல்லா இருக்கும்ன்னு நினைக்கறீங்களா?"

"எஸ் மேடம்"

"என்ன?"

"இந்த மாதிரியான ஆர்ட்டிஃபிஷியல் கைரேகைப் பதிவுகளை உருவாக்க சிலிக்கான் ரப்பர் பேப்பர் ஜெல் தேவைப்படும் மேடம். அது இந்தியாவில் கிடைக்க வாய்ப்பில்லை. ஏதாவது ஒரு வெளிநாட்டிலிருந்துதான் கொண்டு வரப்பட்டிருக்கணும். ஸோ... வந்த நபர்கள் சாதாரண நபர்களாய் இருக்க முடியாது"

"தென்?"

"விபரமான படித்த நபர்களாய் இருக்கணும் மேடம். தங்களோட கைரேகைகள் தப்பித்தவறி கூட ஃபாரன்ஸிக் பார்வைக்கு

பட்டுடக்கூடாது என்கிற ஜாக்கிரதை உணர்வோடு சிலிக்கான் ரப்பர் பேப்பர் ஜெல்லின் உதவியோடு ஆர்ட்டிஃபிஷியல் கைரேகைகளை ஸ்டீபன்ராஜின் அறைக்குள் பதிச்சுட்டு போயிருக்காங்க"

"அது ஆர்ட்டிஃபிஷியல் ஃபிங்கர் பிரிண்ட்ஸ்தான் என்கிற முடிவுக்கு எப்படி வந்தீங்க?"

"ஆரம்பத்துல கண்டுபிடிக்க கஷ்டமாய் இருந்தது மேடம். சில ஃபிங்கர் பிரிண்ட்ஸ் கிடைச்சபோது மனசுக்கு சந்தோஷமாய் இருந்தது. அதனோட ரெசல்யூஷன் தெளிவாய் இருந்தது. தொடர்ந்த ஃபிங்கர் பிரிண்ட்ஸை சேகரம் பண்ணிட்டிருக்கும்போதுதான் எங்களுக்கு ஒரு சந்தேகம் வந்தது"

"என்ன?"

"பொதுவா கைரேகைகள் தெளிவில்லாமல் துண்டுதுண்டாய்தான் கிடைக்கும். அதை ஃபாரன்ஸிக் லேப்புக்கு கொண்டு போய் ஒரு பிராஸஸ்க்கு உட்படுத்திப் பார்த்த பின்னாடிதான் ரெசல்யூஷன் கிடைக்கும். ஆனா இங்கே பெளடரை ஸ்பிரே பண்ணி பிரிண்ட்ஸை கலெக்ட் பண்ணினதுமே ரெசல்யூஷன் வந்துடுது... இயற்கையாய் கிடைக்கும் கைரேகைப் பதிவுகளில் இவ்வளவு துல்லியம் கிடைக்க வாய்ப்பில்லை. உடனே இந்த விபரத்தை எங்க சீஃப் ஃபாரன்ஸிக் ஆபீஸர்க்கு தெரியப்படுத்தி சில கைரேகைப் பதிவுகளை அவரோட வாட்ஸ்அப்புக்கு அனுப்பி வெச்சோம். அடுத்த ரெண்டு நிமிஷத்துக்குள்ளே அவர்கிட்டேயிருந்து இது ஆர்ட்டிஃபிஷியல் ஃபிங்கர் பிரிண்ட்ஸ் என்கிற பதில் வந்தது"

சில விநாடிகளை செலவழித்து அதிர்ச்சியை ஜீரணித்துக் கொண்ட திரிபுரசுந்தரி ஒரு பெருமூச்சை வெளியேற்றிவிட்டு ஃபாரன்ஸிக் அதிகாரிகளை ஏறிட்டாள்.

"எஸ்.ஓ.ஸியில் வேற ஏதாவது கண்டுபிடிக்க முடிஞ்சுதா?"

"இல்லை மேடம்... ஸ்டீபன்ராஜோட பாடியை போஸ்ட்மார்ட்டத்துக்கு உட்படுத்தி ரிப்போர்ட் வந்த பிறகு அதில் இருக்கிற அப்நார்மல் ரிமார்க்ஸை வெச்சுத்தான் சம்பவம் எதுமாதிரி நடந்து இருக்கும் என்கிற முடிவுக்கு வர முடியும்"

"இங்கே உங்கள் ஃபார்மலீடீஸ் முடிஞ்சுதா?"

"முடிஞ்சுது மேடம்... பாடியை மார்ச்சுவரிக்கு கொண்டு

போயிடலாம். இன்ஸ்பெக்டர் பரசுராமுக்கு இன்ஸ்ட்ரக்ஷன் கொடுத்துட்டோம்"

திரிபுரசுந்தரி மௌனமாய் தலையசைத்துக் கொண்டிருக்கும்போதே அவளுடைய செல்போன் குறைவான டெஸிபிலில் ரிங்டோனை வெளியிட்டது.

எடுத்து அழைப்பது யார் என்று பார்த்தாள். வளர்மதி செல்போனின் மறுமுனையில் கூப்பிட்டுக்கொண்டு இருந்தாள். வியப்போடு ஹேண்ட்செட்டை காதுக்கு ஒற்றினாள்.

"என்ன வளர்... நீ இப்ப இந்த வீட்டுக்குள்ளேதானே இருக்கே... எதுக்காக போன் பண்றே?"

"மேடம்... இப்ப உங்க பக்கத்துல யாராவது இருந்தா கொஞ்சம் தள்ளி வந்து பேச முடியுமா?"

"ஒரு நிமிஷம்" திரிபுரசுந்தரி சொல்லிக்கொண்டே அந்த அறையினின்றும் வெளியேறி வராந்தா ஓரமாய் போய் நின்று குரலைத் தாழ்த்தினாள்.

"சொல்லு வளர்"

"மேடம்... நான் இப்ப ஸ்டீபன்ராஜ் வீட்டுக்கு வெளியே இருக்கிற ஆம்புலன்ஸ் வேனுக்குப்பின்னாடி நின்னு பேசிட்டிருக்கேன். உங்களால என்னைப் பார்க்க முடியாது. ஆனா நான் உங்களைப் பார்த்துட்டிருக்கேன்"

"என்ன வளர்... ஏதாவது பிரச்சினையா?"

"ஆமா மேடம்"

"என்ன சொல்லு?"

"மேடம்... ஸ்டீபன்ராஜ் வீட்டிலிருந்து ரெண்டு வீடு தள்ளி ஒரு காலி மனை இருக்கு. காலிமனைக்கு எதிரில் மரத்துக்கு கீழே மொபைல் லாண்டரி வண்டி ஒண்ணு இருக்கு. அப்படியே வராந்தாவில் மெல்ல நடந்து வந்து சந்தேகம் வராதபடி எட்டிப் பாருங்க"

திரிபுரசுந்தரி இயல்பாய் நடைபோட்டபடி வராந்தாவில் நடந்து அதன் எல்லையைத் தொட்டு மெல்ல தெருபக்கம் எட்டிப் பார்த்தாள்.

வளர்மதி சொன்னது போலவே இரண்டு வீடுகள் தள்ளி ஒரு

காலிமனையும், அந்த மனைக்கு எதிரே ஒரு மரத்துக்கு கீழே இருந்த மொபைல் லாண்டரி வண்டியும் பார்வைக்கு கிடைத்தது.

"என்ன மேடம் பார்த்துட்டீங்களா?"

"ம்... பார்த்துட்டேன். லுங்கி கட்டின ஆள் ஒருத்தன் துணியை அயர்ன் பண்ணிட்டிருக்கான்"

"அவன் துணியை மட்டும் அயர்ன் பண்ணலை மேடம். செல்போனும் பேசிட்டிருக்கான். இந்த விநாடியும் பேசிட்டிருக்கான்"

"அவன் கையில் செல்போன் இல்லையே?"

"செல்போனை கீழே வெச்சிருக்கான் மேடம். அவனோட காதைப் பாருங்க"

"ஆமா... ஏதோ கருப்பு பட்டன் மாதிரி தெரியுது"

"அது பட்டன் இல்லை மேடம்... ப்ளூடூத் வயர்லஸ் இயர் பட்ஸ். அவன் செல்போனை ஆன்ல வெச்சுட்டு துணியை அயர்ன் பண்ற மாதிரி யார் கூடவோ பேசிட்டு இருக்கான். அரை நிமிஷத்துக்கு ஒரு தடவை ஸ்டீபன்ராஜ் வீட்டைப் பார்ப்பான். உதடு அசையறது தெரியாமே பேசிட்டிருக்கான். கொஞ்சம் உன்னிப்பாய் கவனிச்சுப் பார்த்தாத்தான் தெரியும்"

திரிபுரசுந்தரி தன் பார்வையை கூர்மையான ஆயுதமாக்கி அந்த மொபைல் லாண்டரி நபரைப் பார்த்தாள். பார்த்த விநாடியே அவளுடைய இதயம் ஒரு உதறலுக்கு உட்பட்டது

29

திரிபுரசுந்தரி தன் உடம்பெங்கும் வியாபித்த அதிர்வலைகளைக் கட்டுப்படுத்திக் கொண்டு அந்த மொபைல் லாண்டரி இளைஞனையே உற்றுப் பார்த்தாள். மறுமுனையில் வளர்மதி தவிப்போடு கேட்டாள்.

"என்ன மேடம்... அயர்ன் பண்ற ஆளைப் பார்த்தீங்களா?"

"பார்த்துகிட்டுதான் இருக்கேன்"

"அவன்கிட்டே ஏதோ தப்பு இருக்குன்னு தெரியுதா மேடம்?"

"இங்கிருந்து பார்த்தா நார்மலா இருக்கிற மாதிரி தெரியுது"

"என்ன மேடம் சொல்றீங்க... அந்த ஆளோட பார்வையை கவனிங்க... ஆள் சரியில்லை"

"நீ இப்ப எங்கே இருக்கே?"

"ஸ்டீபன்ராஜ் வீட்டுக்கு வெளியே இருக்கிற ஆம்புலன்ஸ் வேனுக்குப் பின்னாடி நின்னு பேசிட்டிருக்கேன்"

"நீ அங்கேயே நில்லு. நான் உன்கிட்டே வர்றேன்" செல்போனை அணைத்த திரிபுரசுந்தரி இன்ஸ்பெக்டர் பரசுராமுக்கும், ஃபாரன்ஸிக் ஆபீஸர்ஸூக்கும் ஃபார்மலிட்டியான இன்ஸ்ட்ரக்ஷனைக் கொடுத்துவிட்டு மாடிப்படிகளில் இறங்கி வீட்டை விட்டு வெளியே வர வேனுக்குப் பின்னால் நின்றிருந்த வளர்மதி மெள்ள வெளிப்பட்டு திரிபுரசுந்தரி அருகே வந்தாள்.

"மேடம்... அந்த மொபைல் லாண்டரி ஆளை மடக்கி ஸ்டேஷனுக்கு கொண்டு போயிட்டா ஸ்டீபன்ராஜோட மரணத்துக்கு காரணமான நபர்கள் யார்ங்கிறதை கண்டுபிடிச்சுடலாம்"

"சரி... வா...அந்த ஆளைப் பார்த்துடலாம்"

"மே...மே...மேடம்"

"என்ன?"

"அந்த ஆளை நீங்களும் நானும் மட்டும் போய் மடக்க நினைக்கிறது சரியில்லை மேடம்... இன்ஸ்பெக்டரும் காப்ஸும் உள்ளே இருக்காங்க... அவங்ககிட்டே விஷயத்தைச் சொல்லி..."

"வே...வேண்டாம்"

"ஏன் மேடம்... வேண்டாம்ன்னு சொல்றீங்க அவன் நம்மை அட்டாக் பண்ண நினைக்கலாம். ஜெண்ட்ஸ் இருந்தாத்தான் அவனை சமாளிக்க முடியும்"

"பேசாமே வா எம் பின்னாடி... அந்த ஆளை சமாளிக்க நீயும் நானுமே போதும்"

திரிபுரசுந்தரி மொபைல் லாண்டரியை நோக்கி நடக்க ஆரம்பித்துவிட வளர்மதி அவளைக் குழப்பமாய்த் தொடர்ந்தாள்.

அரை நிமிட நடை.

மொபைல் லாண்டரியை இருவரும் நெருங்கினார்கள். ஒரு துணியை அயர்ன் செய்து கொண்டிருந்த அந்த இளைஞன் திரிபுரசுந்தரியை பார்த்ததும் கண்களில் சின்னதாய் அதிர்ந்தவன் அயர்ன் செய்வதை நிறுத்திவிட்டு உயர்த்திக் கட்டியிருந்த லுங்கியை இறக்கி விட்டுக் கொண்டான்.

திரிபுரசுந்தரி அவனை உற்றுப் பார்த்தாள். சற்றுமுன் பார்த்த வயர்லஸ் இயர்பட்ஸ் இப்போது அவன் காதுகளில் இல்லை. லாண்டரி வண்டிக்குள் செல்போன் இருப்பதற்கான அறிகுறியும் தெரியவில்லை.

"உம் பேர் என்ன?" திரிபுரசுந்தரி இயல்பான குரலில் பேச்சை ஆரம்பித்தாள்.

அவன் கைகளைக் கட்டிக்கொள்ளாத குறையாக பவ்யமாய் "பழனிசாமி" என்றான்.

"இந்த ஏரியாவில் எத்தனை நாளா வேலை பார்க்கிறே?"

"கடந்த ஒரு மாசமா"

"வீடு?"

"அதோ அந்த வீடுதாம்மா" பின்புறம் திரும்பி அங்கேயிருந்த ஒரு சிறிய வீட்டைக் காட்டினான்.

"அந்த வீட்ல வேற யாராவது இருக்காங்களா?"

"இல்லீங்கம்மா... நான் மட்டுந்தான்"

திரிபுரசுந்தரி ஸ்டீபன்ராஜின் வீட்டைச் சுட்டிக்காட்டியபடி கேட்டாள்.

"அந்த வீட்ல ஒருத்தர் செத்துப் போயிருக்கார். அவர் யார்ன்னு உனக்குத் தெரியுமா?"

"தெரியுங்கம்மா... ஸ்டீபன்ராஜ் ஸார். அயர்ன் பண்ண என்கிட்டே பேண்ட் சர்ட் கொடுப்பார். ரொம்பவும் பிரியமா பேசுவார்"

"அவர் எப்படி செத்தார்ன்னு தெரியுமா?"

"தற்கொலை பண்ணிகிட்டார்ன்னு பேசிக்கறாங்கம்மா..."

"நீ என்ன நினைக்கிறே?"

"எனக்கு தெரியல்லீங்கம்மா... விஷயம் கேள்விப்பட்டப்ப மனசுக்கு ரொம்ப கஷ்டமாய் இருந்துச்சு. ரொம்பவும் நல்ல மனுஷன் கார்ல போகும்போது என்னைப் பார்த்துட்டா கையை ஆட்டிட்டு போவார்"

திரிபுரசுந்தரி சுற்றும் முற்றும் பார்த்துவிட்டு குரலைத் தாழ்த்தினாள்.

"இதுவரைக்கும் பேசின பொய் போதும் ஹம்ஸன். இனிமேலாவது உண்மையைப் பேசுவோமா?"

அந்த இளைஞனின் முகம் சட்டென்று ஒரு பெரிய மாறுதலுக்கு உட்பட்டது.

"ஹம்ஸனா... என்னம்மா சொல்றீங்க என்னோட பேரு பழனிசாமி..."

"அது இந்த ஏரியாவில் இருக்கிறவங்களுக்கு... ஆனா எனக்கு ஹம்சன்தான்" என்று சொன்ன திரிபுரசுந்தரி தன்னுடைய செல்போனை எடுத்து வாட்ஸ்அப்புக்கு உயிர் கொடுத்து ஒரு போட்டோவை செல்போனின் ஸ்கீரின் முழுவதும் நிரப்பினாள். பக்கத்தில் நின்றிருந்த வளர்மதியைக் கூப்பிட்டாள்.

"வளர்"

"மேடம்"

"இந்த போட்டோவைப் பார்த்துட்டு நமக்கு எதிரில் நிக்கிற அந்த பழனிசாமியையும் பாரு. ரெண்டு பேரும் ஒரே நபரா இல்ல வெவ்வேறு ஆளான்னு நீயே சொல்லு"

வளர்மதி வாட்ஸ்அப்பில் இருந்த அந்தப் புகைப்படத்தைப் பார்த்தாள்.

சந்தன நிற கோட்டும், அடர் சிவப்பு நிற டையுமாய் தன்னுடைய அழகான பல்வரிசையைக் காட்டி சிரித்து இருந்தான் அந்த இளைஞன்.

போட்டோவை சில விநாடிகள் பார்த்துவிட்டு எதிரில் நின்றிருந்த பழனிசாமியைப் பார்த்தாள் வளர்மதி. பிறகு உறுதியான குரலில் சொன்னாள்.

"நோ டவுட் மேடம்... ரெண்டு பேரும் ஒருத்தர்தான். சினிமாவில் வர்ற மாதிரி வெவ்வேறு கெட்டப். அவ்வளவுதான். யார் மேடம் இந்த ஆளு?"

திரிபுரசுந்தரி மெலிதாய் புன்னகைத்தாள்."வளர்... நீ பாட்டுக்கு அந்தாளு, இந்தாளுன்னு ஏக வசனத்தில் பேசிட்டிருக்காதே... இவர் மிஸ்டர் ஹம்ஸவர்த்தன். அம்மா, அப்பா வெச்ச அந்தப் பேரை சுருக்கி இவர் ஹம்ஸன்னு வெச்சுகிட்டார். போலீஸ் டிபார்ட்மெண்ட்ல இருக்கிற ஷேடோ ஸ்க்வாட் விங்கில் இவர் ஃபர்ஸ்ட் கிரேடு ஆபீஸர். ரெண்டு வருஷத்துக்கு முந்திதான் இவர்க்கு கல்யாணம் நடந்தது. பொண்ணு யார் தெரியுமா...? ரிடையர்டு சீஃப் ஜட்ஜ் தீனதயாளன் ஸாரோட பொண்ணு ஷர்மிலி"

வளர்மதியின் அகன்ற விழிகளில் ஆச்சர்ய அலைகள் பரவியது.

"என்ன மேடம் சொல்றீங்க... இவர் போலீஸ் டிபார்ட்மெண்டா?"

"ஆமா... இவர் ஷேடோ ஸ்க்வாட் விங்கில் போலீஸ் ஆபீஸராய் இருக்கிற விஷயம் எனக்கும் ரெண்டு வருஷத்துக்கு முந்திதான் தெரியும். ரிடையர்டு சீஃப் ஜட்ஜ் தீனதயாளன் என்னோட வாட்ஸ்அப்புக்கு ரெண்டு வருஷத்துக்கு முந்தி இந்த போட்டோவை அனுப்பி வெச்சு எனக்கு ஒரு மெஸேஜ் கொடுத்து இருந்தார். அந்த மெஸேஜில் என்னோட டாட்டர் ஷர்மிலிக்கு பார்த்து இருக்கிற மாப்பிள்ளை இவர்தான். பேரு ஹம்ஸவர்த்தன் என்கிற ஹம்ஸன். டிபார்ட்மெண்ட்டில் இவரைப் பத்தின குட்புக் எனக்கு வேணும். விசாரிச்சு சொல்ல முடியுமான்னு கேட்டிருந்தார். நானும் ஹம்ஸனுக்குத் தெரியாமே அவரைப்பத்தின குட்புக் விபரங்களை கலெக்ட் பண்ணி அனுப்பி வெச்சேன். கல்யாணம் நிச்சயமானதும் எனக்குத்தான் முதன்முதல்ல ஜட்ஜ் ஸார் போன் பண்ணி விஷயத்தைச் சொன்னார். கல்யாணம் நடந்த நேரத்துல நான் டெல்லியில் ஒரு ட்ரெயினிங்கில் இருந்ததால என்னால

கல்யாணத்தை அட்டெண்ட் பண்ண முடியலை. ஜட்ஜ் ஸார் கிட்டே ஒரு தடவை போன்ல பேசின போது அவர் வெளிநாட்ல இருந்தார்"

திரிபுரசுந்தரி பேசிக்கொண்டிருக்கும்போதே ஹம்ஸன் ஒரு மெல்லிய சிரிப்போடு அவளை ஏறிட்டான்.

"ஸாரி மேடம்... நீங்க என்னோட கல்யாணத்துக்கு வராத காரணத்தால என்னைப்பத்தி உங்களுக்குத் தெரிய வாய்ப்பில்லைன்னு நினைச்சேன். ஆனா என்னோட மாமனார் உங்ககிட்டே என்னைப்பற்றி குட்புக் விபரங்களை கேட்டு வாங்கியிருக்காருங்கிறது இப்பத்தான் எனக்குத் தெரியும்"

"பொதுவா போலீஸ் டிபார்ட்மெண்ட்ல இருக்கிறவங்களுக்கு ரெண்டு மூளை, நாலு கண்கள்ன்னு சொல்வாங்க... என்னைப் பொறுத்தவரைக்கும் அது ஒரு உண்மையான ஸ்டேட்மெண்ட்தான். எனக்கு உங்க முகமும் சரி, உங்க பெயரும் சரி மனசுக்குள்ளே அழுத்தமாய் பதிஞ்சதுக்குக் காரணம் ஜட்ஜ் ஸார் எனக்குக் கொடுத்த அசைன்மெண்ட்தான். என்னோட வாட்ஸ்அப்புக்கு போலீஸ் அதிகாரிகள் சம்பந்தப்பட்ட போட்டோக்கள் எது வந்தாலும் அதை டெலிட் பண்ணாமே வெச்சிக்கிறது என்னோட பழக்கம்"

ஹம்ஸனின் புன்னகை பெரிதாயிற்று.

"யூ ஆர் ப்ரில்லியன்ட் மேடம்..."

"இந்த பாராட்டு எனக்கு சரியாய் பொருந்தாது ஹம்சன்... உங்களையும் உங்களோட நடவடிக்கையையும் ஸ்கேன் பண்ணினது இந்த வளர்மதிதான்" என்று சொன்ன திரிபுரசுந்தரி ஹம்சனுக்கு வளர்மதியை அறிமுகப்படுத்தினாள்.

"ஷி ஈஸ் வளர்மதி. ஹவுஸ் ஒய்ஃப். சமுதாய நலன் சார்ந்த அக்கறை அதிகம். போலீஸ் வேலையில் சேர ஆசைப்பட்டு முடியாமே போன காரணத்தால வீட்டுக்கும் வெளியுலகத்துக்கும் தெரியாமே எனக்கு உதவியாய் போலீஸ் இன்ஃபார்மர் வேலையைப் பார்த்துட்டிருக்காங்க ..."

"க்ரேட்" என்று சொன்ன ஹம்ஸன் இரண்டு பேரையும் பார்த்தபடி தயக்கமான குரலில் பேச ஆரம்பித்தான்.

"போன மாசம் ஏழாம் தேதியில் இருந்து டெல்லி சி.பி.ஐ.

மூலமா எனக்கு கொடுக்கப்பட்ட அசைன்மெண்ட்தான். இந்த மொபைல் லாண்டரி வேலை. நான் கண்காணிக்க வேண்டிய நபர் ஸ்டீபன்ராஜ். அவர் எங்கே போறார்... யார் யாரையெல்லாம் பார்க்குறார். அவரைத்தேடி வர்றவங்க யார் இது மாதிரியான விபரங்களை உடனுக்குடன் டெல்லி சி.பி.ஐக்கு அனுப்பி வைக்கிற வேலையைத்தான் இத்தனை நாளும் பார்த்துகிட்டு இருந்தேன்"

இப்போது வளர்மதி குறுக்கிட்டு கேட்டாள்."ஸ்டீபன்ராஜ் இப்போ உயிரோடு இல்லை. நான் அவரைப் பார்த்து பேச வீட்ல உட்கார்ந்துட்டிருக்கும்போதே அவர் தற்கொலை பண்ணிகிட்ட மாதிரி கொலை செய்யப்பட்டிருக்கார். ஈ.பி. டிபார்ட்மெண்ட் பணியாட்கள் மாதிரி கொலையாளிகள் செயல்பட்டு இருக்காங்க. இப்படிப்பட்ட ஒரு மரணத்தை நீங்க எதிர்பார்த்தீங்களா?"

"இல்லை... எதிர்பாராம நடந்த இந்த சம்பவம் எனக்கு அதிர்ச்சிதான். ஸ்டீபன்ராஜ் தொழில் ரீதியாய் அவர் ஒரு ஜெனிக்டீசியன். அவரை கண்காணிக்க சி.பி.ஐக்கு என்ன அவசியம் என்கிற இந்த கேள்விக்கும் எனக்கு விடை தெரியாது"

"இட்ஸ் ஓகே... உங்க கோணத்தில் ஸ்டீபன்ராஜ் எப்படி...? அவர்கிட்டே ஏதோ தப்பு இருக்குன்னு நினைக்கிறீங்களா?"

"அவர்கிட்டே தப்பு ஏதும் இருக்கிற மாதிரி எனக்குத் தெரியலை. ஏன்னா அவரைப் பார்க்க வர்றவங்களும் சரி, இவர் பார்க்கப் போகிற நபர்களும் சரி... பிரபல டாக்டர்களாகவோ, இல்லேன்னா பார்மசூட்டிகல் கம்பெனியைச் சேர்ந்தவங்களாத்தான் இருக்காங்க. ஆனா நேத்து ராத்திரி எட்டு மணி சுமார்க்கு ஸ்டீபன்ராஜைப் பார்க்க வந்த ஒரு நபர் என்னோட மனசுக்கு கொஞ்சம் நெருடலாய்ப்பட்டார்"

"யாரவர்?"

"காரை அவர்தான் ஓட்டிட்டு வந்தார். அதோ அந்த மரத்துக்கு கீழே காரை நிறுத்திட்டு ஸ்டீபன்ராஜைப் பார்க்க நடந்து போனார். ஸ்டீபன்ராஜ் வீட்டுக்குள்ளே போறதுக்கு முன்னாடி ஒரு தடவை சுத்து பார்த்துகிட்டார். அவர்க்கு வயசு அறுபது இருக்கலாம். பார்க்க டீஸண்டாய் இருந்தார். அவர் வந்த காரோட ரெஜிஸ்ட்ரேஷன் நெம்பரை வெச்சு அவரோட பேரையும், விலாசத்தையும் தெரிஞ்சுகிட்டேன். அவரோட பேரு அபுபக்கர்.

அட்ரஸ் நெம்பர் 779, தென்றல் நகர் குறிச்சி"

திரிபுரசுந்தரி ஹம்ஸன் சொன்ன பெயரையும் முகவரியையும் தன் செல்போனின் நோட் பக்கத்தில் பதிவு செய்துக் கொண்டிருக்கும்போதே வளர்மதியின் செல்போன் ஒலிக்க ஆரம்பித்தது.

எடுத்து அழைப்பது யார் என்று பார்த்தாள். மறுமுனையில் மனோஜ் அழைத்துக் கொண்டிருந்தான்.

"சொல்லு மனோஜ், பொள்ளாச்சியிலிருந்து எப்ப வந்தே?"

"பத்து நிமிஷமாச்சு... வளர்... நீ இப்போ எங்கே இருக்கே? ஸ்டீபன்ராஜ் வீட்டுக்குப் போனியா?"

"போனேன்"

"பேசினியா?"

"பேச முடியலை"

"ஏன்?"

"நீ நேர்ல வா... எல்லாத்தையும் சொல்றேன்"

"குரல் ஒரு மாதிரியாய் இருக்கு... அங்கே ஏதாவது பிரச்சினையா?"

"ஆமா"

"என்னன்னு சொல்லு"

வளர்மதி சற்றே தள்ளிப் போய் நின்று கொண்டு மனோஜிடம் எல்லாவற்றையும் சொல்ல ஆரம்பித்தாள்.

30

வளர்மதி ஒரு இரண்டு நிமிஷ நேரத்தை செலவழித்து நடந்த சம்பவங்களையெல்லாம் கோர்வையாய் சொல்லி முடிக்க, செல்போனின் மறுமுனையில் இருந்த மனோஜ் எல்லாவற்றையும் உன்னிப்பாய் உள்வாங்கிக் கொண்டு செயற்கையான பதட்டத்தோடு கேட்டான்.

"நீ ஸ்டீபன்ராஜை பார்க்கிறதுக்காக அவரோட வீட்ல வெயிட் பண்ணிட்டு இருக்கும்போதே வேலைக்காரிக்கும் தெரியாமே உனக்கும் தெரியாமே கொலையாளிகள் ஈ.பி. ஆட்கள் மாதிரி வந்து ஸ்டீபன்ராஜை தீர்த்துக்கட்டி தூக்கு போட்டுகிட்ட மாதிரி தொங்கவிட்டுப் போயிருக்காங்க... இல்லையா?"

"ஆமா..."

"ஸ்டீபன்ராஜ் வீட்டை கண்காணிக்கிறதுக்காக மொபைல் லாண்டரி நபர் மாதிரி நடிச்சுகிட்டு இருந்த அந்த ஷேடோ ஸ்க்வாட் விங் ஆபீஸர் பேர் என்னன்னு சொன்னே வளர்?"

"ஹம்ஸன். முழுப்பேர் ஹம்ஸவர்த்தன். டெல்லி சி.பி.ஐ. மூலமா அவர்க்கு கொடுக்கப்பட்ட அசைன்மெண்ட்படி ஸ்டீபன்ராஜை அவர் வேவு பார்த்து இருக்கார்"

"ஸ்டீபன்ராஜ் மேலே சி.பி.ஐக்கு என்ன சந்தேகம்?"

"தெரியலை... அவரைப் பார்க்க யார் யார் வர்றாங்கன்னு நோட் பண்ணி அவங்களைப்பத்தின டீடெய்ல்ஸை கொடுக்கச் சொல்லியிருக்காங்க... ஹம்ஸனும் நோட் பண்ணி கொடுத்திருக்கார். நேத்து ராத்திரி எட்டு மணி சுமார்க்கு ஸ்டீபன்ராஜ் வீட்டுக்கு கார்ல வந்த ஒரு நபர் ஹம்ஸனோட மனசுக்கு ஒரு நெருடலை உண்டாக்கியிருக்கார். காரோட ரெஜிஸ்ட்ரேஷன் நெம்பரை வெச்சு காரோட ஓனர் யார்ங்கிறதை ட்ரேஸ் பண்ணிப் பார்த்தப்ப அபுபக்கர் என்கிற ஒரு நபரோட பேரும் அவரோட அட்ரஸும் கிடைச்சிருக்கு... அவரைப் போய்ப் பார்த்து ஒரு முறையான என்கொயரியை மேற்கொண்டால் ஸ்டீபன்ராஜ் கொலை செய்யப்பட்ட விஷயத்தில் ஏதாவது ஒரு புதுத் தகவல் கிடைக்க வாய்ப்பிருக்கு"

"இட்ஸ் ஓகே... நீ சொல்றதும் சரிதான். நானும் உடனே

புறப்பட்டு ஸ்பாட்டுக்கு வந்து உங்க கூட ஜாய்ண் பண்ணிக்கிறேன். அந்த அபுபக்கர் யார்ங்கிறதை நானும் பார்க்கணும்..."

"மனோஜ்... நீ இங்கே வந்து சேர எவ்வளவு நேரமாகும்?"

"அரை மணி நேரத்துக்குள்ளே வந்துடறேன்..."

"லேட் பண்ணிடாதே வா... இந்த கேஸ்ல நாம நிறைய வேலை பார்க்க வேண்டியிருக்கு"

"ம்... வந்துடறேன்... ஸ்டீபன்ராஜ் ஒரு திறமையான ஜெனிடிக்டீசியன்... உயிரியல் சம்பந்தமான பல விஷயங்களை ரொம்பவும் நுட்பமாய் விரல் நுனியில் வெச்சிருப்பார். பயோ டெக்னாலஜி சம்பந்தமாய் எந்த ஒரு கேள்வியைக் கேட்டாலும் தெளிவாய் பதில் சொல்லுவார். அவரோட உயிரைப் பறிச்ச கொலையாளிகள் யாராக இருந்தாலும் சரி, உடனடியாய் கண்டுபிடிச்சேயாகணும்"

"எனக்கும் கமிஷனர் மேடத்துக்கும் அதே இன்டென்ஷன்தான்... நீ உடனடியா வந்து சேரு..."

வளர்மதி செல்போனின் இணைப்பைத் துண்டித்துவிட்டு கமிஷனர் திரிபுரசுந்தரியிடம் வர அவள் கேட்டாள்.

"போன்ல யாரு வளர்... மனோஜா?"

"ஆமா மேடம்...அரை மணி நேரத்துக்குள்ளே ஸ்பாட்டுக்கு வந்துடறேன்னு சொன்னார்"

"நோ வளர்... மனோஜ்க்காக நாம காத்துட்டிருக்க முடியாது. உடனடியாய் நாம மூணு பேரும் அபுபக்கர் வீட்டுக்குப் போனாத்தான் இந்த கேஸை அடுத்த லெவலுக்கு கொண்டுட்டு போக முடியும். மனோஜ் இங்கே வந்து ஃபாரன்ஸிக் ஃபார்மாலிடீஸைப் பார்க்கட்டும். நீ போன் பண்ணிச் சொல்லிடு"

"எஸ் மேடம்..." என்று சொன்னவள் செல்போனில் மனோஜை தொடர்பு கொள்ள முயன்றாள். மறுமுனை பிஸியாய் இருக்கவே மூன்று தடவை முயற்சி செய்து பார்த்துவிட்டு கமிஷனரிடம் திரும்பினாள்.

"லைன் என்கேஜ்ட் மேடம்"

"சரி... மனோஜோட போனுக்காக வெயிட் பண்ணிட்டு இருக்க வேண்டாம். அவர்க்கு ஒரு மெசேஜ் குடுத்துடு. நாம கிளம்பிட்டே

இருப்போம்" என்று சொன்ன திரிபுரசுந்தரி ஹம்ஸனை ஏறிட்டாள்.

"அபுபக்கரை மறுபடியும் பார்த்தா உங்களுக்கு அடையாளம் தெரியுமா?"

"தெரியும் மேடம்"

"வாங்க கூட்டோடு கூடா போய் என்கொயர் பண்ணிடலாம். இந்த கேஸ்ல நாம தாமதிக்கிற ஒவ்வொரு விநாடியும் நமக்கு ஒரு மைனஸ் பாயிண்ட்"

"நான் ரெடி மேடம்... ஒரே ஒரு நிமிஷம். உள்ளே போய் ட்ரஸ் சேஞ்ச் பண்ணிட்டு வந்துடறேன்"

குறிச்சி பகுதியில் நிசப்தமாய் இருந்த தென்றல் நகர்க்குள் ஜீப் நுழைந்து 779 எண்ணிட்ட வீட்டை சிரமம் இல்லாமல் கண்டு பிடித்து தன்னுடைய இயக்கத்தை நிறுத்திக்கொண்டுவிட, திரிபுரசுந்தரி, வளர்மதி, ஹம்ஸன் மூன்று பேரும் இறங்கினார்கள். சாலையோரமாயிருந்த ஒரு பெரிய சரக்கொன்றை மரம் வெயிலை வடிகட்டி நிழலைப் பரப்பி வைத்திருக்க, அந்த நிழலில் நடந்து வீட்டின் காம்பௌண்ட் கேட்டைத் திறந்து கொண்டு உள்ளே போனார்கள். லட்சக்கணக்கில் பணத்தை விழுங்கிவிட்டு மூன்று கார்கள் மூன்று நிறங்களில் பளபளத்தன. ஒரு டூவீலர் தூசி மண்டிப் போய் தெரிந்தது.

ஹம்ஸன் முன்னால் போய் வாசற்படியேறி அழைப்பு மணிக்கு வேலை கொடுக்க, சில விநாடிகளுக்குப்பிறகு மெல்ல கதவு திறந்தது. ஐம்பது வயதில் அந்த பெண் தெரிந்தாள். முகத்திலும் உடுத்தியிருந்த சேலையிலும் ஒரு பணிப்பெண்ணுக்குரிய லட்சணம்.

மூன்று பேர்களையும் ஒரு சேரப் பார்த்ததும் அவள் லேசாய் மிரண்டாள். வந்து இருப்பவர்கள் போலீஸ் என்று தெரிந்ததும் வாய் உலர்ந்தாள்."யா...யார்... வேணும்?"

"அபுபக்கரைப் பார்க்கணும்"

"அ...அ...அவர் வீட்ல இல்லையே?"

"எங்கே போயிருக்கார்?"

"எ...எ...எனக்குத் தெரியாது...நான் இங்கே வேலைக்கு இருக்கேன்"

"உம் பேர் என்ன?"

"வஹிதா..."

"வீட்ல வேற யார் இருக்காங்க?"

"யாருமில்லை...அவர்க்கு ஃபேமிலி கிடையாது. எதுக்காக அவரைப் பார்க்கணும்?"

"நீ மொதல்ல தள்ளி நில்லு" ஹம்ஸன் சொல்லிக்கொண்டே உள்ளே போக அவள் விலகி நின்றாள். திரிபுரசுந்தரியும், வளர்மதியும் பின்தொடர்ந்து உள்ளே போனார்கள்.

வீட்டின் உள்ளே ஹால் விஸ்தாரமாய் தெரிய திரிபுரசுந்தரி கேட்டாள்.

"இவ்வளவு பெரிய வீட்ல அபுபக்கர் மட்டும்தான் இருக்காரா?"

"ஆமா" வஹிதா தலையாட்டினாள்.

"அவரோட போட்டோ ஏதாவது இருக்கா?"

வஹிதா சுவர் அலமாரிக்குப் போய் அங்கே இருந்த ஒரு சிறிய ஆல்பத்தை எடுத்து வந்தாள்.

"இது போன வருஷம் அவர் மெக்காவுக்கு போறதுக்கு முன்னாடி எடுத்த போட்டோ"

திரிபுரசுந்தரி அந்த போட்டோ ஆல்பத்தை வாங்கிப் பிரித்தாள்.

ஆல்பத்தின் முதல் பக்கத்திலேயே தோளில் போட்ட பச்சைத்துண்டோடும், தலையில் வலைக் குல்லாவுமாய் தெரிந்த நபரைக்காட்டி ஹம்ஸனிடம் கேட்டாள். "நேத்து ராத்திரி நீங்க பார்த்த ஆள் இவர்தானா?"

ஹம்ஸன் பார்த்துவிட்டு தலையாட்டினார்.

"இவரேதான் மேடம்"

திரிபுரசுந்தரி போட்டோ ஆல்பத்தைப் புரட்டி ஒவ்வொரு போட்டோவாய்ப் பார்த்தாள். எல்லா போட்டோக்களிலும் அபுபக்கர் மசூதி வாசல்களில் விதவிதமாய் போஸ் கொடுத்திருந்தார். முழு ஆல்பத்தையும் புரட்டிப் பார்த்துவிட்டு வஹிதாவை ஏறிட்டாள்.

"அபுபக்கர் எத்தனை மணிக்கு வீட்டை விட்டு போனார்?"

"காலையில பத்து மணிக்கெல்லாம் கிளம்பிப் போயிட்டார்"

"அவரோட செல்போன் நெம்பர் தெரியுமா?"

"தெரியாது"

"அவர் வீட்ல இல்லாத நேரத்துல ஏதாவது ஒரு முக்கியமான விஷயத்தை அவர்க்குத் தெரியப்படுத்தணும்ன்னா நீ என்ன பண்ணுவே?"

"அவர் வர்ற வரைக்கும் காத்துட்டிருப்பேன்"

ஹம்ஸன் மாடியை அண்ணாந்து பார்த்துவிட்டு கேட்டார்.

"மாடியில எத்தனை ரூம்?"

"நாலு..."

"வந்து காட்டு..!"

வஹிதா தயக்கத்தோடு மாடிபடிகளில் ஏற மூன்று பேரும் அவளைப் பின் தொடர்ந்தார்கள்.

கோவையின் புறநகர்ப்பகுதியான சிறுவாணி நெடுஞ்சாலையில் காரை வேகமாய் விரட்டிக் கொண்டிருந்தார் அபுபக்கர்.பக்கத்தில் பர்தா அணிந்திருந்த நர்மதா கலவரக்குரலில் கேட்டாள்.

"ஸார்... இதுவரைக்கும் நான் நாலைஞ்சு தடவை கேட்டுட்டேன். நீங்க பதில் சொல்லாமே டென்ஷனோடு காரை ஓட்டிகிட்டு இருக்கீங்க?"

அபுபக்கர் அவள் பக்கம் திரும்பாமல் சாலையில் கவனமாய் இருந்தபடி கேட்டார்."உனக்கு இப்ப என்ன தெரியணும்?"

"நாம இப்ப எங்கே போறோம்... ஏன் இவ்வளவு டென்ஷனாய் இருக்கீங்க?"

"செம்மேடு போறோம்"

"அங்கே யார் இருக்காங்க?"

"அங்கே யார் இருந்தா உனக்கென்ன... பேசாமே வா" அபுபக்கர் அவள் மீது எரிந்து விழுந்து கொண்டிருக்கும் போதே அவருடைய செல்போன் வைப்ரேஷனில் மெலிதாய் கர்ஜித்தது. செல்போனை ஆன் செய்துவிட்டு காதுக்கு மைக்ரோ ரிஸீவரைக் கொடுத்தார்.

"சொல்லு மனோஜ்"

"ஸார்... செம்மேடு போய் சேர்ந்துட்டீங்களா?"

"இல்லை... ஆலாந்துறையை க்ராஸ் பண்ணிட்டேன். இன்னும் ஒரு பதினைஞ்சு நிமிஷத்துக்குள்ளே போயிடுவேன். அங்கே நிலைமை எப்படி?"

"நான் இப்போ ஸ்டீபன்ராஜ் வீட்ல ஃபாரன்ஸிக் ஆட்களோடு அவங்களுக்கு உதவி பண்றமாதிரி பாவ்லா பண்ணிட்டு இருக்கேன். ஸ்டீபன்ராஜோட பாடி அடாப்ஸிக்காக ஜி.ஹெச்சுக்கு புறப்பட்டு போயாச்சு... கமிஷனர் திரிபுரசுந்தரி, ஷேடோ ஸ்க்வாட் ஆபீஸர் ஹம்ஸன், வளர்மதி இந்த மூணு பேரும் உங்க வீட்டுக்குப் போய் கிளறிகிட்டு இருக்காங்க"

"வஹிதா உனக்கு போன் பண்ணிப் பேசினாளா?"

"இப்பத்தான் ரெண்டு நிமிஷத்துக்கு முன்னாடி பேசினா"

"மனோஜ்...நீ சரியான நேரத்துல தகவல் கொடுத்ததாலதான் நான் என்னை சுதாரிக்க முடிஞ்சுது. வீட்டை விட்டு உடனடியாய் வெளியேறவும் முடிஞ்சுது"

"நர்மதா எப்படியிருக்கா?"

"அரண்டு போயிருக்கா. செம்மேடு போனதும் புரிய வைக்கணும்"

"ஸார்... இனிமே நாம எச்சரிக்கையோடு ஒவ்வொரு அடியையும் எடுத்து வைக்கணும்"

"புரியுது... தமிழ்நாடு போலீஸ் மட்டும் இதுல இன்வால்வ் ஆகியிருந்தா பிரச்சினையில்லை. டெல்லி சி.பி.ஐயும் ஷேடோ ஸ்க்வாட் போலீஸூம் இந்த விஷயத்தில் கூடுதல் கவனம் எடுத்துகிட்டு நம்மை கார்னர் பண்ணப் பார்க்கிறாங்க..."

"ஈஸ்வர்க்கு இந்த விஷயத்தை கன்வே பண்ணிட்டீங்களா?"

"பண்ணிட்டேன்"

"என்ன சொன்னார்?"

"சிரிச்சார்... செம்மேட்ல இருக்கிற என்னோட கெஸ்ட் ஹவுஸூக்கு போய் ரெண்டு நாள் ரெஸ்ட் எடு. அதுக்குள்ளே எல்லாப் பிரச்சினையும் காணாமல் போயிடும்ன்னு சொன்னார்"

"ஈஸ்வர் சிரிச்சார்ன்னா அது நமக்கு ஒரு பிரச்சினையே இல்லைன்னு அர்த்தம். நான் மறுபடியும் ஒரு மணி நேரம் கழிச்சு

போன் பண்றேன் ஸார்"

"மனோஜ்... நீயும் கொஞ்சம் எச்சரிக்கையோடு இரு. கமிஷனர் திரிபுரசுந்தரியோ, வளர்மதியோ நீ எங்களுக்காக வேலை பார்க்கிற விஷயத்துல கொஞ்சம்கூட உன் மேல அவங்களுக்கு சந்தேகம் வரக்கூடாது"

"வராது ஸார்... கமிஷனர் திரிபுரசுந்தரிக்கு நான் ரொம்பவும் நம்பிக்கையான ஃபாரன்ஸிக் பர்ஸன். அதேமாதிரி வளர்மதிக்கு ஆத்மார்த்தமான காலேஜ்மேட். ரெண்டு பேர்க்கும் என் மேல ஊசிமுனை அளவுக்குக்கூட சந்தேகம் வர வாய்ப்பில்லை. அப்படி சந்தேகம் வர்ற மாதிரி நடந்துக்கவும் மாட்டேன். எந்த நேரத்துல எதைப் பேசணும், எப்படி பேசணும்ன்னு எனக்குத் தெரியும் ஸார்"

"குட்.. நான் செம்மேடு போய்ச் சேர்ந்ததும் உனக்கு போன் பண்றேன்" சொல்லிவிட்டு செல்போனை அணைத்தார் அபுபக்கர்.

அதே விநாடி - நர்மதா நடுக்கத்தோடு குரல் கொடுத்தாள்.

"ஸ...ஸ...ஸார்"

"என்ன?"

"போ...போ...போலீஸ்"

அபுபக்கர் எகிறும் இதயத்தோடு முன்பக்கம் பார்த்தார். ஐம்பது மீட்டர் தொலைவில் போலீஸ் ஜீப் ஒன்று தெரிய ஒரு சிறு போலீஸ் படை அந்த வழியாக போகும் வாகனங்களை நிறுத்தி சோதனை போட்டுக்கொண்டிருந்தது.

31

அபுபக்கர் காரின் வேகத்தை சட்டென்று குறைத்தார்.

போலீஸ் சற்றுத் தொலைவில் வாகனங்களை நிறுத்தி சோதனை போட்டுக்கொண்டு இருப்பதைப் பார்த்ததும் நெற்றி வியர்த்தவராய் நர்மதாவை பார்த்தார்.

"எ...எ...எதுக்காக சோதனை போடறாங்கன்னு தெரியலையே ஒருவேளை என்னோட வீட்டை சோதனை போட்டுகிட்டு இருக்கிற திரிபுரசுந்தரியோட கைக்கு என்னோட போட்டோ கிடைச்சு அதை சிட்டியோட பவுண்டரி செக் போஸ்ட்களுக்கு அனுப்பியிருப்பாளோ?"

"அப்படியிருக்க வாய்ப்பில்லை ஸார். இது ஏதோ ஒரு வழக்கமான வாகன பரிசோதனைதான்னு நினைக்கிறேன்"

"எதுக்கு ரிஸ்க்...? காரை ரிவர்ஸ் எடுத்து போயிடலாம்"

நர்மதா திரும்பிப் பார்த்துவிட்டு சொன்னாள்."ஸார்... நம்ம காரை இப்ப ரிவர்ஸ் எடுக்க முடியாது. கார்க்குப் பின்னாடி ஒரு வேனும், அதுக்குப் பின்னாடி ஒரு காரும் நின்னுட்டிருக்கு"

நர்மதா சொல்லிக்கொண்டிருக்கும்போது இன்ஸ்பெக்டர் ஒருவர் வேகவேகமாய் அபுபக்கரிடம் வந்தார்.

"என்ன ஸார்... பார்க்கிறதுக்கு டீஸண்டா படிச்சவங்க மாதிரி இருக்கீங்க... காரை ஸ்டார்ட் பண்ணும்போதே சீட் பெல்ட் போட்டுக்கணும்ன்னு உங்களுக்குத் தோணாதா?"

அபுபக்கரின் உடம்பு வியர்ப்பதை நிறுத்தியது. அவரையும் அறியாமல் நிம்மதி பெருமூச்சொன்று வெளிப்பட உதடுகளில் புன்னகை அரும்பியது.

"ஸாரி... இன்ஸ்பெக்டர்... ஒரு அவசர வேலையாய் புறப்பட்டேன். எப்பவுமே பெல்ட் போட்டுக்குவேன். இன்னிக்குன்னு பார்த்து எப்படியோ மறந்துட்டேன்"

"எல்லாரும் இதையேத்தான் சொல்றீங்க. டிராஃபிக் ரூல்ஸையே ஃபாலோ பண்ணாதவங்க வேற எதைத்தான் ஃபாலோ பண்ணி வாழ்க்கையில் முன்னுக்கு வருவீங்க?"

"வெரி வெரி ஸாரி இன்ஸ்பெக்டர்"

"வெறும் ஸாரி மட்டும் சொன்னா போதாது ஸார். ஃபைன் ஆயிரம் ரூபாய் கட்டுங்க..." என்று சொன்ன இன்ஸ்பெக்டர் திரும்பிப் பார்த்து குரல் கொடுத்தார்.

"குமரேஷ்"

"ஸார்" கான்ஸ்டபிள் ஒருவர் ஓடி வந்தார்.

"ஸார் சீட் பெல்ட் போடலை. ஃபைனை கலெக்ட் பண்ணிட்டு அனுப்பிடு"

"எஸ்...ஸார்" என்று சொன்ன அந்த கான்ஸ்டபிள் கையில் வைத்து இருந்த ஸ்வைப்பிங் டிவைஸோடு கார்க்குள் இருந்த அபுபக்கரிடம் குனிந்தார்.

"என்ன ஸார்... வயசு பசங்களே கார் ஓட்டும்போது சீட் பெல்ட் போட்டுக்கறாங்க. நீங்க பெல்ட் போடாமே கார் ஓட்டலாமா?"

"எப்படியோ மறந்துட்டேன்"

"சரி... சரி... பேர் சொல்லுங்க"

அபுபக்கர் தயங்கினார்."அது... அது... வந்து என் பேரு?"

"என்ன ஸார்... பேரைக்கூட மறந்துட்டீங்களா?"

"கொஞ்சம் டென்ஷன் அதான்... என் பேர் அபுபக்கர்"

"ஆர்.ஸி. புக்கை எடுங்க"

அபுபக்கர் நர்மதாவை பார்க்க அவள் காரின் டேஷ்போர்ட்டைத் திறந்து ஆர்.ஸி. புக்கை எடுத்து கான்ஸ்டபிளிடம் கொடுத்தாள். அவர் ஒரு பார்வை பார்த்துவிட்டு ஸ்வைப்பிங் டிவைஸில் தகவல்களை பதித்துக்கொண்டு அபுபக்கரிடம் நீட்டினார். அவர் வாங்கி பாஸ்வேர்ட்டை எண்களின் மேல் வைத்து ஒற்றி எடுக்க ஸ்வைப்பிங் டிவைஸ் ஒரு ரசீதை வெளியே தள்ளியது. அதை உருவி கொடுத்தபடியே அபுபக்கரிடம் கான்ஸ்டபிள் சொன்னார்.

"இனிமேல் கார்ல ஏறி உட்கார்ந்ததுமே உங்களுக்கு சீட் பெல்ட்டை போடணும்ங்கிற ஞாபகம் வந்துடும் ஸார். அப்படியும் ஞாபகம் வரலைன்னா இந்த ரசீதை கார் கண்ணாடியோட மேல் ஸைடில் ஒட்டிக்குங்க. முறைக்காதீங்க ஸார்... எல்லாமே உங்களோட ஸேஃப்டிக்காகத்தான் சொல்றோம். ம்...காரை எடுங்க"

அபுபக்கர் சீட் பெல்ட்டை அணிந்துகொண்டு காரை நகர்த்தினார்.

கார் செம்மேடு கிராமத்தின் நெரிசலான பகுதிகளை முடித்துக்கொண்டு ஒரு தென்னந்தோப்பின் நடுவில் கோணல் மாணலாய் தெரிந்த மண்பாதையில் குதித்து குதித்து ஓடி அரை கிலோமீட்டர் தூரம் பயணித்ததும் அந்த பங்களா நர்மதாவின் பார்வைக்கு புலப்பட்டது.

கார் மேலும் ஒரு நூறு மீட்டர் தூரம் ஊர்ந்து அந்த காம்பௌண்ட் கேட்டுக்கு முன்பாய் போய் நின்றது. ஹார்னை அவர் அடிக்க அடிக்கவே நர்மதா நடுக்கமான குரலில் கேட்டாள்.

"ஸ...ஸார்... இந்த பங்களா?"

"ஈஸ்வரோடது..."

"இந்த ஏரியாவை பார்த்தாலே பயமாய் இருக்கு ஸார்"

"முதல்தடவையாய் பார்க்கிறவங்களுக்கு அப்படித்தான் இருக்கும். ஒரு ரெண்டு நாள் தங்கினா பழகிடும்"

இப்போது காம்பௌண்ட் கேட் சத்தம் இல்லாமல் பின்வாங்க அபுபக்கர் காரை உள்ளே நுழைத்தார். கேட்டின் அருகே ஆறடி உயரத்தில் திடகாத்ரமாய் நின்றிருந்த அந்த செக்யூரிட்டி நபர் கார் அருகே குனிந்து சல்யூட் வைத்தான்.

"என்ன... ஜோன்ஸ் எப்படியிருக்கே?"

"நல்லாயிருக்கேன் ஸார்"

"தொப்பை போட்டிருக்கே. உடம்பை கவனி... அடுத்த தடவை உன்னைப் பார்க்கும்போது தொப்பை இருக்கக்கூடாது..."

"இருக்காது ஸார்" அவன் மறுபடியும் சல்யூட் வைக்க கார் உள்ளே போயிற்று. நாய்கள் குரைக்கும் சத்தம் கேட்டது. அபுபக்கர் காரை ஒரு பெரிய ஷெல்ட்டர்க்குள் நிறுத்திவிட்டு நர்மதாவிடம் திரும்பினார்.

"நாய்கள் குரைக்கிற சத்தம் கேட்குதா?"

"கேட்குது ஸார்"

"மொத்தம் எட்டு நாய்கள்... எல்லாமே கோம்பை. எட்டு நாய்களையும் பகல்ல கட்டிப்போட்டுட்டு ராத்திரியில் அவிழ்த்து விட்டுடுவாங்க. பழக்கமில்லாத ஆட்கள் யாரும் உள்ளே நுழைய

முடியாது. மீறி நுழைஞ்சா உடம்புல ஒரு கிலோ சதை கூட மிஞ்சாது"

நர்மதாவின் அடி வயிற்றில் பயம் ஒரு கல்லைப் போல் அடைத்துக் கொண்டது. அபுபக்கர் காரினின்றும் இறங்கினார்.

"என் பின்னாடியே வா..." சொல்லிவிட்டு அவர் வேகமாய் நடக்க ஆரம்பித்துவிட, நர்மதா சுற்றும் முற்றும் பார்த்துக் கொண்டே நடந்தாள். நாய்கள் இன்னமும் குரைத்துக் கொண்டிருந்தது. க்ரானைட் கற்களால் ஆன போர்டிகோவையொட்டி இருந்த பெரிய படிகளில் தாவி ஏறிய அபுபக்கர் எதிர்பட்ட பெரிய ஹாலுக்குள் நுழைந்து இடது பக்க மூலையில் இருந்த அந்த அறையை நோக்கிப் போனார். நர்மதா மிரண்ட பார்வையோடு தொடர்ந்தாள். முகம் வியர்த்து வழிந்தது. அறைக்கு முன்பாய் வந்து நின்ற அபுபக்கர் வெறுமனே சாத்தப்பட்டு இருந்த கதவைத் திறந்து உள்ளே எட்டிப் பார்க்க, ஈஸ்வர் ஒரு சோபாவுக்கு சாய்ந்து உட்கார்ந்தபடி எதிரில் இருந்த டி.வியில் டாம் அண்ட் ஜெர்ரி கார்ட்டூன் பார்த்துக் கொண்டிருந்தார். அபுபக்கரைப் பார்த்ததும் மலர்ந்தார்.

"வா... அபு..." என்றவர் பின்னால் வந்து கொண்டிருந்த நர்மதாவைப் பார்த்ததும் மெலிதாய் புன்னகை செய்தார்.

"என்னம்மா... இப்படி வேர்த்து வழிஞ்சுட்டு வர்றே?"

"எனக்கு பயமாயிருக்கு ஸார்"

"எதுக்குப் பயம்...? போலீஸ் அபுபக்கரோட வீட்டுக்கு நுழைஞ்சுட்டாங்களேன்னு நினைச்சு பயப்படறியா? அது எல்லாமே அடுத்த இருபத்து நாலு மணி நேரத்துக்குள்ளே சரியாயிடும். நான் பேச வேண்டியவங்ககிட்டே பேசி செய்ய வேண்டியது எல்லாம் செஞ்சுட்டேன். ஒரு துளி பயம் கூட உனக்கு வேண்டாம். தைரியமாய் இரு"

"ஸ...ஸார்... நான் என்ன சொல்ல வர்றேன்னா?"

"நீ ஒண்ணையும் சொல்லாதேம்மா... மொதல்ல மூஞ்சியைத் தொடைச்சுகிட்டு உட்கார்...அபு ..! நீயும் உட்கார்"

அபுபக்கரும், நர்மதாவும் ஈஸ்வர்க்கு எதிரேயிருந்த சோபாவில் உட்கார்ந்தார்கள். அவர் டி.வி. திரையை இருட்டாக்கிவிட்டு அருகில் இருந்த இண்டர்காம் ரிஸீவரை எடுத்து பங்களாவின்

கிச்சன் செக்ஷனுக்கு பேசினார்.

"மாதவன்... மூணு க்ரீன் டீ கொண்டு வந்துடு. அப்படியே ஸ்நாக்ஸ் சிக்கன் பக்கோடா ஒரு ப்ளேட். காரம் அதிகம் வேண்டாம்"

ரிஸீவரை வைத்துவிட்டு நர்மதாவை ஒரு புன்னகையால் நனைத்தார்.

"நர்மதா... நீ உன்னோட தோழி சில்பாவோட விவகாரத்துல எங்களுக்கு பண்ணின உதவியை நாங்க என்னிக்குமே மறக்கமாட்டோம். நானும் அபுபக்கரும் இருக்கிறவரைக்கும் நீ யார்க்காகவும், எதுக்காகவும் பயப்பட வேண்டியதில்லை. முக்கியமா நீ போலீஸுக்கு பயப்பட வேண்டியதே இல்லை. அந்த போலீஸ் கமிஷனர் திரிபுரசுந்தரியையும், வளர்மதியையும் அவங்க போகிற போக்கில் போகவிட்டு ஒரு சரியான சந்தர்ப்பத்தைப் பார்த்துதான் அந்த ரெண்டு பேரையும் கார்னர் பண்ணனும். அதுவரைக்கும் அவங்களோட நடவடிக்கைகளை பொறுமையாய் கண்காணிச்சுட்டு வரணும். அவங்க எதுமாதிரியான நடவடிக்கை எடுத்தாலும் சரி, அடுத்த நிமிஷமே அது நம்ம காதுக்கு வந்துடும். காரணம் ஃபாரன்ஸிக்கில் வேலை பார்க்கிற மனோஜ் அவங்க கூடவே இருக்கிறதுதான்"

"நல்லா சொல்லு ஈஸ்வர்... நானும் எத்தனையோ வாட்டி சொல்லிட்டேன். நர்மதா பயத்திலிருந்து வெளியே வர்ற மாதிரி தெரியலை"

அபுபக்கர் சொல்லிக்கொண்டிருக்கும்போதே கையில் ஒரு பெரிய ட்ரேயுடன் அந்த அறைக்குள் நுழைந்தான் ஒரு இளைஞன். காற்றில் பக்கோடா வாசனை.

அபுபக்கர் அந்த இளைஞனைப் பார்த்து கேட்டார்.

"என்ன மாதவன் எப்படியிருக்கே?"

டிரேயை டீபாயில் வைத்தபடி "நல்லாயிருக்கேன் ஸார்" என்றான் மாதவன்.

"போன மாசம் நான் இங்கே வந்தப்ப நீ இல்லை. ஊருக்குப் போயிருந்ததாய் சொன்னாங்க"

"ஆமா ஸார்... ஊர்ல அம்மாவுக்கு உடம்பு சரியில்லை. போய் நாலைஞ்சு நாள் இருந்துட்டு வந்தேன்"

"எப்ப கல்யாணம் பண்ணிக்கப் போறே?"

"வீட்ல பொண்ணு பார்க்க ஆரம்பிச்சுட்டாங்க ஸார். அநேகமாய் இந்த வருஷத்துக்குள்ளே கல்யாணம் முடிஞ்சுடும்" என்று அபுபக்கரைப் பார்த்து சிரிப்போடு சொன்னவன் ஈஸ்வரிடம் திரும்பினான்.

"வேற ஏதாவது வேணுமா ஸார்?"

"தேவைப்பட்டா போன் பண்றேன்... நீ... போ"

மாதவன் தலையாட்டிவிட்டு நகர்ந்துவிட, ஈஸ்வர் டீபாயின் மேல் இருந்த க்ரீன் டீ கோப்பையை எடுத்துக்கொண்டார். அபுபக்கரும் நர்மதாவும் கோப்பைகளை எடுத்துக்கொள்ள ஈஸ்வர் சொன்னார்.

"சிக்கன்பக்கோடா எடுத்துக்கோம்மா. மாதவனோட ஸ்பெஷல் அயிட்டம் இது"

"ஸாரி ஸார்... நான் ப்யூர்லி வெஜ். என்னிக்குமே நான்வெஜ் சாப்பிட்டதில்லை"

"அதனாலதான் உனக்கு தைரியமில்லை" சொன்னவர் ஒரு சிக்கன் பீஸை எடுத்து வாயில் போட்டுக்கொண்ட விநாடி அவருடைய இரிடியம் செல்போன் வித்தியாசமான டோனில் அழைத்தது. எடுத்துப்பார்த்தார். மறுமுனையில் மனோஜ்.

ஒரு வாய் க்ரீன் டீயை விழுங்கிவிட்டு கேட்டார். "என்ன மனோஜ் ஏதாவது புது செய்தி உண்டா?"

"அபுபக்கர் வீட்டிலிருந்து கமிஷனர் திரிபுரசுந்தரியும், வளர்மதியும் அந்த ஷேடோ ஸ்க்வாட் ஆபீஸர் ஹம்ஸனும் திரும்பிட்டாங்க ஸார். எந்த ஒரு தடயமும் கிடைக்கலைன்னு பேசிகிட்டாங்க"

"தடயம் எப்படி கிடைக்கும்... இருந்தாத்தானே கிடைக்கும்?"

"ஸார்... உங்ககிட்டே ஒரு விஷயத்தை ஷேர் பண்ணிக்க விரும்பறேன்"

"என்ன?"

"போலீஸ் டிபார்ட்மெண்டைக்காட்டிலும் வளர்மதிதான் நம்ம விஷயத்துல ரொம்பவும் தீவிரமாய் இருக்கா. அவ கண்டுபிடிக்கிற ஒவ்வொரு புது விஷயமும் இன்வெஸ்டிகேஷன் பண்ற போலீஸ்

ஆபீஸர்ஸ்ஸுக்கு உதவிகரமாய் இருக்கு...அவளோட வேகத்தைக் குறைக்கணும்"

"என்ன பண்ணலாம் சொல்லு"

"அவளை முடிச்சுடலாம் ஸார்..."

"பாவம் குடும்ப பொண்ணாச்சேன்னு பார்த்தேன்"

"பாவத்தைப் பார்த்தா நாளைக்கு நாம மாட்டிக்குவோம் ஸார்... போலீஸ் டிபார்ட்மெண்ட்ல உங்களுக்கு எவ்வளவு பெரிய செல்வாக்கு இருந்தாலும் ஏதாவது ஒரு நாள் அது செல்லாத ரூபாய் நோட்டாய் மாறிடும்"

"இப்ப நீ என்ன சொல்ல வர்றே?"

"வளர்மதி உயிரோடு இருக்கிற ஒவ்வொரு நிமிஷமும் அது நமக்கு சமாதி கட்டறதுக்கான ஒவ்வொரு செங்கல்லுக்கு சமம்"

"அப்படீன்னா ஒண்ணு செய்"

"என்ன ஸார்?"

"அந்த வேலையை நீயே பண்ணிடு..."

"நா...நானா?"

"நீயேதான்"

"நான் எப்படி ஸார் பண்ண முடியும்?"

"நாளைக்கு ஒரு நாள் ஆபீஸ்க்கு லீவு போட்டுட்டு செம்மேடு பங்களாவுக்கு வா. சொல்றேன்"

32

"நான் எத்தனை மணிக்கு ஸார் வரட்டும்?" மனோஜ் கேட்க, ஈஸ்வர் சிரித்தார்.

"நாளைக்கு காலையில் பதினோரு மணிக்கு சரியா வந்துடு. லேட் பண்ணிடாதே"

"வந்துடறேன் ஸார்" என்று சொன்ன மனோஜ் செல்போனில் மெல்ல குரலை இழுத்தான்.

"அ...அ...அப்புறம் ஒரு விஷயம் ஸார்"

"என்ன சொல்லு?"

"கடந்த ரெண்டு மாசமா எனக்கு வர வேண்டிய அமௌண்ட் வரலை ஸார்"

"அபுபக்கர்கிட்டே சொல்லியிருந்தா அவர் ஏற்பாடு பண்ணியிருப்பாரே?"

"அமௌண்ட் வேணும்னு வாயைத் திறந்து கேட்கிறதுக்கு ஒரு மாதிரி இருந்தது ஸார் அதான்.."

"சரி... நீ நாளைக்கு வரும்போது அந்தப் பணத்தை வாங்கிக்கலாம். கூடவே வளர்மதியை தீர்த்துக் கட்டறதுக்கு தனியா ஒரு அமௌண்ட்டை ஃபிக்ஸ் பண்ணிக்கலாம்"

ஈஸ்வர் பேசிவிட்டு செல்போனை அணைத்தபடி தனக்கு முன்பாய் உட்கார்ந்திருந்த அபுபக்கரை ஏறிட்டார்.

"மனோஜுக்குப் போய் சேர வேண்டிய பணம் போய்ச் சேரலையாமே... அபு என்னாச்சு?"

"மறந்துட்டேன். கமிஷனர் திரிபுரசுந்தரி, சி.பி.ஐ. சில்பா, வளர்மதி இவங்க மூணு பேரும் கடந்த ஒரு வார காலமாய் நம்ம நார்மலான வாழ்க்கையையே ஸ்பாயில் பண்ணிட்டாங்க ஈஸ்வர். அதனால சில விஷயங்களை சரியா கவனிக்க முடியலை. அப்படி கவனிக்காமே போன விஷயங்களில் இந்த மனோஜுக்கு நாம அனுப்ப வேண்டிய பண விஷயமும் ஒண்ணு" தயக்க குரலில் அபுபக்கர் சொல்லிக்கொண்டிருக்கும்போதே ஈஸ்வர் மெல்ல சிரித்தார். அபுபக்கர் திகைத்தார்.

"ஈஸ்வர் எதுக்காக இந்த சிரிப்பு?"

"உனக்குப் பக்கத்தில் உட்கார்ந்து இருக்கிற நர்மதா இப்போ எதுமாதிரியான நிலைமையில் இருக்கான்னு ஒரு செக்கண்ட் பாரு"

குழப்பத்தோடு அபுபக்கர் திரும்பிப் பார்த்தார். சற்று முன்பு வரை சோபாவில் நிமிர்ந்து உட்கார்ந்திருந்த நர்மதா இப்போது சரிந்து ஒரு பக்கமாய் தலையைச் சாய்த்து கண்களை மூடியிருந்தாள்.

திடுக்கிட்டுப் போனவராய் ஈஸ்வரைப் பார்த்தார் அபுபக்கர்.

"ஈஸ்வர்... நர்மதாவுக்கு என்னாச்சு?"

"அவ இப்போ மயக்கத்துக்குப் போயிட்டா"

"எப்படி?"

"சாப்பிட்ட க்ரீன் டீயில் ஒரு நைட்ரோஜன் மாத்திரை போட்டதோட பலன்தான். நீயும் நானும் சாப்பிட்ட க்ரீன் டீயில் அந்த மாத்திரை இல்லை. மாதவனோட கைங்கர்யம் இது"

"ஈஸ்வர்... நர்மதாவை எதுக்காக இப்படி?"

"அபு...! நாம இப்போ சில விஷயங்களை மனம்விட்டு பேசி தீவிரமான நடவடிக்கைகளை எடுக்க வேண்டிய கட்டாயத்தில் இருக்கோம். போலீஸோட ஆசீர்வாதம் நமக்கு என்னிக்குமே கிடைச்சுட்டிருக்கும்ன்னு நம்பிகிட்டு கண்ணை மூடிகிட்டு இருக்கிறது தப்பு. சட்டத்துக்கு விரோதமா நாம ஏதோ பண்ணிட்டு இருக்கிறோம்ன்னு நர்மதாவுக்கு தெரியுமே தவிர என்ன பண்ணிகிட்டிருக்கோம்ன்னு அவளுக்கு தெரியாது... தெரியவும் கூடாது. தெரிஞ்சா அவ்வளவுதான்" என்று சொல்லிக் கொண்டே போன ஈஸ்வர் இண்டர்காம் போனின் ரிஸீவரை எடுத்து ஒரு எண்ணை அழுத்திவிட்டு பேசினார்.

"மாதவன்... நர்மதாவுக்கு நீ போட்டு கொடுத்த க்ரீன் டீ தன்னோட வேலையை பண்ணி முடிச்சுடுச்சு. அவளைத் தூக்கிட்டு போய் அவுட் ஹவுஸ் ரூம்ல படுக்க வை. என்னோட கணக்குப்படி அவளுக்கு இன்னிக்கு ராத்திரி எட்டுமணிக்கு மேல்தான் சுய உணர்வு திரும்பும். அவளுக்கு சுய உணர்வு திரும்பறதுக்குள்ளே நாம சில முக்கியமான வேலைகளை பார்க்க வேண்டியிருக்கு. நீ உடனடியா புறப்பட்டு வா"

ஈஸ்வர் பேசிவிட்டு ரிஸீவரை வைக்க வைக்கவே அபுபக்கர் பதட்டம் தணியாத குரலில் கேட்டார்.

"ஈஸ்வர்... ஏதோ முக்கியமான வேலைகள்ன்னு சொன்னியே அது என்ன?"

ஈஸ்வர் சிரித்தார்."உனக்குத் தெரியாமலா அதைப் பண்ணப் போறேன். நீயும் நானும் இந்த ப்ராஜக்ட்ல இறங்கி மும்முரமாய் வேலை பார்த்துட்டு இருக்கோம். நீ திரைமறைவில் இருந்து எனக்கு உதவி பண்ணிட்டிருக்கே. நான் இந்த சமூகத்துக்கு நல்லது பண்றமாதிரி வசதியில்லாத ஏழைப்பெண்களுக்கு இலவச திருமணங்களை நடத்தி அந்தப் பெண்களை சமயம் பார்த்து நம்ம ப்ராஜக்ட்டுக்கு பயன்படுத்திட்டு வர்றேன். இதுநாள் வரைக்கும் ஊமை கனவு கண்ட மாதிரி போயிட்டிருந்த நம்ம விஷயங்கள் இப்போ வெளியே தெரிய ஆரம்பிச்சிருச்சு. சி.பி. ஐயிலிருந்து நம்மை உளவு பார்க்க வந்த சில்பாவை நர்மதாவோட உதவியோடு கடத்தினோம். சில்பாவை கடத்தறதுக்கு சரியான இடம்ன்னு நீ ஆர்.எஸ்.புரத்துல இருக்கிற ஜட்ஜ் பங்களாவைச் சொன்னே. நான் அது வேண்டாம் யாராவது பார்த்துட்டா விஷயம் போலீஸுக்கு போயிடும்ன்னு சொன்னேன். நீ கேட்கலை... கடைசியில் என்னாச்சுன்னு உனக்கே தெரியும். நர்மதா போலீஸ் வளையத்துக்குள்ளே வந்துட்டா. நல்லவேளையா மனோஜ் நமக்கு விசுவாசமாய் இருக்கிறதால போலீஸ் எடுத்து வைக்கிற ஒவ்வொரு ஸ்டெப்பும் நமக்குத் தெரியுது, போலீஸ் பிடியிலிருந்து நர்மதாவை காப்பாத்தவும் முடியுது" ஈஸ்வர் பேச பேச அபுபக்கர் கையமர்த்தினார். "ஸாரி ஈஸ்வர்... அந்தப் பழைய ஜட்ஜ் பங்களா பக்கம் யாரும் போக மாட்டாங்கன்னு நினைச்சேன். எவனோ ஒரு ப்ரஸ் ரிப்போர்ட்டர் பார்த்திட்டான்"

"சரி... அது முதல் தப்பு... தெரியாமே கெஸ் பண்ணிட்டே. ஆனா ரெண்டாவது தப்பை பண்ணும் போதாவது ஒரு ரெண்டு நிமிஷம் யோசனை பண்ணியிருக்கலாம்"

"ஜெனிடிக்சிஸ்ட் ஸ்டீபன்ராஜைப் போய்ப் பார்த்ததை சொல்றியா?"

"ஆமா"

"ஸ்டீபன்ராஜைப் போய் நான் பார்த்ததுல என்ன தப்பு?"

"போய் பார்த்தது தப்பில்லை... அவரை வீட்ல போய் பார்த்தது

தான் தப்பு"

"விஷயம் புரியாமே பேசாதே ஈஸ்வர். அந்த ஸ்டீபன்ராஜை என் வீட்டுக்கு வரச் சொல்லி நாலைஞ்சு தடவை போன் பண்ணியும் அந்த ஆள்கிட்டயிருந்து எந்த ரெஸ்பான்ஸும் இல்லை. நீ வேற போன் பண்ணி ஸ்டீபன்ராஜைப் பார்த்து டீலிங்க்ஸை முடின்னு சொல்லிட்டு இருந்தே... சரி நமக்கு காரியம்தான் முக்கியம்ன்னு நினைச்சு நானே ஸ்டீபன்ராஜ் வீட்டுக்கு போனேன். நான் அப்படி போனதை வெளியேயிருந்து யாரும் பார்த்து இருக்கமாட்டாங்கன்னு நினைச்சேன். ஆனா சி.பி.ஐ. ஷேடோ ஸ்க்வாட் ஆபீஸர் ஹம்ஸனை மொபைல் லாண்டரி ஆள் மாதிரி ஸ்டீபன்ராஜ் வீட்டுக்கு முன்னாடி நிறுத்தி வெச்சிருப்பாங்கன்னு நான் கொஞ்சம் கூட நினைச்சுப் பார்க்கலை"

"நினைச்சுப் பார்த்து இருக்கணும் அபு"

"என்ன ஈஸ்வர்... இப்படியெல்லாம் பேசறே... எப்படியோ தப்பு நடந்து போச்சு... அந்தத் தப்பை எப்படி சரி பண்றதுன்னுதான் நாம யோசிக்கணும்"

"அந்தத் தப்பை இனிமே சரி பண்ண முடியாது அபு. ஏன்னா ஸ்டீபன்ராஜை நீ பார்க்கப் போனது போலீஸுக்கு தெரிஞ்சு அவங்களும் உன்னோட வீட்டுக்குப் போயிட்டாங்க... இன்னிக்கு நீ தப்பிச்சு வந்துட்டே... ஆனா மறுபடியும் நீ வீட்டுக்குப் போனா போலீஸ் உன்னை விசாரிக்க வருவாங்க..."

"போலீஸ் வரட்டும்... என்னை விசாரிக்கட்டும். அவங்க கேட்கிற கேள்விகளுக்கு எதுமாதிரியான பொய்களை உண்மை மாதிரி சொல்லி சமாளிக்கிறதுன்னு எனக்குத் தெரியும்"

"நீ சொல்ற பொய்களை ஒருவேளை போலீஸ் நம்பலைன்னா...?"

"நீ அதைப்பத்தி கவலைப்படாதே ஈஸ்வர். போலீஸை நான் ஹேண்டில் பண்ணிக்கிறேன்"

"ஸாரி அபு... இந்த விவகாரத்துல போலீஸ் மட்டும் இல்லை. சி.பி.ஐயும் ஷேடோ விங் ஸ்க்வாடும் இன்வால்வ் ஆகியிருக்கு. உன்னால அவங்களை சமாளிக்க முடியாது... அவங்க கேட்கிற கேள்விகளுக்கு உன்னால பொய் சொல்ல முடியாது. உண்மைகளை சொல்ல வேண்டிய கட்டாயம் ஏற்படும்"

அபுபக்கர் மெல்லச் சிரித்தார்.

"என்னோட உயிரே போனாலும் நான் எந்த ஒரு உண்மையும் சொல்ல மாட்டேன் ஈஸ்வர்"

"அவங்க முன்னாடி நீ விடப் போற உயிரை இங்கேயே இப்பவே விட்டுட்டா என்ன... அபு?"

அபுபக்கர் அதிர்ந்து போனவராய் விழிகள் விரிய எழுந்து நின்றார்.

"ஈஸ்வர் நீ என்ன சொல்றே?"

ஈஸ்வரின் உதடுகளில் ஒரு கேலிப்புன்னகை அரும்பி நின்றது."நான் இவ்வளவு தெளிவாய் சொல்லியும் இன்னுமா உனக்குப் புரியலை அபு... நீ இனியும் உயிரோடு இருந்தா... உன்னை வெச்சே எல்லா உண்மைகளையும் கண்டு பிடிச்சுடுவாங்க... என்னதான் போலீஸ் நமக்கு சப்போர்ட்டாய் இருந்தாலும் சரியான நேரம் பார்த்து தன்னோட காக்கி யூனிஃபார்மோட புத்தியை காட்டிடுவாங்க"

அபுபக்கர் பதறுகிற உடம்போடு சுற்றும் முற்றும் பார்த்தார்.

"என்ன அபு... எப்படி தப்பிக்கலாம்ன்னு யோசனை பண்றியா...? நான் ஒரு விஷயத்தை முடிவு செஞ்சுட்டா, அதனோட முடிவு எப்படியிருக்கும்ன்னு உனக்குத் தெரியாதா?"

ஈஸ்வர் சொல்லிக்கொண்டே தான் அணிந்திருந்த பைஜாமா போன்ற உடையின் இடுப்புப்பகுதிக்கு கையைக்கொண்டு போய் கைக்கு அடக்கமாய் இருந்த மெட்டாலிக் பிஸ்டலை எடுத்தார். அபுபக்கரை நிதானமாய் குறி பார்த்தார்.

அவர் வியர்த்து வழிந்தவராய் இரு கைகளையும் வேகமாய் ஆட்டியபடி பதறினார்.

"வே...வே...வேண்டாம் ஈஸ்வர்... நான் உனக்கு எவ்வளவோ உதவி பண்ணியிருக்கேன். இலவச திருமணங்களை பண்ணி வைக்க தேவையான ஆண்களையும் பெண்களையும் ஊர் ஊரா தேடிப் போய் கண்டுபிடிச்சு உனக்கு முன்னாடி கொண்டு வந்து நிறுத்தியிருக்கேன்... அதையெல்லாம் ஒரு நிமிஷம் நினைச்சுப் பாரு"

"பழசையெல்லாம் நினைச்சுப் பார்க்கிறதுக்கு இது நேரமில்லை அபு. போலீஸுக்கு உன்மேல சந்தேகம் வந்த பிறகு நீ உயிரோடு இருக்கிற ஒவ்வொரு நிமிஷமும் உனக்கு நரகமாயிருக்கும்.

உன்னால ஒரு வாய் ஒழுங்கா சாப்பிட முடியாது. நிம்மதியாய் ஒரு மணி நேரம் தூங்க முடியாது. அப்படிப்பட்ட ஒரு வாழ்க்கையை வாழறதுக்கு பதிலாய் ஒரு அஞ்சு நிமிஷம் செலவு பண்ணி செத்து போயிடலாமே"

ஈஸ்வரின் கையிலிருந்த துப்பாக்கி மெல்ல உயர்ந்தது. அபுபக்கர் நின்ற இடத்திலேயே அப்படியே மண்டியிட்டு உட்கார்ந்து கைகளைக் கூப்பினார். கண்களில் நீர் சிதறியது.

"ப்ளீஸ்... ஈஸ்வர்... என்னை சுட்டுடாதே... நான் போலீஸ் கையில் சிக்கினாத்தானே பிரச்சினை... நான் வெளியே போகலை. இதே பங்களாவில் ஏதாவது ஒரு ரூம்ல தங்கிட்டு ஒரு வேலைக்காரன் மாதிரி வாழ்ந்துட்டு போயிடறேன்"

அபுபக்கர் கதறி அழுது கொண்டிருக்கும்போதே ஈஸ்வரின் செல்போன் முணுமுணுப்பாய் கூப்பிட்டது.

துப்பாக்கியால் அபுபக்கரை குறி பார்த்துக் கொண்டே செல்போனை எடுத்தார்.

மறுமுனையில் அவருடைய மகன் தீபக் அமெரிக்காவில் மின்னிசோட்டா நகரிலிருந்து கூப்பிட்டுக்கொண்டு இருந்தான். செல்போனை இடது காதுக்கு ஒற்றி மெல்லிய குரலில் "சொல்லு தீபக்" என்றார்

"என்ன அபு அங்கிளை முடிச்சிட்டீங்களா?"

"இனிமேல்தான்"

"என்ன நல்ல நேரம் பார்த்துட்டு இருக்கீங்களா... போட்டு முடிச்சிருப்பீங்கன்னு நினைச்சேன்"

ஈஸ்வர் சிரித்தார். "தீபக் நீ சரியான நேரம் பார்த்துத்தான் போன் பண்ணியிருக்கே. இப்ப நீ ஒரே நேரத்துல அபுவோட கடைசி சத்தத்தையும் துப்பாக்கி கனைக்கிற சத்தத்தையும் லைவ்வா கேட்கலாம்" சொல்லிக்கொண்டே பார்வையை உயர்த்தினார் .

அடுத்த விநாடி...

திகைத்தார்.

33

ஈஸ்வரின் பார்வை அப்படியே நிலைத்தபோக போனில் மேற்கொண்டு பேசாமல் மௌனம் காத்தார். போனின் மறுமுனையில் இருந்த தீபக் கேட்டான். குரலில் லேசாய் பதட்டம்.

"என்னப்பா... பேச்சைக் காணோம்?"

"தீபக்... போன நிமிஷம் வரைக்கும் எம் முன்னாடி நின்னுகிட்டு சுட்டுடாதே ஈஸ்வர்ன்னு உயிர் பயத்துல கத்திகிட்டு இருந்த அபுபக்கர் இப்போ தரையில் விழுந்து மல்லாந்து கிடக்கிறார். என்னாச்சுன்னு தெரியலை.. இரு போய்ப் பார்க்கிறேன்"

"அ... அப்பா... கொஞ்சம் நிதானிங்க... இப்ப உணர்ச்சிவசப்பட்டு பக்கத்துல போயிடாதீங்க... அபுபக்கர் சாதாரண நபர் இல்லை... உங்களைத் தாக்க முயற்சி செய்யலாம்"

"தீபக்... நீ அதைப்பற்றி கவலைப்படாதே... நான் பார்த்துக்கிறேன். பத்து நிமிஷம் கழிச்சு மறுபடியும் நான் போன் பண்றேன்" சொன்ன ஈஸ்வர் செல்போனை அணைத்துவிட்டு கையில் துப்பாக்கியோடு எழுந்து நின்றார். பதினைந்து அடி தூரத்தில் உடம்பில் சலனமில்லாமல் மல்லாந்து கிடக்கும் அபுபக்கரை உற்றுப் பார்த்தார். மனசுக்குள் ஒரு சின்ன பயம் எட்டிப் பார்த்தது.

'அபுபக்கர்க்கு என்னாயிற்று ஆள் நடிக்கிறாரா?'

'பக்கத்தில் போய் பார்க்கலாமா வேண்டாமா?' ஈஸ்வர் குழப்பமான யோசனையோடு அபுபக்கரைப் பார்த்துக்கொண்டு இருக்கும்போதே பக்கவாட்டில் குரல் கேட்டது.

"ஸார்"

ஈஸ்வர் திரும்பிப் பார்த்தார்.

அறையின் வாசலில மாதவன் நின்றிருந்தான். ஈஸ்வரின் உடம்புக்குள் சின்னதாய் ஒரு தைரியம் பிறக்க அவனை கையசைத்துக்கூப்பிட்டார். மாதவன் கீழே விழுந்து கிடக்கும் அபுபக்கரைப் பார்த்துக் கொண்டே ஈஸ்வர்க்குப் பக்கத்தில் வந்தான். உச்சபட்ச பதட்டத்தோடு கேட்டான்.

"அபு ஸார் ஏன் இப்படி கீழே விழுந்து கிடக்கார். என்னாச்சு ஸார்?"

"மாதவன்...நம்ம க்ரூப்புல இருக்கிறவங்க யாராயிருந்தாலும் அவங்க போலீஸ் வளையத்துக்குள்ளே மாட்டிகிட்டாங்கன்னா அவங்க உயிரோடு இருக்கக்கூடாதுங்கிற ஒரு எழுதப்படாத சட்டம் இருக்கா இல்லையா?"

"இ...இ...இருக்கு ஸார்"

"அபுபக்கரை போலீஸ் ஸ்மெல் பண்ணிட்டதால அவர் இனி உயிரோடு இருக்கக்கூடாதுன்னு நினைச்சு கையில் துப்பாக்கியை எடுத்தேன். அந்த நேரம் பார்த்து தீபக் போன்ல கூப்பிட்டான். நான் தீபக் கூட போன்ல பேசிட்டு இருக்கும்போதே அபு கீழே விழுந்துட்டார். நீ பக்கத்துல போய் என்னன்னு பாரு... கொஞ்சம் எச்சரிக்கையாய் போ"

தலையாட்டிய மாதவன் மெதுவான நடையில் போய் அபுபக்கர்க்கு பக்கத்தில் குனிந்து அவரைப் புரட்டினான். உடல் ஒரு வேகமான அசைவுக்கு உட்பட கடைவாயில் ரத்தம் எட்டிப் பார்த்து, ஒரு நூலிழை மாதிரி வழிந்தது. நாடித் துடிப்பையும், சுவாசிப்பையும் சோதித்துப் பார்த்த மாதவன் ஈஸ்வரை ஏறிட்டான்.

"ஆள் போயிட்டார் ஸார்"

"எப்படி?" கேட்டுக் கொண்டே பக்கத்தில் வந்தார் ஈஸ்வர்.

"ஹார்ட் அட்டாக்ன்னு நினைக்கிறேன் ஸார். அதான் வாய்ல ப்ளட் வருது..."

அபுபக்கரின் உடலைப் பார்த்த ஈஸ்வரின் உதட்டோரம் ஒரு கேலியான புன்னகை அரும்பியது.

"நீ சொன்னது சரியாய் இருக்கலாம் மாதவன். ஏன்னா அபுபக்கர்க்கு ஏற்கனவே 'அரித்மியா'ன்னு ஒரு இதய நோய் இருக்கு. அதுக்கு... போன வருஷம் வரை அவர் ட்ரீட்மெண்ட் எடுத்துக்கிட்டு இருந்த விஷயமும் எனக்குத் தெரியும். நான் துப்பாக்கியை கையில் எடுத்ததும் அந்த அதிர்ச்சியில் அபுவுக்கு ஹார்ட் அட்டாக் வந்து இருக்கலாம். எனக்கு ஒரு தோட்டா மிச்சம்"

மாதவன் நிமிர்ந்தான்."பாடியை எப்படி ஸார் டிஸ்போஸ் பண்றது?"

"நீ மொதல்ல நர்மதாவைக் கொண்டு போய் பங்களாவுக்குப் பின்னாடி இருக்கிற அவுட் ஹவுஸ் அண்டர் க்ரௌண்ட் செல்லர் ரூம்ல படுக்க வெச்சுட்டு வா... அபுவோட பாடியை எப்படி

டிஸ்போஸ் பண்றதுன்னு நான் சொல்றேன்"

மாதவன் தலையாட்டிவிட்டு சோபாவில் சலனமில்லாமல் சரிந்து கிடந்த நர்மதாவை நோக்கிப் போனான். ஈஸ்வர் அபுபக்கரைப் பார்த்தப்படியே சோபாவுக்குப் போய் சாய்ந்து கொண்டு வெளிநாட்டில் இருக்கும் தன்னுடைய மகன் தீபக்கை செல்போனில் தொடர்பு கொண்டார்.

"தீபக்"

"என்னாச்சுப்பா?"

"அபு என்னோட தோட்டாவுக்கு வேலை கொடுக்காமே ஹார்ட் அட்டாக்லேயே போயிட்டார்... ஒரு பிரச்சினை முடிஞ்சது"

தீபக் மறுமுனையில் "அப்பா" என்று குரலை இழுத்தவன் சற்றே பதட்டமான குரலில் பேசினான்.

"நானும் டாக்டர் ஜான் மில்லரும் அடுத்த வாரம் அங்கே இருப்போம். முக்கியமான சில நானோஜீன் தெரபி பரிசோதனை பண்ணிப் பார்க்க வேண்டியிருக்கு. குறைஞ்சபட்சம் பத்து மனித எலிகளாவது வேணும்... அதுக்கான ஏற்பாட்டை பண்ண வேண்டியது உங்க பொறுப்பு"

"மனோஜும் மாதவனும் அதுக்கான ஏற்பாடுகளை பண்ணிட்டு இருக்காங்க... நர்மதான்னு ஒரு எலி இப்போ ரெடியாய் இருக்கு... இன்னொரு எலியையும் இங்கே கொண்டுட்டு வர முயற்சியில் இருக்கேன்"

"இன்னொரு எலியா?"

"ஆமா எலியோட பேர் வளர்மதி"

"அந்த எலி பொறியில் மாட்டுமா?"

"மனோஜ் என்கிற ஒரு பொறிதான் நம்மகிட்டே இருக்கே"

தீபக் தயக்கமான குரலில் "அப்பா" என்று கூப்பிட்டான்

"என்ன சொல்லு?"

"போலீஸ் டிபார்ட்மெண்ட்டில் இருக்கிற உங்க ஃப்ரண்ட்ஸ் எல்லாரும் கடைசிவரைக்கும் நமக்கு லாயலா இருப்பாங்க என்கிற நம்பிக்கை உங்களுக்கு இருக்கா?"

"அதுல உனக்கு என்ன சந்தேகம்?"

"சி.பி.ஐ. நம்ம விஷயத்துல இன்வால்வாகியிருக்கிறதால நமக்கு ஒரு பிரச்சினைன்னு வரும்போது தமிழ்நாட்டு போலீஸ் பின்வாங்க வாய்ப்பு அதிகம்"

"தீபக் ... நீ அதைப்பத்தி கவலைப்படாதே டெல்லி சி.பி. ஐயிலும் நமக்கு வேண்டிய ஆபீஸர்ஸ் இருக்காங்க. சில்பாவை நாம கடத்தினதுக்கு உதவி பண்ணுனதே சி.பி.ஐயில் இருக்கிற ஆபீஸர் வைத்யாதான்"

"அப்பா...நாம கொடுத்த பணத்துக்கு அந்த வைத்யா வாலை ஆட்டிட்டார். ஆனா எல்லா சி.பி.ஐ. ஆபீஸர்ஸும் அந்த வைத்யா மாதிரியே இருப்பாங்கன்னு சொல்ல முடியாது. நாம எதுக்குக் கொஞ்சம் எச்சரிக்கையாய் இருக்கிறது நல்லது"

"இதோ பார் தீபக்... இந்த விஷயத்தைப் பத்தியெல்லாம் நீ கவலைப்படாதே. இங்கே எது நடந்தாலும் நான் பார்த்துக்கிறேன். அபுபக்கர் இப்போ உயிரோடு இல்லாததினால போலீஸுக்கு நான் இருக்கிற திசை கூட தெரியாது"

"அப்பா... ஒரு விஷயத்தை நீங்க மறந்துட்டீங்க?"

"என்ன?"

"அந்த வளர்மதி உங்க பிறந்தநாளன்னிக்கு நேர்ல வந்து ஒரு சோஷியல் வொர்க்கர் மாதிரி தன்னை அறிமுகப்படுத்திக்கிட்டு நீங்க நடத்தி வெச்ச இலவச திருமணங்களைப் பாராட்டிட்டு போயிருக்கா. எனக்கு நல்லாவே தெரியுது. அவ உங்களை பாராட்டறதுக்காக வரலை. உங்களை பேச வெச்சு பல்ஸ் பார்த்துட்டுப் போயிருக்கா"

ஈஸ்வர் சிரித்தார்.

"அது எனக்குத் தெரியாதா என்ன...? நாம போற பாதையில யார் குறுக்கே வந்தாலும் அவங்க கொஞ்ச நாளைக்குத்தான் உயிரோடு இருப்பாங்க... அந்த வளர்மதியும் இப்போ நம்ம வட்டத்துக்குள்ளே வந்துட்டா. இப்போ போலீஸோட கவனம் பூராவும் அபுபக்கர் எங்கே இருப்பார் என்கிற எண்ண ஓட்டத்துலதான் இருக்கும். போலீஸ் அவரை தேடிகிட்டு இருக்கும்போதே வளர்மதியையும் தேட வெச்சிடுவோம்"

"அப்பா எதைச் செய்யறதாய் இருந்தாலும் அதை ஒரு தடவைக்கு ரெண்டு தடவை யோசனை பண்ணி செய்யுங்க.

ஏன்னா ப்ராஜக்ட்டோட இறுதிகட்டம் இது. இந்த கட்டத்தை மட்டும் நாம் வெற்றிகரமாய் க்ராஸ் பண்ணிட்டோம்ன்னா அப்புறம் நாம எதுக்கும் யாருக்கும் பயப்பட வேண்டியதில்லை"

"இதோ பார் தீபக் இங்கே நடக்கிற விஷயங்களைப்பத்தின கவலை உனக்கு கொஞ்சமும் வேண்டாம். நான் எல்லாத்தையும் பார்த்துக்கிறேன்" உற்சாகக் குரலில் சொல்லிவிட்டு செல்போனை அணைத்தார் ஈஸ்வர்.

மறுநாள் காலை பதினோரு மணி.

டி.ஜி.பி. அலுவலகம் - போலீஸ் கமிஷனர் திரிபுரசுந்தரி, டி.ஜி.பி. பஞ்சாபகேசன் அறையில் உட்கார்ந்து அவரை ஏறிட்டபடி தயக்கமான குரலில் சொல்லிக் கொண்டிருந்தாள்.

"ஸார்... அந்த அபுபக்கரை கடந்த 24 மணி நேரமாய் தேடிட்டு இருக்கோம். ஆள் அகப்படலை. அவர் வீட்ல வேலை செஞ்சுட்டு இருந்த வேலைக்காரியை ஸ்டேஷன் லாக்கப்புக்கு கொண்டு வந்து முறைப்படி விசாரிச்சு பார்த்துட்டோம். அவகிட்டயிருந்து எந்த ஒரு உண்மையையும் வரவழைக்க முடியலை. அபுபக்கரோட வீட்டை சி.பி.ஐ. அதிகாரிகளும், நம்ம டிபார்ட்மெண்ட்டைச் சேர்ந்த அதிகாரிகளும், தரோவா செக் பண்ணிப் பார்த்துட்டாங்க. எந்த ஒரு தடயமும் உபயோகப்படற மாதிரி கிடைக்கலை"

டி.ஜி.பி. பஞ்சாபகேசன் உதட்டில் ஒரு கேலியான புன்னகை உற்பத்தியாகி அங்கேயே வாசம் கொண்டது.

"மிஸஸ் திரிபுரசுந்தரி... அந்த இலவச திருமண அஞ்சு ஜோடிகள் மரணம் சம்பந்தப்பட்ட கேஸில் இதுவரைக்கும் நீங்க உருப்படியாய் ஒரு விஷயத்தைக்கூட கண்டுபிடிக்கலை. நீங்க இங்கே வந்து என்னை வந்து மீட் பண்றப்ப எல்லாம் சொல்ற வார்த்தைகள் ரெண்டே ரெண்டுதான். ஒரு வார்த்தை ஸாரி, இன்னொரு வார்த்தை எப்படியும் ஒரு வாரத்துக்குள்ளே உண்மைகளை வெளியே கொண்டு வந்துவிடுவேன். இன்னிக்கும் அதைச் சொல்லத்தான் வந்து இருக்கீங்கன்னு நினைக்கிறேன்"

திரிபுரசுந்தரி லேசாய் முகம் கறுத்துப் போனவளாய் தலையைக்குனிந்து கொள்ள டி.ஜி.பி. தொடர்ந்து பேசினார்.

"நான் இப்படி சொன்னதால் உங்களை நான் இன்சல்ட் பண்ணிட்டதாய் நீங்க நினைக்கலாம். நிச்சயமா நான் அந்த

எண்ணத்துல பேசலை. இந்த கேஸுக்குள்ள மிகப்பெரிய ஒரு மெடிக்கல் க்ரைம் இருக்கு. அந்த க்ரைமும் பெண்களோடு சம்பந்தப்பட்ட ஒரு விபரீதமான விவகாரம். இதை சி.பி.ஐக்கு முன்னாடி நாம கண்டுபிடிச்சா இந்திய அளவில் தமிழ்நாட்டோட போலீஸின் திறமை கொண்டாடப்படும்ன்னு நினைச்சேன். ஆனா இந்த கேஸை நீங்க இன்வெஸ்டிகேட் பண்ணின நாளில் இருந்து எந்தவிதமான ஒரு ப்ராக்ரஸ்ஸும் இல்லை. இனிமேலும் இந்த கேஸை உங்களால வெற்றிகரமாய் கையாள முடியும்ன்னு நான் நினைக்கலை. ஸோ இந்த கேஸை சி.பி.சி.ஐ.டி போலீஸுக்கு மாத்தலாம்ன்னு நினைக்கிறேன்"

திரிபுரசுந்தரி பதட்டமாய் குறுக்கிட்டாள்.

"வே...வேண்டாம் ஸார்... எப்படியும் இன்னும் ரெண்டு நாளைக்குள்ளே அபுபக்கர் இருக்கிற இடத்தைக் கண்டுபிடிச்சுடுவோம்"

"எப்படி கண்டுபிடிப்பீங்க?"

"ஒரு க்ளூ கிடைச்சிருக்கு ஸார்"

"என்ன க்ளூ?"

"அபுபக்கர் எங்கே யார் வீட்ல தலைமறைவாய் இருக்கார்ன்னு தெரியாது ஸார். ஆனா எந்த ஏரியாவில் இருக்கார்ங்கிறதைக் கண்டுபிடிச்சுட்டோம்"

"எந்த ஏரியா?"

"சிறுவாணிக்கு போகிற மெயின்ரோட்டில் செம்மேடுன்னு ஒரு கிராமம் இருக்கு ஸார்"

"ஆமா... ஆலாந்துறையைத் தாண்டியதும் அந்த செம்மேடு கிராமம் வரும்"

"அந்த ஏரியாவில்தான் அபுபக்கர் போலீஸுக்கு பயந்து பதுங்கியிருக்கார் ஸார்"

34

திரிபுரசுந்தரி சொன்னதைக்கேட்டு டி.ஜி.பி. பஞ்சாபகேசன் வியப்பு பரவிக்கொண்ட முகத்தோடு நிமிர்ந்து உட்கார்ந்தார்.

"என்னது அபுபக்கர் செம்மேடு கிராமத்து ஏரியாவில் போலீஸூக்குப் பயந்து போய் பதுங்கியிருக்காரா?"

"ஆமா... ஸார்"

"அந்த ஏரியாவில்தான் பதுங்கியிருக்கார்ன்னு உங்களுக்கு எப்படி தெரியும் ?"

"ஸார்... அபுபக்கர் வீட்ல இல்லைன்னு தெரிஞ்ச பிறகு நான் ட்ரா∴பிக் போலீஸ் டிபார்ட்மெண்ட்டைச் சேர்ந்த அஸிஸ்ட்ண்ட் கமிஷனர் சந்திரசேகர்க்கு போன் பண்ணி அபுபக்கரின் கார், ரெஜிஸ்ட்ரேஷன் நெம்பரை கொடுத்து சிட்டியோட ஏரியாவில் இந்தக் கார் எங்கே இருக்குன்னு மானிட்டரிங் பண்ணச் சொன்னேன். அவர் உடனடியாய் செயல்பட்டார். அதுக்கான பலன் சில மணி நேரத்துக்குப் பின்னாடிதான் எனக்குக் கிடைச்சுது. அதுவும் அத்தாட்சியோடு"

"அத்தாட்சியோடுன்னா எனக்குப்புரியலை... என்ன அத்தாட்சி?"

"என்∴போர்ஸ்மெண்ட் விங் ஆ∴ப் ட்ரான்ஸ்போர்ட் டிபார்ட்மெண்ட்டைச் சேர்ந்த ஆபீஸர் ருத்ரபதியோட தலைமையில் ட்ரா∴பிக் ரூல்ஸை வயலேட் பண்றவங்களைக் கண்டு பிடிச்சு ∴பைன் பண்றதுக்காக சிறுவாணி மெயின் ரோட்டில் அஸிஸ்ட்ண்ட் கமிஷனர் சந்திரசேகர் ஒரு ஸ்க்வாட் போலீஸோடு மானிட்டரிங் பண்ணிட்டு இருந்தார். அந்த வழியாத்தான் அபுபக்கர் காரை ஓட்டிகிட்டு போயிருக்கார். ட்ரைவிங் சீட்ல இருந்த அவர் சீட் பெல்ட் போடாமே இருந்ததால காரை நிறுத்தி அவருக்கு ∴பைன் போட்டு இருக்காங்க. ஆனா நான் கொடுத்த தகவல் சந்திரசேகர்க்கு லேட்டாய் போய் சேர்ந்ததால அபுபக்கரோட காரை ∴பைன் பண்ணிட்டு விட்டுட்டாங்க. அதுக்கப்புறம் ரெண்டு மணி நேரம் கழிச்சு சந்திரசேகர் ∴பைன் பண்ணினவங்களோட லிஸ்ட்டை சரி பார்க்கும்போதுதான் அபுபக்கரோட நேமை நோட் பண்ணியிருக்கார். நான் கொடுத்த காரோட ரெஜிஸ்ட்ரேஷன் நெம்பர் அந்தப் பேரோட பொருந்திப் போகவே, எனக்கு

உடனடியாய் தகவல் கொடுத்துட்டார். செம்மேடுப்பக்கம் போன அந்தக் கார் எப்படியும் திரும்பவும் சிட்டிக்குள்ளே ஏதாவது ஒரு வழியில் வந்தாகணும். அந்த சமயத்துல அதை மடக்கிடலாம்ன்னு சந்திரசேகர் சொல்லியிருக்கார்" திரிபுரசுந்தரி சொல்ல சொல்லவே டி.ஜி.பி. குறுக்கிட்டு கேட்டார்.

"ஆனா இதுவரைக்கும் கார் சிட்டிக்குள்ளே வரலை?"

"வரலை ஸார்... சந்திரசேகர் என்ஃபோர்ஸ்மெண்ட் விங் ஆஃப் ட்ரான்ஸ்போர்ட் ஆட்களை வெச்சு மானிட்டரிங் பண்ணிட்டிருக்கார். அரை மணி நேரத்துக்கு ஒரு தடவை எனக்குத் தகவல் கொடுத்துட்டு இருக்கார்"

"இந்த மானிட்டரிங் நடந்துகிட்டு இருக்கும் போதே அந்த செம்மேடு ஏரியாவுக்குள்ளே போய் கார் எங்கேயிருக்குன்னு ஒரு தேடுதல் வேட்டையை ஆரம்பிக்கலாமே?"

"அந்த தேடுதல் வேட்டையை ஆல்ரெடி ஆரம்பிச்சுட்டேன் ஸார்"

"எப்படி...?"

"எனக்கு உதவியாய் இருக்கிற போலீஸ் இன்ஃபார்மர் வளர்மதியும் ஃபாரன்ஸிக் ஆபீஸர் மனோஜும் அந்த ஏரியாவுக்குள்ளே போய் அங்கே பொது இடங்களில் பொருத்தப்பட்டு இருக்கிற சி.சி.டி.வி. காமிராக்களின் ஃபுட்டேஜ்களை வாங்கிப் பார்த்து அபுபக்கரின் கார் எந்த திசையில் யார் வீட்டுக்குப் போயிருக்கும் என்கிற விபரத்தை தெரிஞ்சுக்கிற முயற்சியில் ஈடுபட்டு இருக்காங்க"

"செம்மேடு கிராமத்தையொட்டி வேற ஏதாவது கிராமங்கள் அந்த ஏரியாவில் இருக்கா?"

"அது ஒரு காட்டுப்பகுதி ஸார்... அதையொட்டி பல கிராமங்கள் இருக்கு. அஞ்சு கிலோ மீட்டர் தூரம் தள்ளி வெள்ளியங்கிரி மலை. மேற்கொண்டு போக அந்தப்பக்கம் வழியில்லாத்தால காட்டுப்பக்கமாய் போன அபுபக்கர் எப்படியும் நகர் பக்கம் திரும்பி வந்துதான் ஆகணும் ஸார்"

"ஸோ அபுபக்கர் உங்க மானிட்டரிங் ப்ராஸ்ஸிங்கில் இருந்து தப்பிக்க முடியாதுன்னு சொல்ல வர்றீங்க?"

"எஸ் ஸார்"

"சரி எவ்வளவு நாள்ல இந்தக் கேஸை முடிக்க முடியும்ன்னு நினைக்கிறீங்க?"

"அபுபக்கர் கைக்கு கிடைச்சதுமே அந்த ஆள்கிட்டயிருந்து எல்லா உண்மைகளையும் வெளியே கொண்டு வந்துடுவேன் ஸார்"

"ஒருவேளை அபுபக்கர் கைக்கு கிடைக்கலைன்னா?"

திரிபுரசுந்தரி மௌனித்தாள்.

"என்ன பேச்சையே காணோம்?"

"ஸார் நான் இப்போ பாஸிட்டீவ் ஆட்டிட்யூட்ல இருக்கேன். ப்ளீஸ் டோண்ட் டிஸ்கரேஜ் மீ... அபுபக்கர் இப்போ தலைமறைவாய் இருக்கார். இந்த காரணம் ஒண்ணே போதும். அவர் ஒரு தப்பான நபர்ன்னு தெரிஞ்சுக்க... அவர் ரொம்ப நாளைக்கு தலைமறைவு வாழ்க்கையை நடத்த முடியாது. எப்படியாவது வெளியே வந்துதான் ஆகணும்..."

"ஓ.கே... மிஸஸ் திரிபுரசுந்தரி... திஸ் ஈஸ் த லாஸ்ட் சான்ஸ் ஃபார் யூ... நீங்க எப்பவும் வழக்கமாய் கேட்கிற அந்த ஒரு வார அவகாசத்தை இப்பவும் தர்றேன். அயாம் இன் வான்ட் ஆப் ஒன் ஃப்ரூட்புல் ரிசல்ட் ஃப்ரம் யூ ரிலேட்டட் வித் திஸ் ப்ரோப்"

"எஸ்... ஸார்"

டி.ஜி.பி. கை கொடுத்தார்."விஷ்... யூ... ஆல் த பெஸ்ட்!"

"தேங்க்யூ ஸார்"

திரிபுரசுந்தரி எழுந்து கொண்டாள். டி.ஜி.பிக்கு உத்யோகபூர்வமான சல்யூட்டை கொடுத்துவிட்டு அறையினின்றும் வெளிப்பட்டு வராந்தாவில் நடந்தாள். நடக்க நடக்கவே அவளுக்கு வளர்மதி, மனோஜ் நினைவு வர தன்னுடைய செல்போனை எடுத்து வளர்மதியின் எண்ணை தொடர்பு கொண்டாள்.

"வளர்"

"மேடம்"

"நீயும் மனோஜூம் இப்ப எங்கே இருக்கீங்க?"

"செம்மேடு ஏரியாவில் பைரவி நகர்ன்னு ஒரு காலனி இருக்கு மேடம். அந்த காலனியில் ஃபாரின்லிருந்து வந்த நிறைய என். ஆர்.ஐ. பீப்பிள் புதுசா பெரிய பெரிய பங்களாவைக் கட்டிகிட்டு

குடியிருக்காங்க... அந்த பங்களாக்களில் குடியிருக்கிற யாராவது ஒருத்தர் வீட்டுக்கு அபுபக்கர் போயிருக்கலாம்ன்னு மனோஜ் கெஸ் பண்ணிச் சொன்னார். அந்த பைரவி நகரை நோக்கித்தான் போய்கிட்டு இருக்கோம்..."

"இதுவரைக்கும் நமக்கு உபயோகப்படற மாதிரி ஏதாவது தகவல் கிடைச்சிருக்கா?"

"நாட் யெட் மேடம்"

"அந்த ஏரியாவில் இருக்கிற சி.சி.டி.வி. காமிரா ஃபுட்டேஜ் எல்லாத்தையும் பார்த்துட்டீங்களா?"

"ஏறக்குறைய பார்த்துட்டோம் மேடம். ஆனா பல இடங்களில் இருக்கிற சி.சி.டி.வி. காமிராக்கள் சரியா ஃபங்க்ஷன் ஆகாத காரணத்தால பதிவான காட்சிகள் அவ்வளவு தெளிவா தெரியலை..."

"வளர்... நான் இப்ப டி.ஜி.பிகிட்டே பேசிட்டு வர்றேன். நாம இந்த கேஸை இன்வெஸ்டிகேட் பண்றதுல அவர்க்கு நிறைய டிஸ்சாட்டிஸ்ஃபேக்சன்...கடினமான வார்த்தைகளை யூஸ் பண்றார்... அவர் கேட்கிற கேள்விக்கெல்லாம் என்னால பதில் சொல்ல முடியலை... எனக்கு ஒரு வாரம் டயம் கொடுத்திருக்கார். அதுக்குள்ளே இந்த கேஸில் இருக்கிற எல்லா குழப்பங்களுக்கும் தெளிவான பதில் கிடைக்கணும்ன்னு சொல்லிட்டார். இல்லேன்னா இந்த கேஸை சி.பி.சி.ஐ.டிக்கு ஷிஃப்ட் பண்ணிடப் போறதா சொல்றார். இந்த கேஸ் எனக்கு இப்ப ஒரு ப்ரஸ்டீஜ் இஷ்யூவாயிருச்சு. அடுத்த பனிரெண்டு மணி நேரத்துக்குள்ளே அந்த அபுபக்கர் இருக்கிற இடத்தை நீயும் மனோஜும் ஸ்மெல் பண்ணியே ஆகணும்"

"ஷ்யூர் மேடம்"

"மனோஜ்கிட்டே நான் ஒரு நிமிஷம் பேசணும். போனை அவர்கிட்ட குடு"

திரிபுரசுந்தரி லைனில் காத்திருக்க மறுமுனையில் மனோஜின் குரல் கேட்டது.

"சொல்லுங்க மேடம்.,.."

"மனோஜ்... அந்த அபுபக்கரை அடுத்த பனிரெண்டு மணி நேரத்துக்குள்ளே நாம கண்டுபிடிச்சாத்தான் நாம விசாரணையோட

அடுத்த கட்டத்துக்குப் போய் குற்றவாளிகளை நெருங்க முடியும்..."

"புரியுது மேடம்"

"புரிஞ்சு என்ன பிரயோஜனம் மனோஜ்? நாம எல்லாருமே நடக்கிற நிகழ்வுகளைப் பார்த்துட்டு இருக்கோமே தவிர அதை முறையா ஃபாலோ அப் பண்ணி இதுவரைக்கும் எந்த ஒரு உண்மையும் கண்டுபிடிக்க முடியலை... இனிமேலும் அப்படி இருக்க முடியாது... நாம ஏதாவது பண்ணியாகணும்"

"யூ டோண்ட் வொர்ரி மேடம்... அபுபக்கர் இந்த ஏரியாவில்தான் பதுங்கியிருக்கார்ன்னு தெளிவா தெரிஞ்சுடுச்சு. அந்த ஆளை எப்படியும் மடக்கிடலாம். நானும் வளர்மதியும் அதுக்கான முழு முயற்சிகளை எடுத்துகிட்டு ஒவ்வொரு பகுதியாய் போய் பார்த்துட்டு வர்றோம்... இப்ப கூட நாங்க போயிட்டு இருக்கிற ஏரியாவோட பேர் பைரவி நகர். அந்த நகர்ல அபுபக்கரைப்பற்றி விசாரிச்சா தகவல் ஏதாவது கிடைக்க வாய்ப்பு இருக்கு மேடம்"

"தட்ஸ் குட்... அப்புறம் இன்னொரு முக்கியமான விஷயம்.."

"சொல்லுங்க மேடம்"

"வளர்மதி ஒரு போலீஸ் இன்ஃபார்மராய் இருக்கிற விஷயம் அவ வீட்ல இருக்கிற ஃபேமிலி மெம்பர்ஸ்க்குத் தெரியாது... ஸோ... சாயந்தரம் அஞ்சுமணிக்கு மேல் வளர்மதியை எந்த இடத்துக்கு கூட்டிகிட்டு போக வேண்டாம். அவளை அனுப்பிடுங்க"

"அது எனக்குத் தெரியாதா மேடம்... நாலு மணியானதுமே வளர்மதியை வீட்டுக்கு அனுப்பிட்டு நான் மட்டும் இந்த ஏரியாவில் இன்வெஸ்டிகேஷனை கண்டினியூ பண்ணலாம்ன்னு இருக்கேன்"

"மனோஜ் இந்த விஷயத்துல நீங்களும் எச்சரிக்கையோடு இருக்கிறது நல்லது. ஜெனிடிக்சிஸ்ட் ஸ்டீபன்ராஜ் கொலை செய்யப்பட்ட விவாகரத்தில் ஏதோ ஜீன் சம்பந்தப்பட்ட க்ரைம் இருக்கலாம்ன்னு டி.ஜி.பி. சொன்னார். இட் ஸீம்ஸ் டு பி இன்டர்நேஷனல் க்ரைம் அக்கரன்ஸ். இதுக்குப்பின்னாடி அரசியல் ரீதியாகவும், அந்தஸ்து ரீதியாகவும் சில பவர்ஃபுல் பர்சன்ஸ் இருக்க வாய்ப்பு அதிகம்..."

"மேடம்... இது ஒரு பெரிய விவகாரம்ன்னு எனக்கும் தெரியும். நானும் ஒவ்வொரு அடியையும் எச்சரிக்கையாய்தான் எடுத்து வெச்சிட்டிருக்கேன். அபுபக்கரையும் எப்படியும் அடுத்த

பனிரெண்டு மணி நேரத்துக்குள்ளே மடக்கிடலாம் மேடம்"

திரிபுரசுந்தரியின் உதடுகளில் சின்னதாய் ஒரு சந்தோஷப் புன்னகை அரும்பியது.

"திஸ்... ஈஸ் மனோஜ். உங்க மேலேயும், வளர்மதி மேலேயும் எனக்கு நிறைய நம்பிக்கை இருக்கு. அடுத்த சில மணி நேரத்துக்குள்ளே உங்ககிட்டயிருந்து ஒரு நல்ல செய்தியை எதிர்பார்க்கிறேன்"

"சர்ட்டன்லி மேடம்"

திரிபுரசுந்தரி அதே சந்தோஷப் புன்னகையுடன் செல்போனை அணைத்த அடுத்த சில விநாடிகளில் செல்போன் ரிங்டோனை வெளியிட்டது. எடுத்து அழைப்பது யார் என்று பார்த்தாள். ஒரு புது எண்.

குழப்பத்தோடு செல்போனை இடது காதுக்கு ஒற்றி மெல்ல குரல் கொடுத்தாள்.

"எஸ்"

"கமிஷனர் மேடமா?" ஒரு ஆண் குரல் கேட்டது.

"ஆமா... நீங்க யாரு ...?"

"மேடம்...என் பேரு ஹரி... வளர்மதியோட ஹஸ்பெண்ட்..."

35

திரிபுரசுந்தரியின் கையில் இருந்த செல்போன் ஒரு பூகம்ப அதிர்ச்சிக்கு உட்பட்டதுபோல் விரல்களுக்கிடையில் அதிர்ந்தது. மறுமுனையில் பேசிக்கொண்டு இருப்பது வளர்மதியின் கணவன் ஹரி என்பதை உணர்ந்த விநாடியே வாய் உலர்ந்து போயிற்று.

ஹரிக்கு என்ன பதில் சொல்வது யோசித்துக் கொண்டிருக்கும்போதே அவனுடைய குரல் மறுபடியும் கேட்டது.

"என்ன மேடம்... பேச்சையே காணோம். சைலண்ட் ஆயிட்டீங்க. என்னோட ஒய்ஃப் வளர்மதியை உங்களுக்குத் தெரியுமா தெரியாதா...? தெரியாதுன்னு பொய் சொல்லிடாதீங்க. ஏன்னா வளர்மதி உங்களுக்கு உதவியாய் ஒரு போலீஸ் இன்ஃபார்மராய் செயல்பட்டுகிட்டு இருக்கிற விஷயம் எனக்குத் தெரியும். ஸோ நீங்க எந்த ஒரு விஷயத்தையும் மூடி மறைக்காமே என்கிட்ட பேசலாம்"

திரிபுரசுந்தரிக்கு ஒரு தற்கால நிம்மதி உணர்வு ஏற்பட, சற்றே துணிச்சலை வரவழைத்துக்கொண்டு பேச ஆரம்பித்தாள்.

"ஸாரி மிஸ்டர் ஹரி... வளர்மதி ஒரு போலீஸ் இன்ஃபார்மராய் என்கிட்டே பணிபுரிகிற விஷயம் எனக்கே கொஞ்சம் உறுத்தலாய்தான் இருந்தது. வளர்மதிகிட்டே நான் எத்தனையோ தடவை நீ ஒரு குடும்ப பெண்ணாய் இருந்துகிட்டு இப்படியொரு ரிஸ்கியான வேலை பார்க்கிறது சரியில்லைன்னு சொல்லியிருக்கேன். ஆனா வளர்மதி அதைப் பொருட்படுத்தாமே பிடிவாதமாய்..."

"உங்களுக்கு அதுல இஷ்டமில்லைன்னு எனக்கும் தெரியும் மேடம்...இந்த விஷயத்துல நான் உங்களை குற்றம் சொல்ல விரும்பலை... கடந்த ஆறுமாசத்துக்கு முன்னாடியே வளர்மதி ஒரு போலீஸ் இன்ஃபார்மராய் இருந்து இந்த சமூகத்துல நடந்துட்டிருக்கிற குறிப்பா பெண்களுக்கு எதிராய் நிகழ்கிற பாலியல் கொடுமைகளை உங்க கவனத்துக்கு கொண்டு வந்து சட்டரீதியான நடவடிக்கைகளை உங்க மூலமா எடுத்து அவங்களைத் தண்டிக்கிற விஷயம் எனக்குத் தெரியும்"

"எப்படித் தெரியும்?"

"உங்க கமிஷனர் ஆபீஸ்ல எத்தனை பேர் வேலை செய்யறாங்க மேடம்?"

"அம்பதுக்கு மேற்பட்டவங்க"

"அதுல ஒருத்தர்... அவர் யார்ன்னு சொல்ல நான் விரும்பலை..."

"இட்ஸ் ஓ.கே. மிஸ்டர் ஹரி... ஆனா இப்ப எனக்கு இருக்கிற சந்தேகம் எல்லாம் இதுதான். வளர்மதி ஒரு ஆபீஸுக்கு வேலைக்கு போய்கிட்டே போலீஸ் இன்ஃபார்மராய் இருக்கிற விஷயம் தெரிஞ்சிருந்தும் நீங்க ஏன் அவளைக் கண்டிக்கலை...?"

"வளர்மதியோட அந்த ஆக்டிவிட்டீஸ் எனக்குப் பிடிச்சிருந்தது மேடம்... ஆனா வெளிப்படையா அதை தெரிஞ்ச மாதிரி காட்டிகிட்டா வளர்மதிக்கு அடியோடு பயம் விட்டுடும். அதனாலதான் கண்டும் காணாத மாதிரி இருந்துட்டேன்"

"உங்க ஃபாதர் மதர்க்கு இந்த விஷயம் தெரியுமா?"

"தெரியாது மேடம்...தெரிஞ்சா வளர்மதியை ஒரு போலீஸ் இன்ஃபார்மரா சர்வ் பண்ண சம்மதிக்க மாட்டாங்க... விஷயம் தெரியும்போது பார்த்துக்கலாம்ன்னு நானும் விட்டுட்டேன்"

"இப்படி நீங்க வளர்மதிக்கு ஆதரவா பேசறது என்னோட மனசுக்கு ரொம்பவும் சந்தோஷமாய் இருக்கு மிஸ்டர் ஹரி. பை...த...பை இப்ப நீங்க எதுக்காக எனக்கு போன் பண்ணீங்கன்னு நான் தெரிஞ்சுக்கலாமா?"

"ஷ்யூர்... வளர்மதி இன்னிக்கு ஆபீஸுக்குப் போகலைன்னு எனக்குத் தெரியும். அவளுக்கு நீங்க ஏதாவது ஒரு அசைன்மெண்ட்டைக் கொடுத்து எங்கேயாவது அனுப்பி வெச்சிருக்கீங்களா?"

"ஆமா... செம்மேடு கிராமம் வரைக்கும் அனுப்பியிருக்கேன். ஒரு இம்பார்ட்டண்ட் என்கொயரி. எனிதிங் இம்பார்ட்டண்ட்... வளர்மதிகிட்டே ஏதாவது சொல்லணுமா?"

"எஸ் மேடம்"

"என்ன?"

"இன்னிக்கு காலையில் என்னோட அப்பாவுக்கு திடீர்ன்னு உடம்பு சரியில்லை. பி.பி. அதிகமாயிடுச்சு... ஹாஸ்பிடல்ல

அட்மிட் பண்ணியிருக்கேன். டாக்டர் டெஸ்ட் பண்ணிப் பார்த்துட்டு பயப்படறதுக்கு எதுவும் இல்லைன்னு சொல்லிட்டார். இருந்தாலும் வளர்மதிக்கு இந்த விஷயத்தை தெரியப்படுத்தி உடனடியாய் வீட்டுக்கு வரச் சொல்லணும். வளர்மதி வீட்டுக்கு வந்துட்டா அம்மாவுக்கு கொஞ்சம் ஆறுதலாய் இருக்கும். நான் கடந்த ஒரு மணி நேரமாய் போன் பண்றேன். வளர்மதி அவெய்லபிளா இல்லை... நாட் ரீச்சபிள்ன்னு வருது. அதனால்தான் உங்களுக்கு போன் பண்ணினேன்"

"ஆச்சர்யமாயிருக்கு மிஸ்டர் ஹரி... ரெண்டு நிமிஷத்துக்கு முன்னாடி கூட நான் வளர்மதிகிட்டே பேசினேனே.. அந்த போன்கால் முடிஞ்ச கொஞ்ச நேரத்துலதான் உங்க போன்கால் வந்தது"

"தென் நோ ப்ராப்ளம் மேடம்... நீங்களே வளர்மதிக்கு போன் பண்ணி மெஸேஜை கன்வே பண்ணி உடனடியாய் புறப்பட்டு வீட்டுக்கு வரச் சொல்லிடுங்க..."

"உங்களுக்கு எப்படி விஷயம் தெரிஞ்சதுன்னு கேட்டா நான் வளர்மதிக்கு என்ன பதிலைச் சொல்றது மிஸ்டர் ஹரி?"

"உண்மையைச் சொல்லிடுங்க மேடம்... ஷி வில் பி ஹேப்பி... இனிமே எதையும் மறைக்க வேண்டிய அவசியமில்லை"

"நீங்களே போன் பண்ணலாமே?"

"என்னோட போன்ல என்ன பிரச்சினைன்னு தெரியலை மேடம்... அவுட் கோயிங் கால் சரியா போறதில்லை. நீங்க உங்க போன்ல பேசிடுங்க... விஷயத்தைக் கேள்விப்பட்ட உடனேயே வளர்மதியே எனக்கு போன் பண்ணுவா"

"ஓ.கே..... நான் உடனே போன் பண்ணி வளர்மதிகிட்டே பேசிடறேன். நான் ரொம்ப நாளா பயந்துட்டிருந்த ஒரு பிரச்சினைக்கு இன்னிக்குத்தான் ஒரு சந்தோஷமான தீர்வு கிடைச்சிருக்கு... அந்த சந்தோஷத்தோடவே அவகிட்டே பேசறேன். நான் பேசி முடிச்ச அடுத்த நிமிஷமே வளர்மதி உங்களுக்கு போன் பண்ணுவா" சொன்ன திரிபுரசுந்தரி ஹரியின் செல்போன் தொடர்பை துண்டித்துவிட்டு வளர்மதியின் செல்போன் எண்ணை காலிங் ஆப்ஷனுக்கு கொண்டு வந்து தேய்த்தாள்.

உடனடியாய் ஒரு ரெக்கார்டட் வாய்ஸ் கேட்டது. "நீங்கள் டயல் செய்த சந்தாதாரின் எண்ணை தற்சமயம் தொடர்பு கொள்ள

முடியாது. சர்வீஸ் ஈஸ் அவுட் ஆஃப் கவரேஜ்"

அந்த ரெக்கார்ட்டட் வாய்ஸைக் கேட்டதும் திரிபுரசுந்தரிக்கு திகைப்பாய் இருந்தது.

'சில நிமிஷங்களுக்கு முன்னாடிதானே பேசினோம். அதுக்குள்ளே டவர் கிடைக்காத இடத்துக்கு போயிருக்க வாய்ப்பில்லையே?'

குழப்பத்தோடு மறுபடியும் எண்ணைத் தட்டினாள். அதே ரெக்கார்ட்டட் வாய்ஸ் ஒலித்தது.

சற்றே பதட்டமானாள் திரிபுரசுந்தரி. மனோஜின் செல்போன் எண்ணை சர்ச் ஆப்ஷனில் தேடிப் பிடித்து தேய்த்தாள். ஒரு பெண்ணின் ரெக்கார்ட்டட் வாய்ஸ் கேட்டது.

"நீங்கள் தொடர்பு கொள்ள நினைக்கும் நபரின் எண்ணானது தற்போது ஸ்விட்ச் ஆஃப் செய்யப்பட்டுள்ளது."

திரிபுரசுந்தரியின் நெற்றி வியர்த்து, இதயத்தின் துடிப்பும் அதிகமாயிற்று.

'இரண்டு பேருமே செல்போனின் டவர் சிக்னல் கிடைக்காத ஏரியா பக்கம் போயிருக்கலாம். ஒரு பத்து நிமிஷம் கழிச்சு போன் பண்ணிப் பார்ப்போம்'

மனதை தற்காலிகமாய் தேற்றிக்கொண்டு கட்டிட வாசலில் நின்றிருந்த போலீஸ் ஜீப்பை நோக்கிப் போனாள் திரிபுரசுந்தரி.

செம்மேடு.

பைரவி நகர் பெரிய பெரிய பங்களாக்களோடு செழிப்பாய் பார்வைக்குக் கிடைத்தது. காரை ஒரு மரத்துக்கு கீழே நிறுத்திவிட்டு வளர்மதியும், மனோஜூம் முகப்பில் இருந்த அந்தப் பெரிய கேட்டை நெருங்கினார்கள். கேட்டுக்குப் பக்கத்திலேயே ஒரு செக்யூர்டி செல் தெரிய செக்யூர்டி ஒருவர் உட்கார்ந்து நாளிதழ் ஒன்றைப் படித்துக் கொண்டிருந்தார். சத்தம் கேட்டு தலையை உயர்த்தியவர் எழுந்து வெளியே வந்தார். என்ன வேணும் என்பது போல் அலட்சியமாய் பார்த்தார்.

மனோஜ் அவரை நெருங்கினான். கையில் வைத்து இருந்த சிறிய தாளைக் காட்டினான்.

"இதுல எழுதி இருக்கிறது ஒரு காரோட நெம்பர். இந்தக் கார்க்கு

சொந்தமான நபர் இந்த பைரவி நகர்க்குள்ளே இருக்காரான்னு எங்களுக்குத் தெரியணும்"

"நீங்க யாரு?"

"போலீஸ்"

"ஸ...ஸ...ஸார்" செக்யூரிட்டி உடம்பில் பதட்டம்.

"காக்கி யூனிஃபார்ம் போட்டுட்டு வந்தாதான் போலீஸ்ன்னு நம்புவியா...? ஒரு கேஸ் சம்பந்தமாய் விசாரணை பண்றதுக்காகத்தான் மஃப்டி ட்ரஸ்ல வந்திருக்கோம். நீ எங்களை போலீஸ்ன்னு நம்பலைன்னா வா... போலீஸ் ஸ்டேஷனுக்கு போய் பேசிக்கலாம்"

செக்யூர்டி பயந்து போனவராய் அந்த எண்ணைப் பார்த்துவிட்டு தலையாட்டினார். "இந்த நெம்பர் யாரோடதுன்னு தெரியலை ஸார்"

"நல்லா பார்த்துச் சொல்லு"

"ஸார்... நான் இந்த பைரவி நகர்க்கு கடந்த பத்து வருஷ காலமாய் செக்யூரிட்டியாய் இருக்கேன். உள்ளே நூத்தி சொச்சம் வீடு இருக்கு. கார் ஓனர்ஸ் அறுபது பேர் இருப்பாங்க. எனக்கு அவங்க காரோட நெம்பர் எல்லாம் மனசுக்குள்ளே நல்லாவே பதிவாகியிருக்கு. ஏன்னா ஒவ்வொரு கார் வெளியே போகும்போதும் திரும்பி வரும்போதுதான் நோட்ல குறிச்சு வெக்கணும்ன்னு அஸோசியேஷன் செக்ரட்டரி சொல்லியிருக்கார். அவர் சொன்னது மாதிரியே நானும் இத்தனை வருஷமா காரோட நெம்பர்களையெல்லாம் எழுதி எழுதி எல்லாருடைய நெம்பரும் மனப்பாடமா எனக்குத் தெரியும்"

"அப்படீன்னா இந்த நெம்பர் உள்ள கார் பைரவி நகர்க்குள்ளே இல்லைன்னு சொல்றே?"

"ஆமா ஸார்"

"இந்த நகரோட அஸோசியேஷன் செக்ரட்டரியை நாங்க பார்க்கணும்..."

"உள்ளே போங்க ஸார்... முன்னாடியே அஸோசியேஷனோட ஆபீஸ் ரூம் இருக்கும். அந்த ரூம்லதான் அவர் இருப்பார். பேரு தட்சிணாமூர்த்தி" சொல்லிக்கொண்டே அந்த காம்பௌண்ட் கேட்டை சற்றே திறந்து வழி ஏற்படுத்திக் கொடுத்தார். இருவரும்

உள்ளே நுழைந்தார்கள்.

மஞ்சளாய் பூத்துக்கொட்டிய சரக்கொன்றை மரத்துக்குக் கீழே அந்த ஆபீஸ் கட்டிடம் தெரிந்தது. படியேறி அறைக்குள் போக ஒரு கம்ப்யூட்டர்க்கு முன்பாய் உட்கார்ந்திருந்த அந்த நரைத்த தலை மனிதர் எழுந்த நின்றார். புன்னகைத்து கை நீட்டினார்.

"செக்யூரிட்டி இப்பத்தான் நீங்க உள்ளே வந்துட்டு இருக்கிறதாய் தகவல் கொடுத்தார். நீங்க போலீஸ் பீப்பிள்?"

"எஸ்"

"உட்கார்ங்க"

அவர்கள் இருவரும் உட்கார்ந்ததும் கேட்டார். "சொல்லுங்க என்ன விஷயம்? நான் தட்சிணாமூர்த்தி, செக்ரட்டரி"

மனோஜ் தன் கையில் வைத்து இருந்த சிறிய தாளை காட்டியபடி கேட்டான்.

"நேத்து இந்த ரெஜிஸ்ட்ரேஷன் நெம்பர்க்குரிய கார் இந்த ஏரியாவுக்குள்ளே வந்திருக்கு. காரை ஓட்டிட்டு வந்தவரோட பேர் அபுபக்கர். இந்த நெம்பர் யாரோடதுன்னு உங்களுக்கு தெரியுமா?"

அவர் பார்த்துவிட்டு தலையாட்டினார்.

"ஸாரி தெரியலை..."

"ஆர் யூ ஷ்யூர்?"

"இதுல பொய் சொல்ல என்ன இருக்கு?"

"இங்கே குடியிருக்கிற வேற யார்க்காவது இந்த நெம்பரும், அபுபக்கர் என்கிற பெயரும் பரிச்சயமாக வாய்ப்பு இருக்கா?"

தட்சிணாமூர்த்தி புன்னகைத்தார்.

"இந்த நெம்பரை நான் நோட் பண்ணி இங்கே குடியிருக்கிற எல்லார்க்கும் வாட்ஸ் அப் பண்றேன். ஒரு அரைமணி நேரம் இங்கே வெயிட் பண்ண முடியுமா?"

"நோ இஷ்யூஸ்... ஒரு மணி நேரம் வேணும்ன்னாலும் வெயிட் பண்றோம்"

"பை...த...பை... ஒரு விஷயம் க்ளாரிஃபை பண்ண முடியுமா?"

"என்ன?"

"யார் இந்த அபுபக்கர்.... எதுக்காக இந்த என்கொயரி?"

"ஸாரி... இப்போதைக்கு எதையும் சொல்ல முடியாது. மொதல்ல அபுபக்கர் இந்த ஏரியாவுக்குள்ளே இருக்காரான்னு தெரியணும்"

"இட்ஸ் ஆல்ரைட்" என்று சொன்ன தட்சிணாமூர்த்தி அபுபக்கரின் கார் ரெஜிஸ்ட்ரேஷன் நெம்பரை பைரவி நகரின் ரெஸிடென்ட்ஸ் வாட்ஸ்அப் க்ரூப்புக்கு அடுத்த சில விநாடிகளுக்குள் அனுப்பி வைத்தார். பிறகு மனோஜ், வளர்மதி இருவரையும் ஏறிட்டார்.

"ஒரு அரைமணி நேரத்துக்குள்ளே அந்த கார் ரெஜிஸ்ட்ரேஷன் நெம்பரைப் பத்தி யார்க்காவது தெரிஞ்சிருந்தா உடனடியாய் தகவல் வந்துடும். நீங்க வெயிட் பண்ணுங்க... நான் அதுக்குள்ளே ஒரு ரெஸிடெண்ட்டோட வீட்ல இருக்கிற ஒரு பிரச்சினையை சால்வ் பண்ணிட்டு வந்துடறேன்" சொல்லிக் கொண்டே அவர் நகர முயன்ற விநாடி வளர்மதி தயக்கமாய் குரல் கொடுத்தாள்.

"ஸார்..."

"என்னம்மா?"

"ரெஸ்ட் ரூம் போகணும்... இங்கே அதுக்கு இடம் இருக்கா?"

தட்சிணாமூர்த்தி திரும்பி நின்று ஒரு இடத்தைக் காட்டினார். "அதோ பாரம்மா... அந்த வராந்தா கோடியில ரெஸ்ட் ரூம் ஒண்ணு இருக்கு..."

"தேங்க்யூ ஸார்" சொல்லிக்கொண்டே வளர்மதி எழுந்தாள். மனோஜைப் பார்த்தாள்.

அவன் புன்னகைத்தான்.

"நிதானமா போய்ட்டு வா... வளர்"

36

வளர்மதி அந்த அறையினின்றும் வெளியேறி நீண்ட வராந்தாவில் நடந்து ரெஸ்ட் ரூமை நோக்கிப்போக, தட்சிணாமூர்த்தி மனோஜிடம் திரும்பினார்.

"நீங்க வெயிட் பண்ணுங்க... நான் அந்த ரெஸிடென்டோட வீட்டுக்குப் போய் ப்ராப்ளம் என்னான்னு பார்த்துட்டு வந்துடறேன். அதோ டீபாய்ல பேப்பர், மேகஸீன் நிறைய இருக்கு பார்த்துட்டு இருங்க"

"நோ ப்ராப்ளம் ஸார்... நீங்க போய்ட்டு வாங்க" என்று சொன்ன மனோஜ் டீபாயின் மேல் இருந்த ஆங்கில மாத இதழ் ஒன்றை எடுத்துப் பிரித்து வைத்துக் கொண்டான். அவருடைய தலை மறையும் வரை பொறுமை காத்த மனோஜ் பின்பு அந்த இதழை டீபாயின் மேல் வைத்துவிட்டு வெளியே வந்தான்.

பார்வைக்கு யாரும் தட்டுப்படாமல் போகவே தன்னிடம் இருந்த அந்தச் சிறிய இரிடியம் செல்போனை சட்டையின் உள்பாக்கெட்டில் இருந்து எடுத்து அதை உயிர்ப்பித்துக்கொண்டு மெல்லிய குரலில் பேச ஆரம்பித்தான்.

"ஸார்... நான் மனோஜ்"

மறுமுனையில் ஈஸ்வர் குரல் கேட்டது.

"சொல்லு மனோஜ்... உன்னோட போனுக்காகத்தான் வெயிட் பண்ணிட்டிருக்கேன்"

"ஸாரி ஸார்... இப்பத்தான் உங்களுக்கு போன் பண்ண சரியா சந்தர்ப்பம் கிடைச்சது. நானும், வளர்மதியும் பைரவி நகர்க்குள்ளே இருக்கோம்... வளர்மதி கூடவே இருந்ததால உங்களை காண்டாக்ட் பண்ண முடியலை...இப்ப அவ ரெஸ்ட் ரூமுக்கு போயிருக்கா... பக்கத்துல யாரும் இல்லாததால போன் பண்ணிப் பேசிட்டிருக்கேன்..."

மறுமுனையில் ஈஸ்வர் சிரித்தார்.

"மனோஜ்... உயிரோடு இல்லாத அபுபக்கரை இன்னமும் தேடிகிட்டு இருக்கிற மாதிரி பாவ்லா பண்ணாமே வளர்மதிகிட்டே ஏதாவது ஒரு காரணத்தைச் சொல்லி நம்ம பங்களாவுக்கு கூட்டிகிட்டு வந்துடு... இனியும் நேரத்தை வீணாக்கிட்டு இருக்க வேண்டாம்"

"சரி ஸார்... பைரவி நகர்ல ஒரு அரை மணி நேரம் இருந்துட்டு

வளர்மதியைக் கூட்டிகிட்டு அங்கே வந்துடறேன்"

"அவளுக்கு உன் பேர்ல துளியும் சந்தேகம் வந்துடக்கூடாது"

"வராது ஸார்... அவ முழுமையா என்னை நம்பிட்டா. இப்படி ஒரு நம்பிக்கை இருக்கிறதாலத்தான் என்கூட அவ ட்ராவல் பண்றா... நான் கூப்பிட்ட இடத்துக்கெல்லாம் வர்றா. போலீஸ் கமிஷனர் திரிபுரசுந்தரிக்கும் சரி, வளர்மதிக்கும் சரி, என் பேர்ல அப்படியொரு அசைக்க முடியாத நம்பிக்கையிருக்கு ஸார்"

"சி.பி.ஐ. ஆபீஸர் சில்பாவுக்கு ஏற்பட்ட கதி வளர்மதிக்கும் ஏற்பட்டாத்தான் திரிபுரசுந்தரிக்கும் ஒரு பலம் வந்து இந்த கேஸை விட்டு விலகுவா..."

"விலக வெச்சுடுவோம் ஸார்"

"நீ இப்ப பேசிட்டு இருக்கும்போது பக்கத்துல வேற யாரும் இல்லையே?"

"யாரும் இல்ல ஸார்... இந்த பைரவி நகர் அஸோசியேஷன் செக்ரட்டரியோட பேரு தட்சிணாமூர்த்தி. அவர் ஏதோ ஒரு பிரச்சினையை தீர்த்து வைக்கிறதுக்காக ரெஸிடெண்ட் வீட்டுக்குப் போயிருக்கார். வளர்மதி ரெஸ்ட் ரூமில் இருந்து இன்னமும் திரும்பலை"

"அடுத்த ஒரு மணி நேரத்துக்குள்ளே வளர்மதியோடு இங்கே வந்துடுவே?"

"கண்டிப்பா ஸார்"

"அதுக்கு முன்னாடி ஜாமரை யூஸ் பண்ணி வளர்மதியோட செல்போனை முடக்கிடு"

"முடக்கிட்டேன் ஸார். அவளோட போனை மட்டுமல்ல என்னோட வழக்கமான உபயோகத்தில் இருக்கிற போனையும் இரிடியம் போனில் இருக்கிற ஜாமர் ஆப்ஷனை யூஸ் பண்ணி அரை மணி நேரத்துக்கு முன்னாடியே முடக்கிட்டேன் "

"வளர்மதிக்கு எந்த சந்தேகமும் வரலையே?"

"வரலை ஸார்... அரை மணி நேரத்துக்கு முன்னாடியே திரிபுரசுந்தரி வளர்மதியோட செல்போனை காண்டாக்ட் பண்ணி பேசினாங்க. நானும் அதே போன்ல பேசினேன். பேசி முடிச்சதும் நான் உடனடியாய் வளர்மதிக்கு தெரியாமே என்னோட இரிடியம் செல்போனை எடுத்து ஜாமரை ஆன் பண்ணி அவளோட செல்போனையும், வழக்கமா நான் யூஸ் பண்ற செல்போனையும்

முடக்கிட்டேன். அதுக்கப்புறம் வளர்மதி ஒரு தடவை தன்னோட ஹஸ்பெண்ட்டுக்கு போன் பண்ணி பேச முயற்சி செஞ்சா. ரெண்டு தடவை ட்ரை பண்ணிப் பார்த்துட்டு இந்த ஏரியாவில் சரியா டவர் கிடைக்காது போலிருக்குனு, சொல்லி தன்னைத்தானே சமாதானப்படுத்திக்கிட்டா"

"ஸோ... எல்லாம் நல்லபடியா போயிட்டிருக்கு?"

"எஸ் ஸார்"

"டேக் கேர்... மறுபடியும் நீ எனக்கு போன் பண்ண வேண்டாம். நானும் உனக்கு பண்ணமாட்டேன். இன்னும் ஒரு அரை மணி நேரத்துக்குள்ளே பைரவி நகரிலிருந்து கிளம்பிடுவீங்களா...?"

"கிளம்பிடுவோம் ஸார்"

"சரி. இங்கே உங்களுக்காக நான் வெயிட் பண்ணிட்டிருக்கேன்" ஈஸ்வர் சொல்லிக்கொண்டிருக்கும்போதே ரெஸ்ட் ரூம் போயிருந்த வளர்மதி வராந்தாவின் கோடியில் வந்து கொண்டிருப்பது மனோஜின் பார்வைக்குத் தட்டுப்பட்டது.

"ஸார்... வளர்மதி வந்துட்டிருக்கா... போனை கட் பண்றேன்" சொன்ன மனோஜ் அந்த இரிடியம் செல்போனின் செயல்பாட்டை நிறுத்தி அதை சட்டையின் உள்பாக்கெட்டுக்கு கொண்டு போய் ஒரு விநாடி நேரத்திற்குள் பதுக்கிவிட்டு வளர்மதியைக் கவனிக்காதது போல் பார்வையை வேறு பக்கம் கொண்டு போனான்.

வளர்மதி பக்கத்தில் வந்து நின்று மனோஜ் என்று கூப்பிட்டதும் அப்போதுதான் அவளை கவனிக்காததுபோல் காட்டிக்கொண்டு புன்னகைத்தான்,

"இந்த ஏரியா ரொம்பவும் நல்லாயிருக்கு வளர். அதோ தூரத்துல காம்பௌண்ட் சுவர் போட்ட மாதிரி மேற்குத்தொடர்ச்சி மலை. இந்தப்பக்கம் பார்த்தா கண்ணுக்கு எட்டின தூரம் வரை தென்னந்தோப்புகள். எல்லாத்துக்கும் மேலா சுவாசிக்கும்போதே நுரையீரல்கள் சந்தோஷப்படற அளவுக்கு காத்து சுத்தமாய் இருக்கு. வேலையில் இருந்து ரிடையரானதும் இந்த ஏரியாவில் ஒரு ப்ளாட்டை வாங்கி செட்டில் ஆகிடவேண்டியதுதான். நீ என்ன சொல்றே வளர்?"

வளர்மதி ஏதும் பேசாமல் மௌனமாக இருக்கவே லேசாய் முகம் அவளை ஏறிட்டான் மனோஜ்.

"என்ன வளர்... ஏன் ஒரு மாதிரி இருக்கே? உடம்புக்கு ஏதும் முடியலையா?"

"அ...அதெல்லாம் ஒண்ணுமில்லை"

"அப்புறம்?"

"மனோஜ்... நான் உடனடியாய் வீட்டுக்கு கிளம்பிப் போகணும்"

மனோஜின் இருதயத்துக்குள் ஒரு பிரளயம் நிகழ்ந்த உணர்வு ஏற்பட்டாலும் அதை வெளிக்காட்டி கொள்ளாமல் இயல்பான குரலில் கேட்டான்.

"உடனடியாய் வீட்டுக்குப் போகணுமா?"

"ஆமா"

"ஏன்... ஏதாவது பிரச்சினையா?"

"ஆமா... மாமாவுக்கு உடம்பு சரியில்லை. ஹாஸ்பிடல்ல அட்மிட்டாகியிருக்காராம்"

மனோஜ் அதிர்ந்தான்.

"உனக்கு எப்படி இந்த விஷயம் தெரிஞ்சது?"

"கமிஷனர் மேடம் எனக்கு போன் பண்ணியிருந்தார். மேடம்தான் சொன்னாங்க"

"எப்போ?"

"இப்பத்தான்... நான் ரெஸ்ட் ரூம்ல இருந்தப்ப மேடம் கிட்டயிருந்து எனக்கு போன் வந்தது"

மனோஜ் உச்சபட்ச அதிர்ச்சிக்குப் போனான்.

"உன்னோட போன்தான் ஹேங் ஆகி ரெஸ்பாண்ட் செய்யாத நிலைமையில இருந்ததே?"

"உண்மைதான்,... ஆனா நான் ரெஸ்ட் ரூமுக்குள்ளே இருந்தப்ப போன் வொர்க்கிங் கண்டிஷனுக்கு வந்தது. டவரும் துல்லியமாய் கிடைச்சதாலத்தான் மேடத்தோட போன்காலை அட்டெண்ட் பண்ண முடிஞ்சது"

வளர்மதி பேசப்பேசவே மனோஜின் மூளையில் ஒரு பொறி தட்டி அவனைப் பதட்டப்பட வைத்தது. மனம் பரபரவென்று யோசித்தது.

'இரிடியம் செல்போனில் இருக்கிற ஜாமர் ஆப்ஷன் 100 அடி சுற்றளவுக்குள்தானே செயல்படும்? ரெஸ்ட் ரூம் 100 அடிக்கும் மேல் தள்ளி இருக்கப் போய்தான் ஜாமர் செயல்படாமல் இருந்து வளர்மதியின் செல்போனுக்கு டவர் கனெக்சனை கொடுத்து இருக்க வேண்டும்'

'சே ... ஏமாந்து விட்டோம்...'

ஸ்தம்பித்துப்போய் நின்றிருந்த மனோஜை வளர்மதியின் குரல் உலுக்கியது.

"மனோஜ்... !"

அவன் சுய உணர்வுக்கு மீண்டான்.

"ம்... சொல்லு வளர்"

"நீ இங்கேயிருந்து இன்வெஸ்டிகேஷனை கன்டினியூ பண்ணு. நான் கிளம்பறேன்"

"என்னது... நீ மட்டும் கிளம்பறியா...? நானும் வர்றேன்"

"வேண்டாம் மனோஜ்... அபுபக்கரை நாம அடுத்த பனிரெண்டு மணி நேரத்துக்குள்ளே அவர் இருக்கிற இடத்தை ட்ரேஸ் பண்ணியாகணும்... நீ இருந்து இன்வெஸ்டிகேஷனை முடிச்சுட்டு வா... இந்த பைரவி நகர்ல ஏதாவது தகவல் கிடைக்கலாம்"

"சரி... நான் இங்கே இருந்துட்டா நீ எப்படி உன் வீட்டுக்குப் போவே...?"

"பக்கத்துலதான் பஸ் டெர்மினல் இருக்கு. நாம கார்ல வரும்போதே பார்த்தேன். நாலைஞ்சு பஸ் நின்னுட்டு இருந்தது. நான் பஸ் ஏறிப் போயிடறேன்"

மனோஜ் வியர்த்து திகைத்து திணறிக் கொண்டு இருக்கும்போதே வளர்மதி பேச்சைத் தொடர்ந்தாள்.

"கமிஷனர் மேடம்... என்கிட்டே போன்ல பேசும்போது மாமா ஹாஸ்பிடல்ல சேர்க்கப்பட்டிருக்கிற விஷயத்தை சொல்லிட்டு கூடவே இன்னொரு ஆறுதலான விஷயத்தையும் சொன்னாங்க மனோஜ்"

"ஆறுதலான விஷயமா ...?"

"ஆமா... நான் போலீஸ் இன்ஃபார்மராய் இருக்கிற விஷயம் என்னோட கணவர்க்குத் தெரியுமாம். தெரியாத மாதிரி நடந்துகிட்டாராம். ஆனா என்னோட மாமனார்க்கும் மாமியார்க்கும் இது தெரியாதுன்னு ஹஸ்பெண்ட் சொல்லியிருக்கார்"

வளர்மதி பேசப்பேச மனோஜின் சகல அவயங்களும் ஒரு அதிர்வுக்கு உட்பட்டிருக்க மேற்கொண்டு என்ன பேசுவது என்று அறியாமல் அப்படியே நின்றான்.

'வளர்மதி புறப்பட்டுப் போய்விட்டால் ஈஸ்வர்க்கு என்ன பதிலைச் சொல்வது?'

வளர்மதி மனோஜை நெருங்கி அவன் முகத்துக்கு நேரே கையை அசைத்தாள்.

"என்ன மனோஜ்... நான் பேசிட்டே இருக்கேன். நீ எதுவுமே பதில் பேசாமே இருக்கே...?"

உணர்வுக்கு மீண்டான் மனோஜ்.

"ஸாரி வளர்... உன்னோட மாமனார் ஹாஸ்பிடல்ல அட்மிட்டாகியிருக்கார் என்கிற விஷயம் ஷாக்கிங்காய் இருந்தது. அதான் ஏதுவுமே பேசத் தோணலை... உனக்கு இப்படியொரு நிலைமை ஏற்பட்ட பிறகு நான் மட்டும் தனியா இந்த இன்வெஸ்டிகேஷன் பிராஸஸை கன்டினியூ பண்ண விரும்பலை... ரெண்டு பேருமே கிளம்பிடுவோம்"

"வேண்டாம் மனோஜ்... நீ இருந்து பார்த்துட்டு வா... நாளைக்குப் பேசிக்கலாம்"

"நோ... நோ... நாம ரெண்டு பேரும் உடனே கிளம்பறோம். உன்னோட மாமனார் அட்மிட்டாகியிருக்கிற ஹாஸ்பிடலுக்கு நானும் வர்றேன். இப்ப அபுபக்கர் நமக்கு முக்கியம் இல்லை. நாம இங்கேயிருந்து கிளம்பிப் போறதுதான் முக்கியம்"

"தேங்க்யூ மனோஜ்"

"என்ன இதுக்கெல்லாம் போய் தேங்க்ஸ் சொல்லிட்டு... உனக்கு ஒரு பிரச்சினைன்னா அது எனக்கு வந்த மாதிரி..." என்று சொன்னவன் குரலை இழுத்தான்.

"பை...த...பை ஒரு சின்ன ஆப்ளிகேஷன்"

"என்ன?"

"போற வழியில் என்னோட ஃப்ரண்ட் ஒருத்தன் இருக்கான். அவன்கிட்டே ஃபாரன்ஸிக் சம்பந்தப்பட்ட ஒரு ஃபைலை வாங்கணும். அவன் வீட்ல ஒரு பத்து நிமிஷத்தை செலவழிக்க வேண்டியிருக்கும். பரவாயில்லையா?"

"நோ ப்ராப்ளம்"என்றாள் வளர்மதி.

37

மனோஜ் தன் மணிக்கட்டில் இருந்த வாட்ச்சைப் பார்த்தபடி சொன்னான்.

"இந்த பைரவி நகரோட அஸோசியேஷன் செக்ரட்டரி தட்சிணாமூர்த்தி ஏதோ ஒரு பிரச்சினையை தீர்த்து வைக்க ஒரு ரெஸிடெண்ட் வீட்டுக்குப் போயிருக்கார்... அவர் வந்துரட்டும். சொல்லிட்டு கிளம்பிடலாம்..."

வளர்மதி தலையாட்டினாள். "நீ சொல்றது சரி மனோஜ்... வெயிட் பண்ணுவோம்..."

இருவரும் பக்கத்து அறைக்குள்ளே போய் நாற்காலிகளில் சாய, பத்து நிமிடங்கள் கழித்து தட்சிணாமூர்த்தி வந்தார். கையில் வைத்திருந்த கர்ச்சீப்பால் முகத்தை ஒற்றிக்கொண்டே சொன்னார்.

"ஸாரி... உங்களை காக்க வெச்சுட்டேன். டீ, காப்பி ஏதாவது சாப்பிடறீங்களா?"

மனோஜும், வளர்மதியும் நாற்காலியினின்றும் எழுந்தார்கள்.

"அதெல்லாம் ஒண்ணும் வேண்டாம் ஸார். நாங்க புறப்படறோம்"

தட்சிணாமூர்த்தி நெற்றியில் வியப்பைக் காட்டினார்."என்னது... புறப்படறீங்களா?"

"ஆமா ஸார்... அவசரமாய் சிட்டிக்கு போகணும். இப்பத்தான் ஒரு போன் கால் வந்தது"

"அப்படீன்னா உங்களுக்கு அந்த அபுபக்கர் என்கிற நபரின் காரோட விபரம் தெரிய வேண்டாமா?"

"வேணும்... அதை போன் பண்ணிக் கேட்டுக்கிறோம். உங்க வாட்ஸ் அப்புக்கு வர்ற விபரங்களை கலெக்ட் பண்ணி வையுங்க... ஸார்"

"எப்படியும் ஒரு மணி நேரத்துக்குள்ளே இங்கே இருக்கிற எல்லா ரெஸிடெண்ட்ஸும் வாட்ஸ்அப்பை பார்த்துட்டு அவங்கள்ல யாருக்காவது அபுபக்கரோட கார் நெம்பர் பரிச்சயமானதாய் இருந்தா உடனடியாய் தகவல் கொடுத்துடுவாங்க...ஒரு பத்து நிமிஷம் வெயிட் பண்ணிட்டு போலாமே?"

மனோஜ் குறுக்கிட்டான்.

"வேண்டாம் ஸார்... நாங்க உடனடியாய் கிளம்பணும்... அபுபக்கர் இப்ப ரெண்டாம் பட்சம்"

சொல்லிக்கொண்டே கிளம்ப முயன்ற மனோஜைத் தடுத்தி நிறுத்தினாள் வளர்மதி.

"ஒரு நிமிஷம் மனோஜ்"

"என்ன?"

"ஹாஸ்பிடல்ல அட்மிட்டாகியிருக்கிற என்னோட மாமனார் இப்ப நல்லாவேயிருக்காராம். தட்சிணாமூர்த்தி ஸார் சொல்ற மாதிரி ஒரு பத்து பதினைந்து நிமிஷம் இருந்து பார்த்துட்டே போயிடலாம்"

"வளர்... நான் என்ன சொல்ல வர்றேன்னா உன்னைக் கொண்டு போய் ஹாஸ்பிடல்ல விட்டுட்டு..."

"வேண்டாம் மனோஜ்... கமிஷனர் மேடம் சொன்ன கெடுவான அடுத்த பணிரெண்டு மணி நேரத்துக்குள்ளே அபுபக்கர் எங்கே எந்த இடத்துல ஒளிஞ்சிட்டிருக்கார் என்கிற விஷயத்தைக் கண்டுபிடிச்சாகணும்... என்னகென்னவோ அந்த அபுபக்கர்க்கும் இந்த பைரவி நகர்க்குள்ளே இருக்கிற யாரோ ஒரு நபர்க்கும் தொடர்பு இருக்கலாம்ன்னு என்னோட மனசுக்குப்படுது. அதுவுமில்லாமே..."

வளர்மதி மேற்கொண்டு பேசும் முன்பு பைரவி நகரின் காம்பௌண்ட் கேட் திறக்கப்பட்டு அந்த போலீஸ் ஜீப் நிதான வேகத்தோடு உள்ளே வந்தது. போலீஸ் ஜீப்பைப் பார்த்ததும் முகம் வெகுவாய் மாறினார் தட்சிணாமூர்த்தி. மனோஜும், வளர்மதியும் குழப்ப முகங்களோடு ஒருவரையொருவர் பார்த்துக்கொண்டார்கள்.

"என்ன மனோஜ்... போலீஸ் ஜீப் வருது?"

"அதான் எனக்கும் புரியலை"

போலீஸ் ஜீப் ஓர் ஓரமாய் ஒதுங்கி நிற்க, அதிலிருந்து இளவயது இன்ஸ்பெக்டர் ஒருவர் வெளிப்பட்டு மூன்று பேரையும் பார்த்தபடி வந்தார். தயக்க நடையோடு அவர்களை நெருங்கியவர் மெல்லிய குரலில் கேட்டார்.

"இங்கே மிஸ்டர் மனோஜ் அண்ட் மிஸஸ் வளர்மதிங்கிறது நீங்களா?" மனோஜ், வளர்மதி இருவரும் முன்னால் வந்தார்கள்.

"நாங்கதான்"

"ஸார்... அயாம் குணசேகரன், ஆலாந்துறை போலீஸ் ஸ்டேஷன்ல இன்ஸ்பெக்டராய் இருக்கேன். பத்து நிமிஷத்துக்கு முன்னாடி போலீஸ் கமிஷனர் மேடம் திரிபுரசுந்தரி எனக்கு போன் பண்ணி

உங்க ரெண்டு பேரோட பெயர்களையும் குறிப்பிட்டு நீங்க ரெண்டு பேரும் இப்போ பைரவி நகர் அஸோசியேஷன் ஆபீஸ் ரூம்ல இருக்கிறதாகவும், உங்களுக்கு உதவும்படியாகவும் சொன்னார். அதான் உடனே புறப்பட்டு வந்துட்டேன்"

மனோஜ் குழப்பத்தோடு அவரை ஏறிட்டான்.

"கமிஷனர் மேடம் எங்களுக்கு உதவும்படி சொன்னாரா?"

"ஆமா... ஸார்"

"எதுமாதிரியான உதவி?"

"உங்களுக்கும் மிஸஸ் வளர்மதிக்கும் ஏதோ ஒரு இன்வெஸ்டிகேஷன் அசைன்மெண்ட் கொடுத்து இருக்கிறதாகவும், அதுக்கு என்னை உதவும்படியாகவும் சொன்னார். அது தவிர இன்னொரு விஷயத்தையும் சொன்னார்"

"என்ன?"

"மிஸஸ் வளர்மதி அவசரமாய் சிட்டிக்கு வர வேண்டிய அவசியம் ஏற்பட்டிருக்கிறதால அவங்களை மட்டும் ஜீப்ல கூட்டிகிட்டு வரும்படியாய் சொன்னார். நீங்க இன்வெஸ்டிகேஷனை கண்டினியூ பண்ணலாம்ன்னு சொன்னார்"

இன்ஸ்பெக்டர் குணசேகரன் பேசப்பேச மனோஜ் உள்ளுக்குள் உடைந்து கொண்டிருந்தான். அவனுடைய மூளை பதட்டமாய் யோசித்தது.

'வளர்மதியை ஈஸ்வரிடம் கொண்டு போய் சேர்க்க முடியாது போலிருக்கே'

"என்ன ஸார்... யோசிக்கிறீங்க?"

"ஒண்ணுமில்லை...நாங்க ரெண்டு பேருமே இன்னும் ஒரு பத்து நிமிஷம் பார்த்துட்டு சிட்டிக்கு கிளம்பிப் போயிடலாம்ன்னு இருந்தோம்"

"ஸாரி ஸார்... கமிஷனர் மேடம் உங்களை இங்கேயே இருந்து இன்வெஸ்டிகேஷனை கண்டினியூ பண்ணச் சொன்னாங்க... நான் மேடத்தை மட்டும் கூட்டிட்டுப் போறேன்"

மனோஜ் தனக்குள் எழுந்த அதிர்ச்சியலைகளைக் காட்டிக்கொள்ளாமல் வளர்மதியை ஏறிட்டான்.

"நீ என்ன சொல்றே வளர்?"

"கமிஷனர் மேடம் சொன்னதையே ஃபாலோ பண்ணுவோம்

மனோஜ். நான் இன்ஸ்பெக்டரோடு கிளம்பறேன். நீ இன்னும் கொஞ்சம் டயம் எடுத்து இன்வெஸ்டிகேஷனை முடிச்சுட்டே வா..." என்று சொன்ன வளர்மதி செக்ரட்டரியிடம் திரும்பினாள்.

"நீங்க கொடுத்த ஒத்துழைப்புக்கு ரொம்பவும் நன்றி ஸார். மனோஜ் இங்கே இருப்பார். ப்ளீஸ் கோவாப்ரேட் வித் ஹிம்..."

"நான் அவர்க்கு வேண்டிய உதவிகளைப் பண்றேன். நீங்க போய் ஹாஸ்பிடல்ல அட்மிட்டாகியிருக்கிற மாமனாரைப் போய் பாருங்கம்மா..."

"தேங்க் யூ ஸார்..." என்று சொன்ன வளர்மதி தலையசைப்பால் மனோஜிடம் விடை பெற்று கொண்டாள். பின், இன்ஸ்பெக்டர் குணசேகரனிடம் திரும்பினாள்.

"போகலாமா இன்ஸ்பெக்டர்?"

"ப்ளீஸ்" சொன்ன இன்ஸ்பெக்டர் குணசேகரன் போலீஸ் ஜீப்பை நோக்கிப் போக மனோஜ் மனதில் அடித்துக்கொண்டிருந்த புயலைக் காட்டிக் கொள்ளாமல் புன்னகை பூத்த முகமாய் தட்சிணாமூர்த்தியிடம் திரும்பினான்.

"ஸார்... உங்க வாட்ஸ்அப்ல யாராவது அபுபக்கரோட கார் நெம்பரைப்பத்தி தகவல் கொடுத்து இருக்காங்கன்னு பாருங்க"

தட்சிணாமூர்த்தி செல்போனை எடுத்து தன் வாட்ஸ்அப்பில் உள்ள பதிவுகளைப் பார்த்துவிட்டு உதட்டைப் பிதுக்கினார்.

"இதுவரைக்கும் எதுவும் இல்லை... ஒரு மணி நேரம் வெயிட் பண்ணிப் பார்ப்போம். உள்ளே போய் உட்கார்ங்க மிஸ்டர் மனோஜ்... காபி டீ ஏதாவது ஏற்பாடு பண்ணட்டுமா?"

"அதெல்லாம் ஒண்ணும் வேண்டாம் ஸார். மிஸஸ் வளர்மதியும் கிளம்பி போயிட்டதால இனிமே இங்கே வெயிட் பண்றதுல எனக்கு எந்த ஒரு பிரச்னையும் இல்லை. அதுக்கு முன்னாடி வெளியே நிக்கற என் கார்க்குள்ளே ஒரு முக்கியமான ஃபைல் இருக்கு. அதைப்போய் எடுத்துட்டு வந்துடறேன்"

"போய் எடுத்துட்டு வாங்க. நான் இனி ஆபீஸ்லதான் சாயந்தரம் ஏழு மணி வரைக்கும் இருப்பேன்"

மனோஜ் வெளியே வந்தான். மனசுக்குள் ஏமாற்றமும் கோபமும் முட்டிக்கொண்டு மோதினாலும், அதை சிறிதும் வெளிப்படுத்தாமல் இயல்பாய் நடந்து போய் காம்பௌண்ட் கேட்டைக் கடந்து சாலையோரத்தில் நின்றிருந்த காரை நெருங்கினான்.

சுற்றும் முற்றும் ஒரு முறை பார்த்துக்கொண்டு கார்க்குள் ஏறி உட்கார்ந்தான். இரிடியம் செல்போனை எடுத்து ஈஸ்வரை தொடர்பு கொண்டான்.

"ஸார்... நான் மனோஜ்"

"என்ன சொல்லு... நீயும் வளர்மதியும் புறப்பட்டுட்டீங்களா?"

"ஸாரி ஸார்..."

"எதுக்கு ஸாரி...?"

"நாம எதிர்பார்க்காத ஒரு சம்பவம் நடந்துடுச்சு ஸார்"

"எதிர்பாராத சம்பவமா... புரியும்படி சொல்லு"

மனோஜ் சில விநாடி நேரத்தை செலவழித்து சற்று முன்பு வரை நடந்த எல்லா விஷயங்களையும் பதட்டம் கலந்த குரலில் சொல்லி முடித்தான்.

ஒட்டு மொத்த விஷயத்தையும் நிதானமாய் கேட்டுக்கொண்ட ஈஸ்வர் சில விநாடிகள் மௌனமாய் இருந்துவிட்டு இயல்பான குரலில் கேட்டார்.

"மனோஜ்... நீ இப்ப எங்கிருந்து பேசிட்டு இருக்கே?"

"பைரவி நகர்க்கு வெளியே ரோட்டோரமாய் காரை நிறுத்தியிருந்தேன் ஸார்... அந்த கார்க்குள்ளேயிருந்துதான் பேசிட்டு இருக்கேன்"

"யாராவது உன்னை நோட் பண்றாங்களான்னு ஒரு தடவை செக் பண்ணிக்க"

"ஸார்... இந்த ஏரியாவில் ஒரு ஈ காக்கா கிடையாது. மேற்கொண்டு நான் என்ன பண்ணனும்ன்னு எனக்குத் தெரியலை. அதான் உங்களுக்கு போன் பண்ணி பேசிட்டிருக்கேன்"

"மனோஜ்... நாம எவ்வளவுதான் புத்திசாலித்தனமாய் செயல்பட்டாலும் ஒரு சில விஷயங்களில் நாம நம்மையும் அறியாமல் கோட்டை விட்டுடறோம்"

"உண்மைதான் ஸார்... என்னோட இரிடியம் செல்போனில் இருக்கிற ஜாமரை யூஸ் பண்ணி வளர்மதியோட செல்போன் இயக்கத்தை முடக்கியிருந்தேன். ஆனா ஜாமர் 100 அடி சுற்றளவு பரப்பைக் கொண்ட எல்லைக்குள்ளதான் செயல்படும்ங்கிற விஷயத்தை வளர்மதி ரெஸ்ட் ரூமுக்குப் போகும்போது அந்த விஷயத்தை மறந்துட்டேன்"

"நாம பண்ணிட்டு இருக்கிற இந்த ப்ராஜக்கட்டுக்குள்ளே "ஸாரி" "மறந்துட்டேன்"என்கிற வார்த்தைகளுக்கு இடமில்லை மனோஜ்" அது எனக்கும் தெரியும் ஸார்... எப்படியோ ஏமாந்துட்டேன்"

"இப்படி ஏமாந்தது இதுவே கடைசி தடவையாய் இருக்கட்டும் மனோஜ். வளர்மதி ஒரு போலீஸ் இன்ஃபார்மர் என்கிற விஷயம் அவளோட கணவனுக்கும் தெரியும் என்கிற விஷயம் வளர்மதிக்கு இந்நேரம் ஒரு பெரிய பூஸ்ட்டா மாறியிருக்கும். சில்பாவுக்கும் நர்மதாவுக்கும் ஏற்பட்ட கதி அவளுக்கும் ஏற்பட்டால்தான் திரிபுரசுந்தரியோட வேகம் குறையும். நம்ம கேஸிலிருந்தும் விலகுவா..."

"யூ ஆர் கரெக்ட் ஸார்"

"இந்த பதில் எனக்கு போதாது. அடுத்த 24 மணி நேரத்துக்குள்ளே வளர்மதியோடு நீ எம் முன்னாடி நிக்கணும்"

"முயற்சி பண்றேன் ஸார்"

"மனோஜ்... அடுத்த 24 மணி நேரத்துக்குள்ளே வளர்மதியோடு இங்கே இருக்கணும்ன்னு நான் ஏன் சொல்றேன் தெரியுமா?"

"சொல்லுங்க ஸார்"

"யு.எஸ்லிருந்து இந்தியாவுக்கு அடுத்த வாரம் புறப்பட்டு வர்றதாய் இருந்த என்னோட மகன் தீபக்கும், பயோ சயின்டிஸ்ட் ஜான் மில்லரும் மூணு நாளைக்கு முன்னாடியே புறப்பட்டு வரப் போறாங்க. சில ஃபைனல் டெஸ்ட்களை முடிச்சுகிட்டு உடனடியாய் அவங்க கிளம்பிடுவாங்க"

மனோஜ் மெல்லச் சிரித்தான்.

"எனக்குப் புரியுது ஸார்"

"என்ன புரியுது?"

"ஏற்கெனவே நம்மகிட்டே சில்பா, நர்மதா என்கிற ரெண்டு மனித எலிகள் இருக்கு. மூணாவதா வளர்மதி என்கிற எலியும் வேணும்ன்னு சொல்றீங்க...?"

"அதே..." என்றார் ஈஸ்வர்.

38

ஆர்.எஸ்.புரத்தின் மையப்பகுதியில் இருந்த ஹெல்த்தி டேஸ் ஹாஸ்பிடலுக்கு முன்பாய் போய் போலீஸ் ஜீப் நிற்க, வளர்மதி இறங்கிக் கொண்டு குணசேகரனுக்கு நன்றி சொன்னாள்.

"தேங்க்யூ இன்ஸ்பெக்டர் ஃபார் யுவர் டைம்லி ஹெல்ப்"

ஜீப்பில் அமர்ந்தபடியே இன்ஸ்பெக்டர் குணசேகரன் சிரித்தார்.

"மிஸஸ் வளர்மதி...! நன்றி சொல்ல வேண்டியது எனக்கில்லை கமிஷனர் மேடத்துக்குத்தான். அவர் எனக்கு போன் பண்ணி விஷயத்தை கன்வே பண்ணினதாலத்தான் நான் பைரவி நகருக்கு வந்து உங்களை பிக்அப் பண்ணி இங்கே கொண்டு வந்து விட முடிஞ்சுது. நீங்க மொதல்ல உங்க ஃபாதர் இன் லாவைப் போய்ப் பாருங்க..."

ஜீப் நகர்ந்துவிட வளர்மதி அகலமான மார்பிள் படிகளில் ஏறி ஹாஸ்பிடலின் வரவேற்பறைக்குள் நுழைய எதிரில் அவளுடைய கணவன் ஹரி எதிர்பட்டான். கலைந்த தலை. களைப்படைந்த முகம். மெல்ல சிரித்தபடி சொன்னான்.

"உனக்கு போன் பண்ணலாம்னு இருந்தேன். நீயே வந்துட்டே. போலீஸ் கமிஷனர் திரிபுரசுந்தரி இப்பத்தான் என்கிட்டே பேசினாங்க"

வளர்மதி தலையைக் குனிந்து மெல்லிய குரலில் "ஸாரி" என்றாள்.

"எதுக்கு இப்போ ஸாரி?"

"ஒரு கணவன் மனைவிகிட்டே எந்தவிதமான ஒளிவுமறைவும் இருக்கக்கூடாதுன்னு சொல்லுவாங்க. ஆனா நான் உங்ககிட்டே மட்டும் இல்லை. அத்தை மாமாகிட்டேயும் நிறைய விஷயங்களை மறைச்சுட்டேன். பொய் நிறைய பேசிட்டேன்"

ஹரி சுற்றும் முற்றும் பார்த்துவிட்டு மெல்லக்குரலில் தாழ்த்தினான்.

"இதோ பார் வளர்... ஒரு நல்ல விஷயத்துக்காக பேசப்படுகிற பொய்கள் உண்மையைக் காட்டிலும் உன்னதமானவைன்னு சுவாமி விவேகானந்தர் சொல்லியிருக்கார். நீ ஒரு போலீஸ் இன்ஃபார்மராய் இருக்கிற விஷயம் என்னோட அம்மா, அப்பாவுக்கு வேணும்னா கொஞ்சம் அதிர்ச்சியாய் இருக்கலாம். ஆனா எனக்கு அது ஆனந்த அதிர்ச்சி. அம்மா அப்பாவுக்கு இந்த விஷயம் தெரிய வரும்போது

அவங்களை எப்படி கன்வின்ஸ் பண்ணி சமாதானப்படுத்தறதுன்னு எனக்குத் தெரியும். நீ மனசைப் போட்டுக் குழப்பிக்க வேண்டாம்"

"நீங்க இப்படி பேசறது எனக்கு எவ்வளவு சந்தோஷமாய் இருக்கு தெரியுங்களா...!"

"வளர்...எனக்கும் வாழ்க்கையில் இப்படிப்பட்ட சாகசங்கள் செய்யப் பிடிக்கும். ஆனா எனக்கு இருக்கிற பிசியான வேலை ஷெட்யூலில் அதெல்லாம் சாத்தியமில்லை. அது உனக்கு சாத்தியப்பட்டிருக்கு. அதை என்கரேஜ் பண்ண வேண்டியது என்னோட கடமை. போலீஸ் கமிஷனர் திரிபுரசுந்தரியும் ஒரு நேர்மையான போலீஸ் அதிகாரி. உன்னோட உயிர் பாதுகாப்புக்கும் அவங்க தேவையான முறையான ஏற்பாடுகளை பண்ணுவாங்கங்கிற விபரமும் எனக்குத் தெரியும். அதனாலதான் உன்னோட விஷயத்துல நான் ரொம்பவும் தைரியமாய் இருந்தேன்"

"சரி... மாமாவுக்கு இப்போ எப்படியிருக்கு?" லிஃப்ட்டுக்குள் நுழைந்து கொண்டே வளர்மதி கேட்டாள்.

"அவர் இப்போ நார்மலுக்கு வந்து பெட்ல ஹாய்யா உட்கார்ந்து டி.வியில் படம் பார்த்துட்டிருக்கார்"

"மாமாவுக்கு திடீர்னு பி.பி. எப்படி அதிகமாச்சு?"

"இன்னமும் சின்னப்பையன் மாதிரி தினமும் நொறுக்குத்தீனி சாப்பிட்டா பி.பி. ஏறாமே இருக்குமா?"

"அத்தை கண்டிக்க மாட்டாங்களா?"

"சரியாப் போச்சு... ரெண்டு பேரும் சேர்ந்துதானே சாப்பிடறாங்க"

"மாமாவையும் அத்தையையும் நான் பேசிக்கிறேன்"

லிஃப்ட் மூன்றாவது மாடியில் நின்று கதவுகளைத் திறந்துவிட வளர்மதியும், ஹரியும் வெளியே நின்று வராந்தாவில் நடை போட்டார்கள்.

"ஹாஸ்பிடல் சுத்தமாய் மருந்து வாசனையில்லாமே இருக்கு..." வளர்மதி சொல்லிக் கொண்டிருக்கும்போதே அவளுடைய கைப்பைக்குள் இருந்த செல்போன் டயல்டோனை வெளியிட்டது. நடந்து கொண்டே செல்போனை எடுத்து அழைப்பது யார் என்று பார்த்தாள்.

மறுமுனையில் மனோஜ் அழைத்துக் கொண்டிருந்தான். எடுத்து காதுக்கு ஒற்றினாள்.

"என்ன மனோஜ்?"

"ஹாஸ்பிடல் போய் சேர்ந்துட்டியா?"

"இப்பத்தான் வந்து சேர்ந்தேன். இன்னமும் மாமனாரைக்கூட பார்க்கலை. நான் அப்புறமா பேசட்டுமா?"

ஹரி வளர்மதியின் தோளைத் தொட்டான்.

"வளர்... ஒண்ணும் பிரச்சினையில்லை. விஷயம் என்னன்னு கேளு. ஏதாவது முக்கியமான விஷயமாயிருக்கப் போகுது"

வளர்மதி வராந்தா ஓரமாய் நின்று மெதுவான குரலில் செல்போனில் பேச ஆரம்பித்தாள்.

"சொல்லு மனோஜ் ... நீ இன்னும் பைரவி நகர்லதான் இருக்கியா?"

"இல்ல வளர்... அங்கேயிருந்து கிளம்பிட்டேன். இவ்வளவு நேரம் வெயிட் பண்ணிப் பார்த்தும் நமக்கு உபயோகப்படற மாதிரி எந்தத் தகவலும் கிடைக்கல்ல"

"அதாவது அபுபக்கரோட கார் ரெஜிஸ்ட்ரேஷன் நெம்பர் அந்த பைரவி நகர்ல இருக்கிற யார்க்கும் தெரியலை?"

"ஆமா..."

"ஒரு வேளை அபுபக்கர் அந்த ஏரியாவில் இருந்து தப்பிச்சு போயிருப்பாரா?"

"செம்மேடு ஏரியாவுக்குள் போனவர் பக்கம் தப்பிச்சு போக வழியே இல்லை. எப்படியும் அவர் மறுபடியும் சிறுவாணி மெயின் ரோட்டுக்கு வந்தேயாகணும். ஆனா இதுவரைக்கும் வரலை. ட்ராஃபிக் போலீஸ் கண்ட்ரோல் ரூம்ல ஸ்க்வாட் உன்னிப்பாய் மானிட்டரிங் பண்ணிட்டு இருக்காங்க. அந்த மானிட்டரிங்கிலிருந்து அவர் தப்பவே முடியாது"

"கமிஷனர்கிட்டே பேசினியா?"

"இனிமேத்தான் பேசணும்"

"ஓ.கே.மனோஜ்... இன்னும் ஒரு ரெண்டு மூணு நாளைக்கு உன்கூட சேர்ந்து கோ இன்வெஸ்டிகேஷன் பண்ண முடியாது. நீயே எல்லாத்தையும் பார்த்துக்க. மாமனார் டிஸ்சார்ஜாகி வீட்டுக்கு போகிறவரை நோ சோஷியல் சர்வீஸ் ஒன்லி ஹோம் சர்வீஸ்"

மனோஜ் மெல்லச் சிரித்தான்."அதை நீ சொல்லணுமா என்ன...? மொதல்ல மாமனாரை கவனி. ஹி வில் பி ஆல்ரைட் வித்தின் டு டேஸ்... நானும் முடிஞ்சா ஹாஸ்பிடலுக்கு வர்றேன். எந்த ஹாஸ்பிடல்?"

"ஆர்.எஸ்.புரம் சம்பந்தம் ரோட்டில் இருக்கிற ஹெல்த்தி டேஸ் ஹாஸ்பிடல்"

"நாளைக்குக் காலையில் பத்து மணிக்கு வர்றேன்"

"வா"

வளர்மதி செல்போனில் பேச்சை முடித்துக்கொண்டு தன்னையே பார்த்துக் கொண்டிருந்த கணவன் ஹரியை ஏறிட்டாள்.

"போலாமா?"

"ம்" என்று சொல்லி நடக்க ஆரம்பித்து விட்ட ஹரி கேட்டான்.

"யார் அந்த மனோஜ்?"

"அவர் ஒரு ஃபாரன்ஸிக் ஆபீஸர்"

"ஒரு ஆபீஸரை மரியாதை இல்லாமே வா, போன்னு பேசறே?"

"மனோஜ் இப்பத்தான் ஃபாரன்ஸிக் ஆபீஸர். ஆனா எனக்கு அவன் காலேஜ்மேட். காலேஜ் டேஸ்லயே ரெண்டு பேர்க்கும் சோஷியல் சர்வீஸ்ல நிறைய ஆர்வம் இருந்தது. அந்த காலத்திலேயே அஞ்சாயிரம் பத்தாயிரம் எண்ணிக்கையில் ட்ரீ சேப்லிங்க்ஸ் நட்டிருக்கோம். பத்து நாளைக்கு முன்னாடி ஒரு கேஸ் சம்பந்தப்பட்ட தடயவியல் தகவலைத் தெரிஞ்சுக்கிறதுக்காக ஃபாரன்ஸிக் ஆபீஸ் போயிருந்தப்பதான் மனோஜைப் பார்த்தேன். இந்த கேஸ்ல அவனும் இண்ட்ரஸ்ட் காட்டவே கமிஷனர் மேடம் எங்க ரெண்டு பேர்க்குமே அஸைன்மெண்ட் குடுத்து இன்வெஸ்டிகேட் பண்ணச் சொல்லிட்டார். மனோஜ் காலேஜ் டேஸ்லிருந்தே நல்ல திறமைசாலி. எப்படியும் அடுத்த சில நாட்களுக்குள்ளே இந்த அஸைன்மெண்ட்டை வெற்றிகரமாய் முடிச்சு குற்றவாளிகளை அடையாளம் காட்டிடுவோம்"

ஹரி மெல்லச் சிரித்தான்.

"சரி... சரி... ஒரு ரெண்டு நாளைக்கு எல்லாத்தையும் மறந்துடு. அப்பாவை அட்மிட் பண்ணியிருக்கிற ரூமுக்கு வந்தாச்சு" சொன்ன ஹரி வராந்தாவில் இருந்த அந்த கடைசி அறையின் கதவுக்கு முன்பாய் நின்று வெறுமனே சாத்தப்பட்டு இருந்த கதவைத் தள்ளினான்.

உள்ளே மாமனார் ராமபத்ரன் ஓய்வாய் கட்டிலுக்கு சாய்ந்தபடி எதிர்புறச் சுவரில் பொருந்தியிருந்த டி.வி யைப் பார்த்துக்கொண்டிருக்க, மாமியார் சிவகாமி சாத்துக்குடியைப் பிழிந்து கொண்டிருந்தாள். அறை ஏ.சியின் குளிர்ச்சியில் இருந்ததால் சாத்துக்குடியின் மணம் மூக்கை அடைத்தது.

வளர்மதியைப் பார்த்ததும் ராமபத்ரன் கையில் வைத்திருந்த ரிமோட்டால் டி.வி. திரையை இருட்டாக்கி விட்டு மெலிதாய் புன்னகைத்தார்.

"வாம்மா..."

"என்ன மாமா இப்படி பயமுறுத்திட்டீங்க!... நீங்க ஹாஸ்பிடல்ல அட்மிட்டாகியிருக்கீங்கன்னு கேள்விப்பட்டதும் ஒரு நிமிஷம் ஆடிப் போயிட்டேன்" பதட்டமான குரலில் கேட்டுக்கொண்டே கட்டிலின் முனையில் வந்து உட்கார்ந்தாள்.

"நான் என்னம்மா பண்ணட்டும்? எப்பவும் போல மத்தியானம் லஞ்ச் சாப்பிட்டுட்டு ரெஸ்ட் எடுக்கலாம்ன்னு என்னோட ரூமுக்குப் போனேன். திடீர்ன்னு தலைச்சுத்தல். டேபிளை பிடிச்சுகிட்டு அப்படியே விழுந்துட்டேன். பி.பி. சூட்அப் ஆகியிருக்கு. நல்லவேளை வீட்ல ஹரி இருந்ததால ஹாஸ்பிடலுக்கு வர முடிஞ்சுது..."

"மத்தியானம் என்ன சாப்பிட்டீங்க மாமா?"

"வழக்கமான வெஜிடேரியன் சாப்பாடுதான்ம்மா. முள்ளங்கி சாம்பார், பீட்ரூட் பொரியல், ரசம், மோர் அப்பளம்"

மாமியார் ஜீஸ் பிழிந்து கொண்டே கோபமாய் நிமிர்ந்தாள்."அம்மா வளர்... லஞ்ச் சாப்பிடறதுக்கு ஒரு மணி நேரத்துக்கு முன்னாடி உன்னோட மாமனார் என்னென்ன சாப்பிட்டார்ன்னு கேளு"

"என்ன சாப்பிட்டீங்க மாமா?"

ராமபத்ரன் மௌனமாய் இருக்க சிவகாமி கோபத்தில் வெடித்தாள்.

"அவர் பேச மாட்டார் வளர்... நான் சொல்றேன். காலையில் பதினோரு மணியிலிருந்தே ஸ்நாக்ஸை நொறுக்க ஆரம்பிச்சுட்டார். வெஜிடபிள் போண்டா, பொட்டடோ சிப்ஸ், மிக்சர், முறுக்குன்னு எல்லாத்தையும் ஒரு கை பாத்துட்டார். சாப்பிட்டது பூராமே எண்ணெய் பண்டம். பி.பி. ரெய்ஸாகி தலை சுத்தாம என்ன பண்ணும்?"

"என்ன மாமா இது?"

"உன்னோட அத்தை பொய் சொல்றாம்மா... அவ சொன்ன அயிட்டமெல்லாம் உண்மைதான். எல்லாத்திலேயும் ஒரு வாய் டேஸ்ட் பண்ணிப் பார்த்தேன் அவ்வளவுதான்..."

"பொய் சொல்லாதீங்க"

"நான் எதுக்கம்மா பொய் சொல்றேன்?"

ராமபத்ரன் வளர்மதியிடம் ஏறிட்டு பேசிக்கொண்டிருக்கும்போதே

ஹரியின் சட்டைப்பையில் இருந்த செல்போன் வைப்ரேஷனில் அதிர்ந்தது.

எடுத்து அழைத்தது யார் என்று பார்த்தான்.

ஒரு புது எண்.

அறையை விட்டு வெளியே சென்று வராந்தா சுவர் ஓரமாய் நின்று கொண்டு செல்போனை காதுக்கு ஒற்றினான்.

"ஹலோ"

"ஹரியா?" ஒரு ஆண் குரல் கேட்டது.

"எஸ்... நீங்க யாரு...?"

"காலகண்டர் என்கிற ஜோதிடரோட பேரைக் கேள்விப்பட்டு இருக்கீங்களா?"

"இன்னிக்குத்தான் கேள்விப்படறேன்"

"அது நான்தான்"

"சரி... உங்களுக்கு என்ன வேணும்... இப்ப எதுக்காக போன் பண்ணியிருக்கீங்க...?"

"நான் கேட்கப்போற கேள்விக்கு நீங்க பதில் சொல்லணும்...?"

"கேள்வியா... என்ன கேள்வி?"

"உங்களைப் பெத்த அப்பா, இல்லேன்னா உங்களைக் கட்டிகிட்ட ஒய்ஃப் இந்த ரெண்டு பேர்ல யார் உங்களுக்கு உயிரோடு வேணும்?"

39

செல்போனில் மறுமுனையில் ஒலித்த குரலைக் கேட்டு ஹரி ஒரு சில விநாடிகள் எதுவும் பேசாமல் மௌனிக்க அந்தக் குரல் சிரித்தது.

"என்ன ஹரி... உங்களுக்கு கேள்வி புரியலை போலிருக்கு... அதுதான் பதில் சொல்ல முடியலைன்னு நினைக்கிறேன். கேள்வியை மறுபடியும் கேட்கிறேன். உங்களைப் பெத்த அப்பா, இல்லேன்னா உங்களைக் கட்டி கிட்ட ஒய்ஃப் இந்த ரெண்டு பேர்ல யார் உங்களுக்கு உயிரோடு வேணும்?"

ஹரி மேலும் சில விநாடிகள் மௌனமாய் இருந்துவிட்டு நிறுத்தி நிதானமான குரலில் கேட்டான்.

"யார்ரா நீ...?"

"என்ன ஹரி... நான் எவ்வளவு மரியாதை கொடுத்து உங்ககிட்ட பேசிட்டிருக்கேன். மரியாதைக்கு மரியாதை கொடுக்க வேண்டாமா...?"

"நீ யார்ன்னு கேட்டதுக்கு இன்னும் பதில் வரலை உன்கிட்டயிருந்து..."

"நான்தான் ஜோதிடர் காலகண்டர்ன்னு சொன்னேனே...?"

"எந்த மரத்தடியில் உட்கார்ந்துகிட்டு ஜோஸியம் சொல்லிட்டிருக்கே..?"

"ஹரி... இந்த விளையாட்டு பேச்செல்லாம் என்கிட்டே வேண்டாம். நீ கட்டின மனைவியோடும், உன்னைப் பெத்தவங்களோடவும் சந்தோஷமா இருக்கணும்ன்னு நான் நினைக்கிறேன். உன்னோட குடும்பத்துக்கு வரப் போகிற ஆபத்தைப் பத்தி முன்கூட்டியே சொல்றதுக்காகத்தான் நான் உனக்கு போன் பண்ணினேன்"

"அப்படிப்பட்ட எண்ணம் உனக்கு இருந்திருந்தா எடுத்த எடுப்பிலேயே என்னைப் பெத்த அப்பா, நான் கட்டிகிட்ட ஒய்ஃப் ரெண்டு பேர்ல யார் உயிரோடு வேணும்ன்னு கேட்டிருக்க மாட்டியே...?"

"உன்னைப் பயப்படுத்தறதுக்காக கேட்ட கேள்வி அது. ஆனா நீ பயப்படலை. இப்படிப் பயப்படாதவங்க கிட்டே பேசறதுக்காக வேற ஒரு டீலிங் இருக்கு..."

"உனக்கு இப்ப என்னடா வேணும் ...?"

ஹரி கேட்டுக்கொண்டிருக்கும்போதே ஹாஸ்பிடலின் அறையிலிருந்து வெளிப்பட்ட வளர்மதி கணவன் ஹரியை நோக்கிப் போனாள்.

"என்னங்க... போன்ல யாரு...? யாருகிட்டே இவ்வளவு கோபமாய் பேசிட்டு இருக்கீங்க...?"

ஹரி வளர்மதியிடம் குரலைத் தாழ்த்தினான்.

"போன்ல எவனோ ஒருத்தன் மிரட்டறான்..."

"என்னது... மிரட்டறானா... ஸ்பீக்கரை ஆன் பண்ணுங்க"

ஹரி செல்போனின் ஸ்பீக்கரை ஆன் செய்துவிட்டு பேசினான்.

"வேற ஒரு டீலிங் இருக்குன்னு சொன்னியே என்ன அது ...?"

"இதோ பாருங்க ஹரி... உங்ககிட்ட நேரிடையாகவே ஒரு விஷயத்தை பேசிடறேன். என்னோட பேரு அபுபக்கர். உங்க ஒய்ஃப்பை நீங்க கொஞ்சம் வார்ன் பண்ணி வைக்கணும்..."

"வார்ன் பண்ணனுமா எதுக்கு ...?"

"அவங்க வேண்டாத ஒரு வேலையைப் பார்த்துட்டு இருக்காங்க..."

"வேண்டாத வேலையா ...?"

"ஆமா உங்க ஒய்ஃப் போலீஸ் இன்ஃபார்மராய் இருக்கிறது உங்களுக்குத் தெரியாதுன்னு நினைக்கிறேன்...?"

"என்னோட ஒய்ஃப் அந்த வேலையைப் பார்க்கிற விஷயம் எனக்கு நல்லாவே தெரியும். இந்த சமூகத்தில இருக்கிற குற்றவாளிகளை அடையாளம் கண்டு போலீஸுக்கு இன்ஃபார்ம் பண்ற வேலை ஒண்ணும் தப்பான வேலை கிடையாது"

"ஹரி... உங்க ஒய்ஃப் வளர்மதி இந்த அபுபக்கர் விவகாரத்துல மூக்கை நுழைச்சா நீங்க உங்க ஒட்டுமொத்த குடும்பத்தையும் இழக்க வேண்டியிருக்கும்"

ஹரியின் கையில் இருந்த செல்போனை கோபமாய் பறித்து தன் காதுக்கு ஒற்றினாள் வளர்மதி.

"அபுபக்கர்... நீ இப்போ எங்கே இருந்தாலும் அடுத்த பனிரெண்டு மணி நேரத்துக்குள்ளே நானும் மனோஜும் உன்னை நெருங்கிடுவோம்"

"வணக்கம் மேடம்... நீங்களே லைனுக்கு வந்துட்டீங்களா... ரொம்பவும் வசதியாய் போச்சு. இந்த அபுபக்கரோட வழியில் யார் குறுக்கிட்டாலும் சரி, அவங்களுக்கு அற்ப ஆயுள்தாங்கிறது

எழுதப்படாத ஒரு விதி. அந்த விதிப்படிதான் இதுவரைக்கும் நடந்திருக்கு. ஒழுங்கு மரியாதையா உன்னோட குடும்பத்தை மட்டும் பாரு... இந்த போலீஸ் இன்ஃபார்மர்ங்கிற மாறுவேஷமெல்லாம் உனக்கு வேண்டாம்"

மறுமுனையில் செல்போனின் இணைப்பு துண்டித்துப்போக, வளர்மதி எரிச்சலோடும், பெருமூச்சோடும் ஹரியை ஏறிட்டான்.

"கட் பண்ணிட்டான்"

"அந்த அபுபக்கர் எந்த செல்போன் நெம்பரிலிருந்து கூப்பிட்டிருக்கான் பாரு"

வளர்மதி அந்த எண்ணைப் பார்த்தாள். அவள் புருவங்கள் வியப்பில் உயர்ந்தன.

"என்னங்க.. எல்லா செல்போன் நெம்பர்ஸும் டென் டிஜிட்ஸ்தானே?"

"ஆமா"

"இந்த நெம்பர்ல ஒன்பது டிஜிட்ஸ்தான் இருக்கு"

ஹரி வாங்கிப் பார்த்துவிட்டு ஆச்சர்யப்பட்டான்.

"இப்படியொரு செல்போன் நெம்பர் இருக்கவே முடியாதே ...?"

"இருங்க... சைபர் க்ரைம் ப்ராஞ்ச்ல இருக்கிற கௌதம்கிட்டே இந்த நெம்பரைக் குடுத்து ட்ரேஸ் பண்ணச் சொல்லலாம்..." சொன்ன வளர்மதி தன்னுடைய செல்போனை எடுத்து அடுத்த சில விநாடிகளில் கௌதமை தொடர்பு கொண்டு எல்லாவற்றையும் சொல்லி முடித்தாள்.

மறுமுனையில் கௌதம் மெல்லச் சிரித்தான்.

"வளர்மதி ... இது ஏற்கனவே நான் உங்ககிட்ட சொன்ன விஷயம்தான். இப்ப நீங்க சொன்னது ஒரு இரிடியம் செல்போன் நெம்பர். ஒரு குறிப்பிட்ட க்ரூப் மட்டுமே உபயோகிக்கிற செல்போன் நெம்பர் இது. போன் பண்ணினது யார்ன்னு கண்டுபிடிக்க முடியாது.."

"பேசினது எந்த லொகேஷன்னு ட்ரேஸ் பண்ண முடியுமா...?"

"அதையும் ட்ரேஸ் பண்ண முடியாது வளர்மதி. ஏன்னா இதுக்கான டவர் எந்த ஒரு சிக்னலுக்கும் கிடைக்காத இடத்துல நிர்மாணம் செய்யப்பட்டிருக்கும். எந்த ஒரு ஐ.டி டெக்னாலஜியையும் சரியான முறையில் பயன்படுத்திக்கிறவங்க, சமூக விரோதிகள்தான். இந்த மாதிரியான இரிடியம் செல்போன்கள் உலகம் பூராவும்

தீவிரவாதிகளின் பயன்பாட்டில் மட்டுமல்ல, பெரிய பணக்காரர்களின் பயன்பாட்டிலும் இருக்கு..."

"கௌதம்... எனக்கு ஒரு சந்தேகம்?"

"என்ன?"

"இந்த உலகத்துல எவ்வளவோ தொழில்நுட்ப விஞ்ஞானிகள் இருக்காங்க. அவங்களால இந்த இரிடியம் செல்போன் யூஸர்களை கண்டுபிடிக்க முடியாதா?"

"முடியாது"

"என்ன காரணம்?"

"இந்த இரிடியம் செல்போன்களை 24 மணி நேரமும் உயிர்ப்போடு வைத்திருக்க, விண்வெளியில் நிலை நிறுத்தப்பட்டு இருக்கும் ஒரு ஸாட்லைட், திருட்டுத்தனமாய் மற்ற அதிகாரபூர்வமான ஸாட்லைட்களோடு கலந்து இந்த பூமி உருண்டையைச்சுற்றி வலம் வந்துகிட்டிருக்கு... அது எதுன்னு கண்டுபிடிக்கணும்ன்னா மத்த ஸாட்டிலைட்ஸ் சில மணி நேரங்களுக்கு அதனோட செயல்பாட்டை நிறுத்தி வைக்கணும். அப்படி நிறுத்தி வைக்க எந்த நாடும் சம்மதிக்காது. காரணம் ஸாட்லைட்கள் செயல்படாமே இருக்கும்போது தொழில்நுட்ப கோளாறுகள் ஏற்பட்டுட்டா அதை சரி செய்ய முடியாத நிலைமை ஏற்படும்"

"இதுல இப்படியொரு பிரச்சினை இருக்கா...?"

"பிரச்சினை அதுதான்"

"இட்ஸ் ஓ.கே. கௌதம்... தேங்க்ஸ் ஃபார் யுவர் க்ளாரிஃபிகேஷன்"

வளர்மதி செல்போனை அணைத்துவிட்டு கணவனை ஏறிட்டாள். தயக்கமான குரலில் கேட்டாள்.

"என்னங்க பயமா இருக்கா...?"

"பயமா... எனக்கென்ன பயம்...?"

"இந்த இரிடியம் செல்போன் அபுபக்கரோட மிரட்டல் இதெல்லாம் உங்களுக்கு பயத்தை தரலையான்னு கேட்டேன்"

"உண்மையைச் சொல்லட்டுமா வளர்?"

"சொல்லுங்க"

"பயத்துக்குப் பதிலாய் கோபம்தான் வருது. இப்படி பயங்கரமாய் கொலை மிரட்டல் விடறவனை போலீஸ் விட்டு வைக்கக்கூடாது. நீ இப்ப உடனடியாய் கமிஷனர் திரிபுரசுந்தரிக்கு போன் பண்ணி

அபுபக்கர் போன்ல பேசி உன்னை மிரட்டின விஷயத்தை கன்வே பண்ணிடு"

வளர்மதி தன்னுடைய செல்போனை மறுபடியும் உயிர்ப்பித்துக் கொண்டு கமிஷனரின் எண்ணை தொடர்பு கொண்டாள்.

செம்மேடு.

ஈஸ்வரின் பண்ணை வீட்டின் உட்புறத்தில் இருந்த அறையொன்றில் ஈஸ்வர் உட்கார்ந்து ஃபைன் ஒயின் என்ற வாசகத்தை தன் உடம்பில் பச்சைக் குத்தியிருந்த விஸ்கி பாட்டிலை எடுத்து புனல் வடிவ டம்ளரில் கவனமாய் ஊற்றிக் கொண்டிருக்க மனோஜ் உள்ளே வந்தான்.

ஈஸ்வர் ஒரு சிறு சிரிப்போடு அவனை ஏறிட்டார்."மனோஜ்... நீ மிமிக்ரி நல்லா பண்ணுவேன்னு அபுபக்கர் என்கிட்டே பல தடவை சொல்லியிருக்கான். ஆனா இன்னிக்குத் தான் உன்கிட்டே அந்தத் திறமையைப் பார்த்தேன். செத்துப்போன அபுபக்கர் மாதிரியே பேசறே. நானே ஒரு நிமிஷம் அதிர்ந்து போயிட்டேன். அபுபக்கர்தான் வந்துட்டானோன்னு அடி வயித்துல சின்னதாய் ஒரு பயம் எட்டிப் பார்த்துச்சு"

மனோஜ் சிரித்துக்கொண்டே அவர்க்கு எதிரேயிருந்த நாற்காலியில் உட்கார்ந்தான்.

"ஸார் எனக்கு ஒருத்தரோட குரலை உள்வாங்கிகிட்டு ஒரு மணி நேரம் ப்ராக்டீஸ் பண்ணினா போதும். அந்த நபரோட குரலை அச்சடிச்ச மாதிரி என்னால பேச முடியும். நம்ம அபுபக்கரோடு நான் எத்தனை தடவை பேசியிருப்பேன். அவர் மாதிரியே பேசறதுல எனக்கு எந்த சிரமமும் தோணலை"

"எப்படியோ வளர்மதியையும், போலீஸ் கமிஷனரையும் நம்ம பக்கம் வராதபடி அபுபக்கர் மேலே டைவர்ட் பண்ணிட்டோம். இனி ஒட்டுமொத்த போலீஸூம் செத்துப்போன அபுபக்கரைத் தேடிக்கிட்டு இந்த செம்மேடு ஏரியா பூராவும் அலையட்டும். நாம நம்ம வேலையை சத்தம் இல்லாமே இன்னொரு பக்கம் பண்ணிட்டு இருப்போம்"

விஸ்கியில் சோடாவைக் கலந்து கொண்டே மனோஜ் கேட்டான்.

"ஸார்... அபுபக்கரோட காரை என்ன பண்ணீங்க...?"

ஈஸ்வர் சிரித்தார் "மாதவனும் ஜோன்ஸூம் எதுக்கு இருக்காங்க...? அபுபக்கரோட காரை நேத்து ராத்திரியே டிஸ்மேண்டில் பண்ணி எல்லா பார்ட்ஸையும் நூறடி ஆழ கிணத்துக்குள்ளே கொண்டு

போயி போட்டாச்சு. கார் என்ஜினோடு இரும்புக் கம்பியால சேர்த்துக் கட்டப்பட்ட அபுபக்கரோட உடம்பை அந்த கிணத்துக்குள்ளே நாம வளர்த்துட்டு வர்ற கேன்டிரூ (CANDIRU) மீன்கள் இந்நேரம் சாப்பிட்டு முடிச்சிருக்கும்"

"ஸார் அந்த கிணத்துக்குள்ளே இப்போ எவ்வளவு கேன்டிரூ மீன்கள் இருக்கும் ...?"

"போன வருஷம் நூறு மீன் குஞ்சுகளை வளர்த்து கிணத்துல விட்டோம். இப்போ ஆயிரக்கணக்குல பெருகியிருக்கும். ஒரு மனுசனோட சதை பாகங்களை 24 மணி நேரத்திலும், எலும்புகளை ஒரு வாரத்துக்குள்ளேயும் சுத்தமாய் சாப்பிட்டு முடிச்சிடும்... நீ அந்த மீனைப் பார்த்திருக்கியா மனோஜ்...?"

"இல்ல ஸார்"

"ஒரு நாளைக்கு கூட்டிட்டு போய் காட்றேன். மீன் ஒரு அங்குல நீளம்தான் இருக்கும். ஆனா உடம்பு பூராவும் விஷம். காரணம் அது சாப்பிடறது மனுஷ மாமிசம். உடம்புல விஷம் ஏறாமே இருக்குமா...?"

ஈஸ்வர் சொல்லிக்கொண்டிருக்கும் போது மனோஜின் செல்போன் ரிங்டோனை வெளியிட்டது. எடுத்து அழைப்பது யார் என்று பார்த்தான்.

வளர்மதி கூப்பிட்டுக்கொண்டிருந்தாள்.

ஈஸ்வரை பார்த்தான்.

"ஸார்... வளர்மதி கூப்பிடறா...?"

"லொகேஷன் ஏரியாவை டர்ன் ஆஃப் பண்ணிட்டு போ. ஸ்பீக்கரை ஆன் பண்ணிடு"

மனோஜ் போனை எடுத்து ஸ்பீக்கரை ஆன் செய்துவிட்டு பேசினான்.

"சொல்லு வளர்"

"மனோஜ்... கொஞ்ச நேரத்துக்கு முந்தி அந்த அபுபக்கர் என் ஹஸ்பெண்ட்டோட செல் நெம்பர்க்கு போன் பண்ணிப் பேசினான். நான் அவனோட விவகாரத்துல தலையிடக்கூடாதாம். மிரட்டறான். அவன் இன்னமும் செம்மேடு ஏரியாவுக்குள்ளேதான் இருக்கான். நாம நாளைக்கு மறுபடியும் செம்மேடு ஏரியாவுக்கு போவோம்"

"வளர்... உங்க மாமனார்க்கு உடம்பு சரியில்லாதப்ப... நீ எப்படி...?"

"அவரோட உடம்புக்கு இப்ப ஒண்ணும் இல்லை. ஹி ஈஸ் ஆல்ரைட்.."

"உன்னோட ஹஸ்பெண்ட் என்ன சொல்றார் ...?"

"என்னை செம்மேடுக்கு போகச் சொல்றதே அவர்தான்"

40

"நீ என்ன சொல்றே வளர்... உன்னோட ஹஸ்பெண்டே செம்மேடு ஏரியாவுக்குப் போகச் சொல்றாரா...?" மனோஜ் வியப்பான குரலில் கேட்க, மறுமுனையில் வளர்மதி மெலிதாய் சிரித்தாள்.

"அவர் அப்படி சொன்னது எனக்கும் ஆச்சர்யம்தான் மனோஜ். அபுபக்கரோட மிரட்டலுக்கு அவர் கொஞ்சம் கூட பயப்படலை"

"ஹி ஈஸ் க்ரேட்..."

"உண்மையிலேயே அவர் க்ரேட்தான் மனோஜ். அவரோட நிலைமையில் வேற யார் இருந்தாலும் சரி அபுபக்கரோட மிரட்டலுக்கு பயந்து போயிருப்பாங்க. எனக்குக்கூட உள்ளூர கொஞ்சம் உதறல்தான். இருந்தாலும் ஒத்துகிட்டேன்"

"கமிஷனர் மேடத்துகிட்டே அபுபக்கரோட மிரட்டல் விஷயத்தை சொன்னியா வளர்...?"

"ம்... சொன்னேன்... மேடம் மொதல்ல கொஞ்சம் பயப்பட்டாங்க... அப்புறம் வேற ஒரு ஏற்பாட்டைச் சொன்னாங்க"

"வேற ஒரு ஏற்பாடா ...?"

"ம்"

"என்ன அது ...?"

"நீங்களும் நானும் நாளைக்கு செம்மேடு ஏரியாவுக்குள்ளே போய் இன்வெஸ்டிகேஷனை கண்டினியூ செய்யும் போது நமக்கு அபுபக்கரால் எந்த ஒரு ஆபத்தும் ஏற்பட்டுவிடக்கூடாதேங்கிறதுக்காக மேடம் ஒரு இன்விஸிபிள் கமாண்டோ க்ரூப்பை ஃபார்ம் பண்ற ப்ளான்ல இருக்காங்க. அந்த கமாண்டோ க்ரூப் நமக்கே தெரியாமே நம்மை ஃபாலோ பண்ணிட்டிருப்பாங்க. க்ரூப்ல யாருமே யூனிஃபார்ம்ல இருக்கமாட்டாங்க. அந்த செம்மேடு ஏரியாவில் வசிக்கிற மக்களோடு மக்களாய் கலந்து நம்ம ரெண்டு பேரையும் கண்கொத்தி பாம்புகளாய் கண்காணிச்சுட்டு இருப்பாங்க... அபுபக்கர் மூலமாகவோ, அவரோட ஆட்கள் மூலமாகவோ நமக்கு ஏதாவது ஆபத்து வர்ற மாதிரி இருந்தா உடனடியாய் உதவிக்கு வந்துடுவாங்க. மேடத்தோட திட்டம் இதுதான் "

மனோஜுக்குள் ஏமாற்றம் பரவினாலும் அதை வெளிக்காட்டிக் கொள்ளாமல் ஒரு போலி சந்தோஷத்துடன் பேசினான்.

"ஃபென்டாஸ்டிக் வளர்... நம்ம கமிஷனர் மேடத்தோட ப்ரிகாஷனரி ஸ்டெப்ஸ் எப்பவுமே ரொம்பவும் யூஸ்ஃபுல்லாய் இருக்கும். நாம நாளைக்கு எத்தனை மணிக்கு செம்மேடு கிளம்பிப்போறோம் ...?"

"நாளைக்கு காலையில பதினோரு மணிக்கு மேல புறப்பட வேண்டியிருக்கும். சரியா எத்தனை மணிக்குன்னு நான் உனக்கு போன் பண்ணிச் சொல்றேன். நீ ரெடியா இரு மனோஜ்"

"நான் இந்த நிமிஷத்தில் இருந்தே ரெடி வளர். நாளைக்கு நீ புறப்படும் போது ஒரு மணி நேரத்துக்கு முன்னாடி எனக்கு போன் பண்ணிச் சொன்னா போதும். நான் உன் கூட வந்து ஜாய்ண் பண்ணிக்கறேன்"

"ஓ.கே. மனோஜ்" மறுமுனையில் வளர்மதி செல்போனை அணைத்துவிட, மனோஜூம் செல்போனை மௌனமாக்கிவிட்டு எதிரில் விஸ்கியை விழுங்கிக்கொண்டிருந்த ஈஸ்வரைப் பார்த்தான்.

"ஸார்... வளர்மதி பேசினதைக் கேட்டீங்களா?"

"ம்... கேட்டேன்"

"நாளைக்கு வளர்மதியும் நானும் போலீஸோட கண்காணிப்பில் இருக்கும்போது அவளை இங்கே கூட்டிட்டு வர முடியாதே ஸார் ...?"

"அந்த இன்விஸிபிள் கமாண்டோ க்ரூப்பை ஏமாத்த முடியாதா மனோஜ்...?"

"அது ரொம்பவும் கஷ்டம் ஸார்... ஏன்னா அந்த க்ரூப்ல மொத்தம் எத்தனை பேர் எது மாதிரியான தோற்றங்கள்ல இருப்பாங்கன்னு எனக்கும் சரி, வளர்மதிக்கும் சரி தெரியாது"

ஈஸ்வர் யோசனையோடு மோவாயைத் தேய்த்தார்."செம்மேடு ஏரியாவை விட்டு அபுபக்கர் போகலை என்கிற விஷயத்துல போலீஸ் ரொம்ப உறுதியாய் இருக்காங்க. அந்த ஒரு விஷயம்தான் நமக்கு ஒரு பெரிய மைனஸ் பாய்ண்ட். போலீஸை மொதல்ல அந்த விஷயத்திலிருந்து டைவர்ட் பண்ணனும். அதுக்கு ஏதாவது வழியிருக்கா மனோஜ்...?"

ஈஸ்வர் கேட்டுக்கொண்டிருக்கும் போதே அவருடைய இரிடியம் செல்போன் மெலிதாய் முணுமுணுத்தது. சற்று முன் சாப்பிட்ட விஸ்கி மெலிதாய் தாலாட்ட செல்போனை எடுத்துப் பார்த்தார்.

அவருடைய மகன் தீபக் மறுமுனையில் இருந்தான்.

"அப்பா..."

"சொல்லு தீபக்"

"நானும் டாக்டர் ஜான் மில்லரும் இங்கே ஃப்ளைட் ஏறிட்டோம். நாளைக்கு சாயந்தரம் ஆறுமணிக்கு சென்னையில் இருப்போம். சென்னையிலிருந்து கோவைக்கு எட்டு மணிக்கு ஃப்ளைட். ஒரு மணி நேர ஜர்னி. ஒன்பது மணிக்கு கோயமுத்தூர் ஏர்போர்ட்ல இருப்போம். ஏர்போர்ட்டுக்கு காரை அனுப்பிடுங்க. மாதவன், ஜோன்ஸ் ரெண்டு பேர்ல யார் காரை நல்லா ஒட்டுவாங்க...?"

"ஜோன்ஸ்"

"அவனையே அனுப்பி வையுங்க"

"சரி"

"அப்பா"

"என்ன ...?"

"உங்க குரல் சரியில்லை. ஏதாவது பிரச்சினையா அங்கே ...?"

"அதெல்லாம் ஒண்ணுமில்லை"

"நோ... சம்திங் ஈஸ் தேர்... நீங்க இப்போ ஏதோ ஒரு யோசனையில் இருக்கீங்கன்னு நினைக்கிறேன்"

ஈஸ்வர் சிரித்தார்."இதோ பார் தீபக்... இங்கே எந்த ஒரு பிரச்சினையும் இல்லை... நீயும் டாக்டர் ஜான் மில்லரும் சந்தோஷமாய்ப் புறப்பட்டு வாங்க. அயாம் வெயிட்டிங் ஃபார் போத் ஆஃப் யூ"

ஈஸ்வர் பேசிவிட்டு செல்போனை வைத்தார். மனோஜ் பதட்டத்தோடு கேட்டான்.

"போன்ல யாரு... உங்க சன்னா ...?"

"ஆமா... தீபக்கும், டாக்டர் ஜான் மில்லரும் இந்தியா புறப்பட்டு வர ஃப்ளைட் ஏறிட்டாங்க. நாளைக்கு ராத்திரி பத்து மணிக்கெல்லாம் ரெண்டு பேரும் இங்கே இருப்பாங்க...?"

"இந்த வளர்மதி விவகாரத்துல என்ன ஸார் பண்ணப்போறோம்...?"

"இன்னும் ஒரு ரெண்டு பெக் சாப்பிடுவோம். ஏதாவது ஒரு யோசனை தோணாமலா போயிடும்...?"

ஈஸ்வர் சொல்லிக்கொண்டே விஸ்கி பாட்டிலைக் கையில் எடுத்தார்.

ஹெல்த்தி டேஸ் ஹாஸ்பிடல்.

நேரம் இரவு எட்டரை மணி. ஹாஸ்பிடலுக்கு முன்பாய் வந்து நின்ற போலீஸ்ஜீப்பினின்றும் இறங்கிக்கொண்ட போலீஸ்

கமிஷனர் திரிபுரசுந்தரி படிகளில் ஏறி உள்ளே போக வளர்மதி எதிர்பட்டு வரவேற்றாள்.

"வாங்க மேடம்"

"வளர்... உன்னோட ஃபாதர் இன் லா எப்படியிருக்கார்?"

"அவர் நார்மலாயிட்டார் மேடம். நாளைக்குக் காலையில டிஸ்சார்ஜ் ஆகி போயிடலாம்ன்னு டாக்டர் சொல்லிட்டார். நீங்க ஹாஸ்பிடலுக்கு வந்து இருக்க வேண்டியதேயில்லை மேடம்"

"நோ... நோ... உன்னோட ஃபேமிலி மெம்பர்ஸ் எனக்கும் ஃபேமிலி மெம்பர்ஸ்தான். உன்னோட மாமனாரைப் பார்த்து ரெண்டு வார்த்தை பேசினா எனக்கும் அது சந்தோஷமாய் இருக்கும்"

"ப்ளீஸ் கம் மேடம்"

இருவரும் லிஃப்ட்டில் பயணித்து ராமபத்ரனின் அறைக்குள் நுழைந்தார்கள். வார இதழ் ஒன்றைப் படித்துக் கொண்டிருந்த ராமபத்ரன் திரிபுரசுந்தரியைப் பார்த்ததும் சற்றே பதட்டப்பட்டார். புத்தகத்தை மூடி வைத்துவிட்டு கும்பிட்டார்.

"வணக்கம்மா..."

வளர்மதி எடுத்துப்போட்ட நாற்காலியில் உட்கார்ந்து கொண்டே திரிபுரசுந்தரி கேட்டாள்.

"எப்படியிருக்கீங்க?"

"எனக்கு ஒண்ணும் இல்லீங்கம்மா... இவங்கதான் பயந்துட்டாங்க... வயசானாலே எல்லார்க்கும் வர்ற பிரச்சினைதான். பி.பி. அடம் பிடிச்சது. ஹாஸ்பிடலுக்கு வந்து ஒரு இருபதாயிரம் செலவு பண்ணினதும் சரியாயிருச்சு. எனிவே நீங்க என்னைப் பார்க்க வந்தது ரொம்ப சந்தோஷம்"

"இதுல என்ன ஸார் இருக்கு? உங்களுக்கு இப்ப மருமகளாயிருக்கிற வளர்மதியை காலேஜ் டேஸ்ல இருந்தே எனக்குத் தெரியும். சோஷியல் சர்வீஸ்ல ரொம்பவும் ஈடுபாடு காட்டற யாரையுமே எனக்கு ரொம்பவும் பிடிக்கும். அதனாலதான் நான் வளர்மதி - ஹரி கல்யாணத்துக்கு வந்தேன். அடிக்கடி வளர்மதிகிட்டே போன்ல பேசுவேன். அப்ப உங்க குடும்பத்துல இருக்கிற எல்லாரையும் விசாரிச்சுடுவேன்" என்று சொன்ன திரிபுரசுந்தரி அறையில் பார்வை சிதறவிட்டபடி கேட்டாள்.

"எங்கே... ஹரி...?"

வளர்மதி சொன்னாள்.

"மேடம்... அவரும் அத்தையும் சாயந்தரம் நாலு மணிக்கு மேல கிளம்பி வீட்டுக்குப் போனாங்க. அத்தையை இப்ப ஹாஸ்பிடலுக்கு கூட்டிட்டு வர்றதுக்காக அவர் புறப்பட்டுப் போயிருக்கார். இன்னும் கொஞ்ச நேரத்துல அவங்க வந்துடுவாங்க. அத்தை ராத்திரியில இங்கே ஸ்டே பண்ணிக்குவாங்க. நானும் அவரும் கிளம்பி வீட்டுக்குப் போயிடுவோம்"

"அவங்க வர நேரமாகுமா...?"

"எப்படியும் ஒரு மணி நேரமாயிடும் மேடம்"

"இட்ஸ் ஓ.கே. வளர்... நான் கிளம்பறேன். நானும் வீட்டுக்கு போய் டின்னரை முடிச்சுகிட்டு மறுபடியும் ஆபீஸுக்குப் போகணும். டி.ஜி.பியோடு ஒரு கான்காலை அட்டெண்ட் பண்ணனும்" என்று சொன்னவள் ராமபத்ரனை ஏறிட்டாள்.

"நான் வர்றேன் ஸார்... நாளைக்கு டிஸ்சார்ஜ் ஆகி போனதும் வீட்ல ரெஸ்ட் எடுங்க... அடுத்த வாரத்துல ஒரு நாள் வீட்ல வந்து பார்க்கிறேன்"

ராமபத்ரன் புன்னகையோடு கைகுவிக்க, திரிபுரசுந்தரி வளர்மதியோடு அந்த அறையினின்றும் வெளிப்பட்டாள். இருவரும் லிஃப்ட்டை நோக்கி நடந்தார்கள். நடக்க நடக்கவே வளர்மதி மெல்லிய குரலில் "மேடம்" என்றாள்.

"என்ன வளர்...?"

"இந்நேரத்துக்கு ஹாஸ்பிடல் ரிசப்ஷன்ல யாரும் இருக்கமாட்டாங்க... அங்கே உட்கார்ந்து ஒரு அஞ்சு நிமிஷம் பேசலாமா...?"

"என்ன ஏதாவது முக்கியமான விஷயமா...?"

"ஆமா மேடம்... உங்ககிட்டே பேசினாத்தான் அதுல தெளிவு கிடைக்கும்ன்னு எம்மனசுக்குத் தோணுது"

"ஒண்ணும் பிரச்சினையில்லை... வா பேசிடலாம்"

இருவரும் லிஃப்ட்டில் கீழே இறங்கி வந்தார்கள். ஹாஸ்பிடல் நிசப்தமாய் இருந்தது ரிசப்ஷனின் சோபாவில் பக்கம் பக்கமாய் உட்கார்ந்தார்கள். சில விநாடிகள் மௌனத்திற்குப் பிறகு திரிபுரசுந்தரி கேட்டாள்.

"சொல்லு வளர்... என்ன பேசணும்...?"

"மேடம்... என்னோட ஹஸ்பெண்ட்டுக்கு ஒரு மிரட்டல் போன் கால் வந்ததாய் உங்ககிட்டே சொன்னேன் இல்லையா...?"

"ஆமா... அபுபக்கர் போன் பண்ணி மிரட்டினதாய் சொன்னே...?"

"அந்த போன் கால்ல ஒரு குழப்பம் மேடம்"

"அது ஒரு இரிடியம் செல்போன் அதுதானே...?"

"அதில்லை மேடம்...?"

"அப்புறம்...?"

"அந்த போன் பண்ணினது அபுபக்கர் இல்லை மேடம்"

திரிபுரசுந்தரி திகைத்தாள்.

"வளர்... நீ என்ன சொல்றே... பேசினது அபுபக்கர்தான்னுதானே நீ சொன்னே...?"

"நானும் அப்படித்தான் நினைச்சேன் மேடம். ஆனா பேசினது அபுபக்கர் இல்லை. அபுபக்கரோட வாய்ஸ்ல வேற ஒருத்தர் பேசியிருக்கார்"

"வளர்... ஆர் யூ ஷ்யூர்...?"

"ஷ்யூர் மேடம்"

"அபுபக்கர் பேசலைன்னா வேற யார் அந்த ஆளோட வாய்ஸ்ல பேசியிருப்பாங்கன்னு நினைக்கிறே...?"

"மனோஜ் மேடம்"

41

திரிபுரசுந்தரியின் விழிகள் ஸ்டில் போட்ட தினுசில் அப்படியே நிலைத்தது. வளர்மதியையே திகைப்புடன் பார்த்தாள்.

"வளர்... நீ என்ன சொல்றே... அபுபக்கரோட வாய்ஸ்ல பேசினது மனோஜா...?"

"ஆமா மேடம்"

"அது எப்படி உனக்குத் தெரியும் ...?"

"மேடம் ... என்னோட ஹஸ்பெண்ட்டுக்கு வந்த போன்காலை அவர் அட்டெண்ட் பண்ணி பேசிட்டிருக்கும் போதே நான் நடுவுல போனை வாங்கிப் பேசினேன். எனக்கு அபுபக்கரோட குரல் பரிச்சயம் இல்லாததினால செல்போனின் மறுமுனையில் அபுபக்கர்தான் பேசிட்டிருக்கார்ன்னு நினைச்சு நானும் கோபமாய் பேசினேன். நான் பேச ஆரம்பிச்ச அரை நிமிஷ நேரத்துக்குள்ளாகவே லைன் கட்டாயிருச்சு. அது என்னோட மனசுக்கு நெருடலாய் பட்டது. நல்லவேளையாய் என்னோட கணவர் அந்த செல்போனிக் கான்வர்சேஷனையெல்லாம் ரிக்கார்ட் பண்ணியிருந்தார். ஒரு மணி நேரத்துக்கு முன்னாடிதான் அந்த செல்போனிக் கான்வர்சேஷனை திரும்ப திரும்ப போட்டுக் கேட்டேன். அபுபக்கரோட குரலைக் கொஞ்சம் உன்னிப்பாய்க் கேட்டபோதுதான் எனக்கு ஒரு வித்தியாசம் தெரிஞ்சது மேடம்"

திரிபுரசுந்தரி இன்னமும் பிரமிப்பிலிருந்து விலகாமல் கேட்டாள்.

"என்ன வித்தியாசம்...?"

வளர்மதி தன்னுடைய செல்போனை எடுத்தாள்.

"மேடம்... என்னோட கணவர் செல்போன்ல ரெக்கார்டாகியிருந்த அந்த அபுபக்கரின் கான்வர்சேஷனை என்னோட செல்போனுக்கு ஃபார்வேர்ட் பண்ணிகிட்டேன். இப்ப அந்த கான்வர்சேஷனை உங்களுக்கு போட்டுக் காட்டறேன். அதைக் கொஞ்சம் கவனமாய் கேட்டுப் பாருங்க மேடம்" சொன்ன வளர்மதி தன்னுடைய செல்போனின் ஆடியோ ஆப்ஷனுக்குப் போய் அதற்கு உயிர் கொடுத்தாள். செல்போனில் பதிவாகியிருந்த உரையாடல் ஒலிக்க ஆரம்பித்தது.

"ஹரி... உங்க ஒய்ஃப் வளர்மதி இந்த அபுபக்கர் விவகாரத்துல

மூக்கை நுழைச்சா நீங்க உங்க ஒட்டுமொத்த குடும்பத்தையும் இழக்க வேண்டியிருக்கும்"

இப்போது வளர்மதியின் குரல் கேட்டது.

"அபுபக்கர்... நீ இப்போ எங்கே இருந்தாலும் அடுத்த பனிரெண்டு மணி நேரத்துக்குள்ளே நானும் மனோஜும் உன்னை நெருங்கிடுவோம்"

"வணக்கம் மேடம்... நீங்களே லைனுக்கு வந்துட்டீங்களா... ரொம்பவும் வசதியாய் போச்சு. இந்த அபுபக்கரோட வழியில் யார் குறுக்கிட்டாலும் சரி, அவங்களுக்கு அற்ப ஆயுள்தாங்கிறது எழுதப்படாத ஒரு விதி. அந்த விதிப்படிதான் இதுவரைக்கும் நடந்திருக்கு. ஒழுங்கு மரியாதையா உன்னோட குடும்பத்தை மட்டும் பாரு... இந்த போலீஸ் இன்ஃபார்மர்ங்கிற மாறுவேஷமெல்லாம் உனக்கு வேண்டாம்"

வளர்மதி செல்போனின் ஆடியோ ஆப்ஷனை அணைத்துவிட்டு திரிபுரசுந்தரியை ஏறிட்டாள்.

"மேடம்... இப்ப நீங்க கேட்ட இந்த செல்போனிக் கான்வர்சேஷன்ல எந்த ஒரு வார்த்தையாவது அப்நார்மலாய் இருந்ததை ஃபீல் பண்ணீங்களா?"

திரிபுரசுந்தரி யோசித்துப் பார்த்துவிட்டு தலையாட்டினாள்.

"இல்லையே..."

"முதல் தடவையாய் கேட்கும்போது அதை அப்சர்வ் பண்ணமுடியாது. இப்ப ரெண்டாவது தடவையாய் கேளுங்க மேடம். உங்களால அந்த வார்த்தையை ஐடென்ட்டிபை பண்ண முடியும்"

"அது என்ன வார்த்தை?"

"அபுபக்கர்"

திரிபுரசுந்தரி அதிர்ந்து போனவளாய் வளர்மதியைப் பார்த்தாள்.

"அந்த அபுபக்கர்" வார்த்தை நார்மலாய்தானே இருந்தது.

"மேடம்... மறுபடியும் ஒரு தடவை ஆடியோவை ஆன் பண்றேன். அந்த அபுபக்கர்ங்கற வார்த்தையை மட்டும் உன்னிப்பாய் ஒரு தடவை கேளுங்க" சொன்ன வளர்மதி செல்போனின் ஆடியோவை ஆன் செய்தாள்.

உரையாடல் ஒலிக்க ஆரம்பித்தது. அந்த "அபுபக்கர்" என்கிற வார்த்தை வரும்போது மட்டும் தன்னுடைய காதுகளுக்கு

உன்னிப்பைக் கொடுத்த திரிபுரசுந்தரி உரையாடல் முடிந்ததும் "எஸ்" என்று சொல்லி தலையாட்டினாள்.

"யூ ஆர் கரெக்ட் வளர்மதி... அந்த அபுபக்கர் வார்த்தை சரியா உச்சரிக்கப்படலை. ஒரு வித்தியாசம் தெரியுது"

"என்ன வித்தியாசம் மேடம்?"

"அபுபக்கர் என்கிற வார்த்தை அபூபக்கர்ன்னு சொல்ற மாதிரி இருக்கு"

"அதேதான் மேடம்... யாரும் தன்னோட பேரை தப்பாய் சொல்லமாட்டாங்க... அந்த கோணத்துல பார்த்தா செல்போன்ல பேசினது அபுபக்கராய் இருக்க முடியாதுங்கிற முடிவுக்கு நாம வர வேண்டியிருக்கு மேடம்"

"சரி... மனோஜ்தான் அபுபக்கர் மாதிரி பேசியிருப்பான்னு எந்த ஆதாரத்தை அடிப்படையாய் வெச்சு சொல்றே வளர்?"

வளர்மதி உதடுகளில் ஒரு புன்னகை பரவியது.

"மேடம்... ஜெனிக்டிசிஸ்ட் ஸ்டீபன்ராஜ் கொலை செய்யப்பட்ட தினத்தில் இருந்து நானும் மனோஜூம் அபுபக்கரை தேடற விஷயத்தில் ஒண்ணா சேர்ந்துதான் இன்வெஸ்டிகேட் பண்ணிட்டு இருக்கோம். அப்படி நாங்க ட்ராவல் பண்ணும்போது மனோஜ் அபுபக்கரோட பேரை ஸ்பெல் பண்ணும்போதெல்லாம் அபுபக்கர்ன்னு சொல்றதுக்குப் பதிலாக அபூபக்கர்ன்னே சொல்லிட்டிருந்தார். நான் ஒரு தடவை சிரிச்சுகிட்டே அபூபக்கர் இல்லை மனோஜ் அபுபக்கர்ன்னு சொன்னேன். ஆனா அதுக்கப்புறமும் மனோஜ் அபுபக்கரோட பேரை சொல்லும் போதெல்லாம் அபூபக்கர்ன்னே சொல்லிட்டிருந்தார். நானும் அதை பெரிசா பொருட்படுத்தலை. ஒருத்தரோட மனசுல பதிஞ்சுட்ட ஒரு பேரை அவ்வளவு சுலபத்துல மாத்த முடியாதுன்னு என்னோட மனசுக்கும் பட்டதால மனோஜை அதுக்கப்புறம் நான் திருத்தலை..."

திரிபுரசுந்தரி சில விநாடிகள் மௌனமாய் இருந்துவிட்டு மெல்ல பேச்சை ஆரம்பித்தாள்.

"இருந்தாலும் வளர்... நீ சொல்ற அந்த ஒரு காரணத்தை மட்டும் வெச்சுகிட்டு மனோஜ் மேல சந்தேகப்படறது அவ்வளவு சரியா என்னோட மனசுக்குப்படலை"

"நீங்க இப்படித்தான் சொல்வீங்கன்னு எனக்குத் தெரியும் மேடம். நான் மனோஜ் மேல அதிகப்படியாய் சந்தேகப்படறது இன்னும் ரெண்டு காரணங்கள் இருக்கு"

"என்ன...?"

"மனோஜ் என்னோட கணவர்க்கு போன் பண்ணி அபுபக்கர் வாய்ஸ்ல பேசி மிரட்டிகிட்டு இருந்தார். அந்த சமயத்துல நான் போய் என் கணவரோட கையிலிருந்த செல்போனை வாங்கி பேச ஆரம்பிச்சேன். நான் பேசினதுமே மறுமுனையில் பேசிட்டிருந்தது உண்மையான அபுபக்கராய் இருந்திருந்தா பேசறது யார்ன்னு கேட்டிருப்பார். ஏன்னா அபுபக்கர்க்கு என்னோட வாய்ஸ் எப்படியிருக்கும்ன்னு தெரியாது. ஆனா மறுபக்கம் பேசிட்டிருந்தது மனோஜ். அதனால்தான் எடுத்த எடுப்பிலேயே "வணக்கம் மேடம்... நீங்களே லைனுக்கு வந்துட்டீங்களா"ன்னு பேச ஆரம்பிச்சுட்டார்"

திரிபுரசுந்தரி தலையசைத்தாள்.

"இப்ப நீ சொன்னது சரியான காரணமாயிருக்கு. இன்னொரு காரணம் என்ன?"

"மேடம்.. நாலு நாளைக்கு முன்னாடி நர்மதாவை மடக்கிறதுக்காக நாம போலீஸ் படையோடு அவ வீட்டுக்கு ஜீப்ல புறப்பட்டு போனோம். அப்போ மனோஜூம் நம்ம கூட இருந்தார். இப்ப நான் நினைச்சு பார்க்கிறேன். அவர் நம்ம கூட ட்ராவல் பண்ணும்போது டென்ஷனாவே இருந்தார். பாதிவழியில அவர்க்கு ஒரு இன்கம்மிங் கால் வந்தது. உங்களுக்கு ஞாபகமிருக்கா மேடம்?"

"ம்... ஞாபகம் இருக்கு..."

"அந்த இன்கம்மிங் கால் வந்ததுமே மனோஜ் இன்னமுமே டென்ஷன் ஆனார். முகத்துல அதிகப்படியான ஸ்வெட்டிங் இருந்தது. நான் உடனே மனோஜைப் பார்த்து "மனோஜ் ஏன் என்னமோ மாதிரி ஆயிட்டே. யூ ஸீம்ஸ் டு பி வெரி டென்ஷன்" ன்னு நான் சொன்னேன். மனோஜ் செல்போனை எடுத்து பேசிட்டு ஃபாரன்ஸிக் ரிப்போர்ட்டுன்னா ஜவுளிக் கடையில் போடற பில்லு மாதிரி நினைச்சுட்டு உடனே வேணும்ன்னு கேட்கிறாங்க... ரிப்போர்ட்டோட ரெண்டு பாயிண்ட்ஸை மட்டும் அனுப்பணும்ன்னு உங்ககிட்ட சொன்னதாய் எனக்கு ஞாபகம் மேடம்"

"ம்... எனக்கும் நல்லாவே ஞாபகம் இருக்கு... நானும் கூட மனோஜ்கிட்டே "அவங்களுக்கு என்ன அவசரமோ... வாட்ஸ் அப்ல ரிப்போர்ட்டோட ரெண்டு பாயிண்ட்ஸை மட்டும் அனுப்பிவிடுங்க மனோஜ்" சொன்னேன். மனோஜூம் உடனடியாய் வாட்ஸ்அப் பண்ணினார்"

"அவர் அந்த இக்கட்டான நேரத்திலும் வாட்ஸ்அப் பண்ண

வேண்டிய அவசியம் என்ன மேடம்? நர்மதாவைத் தேடி போலீஸ் வந்துகிட்டு இருக்காங்கன்னு மனோஜ் யாருக்கோ மெஸேஜ் பண்ணப் போய்த்தான் நர்மதா அந்த வீட்டிலிருந்து தப்பிச்சுட்டு போயிக்கணும்"

திரிபுரசுந்தரி தன்னுடைய நெற்றியை யோசனையோடு தேய்த்தாள். பிறகு தயக்கமான பார்வையோடு வளர்மதியை ஏறிட்டாள்.

"நீ சொல்ற பாயிண்ட்ஸை எல்லாம் வெச்சிப் பார்க்கும்போது எனக்கும் இப்போ மனோஜ் மேல லேசா சந்தேகம் வருது வளர். இருந்தாலும் மனோஜ் ஒரு பொறுப்பான போஸ்டில் இருக்கிற அதிகாரி. அவரை எப்படி கார்னர் பண்றது?"

"இது அவரை கார்னர் பண்ண வேண்டிய நேரம் இல்லை மேடம். அதிரடியாய் போய் மடக்க வேண்டிய நேரம். ஒரு ஏசிபியோட தலைமையில் போலீஸ் டீமை அனுப்பி சர்ச் வாரண்ட்டோட மனோஜ் வீட்டை சோதனை போடணும். அவரையும் தரோவா செக் பண்ணனும். அவர்கிட்டே இரிடியம் போன் இருந்தா உடனடியாய் கைது செய்து ஸ்டேஷனுக்கு கொண்டு வந்து விசாரிக்கிற விதத்தில் விசாரிச்சா எல்லா உண்மைகளையும் வரவழைச்சுடலாம் ..."

"மனோஜோட வீடு எங்கேயிருக்கு?"

"உக்கடம் பைபாஸ் ரோட்ல அன்பு நகர்ல இருக்கு மேடம். முழு அட்ரஸ் நான் தர்றேன். ஒரு நிமிஷம் கூட லேட் பண்ணாமே ஸ்டெப்ஸ் எடுத்தா மனோஜால தப்பிக்க முடியாது"

"யூ... ஆர் கரெக்ட்... வளர்! இப்ப நீ மனோஜுக்கு போன் பண்ணி அவர் எங்கே இருக்கார்ன்னு கேளு. போலீஸ் டீம் போகும்போது அவர் வீட்ல இருந்தாத்தான் நாம எதிர்பார்க்கிற பலன் கிடைக்கும். ஸ்பீக்கர் ஆன் பண்ணிடு"

"எஸ் மேடம்" என்று சொன்ன வளர்மதி தன்னுடைய செல்போன் மூலம் மனோஜின் செல்போனை தொடர்பு கொண்டாள். இரண்டாவது ரிங் போய்க்கொண்டிருக்கும்போதே மனோஜ் போனை எடுத்துப் பேசினான்.

"என்ன வளர்... உன்னோட மாமனார் எப்படியிருக்கார்?"

"ஒண்ணும் பிரச்சினையில்லை மனோஜ். ஹி ஈஸ் ஆல்ரைட். நாளைக்குக் காலையில் டிஸ்சார்ஜ்"

"கேட்கவே ரொம்ப சந்தோஷமாயிருக்கு... நான் இன்னிக்கு சாயந்தரம் ஹாஸ்பிடலுக்கு வந்து பார்க்கலாம்ன்னு இருந்தேன்"

"நோ ஃபார்மாலீடீஸ் மனோஜ்"

"சரி... நாளைக்கு நாம செம்மேடு போய் இன்வெஸ்டிகேஷனை கண்டினியூ பண்ணப்போறது கன்ஃபர்ம்தானே ...?"

"கன்ஃபார்ம்தான். எத்தனை மணிக்குப் போறதுங்கிறதை போன் பண்ணிச் சொல்றேன். இப்ப நீ எங்கே இருக்கே மனோஜ்...?"

"என்னோட வீட்லதான் ஏன் ...?"

"இல்ல ஏதோ பேச்சு சத்தம் கேட்குது அதான் கேட்டேன்"

"ப்ரைம்ல படம் பார்த்துட்டிருக்கேன்"

"என்ன படம்...?"

"சொன்னா நீ ஆச்சர்யப்படுவே..."

"சொல்லு ..."

"அலிபாபாவும் நாற்பது திருடர்களும்"

வளர்மதி சிரித்தாள்."நல்ல படம். பழைய படமாய் இருந்தாலும் எண்டர்டெயின் பண்ணும். சரி... நீ படம் பாரு. நாளைக்கு நான் போன் பண்றேன். குட்நைட்"

"குட்நைட்"

வளர்மதி செல்போனை அணைத்துவிட்டு திரிபுரசுந்தரியை ஏறிட்டாள்.

"மேடம்... அந்த திருடன் அலிபாபாவும் நாற்பது திருடர்களும் பார்த்துட்டிருக்கான். படம் பார்த்து முடிக்க ரெண்டரை மணி நேரமாவது ஆகும். இப்ப நீங்க போலீஸ் டீமை அனுப்பினா மனோஜை மடக்கிடலாம்"

திரிபுரசுந்தரி தன்னுடைய செல்போனை வெளிச்சத்துக்கு கொண்டு வந்து ஒரு எண்ணைத் தொடர்பு கொண்டு பேசினாள்.

"ஏசிபி அன்பரசன்...?"

மறுமுனை "எஸ் மேடம்" என்றது.

"நான் சொல்றதைக் கொஞ்சம் கவனமாய் கேளுங்க. திஸ் ஈஸ் வெரி இம்பார்ட்டண்ட் இன் காமிரா ஆக்சன்"

42

அஸிஸ்டண்ட் கமிஷனர் ஆஃப் போலீஸ் அன்பரசன் ஜீப்பின் முன்பக்கம் ட்ரைவர்க்கு அருகே உட்கார்ந்திருக்க, பின்புறம் ஆறுபேர் கொண்ட கமேண்டோ அதிகாரிகள் சாதாரண உடையில் இருக்கைகளுக்கு சாய்ந்திருந்தார்கள்.

ஜீப் உக்கடம் பஸ் நிலையத்தைக் கடந்து கடல்போன்று பரந்திருந்த வாலாங்குள ஏரிக்காற்றை சுவாசித்தபடி விரைந்தது. நேரம் இரவு ஒன்பதரை மணியைத் தாண்டியிருந்தாலும் போக்குவரத்து இன்னமும் அடர்த்தி குறையாமல் போக்குவரத்து சிக்னல்களில் சிறைபட்டிருந்தது.

போலீஸ் ஜீப் மற்ற வாகனங்களை முந்திக்கொண்டு பைபாஸ் ரோட்டில் திரும்பிய போது ஏசிபியின் செல்போன் தன்னுடைய டயல்டோனை மெலிதாய் கசியவிட்டது. எடுத்து அழைப்பது யார் என்று பார்த்துவிட்டு காதுக்கு பவ்யமாய் ஒற்றினார்.

"சொல்லுங்க மேடம்"

மறுமுனையில் போலீஸ் கமிஷனர் திரிபுரசுந்தரி பேசினாள்.

"என்ன அன்பரசன் ... மனோஜ் வீட்டை நெருங்கிட்டீங்களா...?"

"பைபாஸ் ரோட்டில் திரும்பிட்டோம் மேடம். இன்னும் ஒரு பத்து நிமிஷத்துக்குள்ளே அங்கே போயிடுவோம்"

"மனோஜ் வீட்டு அட்ரஸ் ஞாபகம் இருக்கா...?"

"இருக்கு மேடம். நெம்பர் 15, தேர்ட் க்ராஸ் அன்பு நகர். உள்ளே நுழைஞ்சதுமே ஒரு பெரிய பார்க் வரும். பார்க்கையொட்டின மாதிரி இருக்கிற வீடுதான் மனோஜோடது... இல்லையா மேடம்...?"

"யெஸ்...யூ ஆர் கரெக்ட்... நீங்க மனோஜ் வீட்டுக்குப் போறது டிபார்ட்மெண்ட்ல இருக்கிற வேற யார்க்கும் தெரியாதே...?"

"தெரியாது மேடம்"

"நீங்க உள்பட கமேண்டோ ஆபீஸர்ஸ் எல்லாருமே மஃப்டியில்தானே இருக்கீங்க...?"

"எஸ் மேடம்"

"ஜீப்ல முன்பக்கமும், பின்பக்கமும் இருக்கிற போலீஸ் என்கிற வார்த்தையை ஒயிட் பேப்பர் ஒட்டி பி.டபிள்யூ.டி என்கிற

வார்த்தைகளை எழுதச் சொல்லியிருந்தேன். எழுதிட்டீங்களா ...?"

"ஐ... ஹேவ் டன் ஆல் தட் ஆக்டிவிட்டீஸ் ஏஸ் யூ செட் மேடம்"

"குட்... மனோஜ் ஒரு ஃபாரன்ஸிக் ஆபீஸர் நீங்க அவர்கிட்டே நடத்தப்போற இன்வெஸ்டிகேஷன் சாஃப்ட்டாவே இருக்கட்டும். அவர் உங்க விசாரணைக்கு ஒத்துழைப்பு கொடுக்காதபட்சத்தில் அவரை என்கிட்டே பேச வையுங்க"

"எஸ்... மேடம்"

"ஆல் த பெஸ்ட்"

இரண்டு பக்க செல்போன்களும் ஊமையாகிவிட ஜீப் இப்போது பைபாஸ் ரோட்டில் வேகம் பிடித்து இரண்டு கிலோ மீட்டர் தூரத்தை விழுங்கியது. ட்ரைவர் சொன்னார்.

"ஸார்... ரோட்டோட ரைட் சைடில் அந்த அன்பு நகர் வருது"

"பார்த்து யூ டர்ன் எடு வாசு... லாரிகள் குடிபோதையோடு வர்ற நேரம்"

ஜீப் வேகத்தைக் குறைத்துக்கொண்டு யூ டர்ன் எடுத்து திரும்பி அன்பு நகர் என்று இன்டெக்ஸ் போர்டு காட்டிய வழியில் திரும்பியது. நேர்த்தியாய் கட்டப்பட்ட வீடுகள் ரோட்டின் இரண்டு புறமும் பெரியதும், சிறியதுமாய் வர ஏசிபி அன்பரசன் குரல் கொடுத்தார்.

"வாசு...! அந்தப்பக்கம் மரங்கள் நிறைய தெரியுது. அதுதான் பூங்காவாய் இருக்கணும்ன்னு நினைக்கிறேன்"

"ஆமா... ஸார்... பாரதி பூங்கான்னு ஒரு போர்டு தெரியுது..."

"அந்த இடத்துல இருட்டான இடம் பார்த்து ஜீப்பை நிறுத்திக்க"

"எஸ் ஸார்" ட்ரைவர் வாசு ஜீப்பின் பிரகாசமான விளக்குகளை சற்றே மங்கலாக்கிக்கொண்டு போர்ட்டை விட்டுத் தள்ளி ரோட்டோரமாய் நிறுத்தினார். ஜீப்பின் ஒட்டு மொத்த விளக்குகளும் அணைந்து போக ஏசிபி திரும்பி பின் இருக்கையில் உட்கார்ந்திருந்த கமேண்டா படை அதிகாரிகளைப் பார்த்து குரலைத் தாழ்த்தினார்.

"சார்லி, குமரேஷ், தியாகு நீங்க மூணுபேர் மட்டும் என்கூட வாங்க. மத்தவங்க ஜீப்லயே இருங்க... மனோஜ்கிட்டே ஏதாவது பிரச்சினைன்னா நான் தகவல் தர்றேன். அந்த சமயத்துல நீங்க வந்தா போதும்"

"எஸ்... ஸார்"

ஏசிபி அன்பரசன் ஜீப்பை விட்டு இறங்க, பின்புறம் இருந்து

கட்டுமஸ்தான உடல்களோடு கமேண்டோ அதிகாரிகள் சார்லி, குமரேஷ், தியாகு மூன்று பேரும் உதிர்ந்தார்கள்.

அன்பரசன் சுற்றும் முற்றும் பார்த்தார். இரண்டொருவர் பூங்கா ஓரமாய் நடந்து கொண்டிருந்தார்கள்.

"அநேகமாய் அந்த வீடாய்தான் இருக்கும். என்னை ஃபாலோ பண்ணி வாங்க" சொன்ன ஏசிபி பரவியிருந்த அரைகுறையிருட்டில் மெல்ல நடந்து பார்க்கையொட்டியிருந்த அந்த வீட்டுக்கு முன்பாய் நின்று காம்பௌண்ட் கேட்டின் இடதுபக்க சுவர் பில்லரை உற்றுப் பார்த்தார்.

15 என்ற எண் கறுப்பு பெயிண்ட் பின்னணியில் வெள்ளை பெயிண்டின் உதவியோடு பளிச் சென்று தெரிந்தது.

"சார்லி"

"ஸார்"

"இதுதான் மனோஜோட வீடு. வாங்க உள்ளே போகலாம். மனோஜ் கிட்டே நான் பேசும் போது நீங்க யாரும் குறுக்கே எதுவும் பேச வேண்டாம். அவரோட முகபாவங்களை மட்டும் உன்னிப்பாய் அப்ஸர்வ் பண்ணினா போதும்"

"எஸ் ஸார்" மூன்று பேரும் மெதுவான குரலில் சொல்ல, அன்பரசன் காம்பௌண்ட் கேட்டைத் திறந்து கொண்டு உள்ளே போனார். முன்புறம் எரிந்து கொண்டிருந்த ட்யூப்லைட் வெளிச்சத்தில் ஒரு சிறிய போர்டிகோவும் அதற்குள் குடியிருந்த இரண்டு டூவீலர்களும் பளிச்சென்று தெரிந்தன.

வீட்டின் கண்ணாடி ஜன்னல்களில் வெளிச்ச சதுரங்கள் தெரிய, உள்ளே டி.வியொன்று உயிரோடு இருப்பதற்கு அறிகுறியாக பின்னணி இசையோடு குரல்கள் கேட்டுக்கொண்டிருந்தன.

அன்பரசன் காலிங்பெல் இருக்கும் இடத்தை தேடிப்பிடித்து அதன் குமிழின் மேல் தன்னுடைய கட்டை விரலை வைத்தார்.

உள்ளே ஒரு பறவைக்கூட்டம் கத்திக்கொண்டே பறப்பதைப் போன்ற சத்தம். அதைத் தொடர்ந்து டி.வி சத்தம் நின்று போக அடுத்த சில விநாடிகளில் தாழ்ப்பாள் விலகியது.

கதவு திறந்தது.

லுங்கியும் பனியனும் அணிந்து கையில் ஒரு புத்தகத்தோடு அந்த இளைஞன் நின்றிருந்தான்.

"இது மனோஜ் வீடுதானே...?"

"ஆமா"

"அவர் இருக்காரா...?"

"இல்லையே... வெளியே போயிருக்கார். நீங்க...?"

"அவரோட ஃப்ரண்ட்ஸ். இந்தப் பக்கமாய் வந்தோம். அப்படியே பார்த்துட்டு போலாம்ன்னு நினைச்சு... பை...த...பை மனோஜ் எங்கே போயிருக்கார்?"

"ஸாரி... தெரியலை... யாரையோ பார்க்க சாயந்தரம் புறப்பட்டுப் போனார்"

"நீங்க யாரு...?"

"நான் மனோஜோட கஸின் பிரதர் அயாம் பிரேம்குமார்"

"நீங்களும் மனோஜ் கூடத்தான் ஸ்டே பண்ணியிருக்கீங்களா...?"

"இல்ல ஸார். என்னோட நேட்டீவ் ப்ளேஸ் சென்னை. நான் இங்கே இருக்கிற ஃபாரஸ்ட் காலேஜ்ல ஒரு ஜாப்க்கான இண்டர்வியூவை அட்டெண்ட் பண்றதுக்காக வந்திருக்கேன். நாளை கழிச்சு மறுநாள் இண்டர்வியூ நான் இங்கே ரெண்டு நாளா ஸ்டே பண்ணியிருக்கேன். இண்டர்வியூ முடிஞ்சதும் நான் உடனே ஊருக்கு கிளம்பிடுவேன்"

"இந்த வீட்ல உங்களைத்தவிர இப்ப வேற யார் இருக்காங்க...?"

"யாருமில்லை..."

"மனோஜ் இப்போ எங்கே இருப்பார்ன்னு சொல்ல முடியுமா...?"

அந்த இளைஞன் பிரேம்குமார் சற்றே கோபமாய் அன்பரசனைப் பார்த்தான்.

"என்ன ஸார்... ஏதோ போலீஸ் விசாரணை பண்றமாதிரி கேள்விகளைக் கேட்டுகிட்டு இருக்கீங்க?"

அன்பரசன் மெலிதாய் புன்னகைத்தபடி சொன்னார்."நீங்க கேட்டது சரிதான். நாங்க போலீஸ் பீப்பிள்தான். மனோஜ்கிட்டே ஒரு என்கொயரி பண்ண வேண்டியிருக்கு..."

"எ...எ...என்ன என்கொயரி ஸார்?" பிரேம்குமார் சற்றே மிரண்டு போனவனாய் கேட்டான்.

"அதையெல்லாம் உங்ககிட்டே சொல்ல வேண்டியதில்லை. மனோஜ் இப்போ எங்கே இருக்கார்ன்னு நிஜமாவே உங்களுக்கு தெரியாதா?"

"தெரியாது ஸார்"

"சரி... வாங்க உள்ளே உட்கார்ந்து பேசலாம்" அன்பரசன் சொல்லிக் கொண்டே முன்புறம் இருந்த அறைக்குள் நுழைய கமேண்டோ அதிகாரிகளும் அவரைப் பின்தொடர்ந்து உள்ளே போனார்கள். அந்த இளைஞன் வியர்த்து வழிந்தவனாய் சுவரோரமாய் போடப்பட்டிருந்த சோபாக்களைக் காட்டினான்.

"ப்ளீஸ் ஸார்"

அன்பரசன் உட்கார்ந்து கொண்டே கேட்டார்.

"நீங்க இங்கே எத்தனை நாளா ஸ்டே பண்ணியிருக்கிறதாய் சொன்னீங்க?"

"ரெண்டு நாளா"

"மனோஜ் ஃபாரன்ஸிக் டிபார்ட்மெண்ட்ல வேலை பார்க்கிறார். அவர் வேலைக்குப் போயிட்டா நீங்க வீட்ல இருப்பீங்களா? இல்ல வெளியே போயிடுவீங்களா?"

"நான் வெளியே போகமாட்டேன் ஸார். இண்டர்வியூவை அட்டெண்ட் பண்றதுக்காக வீட்லயே இருந்து படிச்சிட்டிருப்பேன். சமையல் செய்யறதுக்கு ஒரு பொண்ணு இருக்கா. வேளா வேளைக்கு வந்து சமைச்சு வெச்சுட்டு போயிடுவா"

"கடந்த ரெண்டு நாட்களில் மனோஜைப் பார்க்க இந்த வீட்டுக்கு யாராவது வந்தாங்களா?"

"வரலை ஸார்"

"நல்லா யோசனை பண்ணிச் சொல்லுங்க" அந்த பிரேம்குமார் சில விநாடிகள் யோசித்துவிட்டு தீர்க்கமாய் தலையாட்டினான்.

"இல்ல ஸார் யாரும் வரலை..."

"உங்க செல்போன் எங்கே?"

"உள்ளே இருக்கு ஸார்"

"போய் எடுத்துட்டு வாங்க"

பிரேம்குமார் சில விநாடிகள் தயக்கமாய் இருந்துவிட்டு உள்ளே போய் செல்போனை எடுத்து வந்தான்.

அன்பரசன் சொன்னார்."மனோஜுக்கு போன் பண்ணி அவர் எங்கேயிருந்தாலும் உடனடியாய் இங்கே வரச் சொல்லுங்க..."

"ஸ...ஸ...ஸார்"

"என்ன?"

"மனோஜ் அண்ணன் என்ன தப்பு பண்ணினார்ன்னு அவரை என்கொயரி பண்ண வந்திருக்கீங்க?"

"காரணம் சொன்னாத்தான் போன் பண்ணுவீங்களா?"

"அப்படியில்ல ஸார்... இதோ போன் பண்றேன்..." சொன்ன பிரேம்குமார் மனோஜின் செல்போன் எண்ணைத் தொடர்பு கொள்ள முயல அன்பரசன் குறுக்கிட்டார்.

"ஒரு நிமிஷம் ... நான் சொல்றமாதிரிதான் மனோஜ்கிட்டே பேசணும். ஸ்பீக்கர் ஆன்ல இருக்கட்டும்"

தலையாட்டினான் பிரேம்குமார்.

கோவை ரேஸ்கோர்ஸ் ரோட்டில் இருந்த ஜாய்ஸ் பாரின் அரையிருட்டுக்குள் மூலையோர மேஜையில் தனியாய் உட்கார்ந்து ஒரு ஸ்மால் ப்ளாக் ஹார்ஸ் விஸ்கியை குடித்துவிட்டு லார்ஜ் சாப்பிடலாமா வேண்டாமா என்று யோசித்துக்கொண்டிருந்த போது மனோஜின் போன் சிணுங்கலாய் கூப்பிட்டது. எடுத்துப்பார்த்துவிட்டு பேசினான்.

"சொல்லு பிரேம்குமார்"

"அ...அ...அண்ணா... நீ இப்போ எங்கேயிருக்கே?"

"ஒரு அபிஷியல் மீட்டிங்கில இருக்கேன். விஷயம் என்னன்னு சொல்லு"

"அண்ணா... என்னோட உடம்புக்கு முடியலை. ஹைஃபீவராய் இருக்கு. மாத்திரை போட்டுப் பார்த்தேன். டெம்பரேச்சர் குறையலை. டாக்டர்கிட்டே போகணும். என்னால தனியா போக முடியும்ன்னு தோணலை. நீ உடனே புறப்பட்டு வர்றியா?"

பதட்டமாய் மனோஜ் எழுந்தான்.

"இதோ புறப்பட்டேன்... பத்தே நிமிஷத்துல அங்கே இருப்பேன்"

43

மனோஜ் செல்போனை அணைத்துவிட்டு பேரரை அழைத்து பில் கேட்டு, தொகையை செட்டில் செய்துவிட்டு வெளியே வந்தான். ரேஸ்கோர்ஸ் ரோடு கார்ப்பரேஷன் எல்.இ.டி விளக்குகளின் வெளிச்சத்தில் சொற்ப போக்குவரத்தோடு தெரிய, தன்னுடைய கார் பார்க் செய்யப்பட்டிருந்த இடத்தை நோக்கி வேக வேகமாய் நடைபோட்டான்.

மனசுக்குள் பிரேம்குமாரின் நினைப்பு தகித்தது. ரெண்டு மணி நேரத்துக்கு முன்பு வீட்டை விட்டு வெளியே வந்த போதுகூட வாசல் வரைக்கும் வந்து சந்தோஷமாய் 'அண்ணா சீக்கிரமா வீட்டுக்கு வந்துடு... லேட் பண்ணிட வேண்டாம்ன்னு சொன்னானே... எப்படி திடீர்ன்னு காய்ச்சல் வந்தது...? ஒருவேளை ஃப்ரிஜ்ஜில் வைச்சிருந்த மொத்த ஐஸ்கீரிமையும் காலி பண்ணியிருப்பானோ...?'

'நாளை கழிச்சு மறுநாள் அவனுக்கு இண்டர்வியூ வேற இருக்கு...?'

மனோஜ் யோசித்துக்கொண்டே காரின் லாக்கை விடுவித்துக்கொண்டு உள்ளே போய் ட்ரைவிங் இருக்கையை ஆக்கிரமித்தான். மணிக்கட்டில் நேரம் பார்த்தான். ரேடியம் வாட்ச் சரியாய் பத்து மணி என்றது.

'இந்த நேரத்துக்கு எந்த டாக்டர் அவெய்லபிளா இருப்பார்...?'

மனோஜ் யோசித்துக்கொண்டே காரை நகர்த்த, மூளைக்குள் ஒரு பொறி தட்டியது. அன்பு நகரில் குடியிருக்கும் தன்னுடைய வாக்கிங் மேட் ராஜவேலுவின் மாமா புலியகுளத்தில் ஒரு க்ளீனிக் வைத்திருக்கிறார் என்று அவர் ஒரு தடவை சொன்னது இப்போது அவனுடைய மூளைக்குள் மறுபடியும் எதிரொலித்தது.

'ராஜவேலுவுக்குப் போன் பண்ணி இந்நேரத்திற்கு புலியகுளத்தில் அவருடைய டாக்டர் மாமாவின் க்ளினிக் திறந்து இருக்குமா என்று கேட்டுப் பார்த்தால் என்ன...?'

மனோஜ் உடனே காரின் வேகத்தைக் குறைத்து ரோட்டோரமாய் நிறுத்திவிட்டு தன்னுடைய செல்போனை எடுத்து தன்னுடைய வாக்கிங் மேட் ராஜவேலுவைத் தொடர்பு கொண்டான். முதல் ரிங் போய் முடிவதற்குள் மறுமுனையில் ராஜவேலுவின் உற்சாகமான குரல் கேட்டது.

"என்ன மனோஜ்... ரெண்டு நாளா வாக்கிங்குக்கு மட்டம்

போட்டுட்டீங்க போலிருக்கு"

"ஆமா... ராஜவேலு... சென்னையிலிருந்து என்னோட கஸின் பிரதர் ஒருத்தன் வந்திருக்கான். ராத்திரி பதினோரு மணி வரைக்கும் பேசிட்டு படுக்கறதால எர்லி மார்னிங் எந்திருக்க முடியறதில்லை... பை...த...பை நான் இப்போ உங்களுக்கு போன் பண்ணினது ஒரு அவசர உதவிக்காக..."

மறுமுனையில் ராஜவேலு பதட்டப்பட்டார்.

"என்ன உதவி சொல்லுங்க...?"

"உங்க மாமா ஒருத்தர் டாக்டராய் இருக்கிறதாகவும் அவர் புலியகுளத்தில் க்ளீனிக் வெச்சு இருக்கிறதாகவும் நீங்க ஒரு தடவை என்கிட்டே சொல்லியிருக்கீங்க...?"

"ஆமா"

"க்ளீனிக் இப்ப திறந்து இருக்குமா...?"

"விஷயம் என்னன்னு சொல்லுங்க மனோஜ்"

"என்னோட கஸின் பிரதருக்கு திடீர்ன்னு ஹைஃபீவர். ஒரு அஞ்சு நிமிஷத்துக்கு முன்னாடிதான் எனக்கு போன் பண்ணிச் சொன்னான். நான் இப்ப ரேஸ்கோர்ஸ் ரோட்ல இருக்கேன். இன்னும் ஒரு பத்து நிமிஷத்துக்குள்ளே என்னோட வீட்டுக்கு வந்துடுவேன். உடனடியாய் அவனை டாக்டர்கிட்டே கூட்டிட்டு போகணும். உங்க மாமாவுக்கு கொஞ்சம் இன்ஃபார்ம் பண்ணிடறீங்களா...?"

"ஒரு நிமிஷம் மனோஜ்"

"என்ன...?"

"உங்க கஸின் பிரதர் தனக்கு ஃபீவர்ன்னு எப்பச் சொன்னார்...?"

"இப்பத்தான்... ஒரு அஞ்சு நிமிஷத்துக்கு முன்னாடி"

"என்னன்னு சொன்னார்...?"

"தன்னோட உடம்புக்கு ரொம்பவும் முடியலைன்னும், மாத்திரையைச் சாப்பிட்டும் ஃபீவரை கண்ட்ரோல் பண்ண முடியலை. ஹாஸ்பிடலுக்குப் போகணும். தனியா தன்னால போக முடியாது. உடனே புறப்பட்டு வான்னு சொன்னான்"

"ஆச்சர்யமாயிருக்கு மனோஜ்"

"இதுல என்ன ஆச்சர்யம் ராஜவேலு...?"

"நான் இப்பத்தான் வெளியே போயிட்டு நம்ம நகர்க்குள்ளே

வந்து உங்க வீட்டை க்ராஸ் பண்ணினேன். வீட்டுக்குள்ளே யாரோ ஆட்கள் இருக்கற மாதிரி தெரிஞ்சுது"

"எ...எ...என்னது... வீட்டுக்குள்ளே ஆட்கள் இருக்காங்களா...?"

"ஆமா... நாலைஞ்சு பேராவது இருந்தாங்கன்னு நினைக்கிறேன். பேச்சுக்குரல் கூட கேட்டது."

"யா...யாரவங்க?"

"தெரியலை... ஆனா எனக்கொரு சந்தேகம்?"

"என்ன?"

"வந்து இருக்கிறது போலீஸ் டிபார்ட்மெண்ட் ஆட்களாய் இருக்கலாமோன்னு நினைக்கிறேன். ஏன்னா நம்ம பார்க்குக்குப் பக்கத்துல ஜீப் ஒண்ணு நின்னுட்டிருந்தது. ஜீப்புக்குள்ளேயும் ஆட்கள் இருந்தாங்க"

மனோஜின் நெற்றியும் பிடறியும் உடனடியாய் வியர்த்தது.

"ஜீப்புக்குள்ளே இருந்த ஆட்கள் யூனிஃபார்ம்ல இருந்தாங்களா?"

"ஸாரி மனோஜ்... அந்த சமயத்துல நான் சரியா கவனிக்கலை. நான் என்னோட டு வீலர்ல உன்னோட வீட்டை கிராஸ் பண்ணிட்டிருந்தேன். அதுவுமில்லாமே நீ ஃபரான்ஸிக் டிபார்ட்மெண்ட்ல ஒர்க் பண்றே. போலீஸ் உன்கிட்டயிருந்து ஏதாவது விபரம் கேட்டு வாங்க வந்திருப்பாங்கன்னு நினைச்சேன்"

மனோஜ் இப்போது ஒட்டுமொத்த உடம்பும் வியர்த்து வழிய சில விநாடிகள் அப்படியே உறைந்தான்.மூளைக்குள் யோசனை எறும்புகள் ஊர்ந்தன.

'திரிபுரசுந்தரியும், வளர்மதியும் எப்படியோ என்னை மோப்பம் பிடித்து விட்டார்கள்'

'எங்கே எந்த இடத்தில் எப்படி கோட்டை விட்டேன்...?'

'மேற்கொண்டு என்ன செய்யலாம்?'

மனோஜ் யோசித்துக்கொண்டிருக்கும்போதே மறுமுனையிலிருந்து ராஜவேலு குரல் கொடுத்தார்.

"என்ன..மனோஜ்... லைன்ல இருக்கீங்களா...ஏதாவது பிரச்சினையா...?"

"நோ...நோ... ஒரு பிரச்சினையும் இல்லை... போலீஸுக்கு ஏதாவது தகவல் தேவைப்பட்டிருந்தா எனக்கு போலீஸ் கமிஷனர் போன் பண்ணியிருப்பார். நான் இப்ப வீட்டுக்கு கிளம்பிட்டேன்.

என்னான்னு போய்ப் பார்க்கிறேன்"

ராஜவேலு குறுக்கிட்டார்.

"நான் வேணும்ன்னா உங்க வீட்டுக்கு ஒரு நடை போய் விபரம் என்னன்னு கேட்டுட்டு உங்களுக்குப் போன் பண்ணட்டுமா மனோஜ்...?"

"வேண்டாம்... ராஜவேலு... நான் போய்ப் பார்த்துக்கிறேன். தேவைப்பட்டா நான் உங்களுக்கு போன் பண்றேன்..."

மனோஜ் ராஜவேலுவுடனான இணைப்பைத் துண்டித்துவிட்டு, சில விநாடி யோசிப்புக்குப்பின் ஈஸ்வரை தன்னிடம் இருந்த இரிடியம் செல்போன் மூலம் தொடர்பு கொண்டான். மறுமுனையில் ஈஸ்வர் பேசினார். குரலில் உற்சாகம்.

"மனோஜ் இப்பத்தான் உன்னை நினைச்சேன். உடனே நீ போன் பண்றே...?"

"என்ன விஷயம் ஸார்...?"

"என்னோட சன் தீபக்கும் டாக்டர் ஜான் மில்லரும் இன்னும் ஒரு மணி நேரத்துக்குள்ளே கோயமுத்தூர் ஏர்போர்ட் ரீச் ஆயிடுவாங்க. அதுக்கு அடுத்த ஒரு மணி நேரத்துக்குள்ளே செம்மேடு பங்களாவில் இருப்பாங்க. நீ நாளைக்கு காலையில் பத்து மணி சுமார்க்கு ஒரு நடை வந்து அவங்களைப் பார்த்துட்டு போயிடு"

"ஸ...ஸார்"

"என்ன மனோஜ்... ஏதாவது பிரச்சினையா...? குரல் டல்லடிக்குது..."

"ஸார்... போலீஸ் கமிஷனர் திரிபுரசுந்தரி என்னை ஸ்மெல் பண்ணிட்டாங்கன்னு நினைக்கிறேன்"

மறுமுனையில் ஈஸ்வர் அதிர்வதை மனோஜால் உணர முடிந்தது. அவரின் குரல் உயர்ந்தது.

"மனோஜ்... நீ என்ன சொல்றே ...?"

மனோஜ் சற்றே ஆசுவாசப்படுத்திக்கொண்டு ஒரு இரண்டு நிமிட நேரத்தை செலவழித்து சற்று முன் நடந்த சம்பவங்களை சொல்லி முடித்தான்.

ஈஸ்வர் இன்னமும் அதிர்ச்சி விலகாத குரலில் கேட்டார்.

"அந்த திரிபுரசுந்தரியும், வளர்மதியும் எப்படி உன்னை ஸ்மெல் பண்ணியிருப்பாங்கன்னு நினைக்கிறே ...?"

"அதைத்தான் யோசனை பண்ணிட்டிருக்கேன் ஸார். எனக்கே

தெரியாமே ஏதோ ஒரு இடத்துல எக்ஸ்போஸ் ஆயிட்டேன்னு நினைக்கிறேன்"

"சரி... நீ இப்போ எங்கே இருக்கே...?"

"ரேஸ்கோர்ஸ் ரோட்டில் இருக்கிற ஜாய்ஸ் பார்க்குப் பக்கத்தில் ரோட்டோரமாய் காரை நிறுத்தி பேசிட்டிருக்கேன்"

"மனோஜ்... நீ எதுக்கும் ஒரு தடவை உன்னோட வீட்டுக்குப் போய் போலீஸ் எதுக்காக வந்திருக்காங்கன்னு விசாரிச்சு பார்த்தா என்ன...?"

"இல்ல லார்... நான் வீட்டுக்குப் போறது ரிஸ்க்... என்னோட கஸின் பிரதர் பிரேம்குமாரை தனக்கு உடம்பு சரியில்லைன்னு சொல்லச் சொல்லி மிரட்டியிருக்காங்க. நான் வீட்ல உட்கார்ந்து டி.வியில் சினிமா பார்த்துட்டு இருப்பேன்னு நினைச்சு போலீஸ் புறப்பட்டு வந்திருக்காங்க. ஏன்னா ரெண்டு மணி நேரத்துக்கு முந்தி நான் போன்ல வளர்மதிகிட்ட பேசிட்டு இருக்கும்போது அவகிட்டே நான்"அலிபாபாவும் நாற்பது திருடர்களும்"சினிமா பார்த்துட்டு இருக்கேன்னு அவகிட்டே சொன்னது இப்ப ஞாபகம் வருது"

ஈஸ்வர் செல்போனின் மறுமுனையில் ஒரு பெருமூச்சை வெளியேற்றி விட்டு மெல்லிய குரலில் பேச ஆரம்பித்தார்.

"ஓ.கே மனோஜ்... இது பயப்பட வேண்டிய வேளையில்ல. புத்திசாலித்தனமாய் செயல்பட வேண்டிய நேரம். நம்ம ஆள் ஜோன்ஸ் இப்ப கார்ல செம்மேட்ல இருந்து புறப்பட்டு சிட்டிக்கு வந்துட்டிருக்கான். ஏர்போர்ட்டிலிருந்து தீபக்கையும், ஜான்மில்லரையும் கூட்டிகிட்டு மறுபடியும் அவன் செம்மேடு வரணும். உன்னோட கார்ல இனி நீ ட்ராவல் பண்றது சரியில்லை. ட்ராஃபிக் போலீஸூக்கு இந்நேரம் தகவல் போய் அவங்க கார் நெம்பரை மானிடரிங் பண்ண ஆரம்பிச்சிருக்கலாம். அதனால உன்னோட காரை அதே ரோட்ல இருட்டாய் இருக்கிற இடம் பார்த்து நிறுத்தி லாக் பண்ணிட்டு வெயிட் பண்ணு. ஜோன்ஸ் இன்னும் ஒரு பதினைஞ்சு நிமிஷத்துல வந்து உன்னை பிக்அப் பண்ணிக்குவான்... ஜோன்ஸூம் நீயும் ஏர்போர்ட்டுக்கு போய் தீபக்கையும், ஜான்மில்லரையும் ரிஸீவ் பண்ணி செம்மேடு பங்களாவுக்கு வந்துடுங்க..."

"ஸ...ஸார்"

"என்ன மனோஜ்...?"

"ஜோன்ஸ் கொஞ்சம் சீக்கிரமா வந்தா பரவாயில்லை. ஜோன்ஸ் வர்றதுக்குள்ளே போலீஸ் கையால் மாட்டிக்குவோமோன்னு

பயமாயிருக்கு ஸார்"

"மனோஜ்... நீ நம்ம க்ரூப்ல சேரும் போதே உன்கிட்டே சொன்ன ஒரு விஷயத்தை இப்ப நான் உனக்கு ஞாபகப்படுத்த வேண்டிய கட்டாயம். நான் என்ன சொன்னேன்னு ஞாபகம் இருக்கா உனக்கு...?"

"நல்லாவே... ஞாபகம் இருக்கு ஸார்"

"சொல்லு பார்ப்போம்"

"நமக்கு பிடிச்ச ஒரு வேலை சட்டத்துக்கு பிடிக்காத போது என்னிக்காவது ஒரு நாள் அது அடையாளம் கண்டு பிடிச்சுகிட்டு பக்கத்துல வரும். அந்த சமயத்துல அதை ஏமாத்தற திறமை யார்கிட்ட இருக்கோ அவன்தான் அதிபுத்திசாலின்னு நீங்க சொல்லியிருக்கீங்க ஸார்"

"யூ ஆர் கரெக்ட்" என்று சொல்லி ஈஸ்வர் மறுமுனையில் ஏதோ பேச முயற்சித்த விநாடி மனோஜின் சாதாரண ஆண்ட்ராய்ட் போன் திடீரென்று விழித்துக்கொண்ட ஒரு குழந்தையைப் போல் குரல் கொடுத்தது.

மனோஜ் தன் கையில் வைத்து இருந்த இரிடியம் செல்போனிலிருந்து பார்வையை விலக்கி அந்தப் போனின் டிஸ்ப்ளேயைப் பார்த்தான். பிரேம்குமாரின் பெயர் ஒளிர்ந்தது.

ஈஸ்வர் கேட்டார்.

"அந்தப் போன்ல யார் கூப்பிடறாங்க?"

"என்னோட கஸின் பிரதர் பிரேம்குமார் ஸார்"

"இரிடியம் போனை ஆஃப் பண்ணாமே ஆன்லயே வெச்சுட்டு அந்தப் போனை அட்டெண்ட் பண்ணு. ஸ்பீக்கர்ல போட்டுட்டு பேசு..."

மனோஜ் ஈஸ்வர் சொன்னபடியே இரிடியம் போன் இணைப்பைத் துண்டித்துவிடாமல் தன்னுடைய செல்போனை எடுத்து ஸ்பீக்கரை ஆன் செய்துவிட்டு பேசினான்.

"பிரேம்குமார்..!"

மறுமுனையில் பிரேம்குமார் மூச்சு வாங்கிக்கொண்டே கேட்டான்.

அண்ணா...நீ இப்போ எங்கே இருக்கே?. "கொஞ்சம் சீக்கிரமா வாண்ணா".

44

மனோஜ் செல்போனை எடுத்து இடது காதின் மடலுக்கு அழுத்தமாய் பொருத்திக்கொண்டு பிரேம்குமாரோடு பேசியபடியே தன் வீட்டில் வேறு ஏதாவது சத்தம் கேட்கிறதாவென்று உன்னிப்பாய் கவனிக்க ஆரம்பித்தான்.

அடுத்த சில விநாடிகளிலேயே அதற்கு பலனும் கிடைத்தது. யாரோ தொண்டையை செருமுவதும், பிரேம்குமார் பேச வேண்டிய வார்த்தைகளை மெல்லிய குரலில் பிராம்ப்டிங் செய்வதும் மனோஜுக்குக் கேட்டது.

மனோஜின் உடம்பில் இருந்த எல்லா வியர்வை சுரப்பிகளும் திறந்து கொண்டன. இருதயத் துடிப்பு எகிற ஆரம்பித்தது. 'எனக்காகத்தான் காத்துக் கொண்டிருக்கிறார்கள். எனக்கு விஷயம் தெரிந்துவிட்டது என்பது அவர்களுக்குத் தெரிந்துவிடக்கூடாது'

செல்போனின் மறுமுனையில் பிரேம்குமாரின் குரல் மறுபடியும் கேட்டது.

"அண்ணா... நீ வீட்டுக்கு வர இன்னும் எவ்வளவு நேரமாகும்...?"

"இதோ வந்துட்டேயிருக்கேன்...பிரேம். ரெட் ஃபீல்ட் ஏரியாவில் திடீர்ன்னு ட்ராபிக் ஜாம். நல்லா மாட்டிகிட்டேன். நீ பயப்படாமே இரு... நான் இன்னும் ஒரு பத்து பதினைஞ்சு நிமிஷத்துக்குள்ளே வீட்டுக்கு வந்துடுவேன். வந்ததுமே டாக்டர்கிட்டே போயிடலாம். புலியகுளத்துக்குப் போனா டாக்டர் சர்வேஷ்வரன் இருப்பார். ஒரு ஊசி போட்டா சரியாயிடும்"

"அ...அ...அண்ணா.....!"

"சொல்லு பிரேம்..."

"எனக்கு பயமாய் இருக்கண்ணா"

"என்ன பயம்...?"

"நீ இங்கே வந்து சேர்றதுக்குள்ளே எனக்கு ஏதாவது ஆயிடுமோன்னு"

"ஒண்ணும் பயப்படாதே... இன்னும் கொஞ்ச நேரத்துல உனக்குப் பக்கத்துல இருப்பேன்... தைரியமாய் இரு"

மனோஜ் பேசிவிட்டு செல்போனை அணைத்தான். உடம்பு

முழுவதும் நிற்காத வியர்வை.

நடுங்கும் கையோடு இரிடியம் செல்போனை எடுத்து காதுக்கு கொடுத்தான்.

"ஸ...ஸார்... என்னோட கஸின் பிரதர் பிரேம்குமார் பேசினதைக் கேட்டீங்களா...?"

ஈஸ்வர் மறுமுனையில் மெல்லச் சிரித்தார்.

"போலீஸ்காரங்க பிரேம்குமார்க்கு நல்லாவே சொல்லித் தர்றாங்க. உண்மையாகவே ஒருத்தர்க்கு காய்ச்சல் இருந்தா இவ்வளவு சத்தமாகவும், தெளிவாகவும் பேச முடியாது"

"ஸார்... போலீஸூக்கு என்மேல எப்படி சந்தேகம் வந்ததுன்னு தெரியலை"

"எப்படியோ எக்ஸ்போஸ் ஆயிட்டே. கவலையை விடு... ஜோன்ஸ் இன்னும் கொஞ்ச நேரத்துல உன்கிட்டே வந்துடுவான். உன்னோட காரை அதே ரோட்ல ஏதாவது ஒரு மரத்துக்கு கீழே வெளிச்சம் அதிகம் படாத இடத்துல நிறுத்திடு. காரைப் பத்தி கவலைப்படாதே. இப்ப நீ போலீஸ் விரிச்சிக்கிற வலையில் சிக்காமே வெளியே வர்றதுதான் முக்கியம்"

"புரியது ஸார்"

"கார்க்குள்ளேயே ரிலாக்ஸாய் இருந்து வெயிட் பண்ணு. ஜோன்ஸ் இன்னும் கால் மணி நேரத்துக்குள்ளே உன்கிட்டே வந்துடுவான்"

"சரி ஸார்" மனோஜ் செல்போனை அணைத்துவிட்டு காரை நகர்த்தி அருகில் இருந்த ஒரு மரத்தடிக்கு கொண்டு போய் வெளிச்சம் இல்லாத இடத்தில் காரை நிறுத்திவிட்டு காத்திருக்க சரியாய் 15 நிமிடம் கழித்து அந்த ஆடி கார் வெண்ணிறத்தில் ஒரு தேர் போல் வந்து நின்றது.

ஜோன்ஸ் காரினின்றும் வெளிப்பட்டான். மனோஜின் காரை நெருங்கி கதவைத் திறந்து ட்ரைவிங் இருக்கைக்கு பக்கத்தில் இருந்த இருக்கையில் உட்கார்ந்தான்.

மனோஜ் ஜோன்ஸை ஏறிட்டான்.

"என்ன புறப்படலாமா ... ஜோன்ஸ் ஃப்ளைட் எத்தனை மணிக்கு?"

"போன் பண்ணி விசாரிச்சேன் ஸார். ஃப்ளைட் ஒரு மணி நேரம் லேட்... இந்த ஒரு மணி நேரத்துக்குள்ளே நாம சில பாதுகாப்பு ஏற்பாடுகளை பண்ணனும்"

"பாதுகாப்பு ஏற்பாடுகளா?"

"ஆமா ஸார்..."

"ஈஸ்வர் அதைப்பத்தி என்கிட்டே ஒண்ணுமே சொல்லலையே?"

"அஞ்சு நிமிஷத்துக்கு முன்னாடிதான் என்கிட்டேயே சொன்னார் ஸார்" என்று சொன்ன ஜோன்ஸ் தன் சட்டைப் பாக்கெட்டில் குத்தியிருந்த பால்பாயிண்ட் பென் ஒன்றை எடுத்தான்.

"மனோஜ் ஸார்... இதுமாதிரியான ஒரு பால்பாயிண்ட் பேனாவை நீங்க வேற எங்கேயாவது பார்த்து இருக்கீங்களா?"

மனோஜ் அந்தப் பேனாவை வாங்கிப் பார்த்தான். அடர்த்தியான மஞ்சள் நிறத்தில் அழகாய் இருந்த அந்த பால்பாயிண்ட் பேனாவை திருப்பிப் பிடித்து அதன் பின்புறம் இருந்த குமிழை அழுத்தினான். பால்பாயிண்ட் பேனாக்களுக்கே உரித்தான அதன் எழுதும் முனை வெளியே வரவில்லை.

"உள்ளே ரீஃபில் இல்லையா?"

மனோஜ் கேட்க ஜோன்ஸ் சிரித்தான்.

"இது பால்பாயிண்ட் பேனா இல்ல ஸார். பால்பாயிண்ட் பேனா மாதிரியே இருக்கிற ஸ்பிரேயர் பென்"

மனோஜின் விழிகளில் வியப்பு பரவியது.

"என்னது ஸ்பிரேயர் பென்னா?"

"ஆமா ஸார்"

"இந்த ஸ்பிரேயர் பென் இப்ப எதுக்கு?"

"இதுக்குத்தான் ஸார்" என்று சொன்னவன் மனோஜின் கையில் இருந்த ஸ்பிரேயர் பென்னை சட்டென்று பறித்து விநாடிக்கும் குறைவான நேரத்தில் அதை மனோஜின் முகம் முழுக்க பீய்ச்சினான். இடது கையில் வைத்திருந்த கர்ச்சீப்பால் தன் முகத்தை பொத்திக்கொண்டான்.

மனோஜ் நிலைமையை உணர்ந்து ஜோன்ஸின் கையில் இருந்த ஸ்பிரேயர் பென்னைப் பறிப்பதற்குள் கண்களைத் திறக்க முடியாத அளவுக்கு எரிச்சலும், இதயம் பிசைபடுவதைப் போன்ற வலியும், மனோஜை அப்படியே ஒரு பக்கம் சரிய வைத்தன. நுரையீரல் காற்றுக்காக வேகவேகமாய் சுருங்கித் துடிக்க மனோஜ் நெஞ்சைப் பிடித்துக்கொண்டு சரிந்தான். ஜோன்ஸ் மனோஜின் தோளைத் தொட்டான்."இன்னும் ஒரே ஒரு நிமிஷம்தான். அப்புறம் நீங்க

போலீஸ் கண்டுபிடிக்க முடியாத இடதுக்கு பத்திரமாய் போய் சேர்ந்துடுவீங்க. ஈஸ்வர் ஸார் உங்களுக்கு செஞ்ச பாதுகாப்பு ஏற்பாடு இதுதான்"

ஜோன்ஸ் சிரிப்போடு பேசிக்கொண்டிருக்கும் போதே மனோஜின் இதயத் துடிப்பு நின்று போயிருந்தது. கண்கள் நிலைத்திருக்க, தலை ஒரு பக்கமாய் தொங்கியது. மனோஜின் நாசியருகே கை வைத்துப் பார்த்த ஜோன்ஸ் தன்னுடைய செல்போனை எடுத்து ஈஸ்வரைத் தொடர்பு கொண்டான்.

"ஸார்... வேலை முடிஞ்சுது...!"

"பிரச்சினை ஏதும் இல்லையே?"

"ஒரு பிரச்சினையும் இல்லை ஸார்... பத்தே செக்கண்ட்தான்... பாய்ஸன் பென் ஸ்பிரேயர் உண்மையிலேயே வெரி பவர்ஃபுல்"

"சரி... இனிமேல் என்னென்ன பண்ணனும்ன்னு நான் சொன்னது ஞாபகம் இருக்கா ஜோன்ஸ்?"

"என்ன ஸார் இது... நீங்க சொன்னது எனக்கு ஞாபகம் இல்லாம போகுமா? மனோஜோட டெட்பாடியை அவரோட காரின் பின்சீட்ல அவர் தூங்கறமாதிரி படுக்க வெக்கணும்"

"அப்புறம்?"

"காரை ஸ்டார்ட் பண்ணி ஏ.ஸியை ஃபுல்லா ஓடவிடணும். கார் கண்ணாடிகளை ஏத்திவிடணும்"

"சரி... அப்புறம்?"

"கார்ல இருக்கிற ஏ.ஸி ப்ளோயர்ஸ்க்குள்ளே பாய்ஸன் பென் ஸ்பிரேயரை யூஸ் பண்ணி பாய்ஸன் திரவத்தை தெளிச்ச உடனேயே நான் காரை விட்டு இறங்கிடணும்"

ஈஸ்வர் மெல்ல சிரித்தார்."அதுக்கு முன்னாடி நீ... முக்கியமாய் பண்ண வேண்டிய ஒரு வேலையை மறந்துட்டே ஜோன்ஸ்?"

"என்ன ஸார்?"

"மனோஜ்கிட்டே இருக்கிற நம்ம இரிடியம் செல்போனையும், அவன் சாதாரணமா உபயோக்கிற ஆண்ட்ராய்ட் செல்போனையும் எடுத்துக்கணும்ன்னு சொல்லியிருந்தேன்"

"ஸாரி ஸார் மறந்துட்டேன்"

"உடனடியாய் அதைப் பண்ணு"

"இதோ... இப்பவே எடுக்கறேன்... ஸார்"

"அதை முதல்ல பண்ணிட்டு மத்த வேலைகளை ஆரம்பி. ரோட்ல ஜன நடமாட்டம் இருக்கா?"

"ஒரு ஈ காக்கா கூட இல்ல ஸார். அதுவும் கார் நின்னுட்டிருக்கிற இடம் யாரோட பார்வைக்கும் படாத இடமாய் இருக்கு"

"சரி... இன்னும் ரெண்டு நிமிஷத்துல வேலையை முடிச்சுட்டு ஏர்போர்ட் கிளம்பிடு. போற வழியிலேயே மனோஜோட சாதாரண ஆண்ட்ராய்ட் செல்போனை சைபர் க்ரைம் ப்ராஞ்ச் ட்ரேஸ் பண்ண முடியாத அளவுக்கு நாசம் பண்ணிடு..." ஈஸ்வர் மளமளவென்று உத்தரவுகளைப் பிறப்பித்துவிட்டு மறுமுனையில் செல்போனை அணைத்தார்.

ஹெல்த்தி டேஸ் ஹாஸ்பிடல்.

நேரம் பத்து மணி.

ராமபத்ரன் ஒரு மாத்திரையைப் போட்டுக்கொண்டு தூங்க ஆரம்பித்திருக்க, வளர்மதி வார இதழ் ஒன்றைப் புரட்டியபடியே ஜன்னல் அருகே உட்கார்ந்திருந்தாள். ஹாஸ்பிடலின் எல்லா திசைகளிலும் அரைகுறை மின் வெளிச்சமும், நிசப்தமும் பரவியிருந்தது.

வார இதழில் வெளியாகியிருந்த ஒரு சிறுகதையைப் பார்த்துவிட்டு அதைப் படிக்கலாமா வேண்டாமா என்று வளர்மதி யோசித்த விநாடி அவளுடைய செல்போன் வைப்ரேஷனில் கிர்ர்ர்... என்றது.

எடுத்து அழைப்பது யார் என்று பார்த்தாள். மறுமுனையில் கமிஷனர் திரிபுரசுந்தரி.

அறையில் இருந்தபடி பேசினால் மாமனாரின் தூக்கத்திற்கு இடைஞ்சலாக இருக்கும் என்று நினைத்த வளர்மதி அறையினின்றும் வெளிப்பட்டு வராந்தாவில் போடப்பட்டிருந்த ஒரு பெஞ்சில் உட்கார்ந்துகொண்டு பேச ஆரம்பித்தாள்.

"மேடம் "

"என்ன வளர்...இப்ப வீட்ல இருக்கியா இல்ல ஹாஸ்பிடல்ல இருக்கியா?"

"ஹாஸ்பிடல்ல மேடம்... அத்தையும் என்னோட ஹஸ்பெண்ட்டும் வீட்டுக்குப் போனவங்க இன்னும் வரலை. எப்படியும் இன்னும் அரை மணி நேரத்துக்குள்ளே வந்துடுவாங்க. அவங்க வந்ததும் நானும் அவரும் இங்கே கொஞ்ச நேரம் இருந்துட்டு வீட்டுக்குக் கிளம்பிடுவோம். அத்தை மட்டும்தான் ஹாஸ்பிடல்ல இருப்பாங்க.

ஏன்னா இந்த ஹாஸ்பிடல் ரூல்ஸ்படி ஒருத்தர்தான் பேஷண்ட்டோடு ஸ்டே பண்ண முடியும்" என்று பேசிக்கொண்டே போன வளர்மதி சட்டென்று குரலைத் தாழ்த்திக்கொண்டு கேட்டாள்.

"மேடம்... நீங்க அனுப்பிச்சு வெச்ச கமேண்டோ போலீஸ் விங் மனோஜ் வீட்டுக்குப் போய் அவரை மடக்கிட்டாங்களா?"

"இன்னும் இல்ல வளர்"

"என்னாச்சு மேடம்?"

"மனோஜ் வீட்ல இல்லையாம்?"

"அப்புறம்?"

"மனோஜோட கஸின் பிரதர் பிரேம்குமார்ன்னு ஒருத்தன்தான் வீட்ல இருந்திருக்கான். அவன்கிட்டே மனோஜ் எங்கேன்னு கேட்டு இருக்காங்க. அவனுக்கு தெரியல.. அதனால அந்த பிரேம்குமாரையே தனக்கு உடம்பு சரியில்லை. ஹாஸ்பிடலுக்குப் போகணும்ன்னு மனோஜுக்கு போன் பண்ணி சொல்ல வெச்சிருக்காங்க. மனோஜும் உடனடியாய் புறப்பட்டு வர்றேன்னு சொல்லி வீட்டுக்கு வந்துட்டு இருக்காராம்"

"மனோஜுக்கு சந்தேகம் வந்திருக்காதே மேடம்?"

"வர வாய்ப்பில்லை வளர்... சரியான முறையில் ப்ளான் பண்ணித்தான் போயிருக்காங்க. மனோஜ் அவர் குடியிருப்புப் பகுதியில் நுழைஞ்சதுமே அவர் மறுபடியும் தப்பிச்சுப் போகாதபடி கண்காணிக்க வெளியே ரோட்டோரமாய் நின்னுட்டிருக்கிற ஜீப்புக்குள்ளே மூணு கமாண்டோ ஆபீஸர்ஸ் வெயிட் பண்ணிட்டு இருக்காங்க ..."

"மேடம்... நான் ஒரு விஷயம் சொன்னா நீங்க தப்பா நினைச்சுக்கக் கூடாது"

"எதுவாய் இருந்தாலும் பரவாயில்லை சொல்லு"

"மனோஜை நம்மால பிடிக்க முடியாது. நீங்க அனுப்பின போலீஸ் அந்த வீட்ல இன்னிக்குப் பூராவும் விடிய விடிய காத்திருந்தாலும் சரி அவர் வீட்டுக்கு வரப் போறதில்லை...மேடம்"

செல்போனின் மறுமுனையில் திரிபுரசுந்தரி திகைத்துப் போனவளாய்க் கேட்டாள்.

"எப்படி இவ்வளவு உறுதியா சொல்றே?"

45

வளர்மதி செல்போனில் குரலைத் தாழ்த்தினாள்.

"காரணம் இருக்கு மேடம்"

"என்ன காரணம்...?"

"பாம்பின் கால் பாம்பறியும்"

"நீ சொல்றது எனக்குப் புரியலை வளர்"

"புரியும்படியாகவே சொல்றேன் மேடம்..." என்று சொன்ன வளர்மதி பேச்சைத் தொடர்ந்தாள்.

"மனோஜை மடக்க நீங்க கமேண்டோ படையை அதிரடியாய் அனுப்பி வெச்சது சரிதான். ஆனா மனோஜின் வீட்டுக்குப் போனதும் ஏசிபி அன்பரசன் எடுத்த நடவடிக்கைகள்தான் சரியில்லை"

"சரியில்லைன்னு எப்படி சொல்றே...?"

"மேடம்... மனோஜை மடக்கணும்ன்னா ஏசிபி அன்பரசன் ஒரு சத்தமில்லாத ஆப்ரேஷனை நடத்தியிருக்கணும். அப்படி நடத்தியிருந்தா அது ஒர்க்அவுட் ஆகியிருக்கும்"

"சத்தமில்லாத ஆப்ரேஷனா...?"

"ஆமா மேடம்... மனோஜ் மாதிரியான படித்த கிரிமினல் ஆட்கள் ரொம்பவும் எச்சரிக்கையோடு இருப்பாங்க...தன்னைச் சுத்தி நடக்கிற நிகழ்வுகளில் கொஞ்சம் சந்தேகம் ஏற்பட்டாலும் தப்பிச்சுடுவாங்க... அதுதான் இப்ப நடந்திருக்கு"

"மனோஜ் இப்ப தப்பிச்சுப் போக வாய்ப்பு இருக்குன்னு சொல்ல வர்றியா?"

"ஆமா மேடம்"

"எப்படி?"

"ஏசிபி அன்பரசன் மனோஜோட கஸின் பிரதர் பிரேம்குமாரை தனக்கு ஹைஃபீவர் இருப்பதாக சொல்லி மனோஜை வீட்டுக்கு வரவழைக்க ஏற்பாடு பண்ணியிருக்கிறதாய் சொன்னீங்க இல்லையா மேடம்?"

"ஆமா..."

"மனோஜ் இந்த இடத்துல வேறுவிதமா ரியாக்ட் பண்ணியிருக்கலாம்

மேடம். அதாவது வீட்டை விட்டு புறப்பட்டு வெளியே வரும்போது நார்மலாய் இருந்த பிரேம்குமார்க்கு ஹைஃபீவர் வர என்ன காரணம்ன்னு மனோஜ் யோசனை பண்ண வாய்ப்பு இருக்கு..."

"திடீர்ன்னு உடம்புக்கு முடியாமே போனவங்க எத்தனை பேர் இல்லை வளர்?"

"ஓ.கே...மேடம்... பிரேம்குமார் தனக்கு ஹைஃபீவர் உடனே புறப்பட்டு வான்னு சொன்னதை மனோஜ் ஒருவேளை நம்பியிருந்தா அவர் அடுத்த நிமிஷமே பண்ணக்கூடிய வேலை என்னவாயிருக்கும்ன்னு உங்களாலே கெஸ் பண்ண முடியுதா?"

"இதுல கெஸ் பண்ண என்ன இருக்கு? மனோஜ் உடனே வீட்டுக்குப் புறப்பட்டு வரத்தான் பார்ப்பார்"

"நான் அப்படி நினைக்கலை மேடம்"

"அப்புறம்...?"

"அதே குடியிருப்பில் இருக்கிற தன்னோட ஃப்ரண்ட் ஒருத்தர்க்கு போன் பண்ணி பிரேம்குமாரைப் போய் பார்க்கச் சொல்லி வாய்ப்பு இருக்கா இல்லையா மேடம்...?"

"இ...இ...இருக்கு"

"அந்த ஃப்ரண்ட்டும் போய்ப் பார்த்துட்டு மனோஜூக்குப் போன் பண்ணி உங்க வீட்ல யாரோ சில பேர் இருக்காங்கன்னு சொல்லவும் சான்ஸ் இருக்குங்கிறதை நாம மறுக்க முடியாது மேடம்"

"சரி... அப்படி யாராவது மனோஜ் வீட்டுக்கு போயிருந்தா ஏசிபி அன்பரசன் எனக்கு போன் பண்ணி சொல்லியிருப்பாரே ...?"

"ஸாரி மேடம்... நீங்க என்னதான் சொன்னாலும் மனோஜை மடக்கற விஷயத்துல நாம கோட்டை விட்டுட்டோம்ன்னுதான் என்னோட மனசுக்கு படுது..."

"வளர்... நீ ஒரு நிமிஷம் அப்படியே லைன்ல இரு. நான் இப்ப ஏசிபி அன்பரசனுக்கு கான் கால் போட்டு பேசறேன். நீயும் அவர்கிட்ட பேசு"

"சரி மேடம்... நான் லைன்ல இருக்கேன். கான்கால் போட்டு என்னைக் கனெக்ட் பண்ணுங்க..." சொல்லிவிட்டு வளர்மதி காத்திருந்தாள்.

அடுத்த சில விநாடிகளில் கான்கால் உயிர்ப்புக்கு வந்து ஏசிபி அன்பரசனின் குரல் கேட்டது.

"மேடம்..."

"என்ன அன்பரசன்... மனோஜ் வீட்டுக்கு வந்தாச்சா?" திரிபுரசுந்தரி கேட்க மறுமுனையில் சில விநாடிகளுக்கு நிசப்தம் நிலவியது. திரும்பவும் கேட்டாள் திரிபுரசுந்தரி.

"ஏன்னாச்சு... பேச்சையே காணோம்?"

"அது வந்து மேடம்... இன்னும் மனோஜ் வீடு வந்து சேரலை"

"போன் பண்ணிப் பார்த்தீங்களா...?"

"பார்த்தோம் மேடம்... அவரோட போன் ஸ்விட்ச் ஆஃப்ல இருக்கு..."

"மொதல் தடவை அவர் பேசின போது ரெட்ஃபீல்ட் ஏரியாவில் ட்ராஃபிக்கில் மாட்டிகிட்டதாய் சொன்னார் இல்லையா...?"

"ஆமா மேடம்"

"ரெட்ஃபீல்ட் ஏரியாவுக்கும் அன்பு நகர்க்கும் இடையில் ஒரு கிலோமீட்டர் தூரம் கூட இருக்காது. அந்த ஒரு கிலோமீட்டர் தூரத்தை க்ராஸ் பண்ணி வர அஞ்சு நிமிஷம் கூட ஆகாதே"

"அதான் மேடம் எனக்கும் குழப்பமாயிருக்கு"

"கடைசியா எப்போ போன் பண்ணீங்க ...?"

"ரெண்டு நிமிஷத்துக்கு முந்தி... அப்ப மனோஜ் போன் ஸ்விட்ச் ஆஃப்ன்னு வந்தது"

"சரி... இப்ப மறுபடியும் ஒரு தடவை பிரேம்குமாரை மனோஜ்க்கு போன் பண்ணச் சொல்லுங்க நான் லைன்ல வெயிட் பண்றேன்"

"ஓ.கே. மேடம்..."

திரிபுரசுந்தரியும், வளர்மதியும் கான்காலில் மௌனம் காக்க ஒரு நிமிட நேரத்திற்குப் பின் ஏசிபி அன்பரசனின் குரல் கேட்டது."மேடம்... மறுபடியும் பிரேம்குமாரை அவரோட செல்போன் மூலமாய் மனோஜை காண்டாக்ட் பண்ணிப் பார்த்தோம்"

"என்ன மறுபடியும் ஸ்விட்ச் ஆஃப்பா...?"

"இல்ல மேடம்"

"பின்னே...?"

"மனோஜோட போனிலிருந்து எந்த ஒரு ரெஸ்பான்ஸூம் இல்லை..."

"எனி ரெக்கார்ட்டட் வாய்ஸ் ...?"

"எதுவும் வரலை மேடம்... பட் என்னோட கெஸ்வொர்க்படி போலீஸ் இங்கே வீட்ல இருக்காங்கன்னு தெரிஞ்சுகிட்டு அவர் தலை மறைவாயிட்டார்ன்னு நினைக்கிறேன்..."

இதுவரைக்கும் பேசாமல் இருந்த வளர்மதி இப்போது குரலை கொடுத்தாள்.

"ஏசிபி ஸார்... நான் வளர்மதி. நானும் இப்ப உங்க கூட கான்காலில் இருக்கேன். மனோஜை மடக்க நான் ஒரு யோசனை சொல்லலாமா ...?"

"தாராளமாய் மேடம்"

"மனோஜ் கார்லதானே வெளியே போயிருக்கார் ...?"

"ஆமா..."

"அந்த கார் நெம்பரை நோட் பண்ணி ட்ராஃபிக் டிபார்ட்மெண்ட்டுக்கு அனுப்பி ஜி.பி.எஸ். மூலமா மானிட்டரிங் பண்ணச் சொல்லுங்க... எப்படியும் ஒரு மணி நேரத்துக்குள்ளே ட்ரேஸ் அவுட் பண்ணிடலாம்"

"இன்னும் ஒரு பத்து நிமிஷம் பார்த்துட்டு அந்த ஸ்டெப்புக்கு போலாம் மேடம்"

திரிபுரசுந்தரி கான்காலில் குறுக்கிட்டாள்.

"நோ அன்பரசன்... மனோஜ் தப்பிச்சுட்டார்ன்னு நல்லாவே தெரியுது. இனியும் லேட் பண்ண வேண்டாம். மனோஜோட கார் நெம்பர் பிரேம்குமார்க்குத் தெரியும். கேட்டு நோட் பண்ணி ட்ராஃபிக் டிபார்ட்மெண்ட்டுக்கு அனுப்பி மானிட்டரிங்கை ஸ்டார்ட் பண்ணிடுங்க... இந்த ராத்திரி விடியறதுக்குள்ளே மனோஜ் அரஸ்ட்டாகி லாக்கப்புக்குள்ளே இருக்கணும்"

"எஸ் மேடம்"

"மறுபடியும் ஒரு பத்து நிமிஷம் கழிச்சு கான்காலில் பேசுவோம்" கமிஷனர் திரிபுரசுந்தரி பேச்சை முடித்துக்கொள்ள வளர்மதியும் தன்னுடைய செல்போனின் இணைப்பைத் துண்டித்துக்கொண்டாள்.

அதே விநாடி பின்பக்கம் குரல் கேட்டது.

"என்ன வளர்... போன்ல யாரு...?"

வளர்மதி திரும்பினாள்.

கணவன் ஹரி நின்றிருந்தான்.

"அட... எப்ப வந்தீங்க...?"

"வந்து அஞ்சு நிமிஷமாச்சு. நீ போன்ல மும்முரமாய் பேசிட்டிருந்தே.."

"அத்தை எங்கே...?"

"ரூம்ல இருக்காங்க..."

"ஸாரிங்க... நீங்களும் அத்தையும் வந்ததை நான் கவனிக்க வேயில்லை..."

"அது சரி... போன்ல யாரு... கமிஷனர் மேடமா...?"

"ஆமா..."

"என்ன ஏதாவது பிரச்சினையா...?"

"பிரச்சினைதான்... வீட்டுக்கு கார்ல போகும்போது எல்லாத்தையும் சொல்றேன். மொதல்ல நான் அத்தையைப் பார்க்கணும்" வளர்மதி சொல்லிக்கொண்டே அறைக்குள் நுழைந்தாள்.

சிவகாமி வீட்டிலிருந்து தான் கொண்டு வந்திருந்த பையைப் பிரித்து வைத்துக்கொண்டு உள்ளேயிருந்து சில சாமான்களை எடுத்து வைத்துக் கொண்டிருந்தாள். வளர்மதியைப் பார்த்ததும் மெலிதாய் புன்னகைத்தாள்.

"ஸாரிம்மா... கொஞ்சம் லேட்டாயிருச்சு. பக்கத்து அப்பார்ட்மெண்ட்ல இருந்தவங்க உன்னோட மாமா எப்படியிருக்கார்ன்னு விசாரிக்க வந்தாங்க. வந்தவங்க உடனே கிளம்பிப் போகாமே ஏதேதோ பேசிட்டு இருந்ததுல நேரம் போனதே தெரியலை..."

"அதனால் என்ன பரவாயில்லை அத்தே... மாமா மாத்திரையைப் போட்டுகிட்டு தூங்க ஆரம்பிச்சுட்டார். நான் பொழுது போகாமே பத்திரிக்கைகளைப் புரட்டிப் பார்த்துட்டிருந்தேன்"

"ஹாஸ்பிடல் காண்டீனுக்குப் போய் ஏதாவது சாப்பிட்டியா...?"

"இல்ல அத்தே சாயந்தரம் ஸ்நாக்ஸ் சாப்பிட்டு காப்பி குடிச்சதுல வயிறு பசிக்கவேயில்லை"

"நல்ல பொண்ணும்மா நீ... மொதல்ல நீயும் ஹரியும் வீட்டுக்குக் கிளம்பிப் போங்க. சப்பாத்தியும் வெஜிடபிள் சப்ஜியும் ஹாட் பேக்ல சூடாய் இருக்கு. ரெண்டு பேரும் சாப்ட்டுட்டு படுங்க... நாளைக்குக் காலையில் ஹாஸ்பிடலுக்கு மெதுவா வந்தா போதும். மத்தியானத்துக்கு மேல்தான் டிஸ்சார்ஜ் பண்ண வேண்டியிருக்கும்ன்னு டாக்டர் சொல்லியிருக்கார்"

"இதோ புறப்பட்டுட்டோம் அத்தே. மணி பத்துக்கு மேலே ஆயிடுச்சு... மாமா நல்லா தூங்கிட்டிருக்கார். நீங்களும் படுத்துடுங்க...

இன்னிக்கு உங்களுக்கு ரொம்பவும் அலைச்சல்..."

"அலைச்சல்தான்...என்ன பண்றது...? ஐம்பது ரூபாய் ஸ்நாக்ஸை சாப்பிடப்போய் இருபதாயிரம் ரூபாய் செலவு பண்ண வேண்டியதாயிடுச்சு" சொன்ன சிவகாமி அறையின் மூலையில் இருந்த ஒரு பெரிய லெதர் பேக்கைக் காட்டினாள்.

"ஹாஸ்பிடல்ல எப்படியும் நாலைஞ்சு நாள் தங்க வேண்டியிருக்கும் என்கிற எண்ணத்துல எக்ஸ்ட்ராவா சில சாமான்களை எடுத்துட்டு வந்தேன். மறுபடியும் அதை வீட்டுக்கே கொண்டு போயிடும்மா"

ஹரி போய் அந்த லெதர் பேக்கை எடுத்துக்கொண்டான்.

"அம்மா... அப்பாவோட பிரச்சினைக்கு காரணம் ஸ்நாக்ஸ் இல்லை. வயசுதான். அறுபது வயசானாலே பி.பி.,சுகர்ன்னு எல்லா பிரச்சினையும் எட்டிப் பார்க்கும்"

"நீ என்னதான் சொல்லு... நான் ஒத்துக்க மாட்டேன். இனிமே வெளியேயிருந்து எந்த ஸ்நாக்ஸும் உள்ளே வரக்கூடாது"

"சரிம்மா... இனிமே நான் எந்த ஸ்நாக்ஸையும் வாங்கிட்டு வரலை. போதுமா... நானும் வளரும் கிளம்பறோம். அப்பா ஏதாவது குரல் கொடுத்தா எந்திரிச்சு என்னான்னு கேளு"

"சரிடா..."

ஹரியும், வளர்மதியும் சிவகாமியிடம் சொல்லிக்கொண்டு வெளியே வந்தார்கள். லிஃப்டில் இறங்கி கீழே வந்து வரவேற்பறையைக் கடக்கும்போது அந்த ஸ்டாஃப் நர்ஸ் எதிர்பட்டாள்.

"ஸார்... அப்பா நாளைக்குத்தானே டிஸ்சார்ஜ் ...?"

"ஆமா சிஸ்டர்"

"உங்க ஹாஸ்பிடல் பில் ரெடியாய் இருக்கு. அதை வாங்கிட்டு போயிடறீங்களா...? அந்த பில்லில் ஏதாவது டவுட்ஸ் இருந்தா நாளைக்கு நீங்க டாக்டர்கிட்டே கேட்டுக்கலாம்"

ஹரி தன் கையில் வைத்திருந்து லெதர் பேக்கை வளர்மதியிடம் கொடுத்தான்.

"வளர்... ஹாஸ்பிடலுக்கு வெளியே ரோட்டோரமாய் கொஞ்சம் தள்ளி நம்ம காரை நிறுத்தியிருக்கேன். நீ கார்ல போய் இரு... நான் பில்லை வாங்கிட்டு வந்துடறேன். இந்தா கார் சாவி"

வளர்மதி ஹரி நீட்டிய கார் சாவியையும் லெதர் பேக்கையும் வாங்கிக்கொண்டு ஹாஸ்பிடலை விட்டு வெளியே வந்தாள்.

சாலை மின் விளக்குகளின் அரைகுறை வெளிச்சத்தில் நிசப்தமாய் இருந்தது. ஆள் நடமாட்டம் அறவே இல்லை.

ஹாஸ்பிடலை விட்டு சற்று தள்ளி நின்றிருந்த காரை நோக்கிப் போனாள். கையில் இருந்த ரிமோட் கண்ட்ரோல் சாவியின் பட்டனை அழுத்த கார் பின்பக்க விளக்குகளை மஞ்சளாய் ஒரு முறை எரியவிட்டு டிக்கியைத் திறந்து வைத்தது.

வளர்மதி டிக்கியை நெருங்கி அதன் கைப்பிடியையும் பற்றித் தூக்கினாள். அது திமிங்கலம் போல் வாயைப் பிளந்து கொண்டது. உள்ளே லெதர் பேக்கை வைத்தாள்.

டிக்கியின் கதவை வளர்மதி மூட முயன்ற விநாடி, அவளுக்குப் பின்னால் யாரோ வந்து நிற்பதை அவளால் உணர முடிந்தது. அவளுடைய புறங்கழுத்தில் சூடாய் மூச்சுக்காற்றுப்பட திடுக்கிட்டுப் போய் திரும்பினாள்.

46

வளர்மதி சற்றே பயத்தோடு திரும்ப தனக்கு வெகு அருகாக யாரோ நின்றிருப்பதை உணர்ந்து திடுக்கிட்டுப் போனவளாய் நகர முயன்றாள். ஆனால் உயரமாய் நின்றிருந்த அந்த நிழல் உருவம் சட்டென்று தன் கையில் வைத்து இருந்த துணியை வீசி அவளுடைய முகத்தை விநாடிக்கும் குறைவான நேரத்தில் மூடியது. திமிர முயன்று கத்த நினைத்த வளர்மதியின் உதடுகள் வலுவான ஒரு கையால் சாத்தப்பட, இன்னொரு கை அவளுடைய தோள்பட்டையை அழுத்திப் பிடித்தது. சரியான இரும்புப் பிடி.

தன்னுடைய உடம்பை அசைக்க முடியாமல் வளர்மதி தோற்றுக் கொண்டிருக்கும்போதே, அவளுடைய முகத்தைப் பொத்தியிருந்த ஈரமான துணியிலிருந்து ஒருவித மருந்து நெடி அடித்து அவளைத் துவள வைத்தது. நுரையீரல்களில் ஒரு வலி பரவியது.

இது ஏதோ ஒரு மயக்க மருந்து. இதை சுவாசித்துவிடக்கூடாது என்று யோசித்துக் கொண்டிருக்கும்போதே தன்னுடைய விழிகள் தன்னிச்சையாய் மூடுவதை அவளால் உணர முடிந்தது. அடுத்த சில விநாடிகளில் தன்னை யாரோ வலுக்கட்டாயமாய் தள்ளிக்கொண்டு போய் சில அடி தூரத்தில் நின்றிருந்த ஒரு காரின் பின்சீட்டில் படுக்க வைப்பதையும், அடுத்த சில விநாடிகளில் கார் புறப்பட்டு செல்வதையும் உணர்ந்து எழ முயன்றாள். அசைக்க முடியாத அளவுக்கு உடம்பு கற்பாறையாய் மாறியிருந்தது.

கார் வேகமாய்ப் போய்க்கொண்டிருந்த போதே வளர்மதி தன்னுடைய சுயநினைவிலிருந்து சிறிது சிறிதாய் நழுவி மயக்க நிலையைத் தொட்டுக்கொண்டிருந்தாள்.

ஹாஸ்பிடல் அக்கவுண்ட் செக்‌ஷனிலிருந்து வெளிப்பட்ட ஹரி காரிடாரில் நடந்து காம்பௌண்ட் கேட்டைக்கடந்து சாலைக்கு வந்து சற்றுத் தொலைவில் நின்றிருந்த தன் காரைப் பார்த்து போனான். காரை நெருங்கியவன் ஆச்சர்யப்பட்டான்.

கார்க்குள் வளர்மதி இல்லாமல் போகவே சிறிது சந்தேகத்தோடு கைப்பிடியை இழுத்துப் பார்த்தான். காரின் கதவு திறந்து கொண்டது.

'கார் சாவியின் ரிமோட் கண்ட்ரோலை பயன்படுத்தி வளர்மதி காரை அன்லாக் செய்திருக்கிறாள். ஆனால் கார்க்குள் ஏறி உட்காராமல் எங்கே போனாள் ...?'

'நான் வரக் கொஞ்சம் தாமதமானால் மறுபடியும் என்னைத் தேடிக்கொண்டு ஹாஸ்பிடலுக்குள் போயிருப்பாளோ...?'

ஹரி யோசித்துக்கொண்டிருக்கும்போதே ஹாஸ்பிடலின் கேட்டருகே ஸ்டூல் போட்டு அதில் உட்கார்ந்திருந்த வாட்ச்மேன் குழப்பத்தோடு எழுந்து வந்தார்.

"என்ன ஸார்... தேடறீங்க...?"

"ஒரு பத்து நிமிஷத்துக்கு முந்தி மஞ்சள் புடவை கட்டிகிட்டு ஹாஸ்பிடலை விட்டு வெளியே வந்த ஒரு பொண்ணை நீங்க பார்த்தீங்களா..?"

"அவங்க உங்க ஒய்ஃப்பா ஸார் ...?"

"ஆமா..."

"பார்த்தேன் ஸார்... கையில ஒரு லெதர் பேக் வெச்சிருந்தாங்க..."

"அவங்கதான்..."

"இந்த கார்கிட்டதான் வந்து டிக்கியை தொறந்திட்டு இருந்தாங்க ஸார்... அந்த சமயத்துல ட்யூட்டி டாக்டரோட கார் வரவும் காம்பௌண்ட் கேட்டைத் திறக்க அந்தப் பக்கமாய் போயிட்டேன் ஸார். அதுக்கப்புறம் அவங்களை நான் பார்க்கலை"

ஹரி வேகவேகமாய் காரைச் சுற்றி வந்து அதன் டிக்கியைத் திறந்து பார்த்தான்.

உள்ளே பேக் இருந்தது. வாட்ச்மேன் எட்டிப் பார்த்துவிட்டு சொன்னார்.

"அவங்க பேக்கை வெச்சுட்டு மறுபடியும் ஹாஸ்பிடலுக்குள்ளே போயிருக்கலாம் ஸார். உங்க போனிலிருந்து அவங்க போனை காண்டாக்ட் பண்ணிப் பாருங்க ஸார்"

'இந்த யோசனை நமக்குத் தோணாமே போச்சே' என்கிற எண்ணத்தோடு தன்னுடைய செல்போனை எடுத்து வளர்மதியின் செல்போன் எண்ணைத் தொட்டான்.

மறுமுனையில் நீளமான மௌனம்.

'போன் ஆக்டிவேஷனில் இருந்தால் ஏதாவது ஒரு ரெக்கார்டட் வாய்ஸாவது கேட்க வேண்டுமே'

'கேட்கவில்லை'.

வாட்ச்மேன் குரல் கொடுத்தார்.

"என்ன ஸார்... அவங்க போனை அட்டெண்ட் பண்ணலையா ...?"

"பண்ணலை..."

"எதுக்கும் ஒரு தடவை ஹாஸ்பிடலுக்குள்ளே போய் பார்த்துட்டு வந்துடுங்க ஸார்..." வாட்ச்மேன் சொல்லிவிட்டு ஒரு ஆம்புலன்ஸ் வேன் ஹாஸ்பிடலுக்குள் நுழைவதைப் பார்த்துவிட்டு வேகவேகமாய் ஹாஸ்பிடல் கேட்டை நோக்கிப் போனார்.

ஹரியின் இதயத்துக்கு நடுவே பயம் ஒரு கத்தியாய் மாறி குறுக்கே ஒரு கீறலைப் போட்டது.

'ஏதோ அசம்பாவிதம் நடந்திருக்கிறது'

'வளர்மதி கார்க்கு வந்து டிக்கியைத் திறந்து லெதர் பேக்கை வைத்திருக்கிறாள்'

'அதற்குப்பிறகு எங்கே போனாள்...?'

'ஒருவேளை வாட்ச்மேன் சொல்கிற மாதிரி ஹாஸ்பிடலுக்குள்ளே அம்மாவைப் பார்க்கப் போயிருப்பாளோ?'

ஹரி வியர்த்து வழியும் முகத்தோடு ஹாஸ்பிடலின் உள்ளே இருக்கும் அம்மாவின் செல்போன் எண்ணைத் தொடர்பு கொண்டாள்.

"அம்மா"

"என்னடா ஹரி?"

"அம்மா... என்னோட செல்போன் சார்ஜர் அங்கேயிருக்கா?"

"இன்னுமா... நீயும் வளர்மதியும் வீட்டுக்கு கிளம்பிப் போகலை?"

"இதோ கிளம்பிட்டோம்மா... ஹாஸ்பிடலை விட்டு வெளியே வர்ற நேரத்துல அக்கவுண்ட் செக்ஷனிலிருந்து கூப்பிட்டு டிஸ்சார்ஜ் பில் கொடுத்தாங்க"

"பில்லைக் கொடுக்க இதுவா நேரம்?"

"அவங்களுக்கு எத்தனையோ வேலையம்மா... என்னோட செல்போன் சார்ஜர் அங்கே இருக்கான்னு பார்த்துச் சொல்லம்மா"

"ஒரு நிமிஷம் இரு... பார்த்துச் சொல்றேன்" என்று மறுமுனையில் சொன்ன சிவகாமி அடுத்த சில விநாடிகளிலேயே சொன்னாள்.

"சார்ஜர் இங்க இல்லையே?"

"சரிம்மா" என்று சொல்லி செல்போனை அணைத்த ஹரிக்கு ஒட்டுமொத்த உடம்பும் கலவர பூமியானது போன்ற உணர்வு. இருதயத்துடிப்பு உச்சத்துக்குப் போயிற்று.

'வளர்மதி காரை அன்லாக் செய்து டிக்கியில் பேக்கை வைத்துவிட்டு எங்கே போயிருப்பாள்?'

தவிப்போடு சுற்றும் முற்றும் பார்த்தவனின் பார்வைக்கு காரின் பின் சக்கரங்களுக்கு நடுவில் ஒரு செல்போன் சிதறிய நிலையில் கழன்று கிடந்த பாட்டரியோடு தட்டுப்பட அதை குனிந்து எடுத்தான்.

அந்த செல்போனின் மேல் கவர் நிறத்தைப் பார்த்ததுமே அது வளர்மதியின் செல்போன்தான் என்று உடனே புரிந்தது. பதட்டம் தணியாமல் கார்க்கு கீழே குனிந்து பார்த்தான். இடது பக்க சக்கரத்துக்கு கீழே காரின் சாவி தன்னுடைய உலோக நுனியைக் காட்டியபடி மினுமினுத்தது. கைவிரல்கள் நடுங்க சாவியை எடுத்துக்கொண்டவனுக்கு கண்கள் இருட்டிக்கொண்டு வந்தது. அப்படியே கார்க்கு சாய்ந்து நின்று கொண்டான்.

'வளர்மதிக்கு ஏதோ ஆபத்து'

'என்ன செய்யலாம்?'

'போலீஸ் கமிஷனர் திரிபுரசுந்தரிக்கு முதலில் விஷயத்தைக் கொண்டு போகணும்'

ஹரி தன்னுடைய செல்போனை எடுத்து உடனே தொடர்பு கொண்டு பேச ஆரம்பித்தான். குரல் தொண்டையினின்றும் சிரமமாய் எழுந்தது.

"மேடம்... நான் ஹரி பேசறேன்"

"சொல்லுங்க ஹரி... உங்க குரல் ஏன் ஒரு மாதிரி இருக்கு. அப்பாவுக்கு மறுபடியும் ஏதாவது பிரச்சினையா?"

"அப்பாவுக்கு எந்த பிரச்சினையும் இல்ல மேடம்"

"அப்புறம்?"

"அ...அ...அது வந்து மேடம்..."

"என்ன ஹரி... வாட் ஹேப்பண்ட்? எனி அப் நார்மல்ஸி?"

"எஸ் மேடம்... வளர்மதியைக் காணோம் ..."

செல்போனின் மறுமுனையில் திரிபுரசுந்தரி பெரிதும் அதிர்ந்து போனவளாய் கேட்டாள்.

"எ...எ...என்ன சொல்றீங்க ஹரி... வளர்மதியைக் காணோமா?"

"ஆ...ஆமா... மேடம்" என்று குரல் அடைக்கச் சொன்ன ஹரி சற்று முன்பு நடந்த சம்பவங்களைச் சில விநாடி நேரத்தில் சொல்லி முடித்தான்.

திரிபுரசுந்தரி பதறிப் போனவளாய்க் கேட்டாள்.

"ஹாஸ்பிடலை விட்டு வெளியே வந்து கார்கிட்டே வளர்மதி நின்னுட்டு இருக்கும்போது யாரோ அவளைத் தாக்கி கடத்திட்டு போயிருக்கலாம் இல்லையா ஹரி?"

"ஆமா... மேடம்... அப்படித்தான் நடந்திருக்கணும். ஏன்னா வளர்மதியோட செல்போனும் கார் சாவியும் கீழே விழுந்திருந்தது"

"இப்ப அந்த ரோட்ல உங்க கார் மட்டும்தான் நின்னுட்டிருக்கா... இல்லை வேற ஏதாவது வெகிகிள்ஸ் இருக்கா?"

"என்னோட கார் மட்டும்தான் இருக்கு மேடம்"

"சரி... நீங்க கார்ல இருங்க. நான் சில ஏற்பாடுகளை பண்ணிட்டு உடனே ஹாஸ்பிடலுக்கு புறப்பட்டு வர்றேன் "

"ப்ளீஸ்... இங்க நீங்க வராதீங்க மேடம் ..."

"ஏன் வரவேண்டாம்ன்னு சொல்றீங்க...?"

"அம்மாவுக்கும் அப்பாவுக்கும் இந்த விஷயம் தெரியக்கூடாதுன்னு நினைக்கிறேன் மேடம்..."

"அப்படி ஏன் நினைக்கிறீங்க ஹரி...? வளர்மதிக்கு என்ன நடந்ததுன்னு தெரியணும்ன்னா ஹாஸ்பிடலுக்கு வெளியே பொருத்தப்பட்டு இருக்கிற சி.சி.டி.வி. காமிராக்களோட ஃபுட்டேஜைப் பார்க்கணும்... ஹாஸ்பிடல் கேட்ல இருக்கிற செக்யூரிட்டி ஆட்களை என்கொயர் பண்ணனும். இப்பவே சம்பவம் நடந்து பதினைஞ்சு நிமிஷத்துக்கு மேலே ஆயிடுச்சு... நாம சில வேகமான நடவடிக்கைகளை எடுத்தாத்தான் வளர்மதியை மீட்க முடியும்"

"நீங்க சொல்றது சரிதான் மேடம். ஆனா அப்பா பி.பி. பிரச்சினையிலிருந்து குணமாகி நாளைக்கு டிஸ்சார்ஜ் ஆகிப் போகிற நிலைமையில் இருக்கார். இந்த நேரத்தில் வளர்மதியைக் காணோம். அவளுக்கு ஏதோ ஆபத்துன்னு தெரிய வரும்போது அப்பாவால அந்த அதிர்ச்சியைத் தாங்கிக்க முடியுமான்னு தெரியலை. அம்மாவுக்கும் வளர்மதி மேல என்னைக்காட்டிலும் ஒரு படி பிரியமும் பாசமும் அதிகம். அம்மாவாலேயும் அந்த அதிர்ச்சியைத் தாங்கிக்க முடியாது"

"நீங்க சொல்றது எனக்குப் புரியுது ஹரி. ஆனா வளர்மதி காணாமே போன விஷயத்தை எத்தனை மணி நேரத்துக்குத்தான் உங்க ஃபாதர், மதர்கிட்டேயிருந்து மறைக்க முடியும்...?"

"மே...மே...மேடம்"

"என்ன சொல்லுங்க...?"

"அப்பாவுக்கும், அம்மாவுக்கும் வளர்மதி காணாமல் போன விஷயத்தை நாளைக்கு சாயந்தரம் ஆறு மணி வரைக்கும் தெரியாதபடி பார்த்துக்க என்னால முடியும். அதுக்குள்ளே வளர்மதியை உங்களால கண்டுபிடிச்சு கொடுக்க முடியுமா மேடம் ...?"

திரிபுரசுந்தரி மறுமுனையில் மௌனமாய் இருந்தாள். ஹரி பொறுமை காத்துவிட்டு தயக்கமாய் குரல் கொடுத்தான்.

"மேடம்... நான் கேட்ட கேள்விக்கு நீங்க பதில் சொல்லலை"

"ஸாரி ஹரி... நீங்க சொன்ன அந்த கால கெடுவுக்குள்ளே வளர்மதியை கண்டுபிடிக்க முடியும்ன்னு எனக்குத் தோணலை. காரணம் வளர்மதிக்கு முன்னாடி சில்பா, நர்மதான்னு ரெண்டு பெண்கள் காணாமே போயிருக்காங்க. அவங்களைப் பத்தின தகவலே இன்னும் டிபார்ட்மெண்ட்டுக்கு கிடைக்கலை. இப்போ வளர்மதி மிஸ்ஸிங்... எதிரிகள் சாதாரண நபர்கள் கிடையாது. நிறைய போராடவேண்டியிருக்கும்"

திரிபுரசுந்தரி சொல்லச் சொல்ல ஹரி தன்னுடைய உடம்பின் ஒவ்வொரு பாகத்திலும் இடிந்து கொண்டிருந்தான்.

47

திரிபுரசுந்தரி தொடர்ந்து பேசினாள்.

"ஹரி...... இதுமாதிரியான நேரங்களில்தான் நீங்க தைரியமாய் இருக்கணும். வளர்மதியை நிச்சயமாய் நாம மீட்டுடலாம். ஆனா நீங்க குறிப்பிட்ட நேரத்துக்குள்ளே முடியுமான்னுதான் எனக்கு சந்தேகமாய் இருக்கு... நீங்க இப்போதைக்கு வளர்மதி காணாமே போன விஷயத்தைப்பத்தி உங்க ஃபாதர் மதர்கிட்டே சொல்லவேண்டாம். அவங்க வளர்மதி எங்கேன்னு கேட்டா நம்பறமாதிரியான ஒரு காரணத்தை மட்டும் சொல்லி வையுங்க"

ஹரி பெருமூச்சுவிட்டான்.

"எதுமாதிரியான காரணத்தைச் சொல்றதுன்னு எனக்குத் தோணலை மேடம்"

"யோசனை பண்ணுங்க. இப்ப நீங்க வீட்டுக்குத்தானே போறீங்க ...?"

"ஆமா மேடம்..."

"வீடு போய்ச் சேர்ந்ததும் எனக்கு போன் பண்ணுங்க... அதுக்குள்ளே நான் இங்கே வளர்மதியை மீட்க டிபார்ட்மெண்ட்லிருந்து செய்ய வேண்டிய ஏற்பாடுகளைப்பற்றி என்னோட ஹைஅஃபிஷியல்ஸ்கிட்டே பேசிடறேன்"

"மே...மேடம்..." ஹரியின் குரல் அழுகையில் உடைந்தது.

"இதோ பாருங்க ஹரி... வளர்மதியோட உயிர்க்கு எந்த ஒரு ஆபத்தும் இல்லாதபடி பத்திரமாய் கொண்டு வந்து சேர்க்க வேண்டிய பொறுப்பு என்னோடது. வளர்மதி ஒரு போலீஸ் இன்ஃபார்மராய் இருக்கிற விஷயம் உங்களுக்குத் தெரிஞ்சபோது அவளைக் கண்டிக்காமே மாரல் சப்போர்ட் பண்ணீங்க. அதை பாராட்டவும் செஞ்சீங்க. அதே மாதிரியான மன உறுதிதான் இதுமாதிரியான இக்கட்டான சமயங்களிலும் வேணும். வளர்மதி ஹைலி இன்டெலிஜென்ட் வுமன். எதிரிகளை எப்படி ஃபேஸ் பண்ணி ஜெயிக்கிறதுங்கிற ஆர்ட் நல்லாவே தெரியும்... நாம இப்ப கவலைப்படற நேரம் கிடையாது. செயல்பட வேண்டிய நேரம்"

"எ...எ...எனக்குப் புரியுது மேடம். ஆனா நாளைக்கு காலையிலே அம்மாவும் அப்பாவும் வளர்மதி எங்கேன்னு கேட்டா அவங்களுக்கு என்ன பதிலைச் சொல்றதுன்னுதான் எனக்கு குழப்பமாய் இருக்கு.

நான் சொல்ற பொய் நம்பற மாதிரியும் இருக்கணும்..."

"நாளைக்குக் காலையில் வரைக்கும் டைம் இருக்கு. கொஞ்சம் யோசனை பண்ணுங்க ஹரி... வீடு போய்ச் சேர்ந்ததும் எனக்கு போன் பண்ணுங்க"

"எஸ்... மேடம்" ஹரி செல்போனை மனக்கலக்கத்தோடு அணைத்துவிட்டு காரில் ஏற முயன்ற விநாடி பின்பக்கம் குரல் கேட்டது.

"ஸார்"

ஹரி திரும்பிப் பார்க்க ஹாஸ்பிடலின் வாட்ச்மேன் நின்றிருந்தார்.

"என்ன ஸார்... அம்மா எங்கே இருக்காங்கன்னு தெரிஞ்சுதா...?"

வாட்ச்மேன் கேட்ட கேள்விக்கு ஒரு விநாடி என்ன பதிலைச் சொல்வது என்று திணறிய ஹரி அடுத்த விநாடியே சரளமாய் அந்தப் பொய்யைச் சொன்னான்.

"அவங்க பக்கத்தில் இருக்கிற குமரன் பார்மஸிக்கு ஏதோ மருந்து வாங்கப் போயிருக்காங்க. என்கிட்டே ஏற்கனவே சொல்லியிருந்தாங்க. நான்தான் ஏதோ ஒரு ஞாபகத்துல மறந்துட்டேன்"

வாட்ச்மேன் சிரித்தார்."என்ன ஸார் நீங்க... கொஞ்ச நேரத்துல வயித்தையே புரட்டற மாதிரி பண்ணிட்டீங்க...?"

"தப்புதான்... நான் பார்மஸிக்கு போய் அப்படியே அம்மாவை கூட்டிகிட்டு போயிடறேன். இந்த விஷயத்தை வெளியே யார்கிட்டேயும் சொல்லிட்டிருக்க வேண்டாம் வாட்ச்மேன்"

"நான் எதுக்கு ஸார் சொல்றேன்"

வாட்ச்மேனின் கையில் ஐம்பது ரூபாய் நோட்டொன்றைக் கொடுத்துவிட்டு காரை நகர்த்தினான் ஹரி.

இரண்டு குறுக்குத் தெருக்களைக் கடந்து கார் மெயின் ரோட்டுக்கு வந்திருந்த போது அவனுடைய செல்போன் ரிங்டோனை வெளியிட்டது. காரின் வேகத்தைக் குறைத்துக்கொண்டே போனை எடுத்து அழைப்பது யார் என்று பார்த்தான்.

அம்மா அழைத்துக் கொண்டிருந்தாள்.

காரின் வேகத்தை மேலும் குறைத்தவன் செல்போனை காதுக்கு ஒற்றினான்.

"சொல்லும்மா..."

"என்ன வீட்டுக்குப் போய் சேரந்துட்டீங்களா...?"

"இல்லேம்மா... போயிட்டிருக்கோம். ஏன் என்ன விஷயம்?"

"வளரோட போனுக்கு என்னாச்சு? போன் பண்ணினேன். ரிங்டோன் போகவேயில்லை. ஸ்விட்ச் ஆப்ல இருக்கா?"

"அது வந்தும்மா... வளரோட போன் கார்ல அவ ஏறும்போது கீழே விழுந்து லேசா கீறல் விட்டிருக்கு. போன் ஆக்டீவாய் இல்லை... வீட்டுக்குப் போய்த்தான் என்னன்னு பார்க்கணும் "

"சரி... போனை வளர்கிட்டே குடு..."

"என்ன விஷயம் சொல்லம்மா...?"

"ஏன் வளர்க்கு என்ன...?"

"அம்மா... வளர் காரோட பின்சீட்ல சாஞ்சுகிட்டு தூங்கறா"

"என்னடா சொல்றே... இந்நேரத்துக்கு என்னடா தூக்கம் ...?"

"தலைவலியாம்... ஒரு மாத்திரைப் போட்டுகிட்டு பின்சீட்டுக்குப் போய் சாய்ஞ்சுட்டா...எழுப்பட்டுமா...?"

"வேண்டாம்... வேண்டாம். தலைவலின்னு சொன்னப்பறம் தொந்தரவு படுத்த வேண்டாம். விஷயம் என்னன்னு சொல்லிடறேன். என்னோட ரூம் பீரோவுல வைரக்கம்மலை ஜீவல் பாக்ஸுக்குள்ளே வெச்சேனா இல்ல வெளியேவே வெச்சுட்டேனான்னு ஒரு சந்தேகம். வெளியே இருந்தா அதை பாக்ஸுக்குள்ளே வெக்கணும்"

"அவ்வளவுதானே...நான் வெச்சுடறேன்... வேற விஷயம் ஒண்ணுமில்லையே...?"

"ஏண்டா... இவ்வளவு டென்ஷன் படறே...?"

"இது டென்ஷன் இல்லேம்மா... கார் ஓட்டும்போது செல்போன்ல பேசக்கூடாதுன்னு நீதானே சொல்லுவே...?"

"ஆமா... ஆமா... எல்லாம் நாளைக்குப் பேசிக்கலாம்... நான் சொன்ன வேலையை மட்டும் பண்ணிடு"

"சரிம்மா" ஹரி செல்போனை அணைத்துவிட்டு காரை கனக்கிற இதயத்தோடு ஓட்ட ஆரம்பித்தான்.

டி.ஜி.பி பஞ்சாபகேஷனுக்கு முன்பாய் திரிபுரசுந்தரி சற்றே தலைகவிழ்ந்து உட்கார்ந்திருக்க, அவர் தன்னுடைய வார்த்தைகளை நெருப்பில் வாட்டி திரிபுரசுந்தரியின் மேல் வீசிக்கொண்டிருந்தார்,

"நான் உங்களுக்கு ஆரம்பத்திலிருந்தே சொல்லிட்டு வர்றேன். ஒரு போலீஸ் இன்ஃபார்மருக்கு எதுமாதிரியான வேலையைக்

கொடுக்கணுமோ அதுமாதிரியான வேலைகளை மட்டும்தான் தரணும். அதுவும் ஒரு குடும்பப் பெண்ணான வளர்மதியை இந்த கேஸ்ல இன்வால்வ் பண்ண வெச்சது ஹைலி இடியாட்டிக்... முட்டாள்தனம்..."

திரிபுரசுந்தரி தான் ஒரு போலீஸ் கமிஷனர் என்பதையும் மறந்து, கண்களில் நீர் கோர்த்துக்கொள்ள டி.ஜி.பி 'யை ஏறிட்டாள்.

"வளர்மதிக்கு இப்படியொரு நிலைமை ஏற்படும்ன்னு நான் கொஞ்சம்கூட எதிர்பார்க்கலை ஸார்"

"நான் எதிர்பார்த்தேன்... இப்படியொரு அசம்பாவிதம் என்னிக்காவது ஒருநாள் நடக்கும்ன்னு நான் ஹண்ட்ரட் பர்சன்ட் எக்ஸ்பெக்ட் பண்ணினேன். அந்த நல்ல நாள் இன்னிக்குன்னு இப்பத்தான் எனக்குத் தெரிஞ்சுது. அயாம் வெரி ஹேப்பி வித் யுவர் பர்பாமென்ஸ் மிஸஸ் திரிபுரசுந்தரி"

திரிபுரசுந்தரி டி.ஜி.பியை கம்மிப்போன குரலோடு ஏறிட்டாள்.

"ஸார் நாளைக்கு சாயந்தரம் ஆறு மணிக்குள்ளே வளர்மதியை நாம மீட்டாகணும்"

டி.ஜி.பி. கேலியாய் சிரித்தார்.

"அதாவது வளர்மதியோட மாமனார் மாமியார்க்கு விஷயம் தெரியறதுக்கு முந்தி..."

"ஆமா ஸார்"

"ஏதோ முகூர்த்தத்திற்கு நேரம் குறிச்சுட்டு வந்த மாதிரி பேசிட்டு இருக்கீங்க. இது முடிகிற காரியமா ...?"

"நீங்க மனசு வெச்சா முடியும் ஸார்"

"நான் என்ன பண்ணனும்ன்னு சொல்லுங்க"

"வளர்மதி காணாமே போய் இப்ப ஒரு மணி நேரமாச்சு ஸார். இந்த விவகாரத்தை சி.பி.சி.ஐ.டிக்கு கொண்டு போய் ஒரு ஸ்பெஷல் சர்ச் விங் ஸ்குவாடை ஃபார்ம் பண்ணனும்... அதுவும் உடனடியாய் உருவாக்கணும்"

"உருவாக்கி...?"

"தலைமறைவாயிட்ட மனோஜைத் தேடி கண்டுபிடிக்கிற வேலையை அவங்ககிட்ட கொடுக்கணும். மனோஜ் கிடைச்சுட்டா அவரோட வாயிலிருந்து உண்மையை வரவழைச்சு வளர்மதி இருக்கிற இடத்தைக் கண்டுபிடிச்சுடலாம்"

"ஒரு கேஸை சி.பி.சி.ஐ.டிக்கு கொண்டு போகணும்ன்னா போலீஸ் டிபார்ட்மெண்ட்டை கையில் வெச்சுட்டு இருக்கிற மினிஸ்டர்கிட்டயிருந்து பர்மிஷன் வாங்கணும். அதுக்கு முன்னாடி நான் சி.எம் மோட சீப் செக்கரட்டரிகிட்டே பேசணும். இந்த ஃபார்மாலிடி எல்லாம் உங்களுக்கே தெரியும். இருந்தாலும் ஏதோ பேப்பர் வெயிட்டை ஒரு இடத்திலிருந்து இன்னொரு இடத்துக்கு நகர்த்தி வைக்கிற மாதிரி பேசிட்டிருக்கீங்க..."

"ஸாரி... ஸார் நீங்க முயற்சி எடுத்துகிட்டா கண்டிப்பா இது நடக்கும்" திரிபுரசுந்தரி சொல்லிக்கொண்டு இருக்கும்போதே அவளுடைய செல்போன் இன் கம்மிங் கால் வந்ததற்கு அறிகுறியாக ஒளிர்ந்தது. எடுத்து அழைப்பது யார் என்று எடுத்துப் பார்த்தாள்.

செல்போனின் டிஸ்ப்ளேயில் அன்பரசனின் பெயர் விட்டு விட்டு பளிச்சிட்டது. திரிபுரசுந்தரி டி.ஜி.பி யை ஏறிட்டாள்.

"ஸார் ஏசிபி அன்பரசன் ஈஸ் காலிங்"

"ஸ்பீக்கரை ஆன் பண்ணிட்டு பேசுங்க"

திரிபுரசுந்தரி தன்னுடைய செல்போனின் ஸ்பீக்கரை ஆன் செய்துவிட்டு குரல் கொடுத்தாள்.

"சொல்லுங்க...அன்பரசன்! மனோஜ் பற்றிய ஏதாவது தகவல் கிடைச்சுதா...?"

"அது வந்து மேடம்... ஒரு எதிர்பாராத ஷாக் நியூஸ். இப்பத்தான் தகவல் வந்து ஸ்பாட்டுக்கு போய்ட்டு இருக்கோம்"

"என்ன தகவல்...?"

"மனோஜ் உயிரோடு இல்லை மேடம்"

திரிபுரசுந்தரி அதிர்ந்து போனாள். குரலில் குளிர் பரவ கேட்டாள்.

"மை குட்னஸ்... மனோஜ்க்கு என்னாச்சு...?"

"மேடம்... மனோஜ் வீடு திரும்பாத காரணத்தால் அவர் தன்னோட கார்ல மூவ் ஆயிட்டிருந்தா அதை ட்ரான்ஸ்போர்ட் டிராபிக் செக்ஷன் மானிட்டர் பண்ணிட்டிருக்கும்போதே ரெட்ஃபீல்ட்ஸ் போலீஸ் கண்ட்ரோல் ரூமிலிருந்து ஒரு தகவல் வந்தது. அதாவது மானிட்டரிங் செய்யப்படுகிற மனோஜோட கார் ரேஸ்கோர்ஸ் ரோட்ல ஒதுக்குப்புறமான இருட்டுப் பகுதியில் நிறுத்தப்பட்டு இருக்கிறதாகவும், கார்க்குள்ளே மனோஜ் இறந்து கிடக்கிறதாகவும் தகவல். அந்த ஸ்பாட்டுக்குத்தான் நான் இப்போ போயிட்டிருக்கேன் மேடம்"

"மனோஜோட மரணம் எப்படி...?"

"தெரியலை மேடம்... ஸ்பாட்டுக்கு போய்ப் பார்த்தாத்தான் தெரியும்"

"ரேஸ்கோர்ஸ்ல எந்த இடம்...?"

"ஜாய்ஸ் பார்க்கு பக்கத்துல"

"நீங்க ஸ்பாட்ல இருங்க... நான் புறப்பட்டு வர்றேன்"

"எஸ் மேடம்"

திரிபுரசுந்தரி தன்னுடைய செல்போனை அணைத்துவிட்டு டி.ஜி.பி பஞ்சாபகேஷனை ஏறிட்டு பார்க்க அவருடைய உதட்டோரம் ஒரு கேலி புன்னகை திரும்பியும் அரும்பியிருந்தது.

"மனோஜூம் இப்போ உயிரோடு இல்லை...என்ன பண்ணப்போறீங்க திரிபுரசுந்தரி...?"

அவரை இமைக்காமல் பார்த்தாள் திரிபுரசுந்தரி.

டி.ஜி.பியின் சிரிப்பு சற்றே அதிகமாயிற்று.

"என்ன அப்படி பார்க்கறீங்க ...?"

திரிபுரசுந்தரி தீர்க்கமாய் பார்த்துக்கொண்டே கேட்டாள்.

"ஸார்... நான் ஒரு கேள்வி கேட்டா நீங்க தப்பாய் நினைச்சுக்க மாட்டீங்களே?"

"என்ன...?"

"இந்த டி.ஜி.பி போஸ்ட்டுக்கு நீங்க தகுதியானவர்தானா...?"

48

திரிபுரசுந்தரி அப்படியொரு கேள்வியைக் கேட்டதும் டி.ஜி.பி பஞ்சாபகேசனின் விழிகளில் கோபத்தின் சிவப்புச்சாயம் தெரிந்தது. நிமிர்ந்து உட்கார்ந்தவர் குரலை உயர்த்தினார்.

"வாட் டு யூ மீன் ...?"

"உங்களுக்கு புரியலையா ஸார்? நம்ம போலீஸ் டிபார்ட்மெண்டிலேயே டி.ஜி.பிங்கிறது ஒரு பவர்ஃபுல் போஸ்ட். அந்த போஸ்ட்ல இருக்கிறவங்களுக்கு அசாத்தியமான பொறுமையும் ஒரு பிரச்சினைக்குரிய குற்றவியல் சம்பவத்தை அறிவார்ந்த முறையில் தீர்க்கக்கூடிய பொறுமையும் வேணும். அந்த இரண்டுமே உங்ககிட்டே இல்லாதபோது இந்தப் போஸ்ட்டுக்கு நீங்க தகுதியானவர் இல்லைன்னு நான் சொன்னேன்..."

பஞ்சாபகேசன் ஆத்திரம் மேலிட்டவராய் தான் உட்கார்ந்திருந்த நாற்காலியைப் பின்னுக்குத் தள்ளிக்கொண்டு எழுந்தார். கோபமாய் ஒருமையில் பேச ஆரம்பித்தார்.

"திஸ்... ஈஸ் டு மச்... நீ உன்னோட போஸ்டிங் டெஸிக்னேஷனை மறந்து ஒரு மேலதிகாரி கிட்டே பேசிகிட்டிருக்கே. மைண்ட் இட்"

"ஐ டோண்ட் மைண்ட் இட் ஸார். இப்படியொரு அசைன்மெண்ட்டைக் கொடுத்து குற்றவாளிகளைக் கண்டுபிடிக்கச் சொன்னதே நீங்கதான். நீங்க அப்படிச் சொன்ன ஒரேயொரு காரணத்துக்காகத்தான் வளர்மதியையும் ஃபாரன்ஸிக் ஆபீஸர் மனோஜையும் களம் இறக்கினேன். மனோஜ் ஒரு கறுப்பு ஆடுன்னு சில மணி நேரங்களுக்கு முன்னாடிதான் தெரிஞ்சுது. மனோஜை மடக்க ஒரு கமேண்டோ படையை அனுப்பியும் பலன் கிடைக்கலை. மனோஜூம் இப்ப உயிரோட இல்லை. மனோஜ் ஒரு கறுப்பு ஆடுன்னு கண்டுபிடிச்சு சொன்ன வளர்மதியும் மர்மமான முறையில் காணாமே போயிருக்கா. இப்படிப்பட்ட ஒரு இக்கட்டான நிலைமையில் எதுமாதிரியான நடவடிக்கைகளை எடுக்கலாம்ன்னு உங்க கிட்டே பேச வந்தா நீங்க என்னையே ப்ளேம் பண்றமாதிரி பேசறது எந்த விதத்துல நியாயம் ஸார்...?"

"என்ன ஆர்க்யூமெண்ட் பண்றியா ...?"

"திஸ் ஈஸ் நாட் ஆர்க்யூமெண்ட் ஸார். திஸ் ஈஸ் மை ஓப்பன் ஹார்ட் ஸ்டேட்மெண்ட்"

"ஐ டோண்ட் வாண்ட் யுவர் எனி ப்ளடி ஸ்டேட்மெண்ட். கெட் லாஸ்ட்"

"ஒரு பெண் போலீஸ் கமிஷனரான எனக்கு நீங்க இன்னிக்கு கொடுத்த மரியாதையை என்னிக்குமே மறக்க மாட்டேன் ஸார். தேங்க்ஸ் ஃபார் யுவர் ப்ரோட்டோகால்"

திரிபுரசுந்தரி அட்டென்ஷனுக்கு வந்து ஒரு சல்யூட்டை அடித்து விட்டு அறையினின்றும் வெளியேறினாள்.

ரெட்ஃபீல்ட்ஸ் அந்த முன்னிரவு நேரத்தில் நிசப்தம் காக்க ஜீப்பை ஜாய்ஸ் பார்க்கு அருகில் நிறுத்தச் சொல்லி இறங்கிக்கொண்டாள் திரிபுரசுந்தரி.

ஏசிபி அன்பரசன் ரோட்டைக் கிராஸ் செய்து வேகவேகமாய் வந்து சல்யூட் செய்துவிட்டு தளர்ந்தார்.

"உங்களுக்காகத்தான் வெயிட் பண்ணிட்டிருக்கேன் மேடம்"

"மனோஜோட கார் எங்கே நிக்குது...?"

"கம் திஸ் ஸைட் மேடம்..." சொல்லி கூட்டிக்கொண்டு போனார் அன்பரசன். திரிபுரசுந்தரி கேட்டாள்.

"எஸ்.ஓ.ஸி. பார்த்துட்டீங்களா...?"

"அட் ஃபர்ஸ்ட் சைட் பார்த்துட்டோம் மேடம்"

"எனி க்ளூ ஃபார் மர்டர்...?"

"மேடம் இது மர்டர் மாதிரி தெரியலை?"

"தென்?"

"காரோட ஏர்க்கண்டிஷனர் மெஷின்ல ஏதோ பிரச்சினை ஏற்பட்டு கேஸ் லீக்காகி மனோஜுக்கு மரணம் ஏற்பட்டிருக்கு..."

"இந்த முடிவுக்கு எப்படி வந்தீங்க...?"

"ஃபாரன்ஸிக் டாக்டர் கௌரி சங்கர் மனோஜை டெஸ்ட் பண்ணிப் பார்த்துட்டு கொடுத்த முதல் ரிப்போர்ட்ல அவர் அப்படித்தான் மென்ஷன் பண்ணியிருக்கார் "

"அதாவது இது மர்டராக இருக்க வாய்ப்பில்லைன்னு அவர் சொல்றார்?"

"எஸ்... மேடம்"

"கௌரி சங்கர் இன்னமும் ஸ்பார்ட்ல இருக்காரா?"

"இருக்கார் மேடம்"

திரிபுரசுந்தரி ஏசிபியின் பின்னால் பேசிக்கொண்டே நடக்க இருட்டில் ஒரு கார் நின்றிருப்பதும், சற்றுத்தள்ளி ஒரு ஆம்புலன்ஸும் தெரிந்தது. காரின் கதவுகள் திறந்து வைக்கப்பட்டிருக்க அதன் சீலிங் விளக்கு ஒளியை உமிழ்ந்து காரின் உட்பகுதியைக் காட்டியது.

"மனோஜ் பாடி எங்கே?"

"அதோ மரத்துக்குப் பின்னாடி படுக்க வெச்சிருக்கோம் மேடம்" அன்பரசன் கை காட்டிய பக்கம் திரிபுரசுந்தரி போனாள்.

நேற்றுவரை சிரித்துப் பேசிப் பழகிக் கொண்டிருந்த மனோஜ், அந்த மரத்துக்குப் பின்னால் பெட்ஷீட்டால் போர்த்தப்பட்டு கிடந்தான். ஒரு கான்ஸ்டபிள் போர்வையை விலக்கி விட்டு டார்ச் ஒளியை மனோஜின் முகத்தில் அடித்தார்.

பாதிவிழிகள் செருகிய நிலையில், லேசாய் வாய் பிளந்து உயிரை விட்டிருந்தான் மனோஜ். நாசியின் வலது புற துவாரத்திலிருந்து வழிந்த ரத்தம் உறைந்து போய் ஒரு கருஞ்சிவப்புக் கோட்டைப்போல் தெரிந்தது.

ஃபாரன்ஸிக் டாக்டர் கௌரி சங்கர் பக்கவாட்டில் நின்றபடி தயக்கமாய் குரல் கொடுத்தார்.

"மேடம்... இது ஒரு மர்டர் மாதிரி எனக்குத் தெரியலை. ஏ.ஸியில ஏதோ பிரச்சினை ஏற்பட்டு கேஸ் லீக்காயிருக்கு. அந்த கேஸை மனோஜ் இன்ஹேல் பண்ணியிருக்கணும். மூச்சுத்திணறல் ஏற்பட்டு மரணம் சம்பவித்திருக்கலாம்"

"எப்படி அவ்வளவு உறுதியாய் சொல்றீங்க...?"

"மேடம் ... மனோஜோட நாசி துவாரத்தில் ரத்தம் வரக்காரணம் அவரோட காரின் ஏ.ஸி. ப்ளோயரிலிருந்து ரெஃப்ரீஜண்ட் லீக்காகி, காத்துல கலந்து அதுல வெளிப்பட்ட கார்பன் மானோக்ஸைடை சுவாசிச்சிருக்கார். பொதுவாய் இப்படிப்பட்ட கார்களில் R134A-க்ரேடு ரெப்ரீஜண்ட்தான் உபயோகத்தில் இருக்கு "

"இவ்வளவு விலை உயர்ந்த காரில் ஏ.ஸி கேஸ் லீக்காக வாய்ப்பு இல்லையே...?"

"மேடம்... இந்த கார் விலை உயர்ந்ததுதான். ஆனா ரெண்டு லட்சம் கிலோ மீட்டர் வரை ஓடியிருக்கு. இந்த ஏ.ஸி செட்டப்பில் பைப் ஜாயிண்ட்ஸ், ப்ரஸர் ரிலீஸ் வால்வ், ஃப்ரண்ட் சீல் ஆஃப் கம்ப்ரஸ்ஸர் எல்லாம் கொஞ்சம் வீக்காயிருக்கு. அதனால் கேஸ் கசிஞ்சு வெளியே வந்து கார்பன் மோனோக்ஸைடாய் மாறி மனோஜோட மூச்சை நிறுத்தியிருக்கு"

"மனோஜ் உடம்புல எந்த காயமும் இல்லையா...?"

"இல்ல மேடம்"

"எனக்கென்னமோ மனோஜோட மரணத்தில் ஒரு சந்தேகம் இருக்கு. ஹி மே ஹேவ் பீன் மர்டர்ட்"

"ஸாரி மேடம்... ஐ டோண்ட் திங் ஸோ. என்னோட முதற்கட்ட விசாரணைப்படி காரோட ஏர்க்கண்டிஷன் சிஸ்டத்தில்தான் பிரச்சினை. இந்தக் கார் ரெண்டு லட்சம் கிலோ மீட்டர் தூரம் ஓடியிருக்கு. ஒரு காரோட ஏ.ஸி. சிஸ்டம் சரியான முறையில் பாரமரிக்கப்படாத பட்சத்தில் இதுமாதிரியான லீக்கேஜ்கள் ஏற்பட்டு மரணங்கள் நிகழ்வதை தடுக்க முடியாது. மனோஜோட உடலை ஒரு முழு போஸ்ட்மார்ட்டத்துக்கு உட்படுத்தினால் நான் சொன்னது உண்மைன்னு உங்களுக்குத் தெரிய வரும்"

திரிபுரசுந்தரி சில விநாடிகள் மௌனமாய் இருந்துவிட்டு ஏசிபி அன்பரசனிடம் திரும்பினாள்.

"இந்த இடத்துல் சி.சி.டி.வி. காமிராக்கள் ஏதாவது இருக்கா...?"

"இல்லை மேடம்... ஜாய்ஸ் பார்க்கு எதிரே ஒரு மரத்துல சி.சி. டி.வி. காமிராவை ஃபிக்ஸ் பண்ணியிருக்காங்க. ஆனா கவரேஜ் இதுவரைக்கும் வர்றது இல்லை..."

"மனோஜோட கஸின் பிரதர் பிரேம்குமார் எங்கே...?"

"அவனை வீட்ல விட்டுட்டுதான் வந்திருக்கோம். அவனை கண்காணிக்க கான்ஸ்டபிள் ஒருத்தர் அங்கு இருக்கார் "

திரிபுரசுந்தரி மேற்கொண்டு பேசும் முன்பாக அவளுடைய செல்போன் வைப்ரேஷனில் உறுமியது.

மனசுக்குள் ஒரு பயம் பரவியது.

'அழைப்பது யார்...?'

'ஹரியா?'

'ஹரியாய் இருந்தால் என்ன பதிலைச் சொல்லி சமாளிப்பது...?'

தயக்கத்தோடு செல்போனை எடுத்து அழைப்பது யார் என்று பார்த்தாள்.

சி.எம் செல்லிலிருந்து சீஃப் செக்ரட்டரி குருமூர்த்தி கூப்பிட்டுக் கொண்டிருந்தார். சற்றே நகர்ந்து போய் நின்று கொண்டு மெல்லிய குரலில் பேச ஆரம்பித்தாள்.

"ஸார்..."

குருமூர்த்தி கேட்டார்."பேசறது யாரு... கமிஷனர் திரிபுரசுந்தரியா...?"

"எஸ்... ஸார்"

"உங்களுக்கும் டி.ஜி.பி பஞ்சாபகேசனுக்கும் என்னம்மா பிரச்சினை...?"

"ஒரு பிரச்சனையும் இல்லே ஸார்"

"நீங்க பிரச்சனை இல்லைன்னு சொல்றீங்க. ஆனா அவர் உங்க மேல ஒரு பெரிய புகார் பட்டியலையே வாசிக்கிறாரேம்மா "

"என்ன புகார் ஸார்?"

"அவர் உங்களுக்கு மேலதிகாரி என்கிற விஷயத்தையே மறந்துட்டு கண்டபடி பேசியிருக்கீங்க போலிருக்கு?"

"ஸாரி ஸார்... நான் அவரை தரக்குறைவாய் பேசலை. நான் இப்ப விசாரணை பண்ணிட்டு இருக்கிற ஒரு கேஸ் விஷயமாய் சில யோசனைகளை அவர் முன்னாடி எடுத்து வெச்சேன். அவர் அதைத் தப்பா புரிஞ்சுகிட்டார்"

"அவர்க்கு யோசனை சொல்ல நீங்க யாரும்மா... டி.ஜி.பி கொடுத்த புகார் பேர்ல உங்க மேல சி.எம். நடவடிக்கை எடுத்துட்டார்"

"நடவடிக்கையா?"

"ஆமாம்மா... இந்த நிமிஷத்திலிருந்து நீங்க ஆறு மாசத்துக்கு சஸ்பெண்ட் பண்ணப்பட்டு இருக்கீங்க. சஸ்பெண்ட் ஆர்டர் இந்நேரம் உங்க இ-மெயிலுக்கு வந்திருக்கும். மெயிலை ஓப்பன் பண்ணிப் பார்த்துட்டு வீட்டுக்குப் போய் வேற ஏதாவது வேலையிருந்தா பாருங்க"

"ஸார்..! இது அநியாயம்..!!" என்று திரிபுரசுந்தரி கத்திக் கொண்டிருக்கும் போதே செல்போனின் இணைப்பு அறுந்து போயிற்று.

செம்மேடு.

இரவு பதினோரு மணி. ஈஸ்வரின் பங்களாவுக்குள் காரை நுழைத்த ஜோன்ஸ் அதை போர்டிகோவில் கொண்டு போய் நிறுத்த காரின் இரண்டு பக்கக் கதவுகளையும் திறந்தபடி தீபக்கும் டாக்டர் ஜான் மில்லரும் இறங்கினார்கள்.

இருவருமே ஆறடி உயரத்தில் விரிந்த தோள்களோடும் தேகாப்பியாச உடம்போடும் தெரிந்தார்கள்.

பங்களாவின் உள்ளேயிருந்து வந்த ஈஸ்வரின் கைகளைப் பற்றி

ஜான் மில்லர் குலுக்க, தீபக் அப்பாவை இடது பக்கமாய் போய் ஒரு புன்னகையோடு அணைத்துக்கொண்டான்.

"எப்படிப்பா இருக்கீங்க...?"

ஈஸ்வர் புன்னகைத்தார்.

"எனக்கென்னடா குறைச்சல்?"

"கொஞ்சம் இளைச்சுட்டீங்க"

"நீ வந்துட்டியல்ல... இனிமே தேறிடுவேன்" என்று சொன்ன ஈஸ்வர் டாக்டர் ஜான் மில்லரை ஏறிட்டார். அழகான ஆங்கிலத்தில் பேசினார்.

"விமானம் இரண்டு மணி நேரம் தாமதமானதில் கொஞ்சம் களைப்பாய் தெரிகிறீர்கள் டாக்டர்"

"இரண்டு பெக் ப்ளாக் ஹார்ஸ் ரம் அடித்தால் களைப்பெல்லாம் காணாமல் போய்விடும் மிஸ்டர் ஈஸ்வர்" என்று சொல்லிச் சிரித்தார் டாக்டர் ஜான் மில்லர்.

ஜோன்ஸ் காரை நகர்த்திக்கொண்டு போய்விட மூன்று பேரும் உள்ளே போனார்கள். தீபக் நடந்து கொண்டே கேட்டான்.

"அப்பா... மூணாவது மனித எலியான வளர்மதியையும் நம்ம மாதவன் மூலமாய் கடத்திகிட்டு வந்ததுல எந்த பிரச்சனையும் இல்லையே?"

ஈஸ்வர் மகனின் தோள் மீது கை போட்டார்.

"தீபக்... நமக்கு என்னிக்குத்தான் பிரச்சினை வந்திருக்கு? பிரச்சினைக்கு காரணமாய் இருந்தவங்க உயிரோடு இருந்தாத்தானே பிரச்சினைகள் வரும். ரெண்டு நாளைக்கு முன்னாடி அபுபக்கரை முடிச்சேன். ரெண்டு மணி நேரத்துக்கு முன்னாடி மனோஜை முடிச்சேன்"

"மனோஜ் நல்ல திறமைசாலி. எல்லா ஃபாரன்ஸிக் விஷயங்களும் அவனுக்கு அத்துபடி. அவனை உயிரோடு விட்டிருக்கலாம்"

"ஒருத்தன் எவ்வளவு புத்திசாலியாய் இருந்தாலும் நம்ம க்ரூப்ல இருக்கிறவங்களை போலீஸ் மோப்பம் பிடிச்சுட்டா அவங்க உயிரோடு இருக்கக்கூடாது. மனோஜ் போயிட்டா நமக்கு இன்னொரு ஃபாரன்ஸிக் ஆபீஸர் கிடைக்காமலா போயிடுவான்...?"

ஈஸ்வர் சொல்லிக்கொண்டிருக்கும்போதே சற்று தொலைவிலிருந்து மாதவன் வேகவேகமாய் வந்து கொண்டிருந்தான்.

நடந்து கொண்டிருந்த ஈஸ்வர் நின்றார். குழப்ப முகத்தோடு கேட்டார்.

"என்ன மாதவன் ... ஏன் இப்படி ஓட்டமும் நடையுமாய் வர்றே...?"

"ஸ...ஸார்...அந்த வளர்மதிக்கு நாளைக்கு காலையிலதான் மயக்கம் தெளியும்ன்னு நினைச்சுட்டிருந்தேன். ஆனா இப்பவே அவளுக்கு நினைவு திரும்பிட்டிருக்கு... எந்திரிச்சு உட்கார முயற்சி பண்றா... வந்து பாருங்க ஸார்" என்று சொன்னவனின் முகத்தில் அதிகப்படியான பதட்டம் தெரிந்தது.

49

மாதவன் சொன்னதைக் கேட்டு ஈஸ்வரின் முகமும், தீபக்கின் முகமும் சட்டென்று நிறம் மாறிப்போக ஒருவரையொருவர் பார்த்துக்கொண்டார்கள்.

தீபக் கேட்டான்."மாதவன்... நீ என்ன சொல்றே...? வளர்மதிக்கு இவ்வளவு சீக்கிரத்துல மயக்கம் தெளிய வாய்ப்பு இல்லையே... நீ என்ன மயக்க மருந்தை யூஸ் பண்ணினே...?"

"ரோகிப்னால் ஸார்"

"எவ்வளவு ஆம்பியூல்?"

"ஒன் ஆம்பியூல்"

தீபக் தனக்குப் பக்கத்தில் இருந்த டாக்டர் ஜான் மில்லரிடம் திரும்பி ஆங்கிலத்தில் மாதவன் சொன்னதை மொழி பெயர்த்துவிட்டு கேட்டான்.

"ரோகிப்னால் ஒரு ஆம்பியூல் கொடுத்தால் ஒரு பெண் எவ்வளவு நேரம் மயக்க நிலையில் இருப்பாள் டாக்டர் ...?"

ஜான் மில்லர் உடனடியாக பதில் சொன்னார்.

"எப்படியும் பத்து மணி நேரமாகும். இதுவே ஒரு ஆணுக்கு கொடுக்கப்பட்டால் எட்டு மணி நேரம். அதற்குக் குறைவாக மயக்கத்திலிருந்து மீள வாய்ப்பேயில்லை. அந்த வளர்மதி இவ்வளவு சீக்கிரத்தில் விடுபட்டு இருக்கிறாள் என்றால் ரோகிப்னால் மயக்க மருந்து வீரியமற்றதாக இருக்க வேண்டும். வாருங்கள் அந்தப்பெண்ணைப் போய் சோதித்து பார்த்துவிடலாம்"

ஜான் மில்லர் சொல்ல மாதவனும் தலையாட்டினான். தயக்கமான குரலில் சொன்னான்.

"டாக்டர் சொல்றமாதிரிதான் இருக்கும் ஸார்"

"சரி, நீ முன்னாடி போ...நாங்க வர்றோம்..." ஈஸ்வர் சொன்னார்.

மாதவன் தலையாட்டிவிட்டு நடக்க ஆரம்பித்துவிட மூன்று பேரும் தொடர்ந்தார்கள். ஜான் மில்லர் நடந்துகொண்டே கேட்டார்.

"அந்த சி.பி.ஐ பெண் அதிகாரி சில்பாவும், நமக்கு உதவியாய் இருந்த நர்மதாவும் இதே ஃபார்ம் ஹவுஸில்தானே இருக்கிறார்கள்...?"

"ஆமாம் டாக்டர்"

"அவர்கள் இப்போது எப்படி இருக்கிறார்கள்...?"

"தனித்தனியான அறைகளில் அடைத்து வைத்து இருக்கிறோம். ஆரம்ப நாட்களில் சாப்பிட அடம்பிடித்தார்கள். எனவே சாப்பிட வைத்து தூங்க வைப்பதற்காக ஊசிகள் போட வேண்டியிருந்தது டாக்டர்"

"மிஸ்டர் ஈஸ்வர்... ஒரு விஷயத்தை நீங்கள் நினைவில் கொள்ள வேண்டும். இப்படி பசி எடுப்பதற்காகவும், தூங்க வைப்பதற்காகவும் ஊசிகள் போடுவது அவர்களுடைய உடல் ஆரோக்கியத்தை பாதித்து நாம் மேற்கொள்ளப்போகும் "தி ஷெல்ஃபிஷ் ஜீன்" "தி ப்ளைண்ட் வாட்ச் மேக்கர் ஜீன்" போன்ற சோதனைகளை வெற்றிகரமாக நடத்த முடியாதபடி செய்துவிடும். இனிமேல் அது மாதிரியான ஊசிகளை போடுவதை நிறுத்திக் கொள்ளுங்கள்"

"தெரியும் டாக்டர்... நீங்கள் ஏற்கெனவே இதைப்பற்றி போனில் பேசும்போது சொல்லியிருக்கிறீர்கள். சில்பாவும், நர்மதாவும் சாப்பிட அடம்பிடிக்கும்போது மட்டும்தான் அதுமாதிரியான ஊசிகளைப் போடுவோம். மற்ற நாட்களில் இல்லை. நீங்களும் தீபக்கும் இப்போது வந்து விட்டீர்கள். இனி அந்த ஊசிகளைப் போடுவதை நிறுத்திவிடுவோம்"

"செய்யப்போகும் ஜீன் சம்பந்தப்பட்ட இரண்டு சோதனைகளுமே ஒரு வார காலத்திற்குள் முடிந்துவிடும். சோதனையின் முடிவு பாஸிட்டீவ் என்று தெரிய வந்தால் மேலும் ஒரு வாரம் இங்கே இருக்க வேண்டியிருக்கும்" டாக்டர் ஜான் மில்லர் சொல்ல ஈஸ்வர் நடந்து கொண்டே தாழ்ந்த குரலில் பேசினார்.

"டாக்டர்... போலீஸ் முன்பு போல் இல்லை. இப்போது வேகம் எடுத்துவிட்டார்கள். டெல்லி சி.பி.ஐயும் இதில் களம் இறங்கிவிட்டது. ஆரம்பத்தில் நாம் செய்த ஒரு சிறிய தப்பு இன்றைக்கு பெரிய அளவில் பூதாகரமாகி அதனுடைய நிழல் நம் மீது விழ ஆரம்பித்துவிட்டது. அந்த நிழல் நம்மைத் தொடராமல் இருப்பதற்காக நமக்கு விசுவாசமாய் இருந்த அபுபக்கரையும், மனோஜையும் தயவு தாட்சண்யம் பார்க்காமல் கொல்ல வேண்டியதாகிவிட்டது"

ஜான் மில்லர் சிரித்தார்.

"மிஸ்டர் ஈஸ்வர்... உங்க மகன் எல்லாவற்றையும் என்னிடம் சொன்னார். இந்த "தி ஷெல்ஃபிஷ் ஜீன்" "தி ப்ளைண்ட் வாட்ச் மேக்கர் ஜீன்" சோதனைகள் இரண்டுமே ஒரு மாபெரும் விஞ்ஞானத்துக்கான அஸ்திவாரங்கள். அதற்கான கட்டிடத்தை எழுப்பும்பொழுது இது போன்ற உயிரிழப்புகள் சாதாரணம். அபுபக்கரும், மனோஜும்

எவ்வளவு தூரம் நம்மோடு பயணிக்க முடியுமோ அவ்வளவு தூரம்தான் நம்மோடு பயணிக்க முடியும். அவர்களை இனி மறந்துவிடுங்கள். நமக்கு இப்போது வேண்டியது மூன்று மனித எலிகள். அதுவும் பெண் எலிகள். அந்த பெண் எலிகளும் இப்போது நம் கைகளில் அடுத்து வரப்போகும் சில நாட்களும் நமக்கு மிகவும் முக்கியமானவை. அதிகப்பட்சமாய் 15 நாட்கள் போதும். அதற்குப்பிறகு உலகத்திலேயே யாருமே கண்டுபிடிக்க முடியாத ஒரு உயிரியல் உண்மைக்கு சொந்தக்காரர்களாகிவிடுவோம். அந்த உண்மைக்கு நாம் சொல்வதுதான் விலையாக இருக்கும்"

ஜான் மில்லர் உற்சாகமான குரலில் சொல்லிக்கொண்டிருக்கும் போதே, மரங்களுக்கு இடையில் தெரிந்த அந்த சிறிய கட்டிடத்துக்குள் மாதவன் உள்ளே நுழைந்து ஒரு சிறிய நடைபாதையில் நடந்து அந்த அறைக்கு முன்பாய் நின்றான். கையில் வைத்திருந்த சாவியால் பூட்டைத் திறந்து கொண்டு உள்ளே போனான். மூன்று பேரும் பின் தொடர்ந்தார்கள். அரையிருட்டில் இருந்த அறையை ஒரு ஸ்விட்ச்சின் மேல் கையை வைத்ததின் மூலம் வெளிச்சத்துக்கு கொண்டு வந்தான். சுவரோரமாய் போடப்பட்டிருந்த கட்டிலில் வளர்மதி துவண்டு போன உடம்போடு மல்லாந்து தெரிந்தாள். உதடுகள் லேசாய் பிளந்திருக்க பல்வரிசை மெல்ல எட்டிப்பார்த்திருந்தது.

டாக்டர் ஜான் மில்லர் அவளருகே போய் நின்று குனிந்து முகத்தைப் பார்த்துவிட்டு இடதுகையின் மணிக்கட்டைப் பிடித்து நாடி பார்த்தார்.

"குட்" என்று தனக்குள் சொல்லிக்கொண்டவர் தீபக்கை ஏறிட்டார்.

"ஷி ஈஸ் ஹெல்த்தி... நோ ப்ராப்ளம்"

தீபக் கேட்டான்.

"சுய உணர்வு இருக்கிறதா டாக்டர்?"

"இருப்பது போல் தெரியவில்லை... மயக்கத்தின் பிடியில்தான் இன்னமும் இருக்கிறாள்"

முகத்தில் கோபம் பொங்க, தீபக் மாதவனைத் திரும்பிப் பார்த்தான்.

"இவ எந்திரிச்சு உட்கார முயற்சி பண்ணிட்டு இருக்கிறதா நீ சொன்னே?"

"நான் சாவி துவாரம் வழியா பார்கறப்ப அப்படிதான் தெரிஞ்சுது ஸார்"

"நல்லா யோசனை பண்ணிச்சொல்லு"

மாதவன் விழித்தான்."ஸாரி ஸார்... எனக்கு கொஞ்சம் குழப்பமாய் இருக்கு..."

தீபக் ஜான் மில்லரிடம் திரும்பினான்.

"ஹி ஈஸ் கன்ஃப்யூஸ்ட்... என்ன செய்யலாம் டாக்டர்? மறுபடியும் ஒரு ஆம்பியூல் ரோகிப்னால் இன்ஞ்ஜெக்ஷன் போட்டு விடலாமா?"

ஜான் மில்லர் தீர்க்கமாய் தலையை ஆட்டி மறுத்தார்."வேண்டாம்... ரத்தத்தில் அதிகளவு ரோகிப்னால் கலந்ததால் அது உயிர்க்கு ஆபத்தாய் முடியலாம். நான் இவளை சோதித்துப் பார்த்ததில் இப்போது இவளுக்கு மயக்கம் தெளிகிற மாதிரி தெரியவில்லை... எப்படியும் நாளைக்கு காலையில்தான் கண் விழிப்பாள். அதுவரைக்கும் எந்த ஒரு பிரச்சினையும் இல்லை"

ஈஸ்வர் மெல்லச் சிரித்தார்.

"வளர்மதிக்கு அப்படியே ராத்திரியில் நினைவு திரும்பிவிட்டாலும் அவளால் இந்த பண்ணை வீட்டிலிருந்து தப்பிக்க முடியாது டாக்டர். இன்னும் சிறிது நேரத்தில் எட்டு நாய்களை வெளியே அவிழ்த்து விட்டுவிடுவோம். எந்த திசையிலிருந்தும் யாரும் உள்ளே வர முடியாது. வெளியிலும் யாரும் போக முடியாது"

தீபக் ஈஸ்வரிடம் திரும்பினான்

"அப்பா... ஜான் மில்லர் பயணக் களைப்பில இருக்கார். அவர் முதல்ல சாப்பிட்டு ரெஸ்ட் எடுக்கட்டும். நாளைக்கு காலையில பேசுவோம்"

"அதுவும் சரிதான்... இந்த மாதவன் பண்ணின வேலையால எல்லார்க்கும் டென்ஷன். டாக்டர்க்கு அமர்க்களமான டின்னர் காத்திட்டிருக்கு... வா இந்த வழியாவே டைனிங் ஹாலுக்குப் போயிடலாம்"

ஈஸ்வர் சொல்லிக்கொண்டே முதல் நபராய் நடக்க தீபக் ஜான் மில்லரோடு அவரைப் பின்தொடர்ந்தான்.

திரிபுரசுந்தரி வீடு வந்து சேர்ந்து, களைத்துப்போன உடம்போடும் கசந்து போன மனதோடும் சோபாவுக்கு சாய்ந்தபோது அவளுடைய செல்போன் மெலிதான டெஸிபிலில் அழைத்தது.

செல்போனை எடுத்து சோர்வான கண்களோடு அழைப்பது யார் என்று பார்த்தாள்.

மறுமுனையில் ஏசிபி அன்பரசன் அழைத்துக்கொண்டு இருப்பது டிஸ்ப்ளேயில் தெரிந்தது.

செல்போனை எடுத்துப் பேசினாள் திரிபுரசுந்தரி.

"சொல்லுங்க அன்பரசன்"

"மேடம்... இப்பத்தான் எனக்கு விஷயம் தெரிஞ்சுது. எனக்கு ரொம்பவும் அதிர்ச்சியாய் இருக்கு. சஸ்பெண்ட் பண்ற அளவு நீங்க எந்தத் தப்பையும் பண்ணின மாதிரி எனக்குத் தெரியலையே"

விரக்தியாய் சிரித்தாள் திரிபுரசுந்தரி.

"அது சஸ்பெண்ட் பண்ணினவங்களுக்கே தெரியாது அன்பரசன்"

"மேடம்...! நீங்க இந்த அநியாயத்தை எதிர்த்து கோர்ட்டுக்கு போக முடியாதா...?"

"முடியும்... ஆனா டி.ஜி.பி பஞ்சாபகேசன் இந்தப் பிரச்சினையை சி.எம்மோட செல்வரைக்கும் கொண்டு போயிட்டார். நான் கோர்ட்டுக்குப் போனா அது சி.எம்மோட கோபத்தையும், ஆத்திரத்தையும் அதிகமாக்கும்..."

"அப்படீன்னா மௌனமாய் இருக்கப் போறீங்களா மேடம் ...?"

"அது எப்படி இருக்க முடியும் அன்பரசன். என்னோட இன்வெஸ்டிகேஷன் இந்த கேஸில் தொடரும்?"

"மே...மேடம்... நீங்க சஸ்பெண்ட் பண்ணப்பட்டு இருக்கும்போது இன்வெஸ்டிகேஷன் எப்படி சாத்தியம்?"

"ஏன் எனக்காக நீங்க பண்ண மாட்டீங்களா?"

"மேடம்... நீங்க என்ன சொல்ல வர்றீங்கன்னு எனக்குப் புரியலை..."

"நான் உங்களுக்குப் பின்னாடி இருக்கேன். நீங்க இந்த கேஸை எப்படி இன்வெஸ்டிகேட் பண்ணினா குற்றவாளிகளை நெருங்கலாம்ன்னு சொல்றேன். நீங்க உங்க வழக்கமான வேலைகளைப் பார்த்துகிட்டே இந்த கேஸையும் டீல் பண்ணுங்க... வளர்மதியை நாளைக்கு சாயந்தரம் ஆறுமணிக்குள்ளே நாம ட்ரேஸ் அவுட் பண்ணியாகனும்..."

"மே...மே...மேடம்"

"சொல்லுங்க அன்பரசன்"

"குற்றவாளிகள் யாரு... அவங்க எந்தத் திசையில் இருக்காங்க என்கிற அடிப்படையான விஷயமே தெரியாதபோது நாளைக்கு

சாயந்தரம் ஆறுமணிக்குள்ளே எப்படி வளர்மதியைக் கண்டுபிடிக்க முடியும்?"

"முடியும்"

"எப்படி மேடம்?"

"இப்ப நீங்க எங்கே இருக்கீங்க அன்பரசன்?"

"ஜி.ஹெச்ல இருக்கேன் மேடம். மனோஜோட பாடியை மார்ச்சுவரிக்கு கொண்டு வந்துட்டோம். எக்ஸ்டர்னல் போஸ்ட்மார்ட்டம் ரிப்போர்ட்டை வாங்கிட்டு ஒரு அரைமணி நேரத்துல வீட்டுக்குக் கிளம்பிப் போயிடுவேன்"

திரிபுரசுந்தரி தயக்கமான குரலில் கேட்டான்.

"அன்பரசன்... இன்னிக்கு ஒருநாள் ராத்திரி எனக்காக கண்விழிக்க முடியுமா...? நான் கொடுக்கிற இன்ஸ்ட்ரக்சன்படி நீங்க செயல்பட்டா குற்றவாளிகளை நெருங்கிட முடியும். வளர்மதியை மட்டுமல்ல கடத்தப்பட்ட சி.பி.ஐ. டிபார்ட்மெண்ட்டைச் சேர்ந்த சில்பாவையும் நம்மகிட்டேயிருந்து தப்பிச்சுட்டு போன நர்மதாவையும் கண்டுபிடிக்க முடியும்"

"எப்படி மேடம்...?"

"நேர்ல வாங்க சொல்றேன்"

"இன்னும் ஒரு அரைமணி நேரத்துக்குள்ளே உங்க வீட்ல இருப்பேன் மேடம்"

"அயாம் வெயிட்டிங்" சொல்லிவிட்டு செல்போனை அணைத்தாள் திரிபுரசுந்தரி.

50

திரிபுரசுந்தரியின் வீட்டை அஸிஸ்டண்ட் போலீஸ் கமிஷனர் அன்பரசன் அடைந்த போது நள்ளிரவு சரியாய் பனிரெண்டு மணி.

அந்த மினி பங்களாவின் சிட்அவுட்டில் அரையும் குறையுமான மின் விளக்கு வெளிச்சத்தில் ஒரு நாற்காலியில் உட்கார்ந்தபடி திரிபுரசுந்தரி காத்திருந்தாள். அன்பரசனைப் பார்த்ததும் சந்தோஷத்தோடு எழுந்தாள். அவர் சல்யூட் வைக்க விரக்தி கலந்த சிரிப்பொன்றை உதிர்த்தாள்.

"என்ன அன்பரசன்... நான் சஸ்பென்ஷன்ல இருக்கிறதை மறந்துட்டீங்களா... இந்த ப்ரோட்டோ-கால் சல்யூட்டை இனிமே எனக்கு கொடுக்காதீங்க..."

"ஸாரி மேடம்"

"உள்ளே வாங்க" திரிபுரசுந்தரி சொல்லிவிட்டு சிட்அவுட்டை ஒட்டியிருந்த பக்கத்து அறைக்குள் நுழைய அன்பரசனும் பின் தொடர்ந்தார். ஒரு எல்.இ.டியின் வெளிச்சத்தில் அந்த சிறிய அறை நீளமான சோபாவோடும், இரண்டு நாற்காலிகளோடும் தெரிந்தது.

"உட்கார்ங்க அன்பரசன்..." சோபாவைக் காட்டிவிட்டு எதிரேயிருந்த நாற்காலியில் உட்கார்ந்தாள் திரிபுரசுந்தரி.

"ஏதாவது சாப்டுறீங்களா அன்பரசன்... ப்ளாஸ்க்ல டீ இருக்கு... தரட்டுமா?"

"வேண்டாம் மேடம்... இந்நேரத்துக்கு டீ சாப்பிட்டா அப்புறம் தூக்கம் வராது"

"இட்ஸ் ஓ.கே..." என்று தலையசைத்தவள் அன்பரசனைப் பார்த்து தயக்கமான குரலில் கேட்டாள்.

"மனோஜோட எக்ஸ்டர்னல் போஸ்ட்மார்ட்டம் என்ன சொல்லுது அன்பரசன்...?"

"காரோட ஏ.சி.மெஷினிலிருந்து வெளிப்பட்ட கேஸ் லீக்கேஜ்தான் மனோஜோட மரணத்துக்கு காரணம்ன்னு ரிப்போர்ட்ல மென்ஷன் பண்ணியிருக்காங்க மேடம். நாளைக்கு முழுமையான போஸ்ட்மார்ட்டம் நடந்தாத்தான் மரணத்துக்கான சரியான காரணம் தெரியும்"

திரிபுரசுந்தரி மெலிதான ஒரு புன்னகையோடு சொன்னாள்."அது நிச்சயமாய் ஒரு கொலையாய் இருக்கத்தான் வாய்ப்பு அதிகம் அன்பரசன். ஏன்னா மனோஜைப்பத்தி எனக்குத் தெரியும். எந்த ஒரு விஷயத்தையுமே முன் ஜாக்கிரதையோடு கையாள்பவர். காரோட ஏ.ஸி. கேஸ் லீக் ஆகிறவரைக்கும் காரை ஒரு மோசமான நிலைமையில் வைத்து இருக்கக் கூடியவர் அல்ல..."

"எனக்கும் அந்த விஷயத்துல ஒரு நெருடல் இருக்கு மேடம். மனோஜ் ஒரு ஃபாரன்ஸிக் ஆபீஸர்... கார்க்குள்ளே கேஸ் லீக்கேஜ் இருந்தா அவரால அதை ஸ்மெல் பண்ணியிருக்க முடியும்... ஆனா எக்ஸ்டர்னல் போஸ்ட்மார்ட்டத்துல கிடைச்ச இன்னொரு தகவல் அந்த நினைப்புக்கு வலு சேர்க்கலை மேடம்"

"அது என்ன தகவல்...?"

"மனோஜ் இறக்கும்போது குடிபோதையில் இருந்திருக்கார். அவர் எந்த அளவுக்கு லிக்கரை கன்ஸ்யூம் பண்ணியிருக்கார்ன்னு முழு போஸ்ட்மார்ட்டம் ரிப்போர்ட் கைக்கு வந்த பின்னாடிதான் தெரியும்"

"இட்ஸ் ஓ.கே... உயிரோட இல்லாத மனோஜைப் பத்திப்பேசி இனி பிரயோஜனமில்லை... நான் எதுக்காக உங்களைக் கூப்பிட்டேன்னு சொல்லிடறேன்"

"ப்ளீஸ் மேடம்..."

"ஏற்கெனவே நடந்த சம்பவங்களுக்கும், இப்ப நடந்துட்டிருக்கிற சம்பவங்களுக்கும் காரணம்... ஈஸ்வர் என்கிற ஒரு முக்கியமான புள்ளிதான்ங்கிறது என்னோட கெஸ்வொர்க்... இது... எந்த அளவுக்கு உண்மைன்னு எனக்குத் தெரியாது. டெல்லி சி.பி.ஐ தான் முதல் முதல்ல அந்த நபர் மீது சந்தேகப்பட்டு அவரோட நடவடிக்கைகளை ஃபாலோ அப் பண்ணச் சொல்லியிருந்தாங்க... நானும் ஷேடோ ஸ்க்வாட் ஒரு போலீஸ் விங்கை ஃபாலோ பண்ண வெச்சு தகவல்களைத் திரட்ட முயற்சி பண்ணினேன். கிட்டதட்ட ஆறுமாத காலம் முயற்சி செஞ்சும் ஈஸ்வரோட நடவடிக்கைகளில் எந்த ஒரு தப்பையும், முரண்பாட்டையும் அந்த ஷேடோ ஸ்க்வாடால கண்டுபிடிக்க முடியலை... ஈஸ்வர் மேல எந்த ஒரு சந்தேகமும் இல்லாத நிலைமையில் ஷேடோ ஸ்க்வாட் தேவையில்லைன்னு டி.ஐ.ஜி. சொன்னதின் பேரில் அந்த ஸ்க்வாடை ரத்து பண்ணினேன். இருந்தாலும் என்னோட மனசுக்குள்ளே ஈஸ்வரோட செயல்பாடுகளில் ஒரு சந்தேகம் இருந்துட்டேயிருந்தது... முக்கியமா அவர் இலவசமாய் திருமணம் பண்ணி வெச்ச கல்யாண ஜோடிகள்ல அஞ்சு ஜோடிகள் மர்மமான முறையில் தற்கொலை பண்ணிகிட்டு இறந்து போனது

ஒரு பெரிய மர்மமாகவே எம் மனசுக்குப்பட்டது. அதிலும் அவங்க எல்லோருமே ரிசின் என்கிற விஷத்தைச் சாப்பிட்டு இறந்து போனது மிகப்பெரிய நெருடல். நம்ம போலீஸ் டிபார்ட்மெண்ட் இதுல போதுமான அளவு தீவிரம் காட்டாததினால நான் டிபார்ட்மெண்ட்டுக்கு சம்பந்தப்படாத வளர்மதியை இந்த கேஸ்ல இன்வால்வ் பண்ண வெச்சு பல உண்மைகளை வெளியே கொண்டு வந்தேன். அதுல ரெண்டு புதிரான மருத்துவ சோதனைகளான "தி ஷெல்ஃபிஷ் ஜீன்" "தி ப்ளைண்ட் வாட்ச் மேக்கர் ஜீன்" மிக மிக முக்கியம்"

அன்பரசன் குறுக்கிட்டு கேட்டார்.

"இது எது மாதிரியான சோதனைகள் மேடம்?"

"அந்த உண்மைகள் தெரிஞ்ச ஒரே நபரான ஜெனிடிக்சிஸ்ட் ஸ்டீபன்ராஜ் நாலைஞ்சு நாளைக்கு முன்னாடி மர்மமான முறையில் கொலை செய்யப்பட்டார். அந்தக் கொலைக்குப் பின்னணியில் அபுபக்கர் இருந்தது தெரிய வர, அவரைத் தேடிக் கண்டுபிடிக்கிற முயற்சியில் வளர்மதியும், மனோஜும் ஈடுபட்டாங்க... மனோஜ் ஒரு கறுப்பு ஆடுன்னு நாம ஸ்மெல் பண்ணிட்டதால அவரையும் கார் ஏ.ஸி. கேஸை கசிய வெச்சு உயிரை எடுத்துட்டாங்க... இப்படி நாம இந்தக் கேஸில் குற்றவாளிகளை நோக்கி நகர நகர நமக்கு தெரிந்த நபர்கள் ஒண்ணு காணாமே போயிடறாங்க. இல்லேன்னா கொலை செய்யப்படறாங்க..." திரிபுரசுந்தரி சொல்ல அன்பரசன் கொதித்தார்.

"இதுக்கெல்லாம் காரணம் ஈஸ்வர்ன்னு தெரிஞ்சும் நம்ம டிபார்ட்மெண்ட் ஏன் மௌனமாய் இருக்காங்க மேடம்?"

"காரணம் ஈஸ்வர் ஒரு சாதாரண நபர் கிடையாது. வெரி பவர்ஃபுல் பர்சன். பத்தாயிரம் கோடிக்கு அதிபதி. அவர் அரசியலில் நேரிடையாய் ஈடுபடாமே ஒதுங்கியிருந்தாலும் அவர்க்குப் பின்னாடி ஒரு பொலிடிகல் டீம் இருக்கு... நம்ம டிபார்ட்மெண்ட்ல இருக்கிற சில ஹைஅஃபிஷியல்ஸூம் அவர்க்கு ஆதரவாய் காய்களை மூவ் பண்ணிட்டு இருக்காங்க. அதுக்கு ஒரு நல்ல உதாரணம் என்னை ஏன் எதுக்குன்னு கேட்காமே தடாலடியாய் சஸ்பெண்ட் பண்ணினது..."

அன்பரசன் ஒரு பெருமூச்சோடு திரிபுரசுந்தரியை ஏறிட்டார்.

"மேடம்... நீங்க சொன்னதையெல்லாம் கேட்ட பிறகு எனக்கு இந்த காக்கி யூனிஃபார்மே ஒரு உறுத்தலாய் இருக்கு. நாம போலீஸ் ட்ரெயினிங் எடுத்துக்கறது குற்றச்செயல்களைத் தடுக்கத்தானே தவிர குற்றவாளிகளுக்கு ஆதரவாய் செயல்படறதுக்காக அல்ல... நீங்க இப்ப பதவியில் இல்லாமே போனாலும் என்னைப் பொறுத்தவரை

நீங்கதான் எனக்கு கமிஷனர். நான் என்ன செய்யணும்ன்னு சொல்லுங்க மேடம்..."

"ஈஸ்வர் இப்போ எங்கே இருக்கார்ன்னு ட்ரேஸ் அவுட் பண்ணனும்"

"அவர் வீடு எங்கேயிருக்கு மேடம்?"

"அவர்க்கு இந்த கோயமுத்தூர்ல பத்துக்கும் மேற்பட்ட பங்களாக்கள் இருக்கு. ஊட்டி, கொடைக்கானல்ல நிறைய ரெஸ்ட் ஹவுஸஸ். அது தவிர தமிழ்நாட்டோட அழகிய கிராமங்கள்ல ஏக்கர் கணக்கில பரந்திருக்கிற ஃபார்ம் ஹவுஸ்கள் ஏகப்பட்டது இருக்கு. அவர் இப்ப எந்த ஊர்ல எந்த வீட்ல இருக்கார்ன்னு கண்டுபிடிச்சுட்டா வளர்மதியைக் கண்டுபிடிச்சுடலாம். வளர்மதியை மட்டுமல்ல கடத்தப்பட்ட சில்பா, காணாமல் போன நர்மதாவையும் மீட்டுடலாம்"

அன்பரசன் சில விநாடிகள் யோசித்துவிட்டு நிமிர்ந்தார்.

"மேடம்... என்னோட மனசுக்குப்பட்ட ஒரு விஷயத்தைச் சொல்லட்டுமா?"

"என்ன சொல்லுங்க?"

"செம்மேடு ஏரியாவுக்குள்ளே போன அபுபக்கர் இன்னமும் அந்த ஏரியாவிலிருந்து திரும்பி வரலைன்னு சொன்னீங்க?"

"ஆமா... "

"அந்த செம்மேடு ஏரியாவில ஈஸ்வர்க்கு பங்களா ஏதாவது இருக்கலாம். அபுபக்கர் அந்த பங்களாவுக்குப் போய் ஈஸ்வரை பார்த்து இருக்கலாம். அங்கே அவரோட உயிர்க்கு ஆபத்து கூட ஏற்பட்டிருக்கலாம்" அன்பரசன் சொல்லச் சொல்ல திரிபுரசுந்தரியின் முகம் ஒரு சின்ன மலர்ச்சிக்கு உட்பட்டது.

"ம்... அப்படியும் இருக்கலாம்... பட் அந்த செம்மேடு ஏரியா ஒரு காட்டுப் பகுதியோடு இணைந்த கிராமம். உள்ளே நிறைய ரிசார்ட்கள், பண்ணை வீடுகள் இருக்கு. ஈஸ்வர் எங்கே இருக்கார்ன்னு எப்படி கண்டுபிடிக்கப் போறோம்...?"

"யூ டோண்ட் வொர்ரி மேடம்... நான் அந்தப் பொறுப்பை எடுத்துக்கிறேன்"

"அன்பரசன்... இது வெறும் இன்வெஸ்டிகேஷன் மட்டும் இல்லை"

"தெரியும் மேடம்... உயிரைப் பணயம் வைக்கணும்... இப்படிப்பட்ட சவாலான ஒரு கேஸைத்தான் ரொம்ப நாளா எதிர்பார்த்து காத்திட்டிருந்தேன்" சொன்ன அன்பரசன் எழுந்து நின்று அட்டென்ஷனுக்கு வந்து சல்யூட் வைத்தார்.

திரிபுரசுந்தரி புன்னகையோடு "அன்பரசன் மறுபடியும் தப்பு பண்றீங்க... நான் இப்போ உங்களுக்கு கமிஷனர் கிடையாது" என்றாள்.

"ஸாரி மேடம்... தப்பான மேலதிகாரிகளுக்கு சல்யூட் பண்றதைவிட உங்களுக்கு பண்ணும்போதுதான் இந்த யூனிஃபார்ம்க்கு பெருமை. நாளைக்குக் காலையில் நல்ல செய்தியோடு உங்களுக்கு போன் பண்றேன் மேடம்..."

"அயாம் வெயிட்டிங் அன்பரசன்"

செம்மேடு கிராமமும் அதனோடு இணைந்த காட்டுப்பகுதியும் அந்த நள்ளிரவு வேளையில் அடர்த்தியான இருட்டிலும், கனமான நிசப்தத்திலும் உறைந்து போயிருந்தது. ஈஸ்வரின் பண்ணை பங்களா மட்டும் முன்புறம் எரிந்து கொண்டிருந்த ஒரு சிறிய எல்.இ.டி. பல்பின் வெளிச்சம் காரணமாய் மங்கலான வரைபடம் போல் தெரிய, சுற்றிலும் செழித்து வளர்ந்திருந்த மரங்கள் மௌனமாய் வீசிய காற்றுக்குத் தலையாட்டிக்கொண்டிருந்தது.

செக்யூரிட்டி செல்லுக்குள் உட்கார்ந்திருந்த ஜோன்ஸ் தன்னுடைய செல்போன் வைப்ரேஷனில் உதறுவதைப் பார்த்ததும் எடுத்தான். மறுமுனையில் மாதவன் கூப்பிட்டுக் கொண்டிருந்தான். செல்போனை எடுத்து காதுக்குப் பொருத்தினான்.

"என்ன மாதவன்...?"

"இப்ப டைம் ஒண்ணு முப்பது. வர்றேன்னு சொன்னே? உனக்காகத்தான் வெயிட் பண்ணிட்டிருக்கேன்..."

ஜோன்ஸ் மௌனமாய் இருக்க, மாதவன் மறுமுனையில் கிசுகிசுப்பான குரலில் கேட்டான்.

"என்ன பேச்சைக் காணோம்...?"

"அ...அ...அது...வந்து..."

"என்ன ஜோன்ஸ்... குரலை இப்படி இழுக்கிறே...?"

"கொஞ்சம் பயமாயிருக்கு மாதவன்"

"என்னது... உனக்கு பயமா...? இந்த நடுராத்திரியில் ஜோக்கெல்லாம் அடிக்காதே... உடனே புறப்பட்டு வா..."

"மாதவன்... நான் என்ன சொல்ல வர்றேன்னா...?"

"சொல்லு..."

"இப்ப இந்த ஃபார்ம் ஹவுஸில் பெரியவர் ஈஸ்வர் மட்டுமில்லை.

அவரோட சன் தீபக்கும், ஃபாரினிலிருந்து வந்திருக்கிற டாக்டர் ஜான் மில்லரும் இருக்காங்க... அவங்கள்ல யாராவது ஒருத்தர் பார்த்துட்டா கூட பெரிய பிரச்சினையாயிடும். பிரச்னை என்ன... நீயும் நானும் அந்த நிமிஷமே உயிரோடு இருக்க மாட்டோம்"

"அந்த மூணு பேரும்... ஷிவாஸ் ரீகலோடு ஹெவியா டின்னரைச் சாப்டுட்டு மட்டை மாதிரி படுத்து தூங்கிட்டு இருக்காங்க... குறட்டைச் சத்தம் கூரையைத் தூக்குது. நிலைமையைப் பார்த்தா காலையில் பத்து மணிக்குத்தான் எந்திரிப்பாங்கன்னு நினைக்கிறேன்"

"மாதவன்... எதுக்கும் ஒரு தடவை யோசனை பண்ணிக்க"

"பலதடவை யோசனை பண்ணிட்டேன். இந்த வாய்ப்பை தவறவிட்டா இன்னொரு வாய்ப்பு கிடைக்க வாய்ப்பேயில்லை. உடனடியாய் புறப்பட்டு வா."

"சரி... ரெண்டு நிமிஷத்துல புறப்பட்டு வர்றேன்" சொன்ன ஜோன்ஸ் செல்போனை அணைத்து மேல்சட்டைப் பாக்கெட்டில் போட்டுக்கொண்டு செக்யூரிட்டி கூண்டிலிருந்து வெளியே வந்தான். அந்த பழக்கமான இருட்டில் ஒரு பென் டார்ச்சை உயிர்ப்பித்துக்கொண்டு மெல்ல நடை போட்டான்.

சில அடிதூரம் நடந்ததுமே அவிழ்த்து விடப்பட்டு இருந்த நாய்களில் ஒன்று குரைக்காமல் அவன் மேல் வந்து மோதி விளையாட ஆரம்பித்தது.

"டேய் ப்ளாக்கி... விளையாடறக்கு இது நேரமில்ல. உன்னோட ட்யூட்டியைப் போய் பாரு"

அவன் சொன்னதைப் புரிந்து கொண்ட ப்ளாக்கி அங்கிருந்து ஓடிவிட, ஜோன்ஸ் இருட்டில் கரைந்து வேகமாய் நடக்க ஆரம்பித்தான்.

இரண்டு நிமிட நடை.

சற்றுத் தொலைவில் மாதவன் சிகரெட்டின் சிவப்புக் கண்களோடு தெரிந்தான்.

51

ஜோன்ஸ் சுற்றும் முற்றும் பார்த்துக்கொண்டு நிதானமான நடையோடு மாதவனை நெருங்க, அவன் கைவிரலிடுக்கில் புகைந்து கொண்டிருந்த சிகரெட் துண்டை சுண்டி எறிந்துவிட்டு மெல்லச் சிரித்தான்.

"என்ன ஜோன்ஸ்... இவ்வளவு பெரிய உடம்பை வெச்சுகிட்டு சீக்குக் கோழி மாதிரி நடந்து வர்றே ...?"

அந்தக் குளிரான இரவிலும் ஜோன்ஸின் முகம் வியர்த்து மினுமினுப்பாய் தெரிந்தது.

"எனக்கு பயமாயிருக்கு மாதவன்"

"ஈஸ்வர்கிட்டே வேலை செய்யறவங்க பயப்படக்கூடாது ஜோன்ஸ். இந்தா... இந்த குவார்ட்டரை முதல்ல குடி. டைனோ ப்ராண்ட் விஸ்கி. ரத்தத்துல இது கலந்தாலே உள்ளே இருக்கிற பயம் காணாமே போயி ஒரு யானையோட பலம் வரும்"

"இது ஈஸ்வர் யூஸ் பண்ற ப்ராண்ட் ஆச்சே...உனக்கு எப்படி கிடைச்சுது?"

"அபுபக்கரை சுத்தம் பண்ணினதுக்காக ஈஸ்வர் சந்தோஷப்பட்டு ரெண்டு குவார்ட்டர் பாட்டில் கொடுத்தார். கொஞ்ச நேரத்துக்கு முன்னாடிதான் நான் ஒரு பாட்டிலை முடிச்சேன். நீயும் இதை முடி..."

ஜோன்ஸ் அந்த குவார்ட்டர் பாட்டிலை வாங்கி அதனுடைய மூடியைத் திருகி எறிந்துவிட்டு ஒரே மூச்சில் குடித்து முடித்துவிட்டு பக்கத்தில் இருந்த புதர்ப்பகுதியை நோக்கி பாட்டிலை எறிந்தான். அது ஒரு சின்ன சத்தத்தோடு உடைந்து சிதறியது.

மாதவன் ஜோன்ஸை நெருங்கி அவன் தோள் மீது கையை வைத்தான்.

"ஜோன்ஸ்... இப்ப நாம பண்ணப்போறது தப்பான காரியம் கிடையாது. வளர்மதி மயக்கத்தில் இருக்கும்போதே அவளுக்குத் தெரியாமலேயே அவளுடைய கற்பைக் கொஞ்சம் சேதம் பண்ணப் போறோம். எந்த ஒரு பெண்ணையும் பார்த்து நான் இதுவரைக்கும் மனசளவில்கூட சலனப்பட்டது கிடையாது. ஆனா வளர்மதியைப் பார்த்தபோதுதான் என்னால என்னோட உணர்ச்சிகளைக் கட்டுப்படுத்திக்க முடியலை. உன்கிட்ட இந்த விஷயத்தை நான்

சொன்னப்ப உனக்கும் அந்த ஆசை இருக்கிறதா சொல்லி சிரிச்சே... சரியா ஒண்ணரை மணிக்கு வர்றதாய் சொன்னே... ஆனா நீ சொன்ன நேரத்துக்கு வராததினாலதான் நான் உனக்கு போன் பண்ண வேண்டியதாயிருச்சு"

ஜோன்ஸின் ரத்த ஓட்டத்தில் இப்போது போதை கலந்துவிட்டிருக்க, அவன் கோணலாய் சிரித்தபடி சொன்னான்.

"அந்த சி.பி.ஐ. பொண்ணு சில்பா, நமக்கு உதவியாய் இருந்த நர்மதா இவங்களையெல்லாம் கடத்திட்டு வந்த போது அவங்களைத் தொடணும்ங்கிற ஆசை எனக்கு வரலை. ஆனா இந்த வளர்மதியைப் பார்த்தபோதுதான் அந்த உணர்ச்சி வந்தது. அது ஏன்னுதான் எனக்கும் புரியலை"

"காரணத்தை நான் சொல்லட்டுமா...?"

"சொல்லு"

"எந்த ஒரு குடும்ப பொண்கிட்டேயும் இருக்க முடியாத ஒரு அசாதாரண துணிச்சலும், சாணக்யத்தனமும் அவளோட அழகை நம்முடைய பார்வைக்கு அதிகப்படியாய் காட்டியிருக்கு..."

"காரணம் எதுவாகவோ இருந்துட்டு போகட்டும். மொதல்ல ரூமை ஓப்பன் பண்ணு. மணி ரெண்டாகப் போகுது. காலையில அஞ்சு மணிக்கெல்லாம் ஈஸ்வர் எந்திரிச்சு வாக்கிங் போய்கிட்டே நாய்களோடு விளையாட ஆரம்பிச்சுடுவார்"

மாதவன் அறைச்சாவியை எடுத்துக்கொண்டு பூட்டை நோக்கி சென்ற விநாடி ஃபார்ம் ஹவுஸின் வடமேற்கு மூலையிலிருந்து நாயின் குரைப்புச் சத்தம் கேட்டது.

ஜோன்ஸ் லேசாய் பதட்டமாகி மாதவனைப் பார்த்தான்.

"மாதவன்... இது சார்லியோட குரைக்கிற சத்தம்தானே...?"

"ஆமா... அப்படித்தான் தெரியுது"

"எதுக்காக இப்படி குரைக்குதுன்னு தெரியலையே...?"

"எனக்குத் தெரியும்... சார்லி காவலுக்கு இருக்கிற பகுதியை ஒட்டியிருக்கிற காட்டுப்பகுதியில் பன்றிகளோட நடமாட்டம் நாலைஞ்சு நாளா அதிகமாயிருக்கு. குறிப்பா மிட்நைட் ரெண்டு மணிக்கு மேல சார்லி கொஞ்ச நேரத்துக்கு இப்படித்தான் குரைக்கும்..."

"சார்லி இப்படி குரைச்சு நான் கேட்டதில்லையே...?"

"நீ ஃப்ரண்ட் கேட்ல இருக்கிறதால அந்தக் குரைப்புச் சத்தத்தை

கவனிச்சிருக்க மாட்டே...?"

"இல்லை மாதவன்... சார்லியோட குரைப்புச் சத்தத்துல ஏதோ வித்தியாசம் தெரியுது. நான் போய் ஒரு நடை பார்த்துட்டு வந்துடறேன். நீ ரூமுக்குள்ளே இரு..."

"நான் சொன்னதுல உனக்கு நம்பிக்கையில்லையா ஜோன்ஸ்...?"

"இல்ல மாதவன்... மனசுக்குள்ளே சந்தேகத்தை வெச்சுகிட்டு நாம சந்தோஷமாய் இருக்க முடியாது. போய் என்னன்னு பார்த்துட்டு ஒரு பத்து நிமிஷத்துக்குள்ளே வந்துடறேன்" சொன்ன ஜோன்ஸ், தன்னுடைய இடுப்பின் மறைவுக்கு கையைக்கொண்டு போய் டிஜிட்டல் ஹைபவர் டார்ச்சையும், ஒரு ரிவால்வரையும் உருவிக்கொண்டு ஃபார்ம் ஹவுஸின் வடமேற்கு திசையை நோக்கி நடந்தான்.

மாதவன் நடந்து செல்லும் ஜோன்ஸையே சில விநாடிகள் பார்த்துக் கொண்டிருந்துவிட்டு அறையின் பூட்டுக்கு சாவியைக் கொடுத்தான்.

"க்ளிக்" பூட்டு விடுபட கதவைக் கொஞ்சமாய் திறந்துகொண்டு அறைக்குள் நுழைந்தான் மாதவன்.

திரிபுரசுந்தரி சட்டென்று தூக்கத்திலிருந்து விடுபட்டு எழுந்து உட்கார்ந்தாள். டீபாயின் மேலிருந்த அவளுடைய செல்போன் வைப்ரேஷன் மோடில் மெலிதாய் உறுமிக்கொண்டிருந்தது.

எதிர்புற சுவற்றில் அப்பியிருந்த எலக்ட்ரானிக் வால்க்ளாக் நேரம் 1.45 என்பதை அடர்த்தியான சிவப்பு நிறத்தில் காட்டிக்கொண்டிருக்க மனம் பயமாய் யோசித்தது.

'இந்நேரத்துக்கு போன் செய்வது யார்...?'

செல்போனை எடுத்துப் பார்த்தாள் திரிபுரசுந்தரி. மறுமுனையில் ஹரி கூப்பிட்டுக்கொண்டிருந்தான். செல்போனை நடுக்கமாய் காதுக்கு ஒற்றினாள்.

"சொல்லுங்க ஹரி"

"வளர்மதியைப் பற்றின தகவல் ஏதாவது கிடைச்சுதா மேடம்...?" கேட்ட ஹரியின் குரல் அழுகையில் உடைந்து போயிருந்தது.

"ஏதாவது நல்ல செய்தி கிடைச்சிருந்தா நான் உடனே உங்களுக்கு போன் பண்ணியிருப்பேனே ஹரி...?"

"என்னால தூங்க முடியலை மேடம்... ரொம்பவும் பயமாயிருக்கு"

"டோண்ட் அஃப்ரய்ட் ஹரி...! அஸிஸ்டெண்ட் போலீஸ் கமிஷனர்

அன்பரசன் வளர்மதியைக் கண்டு பிடிக்கிற புதிய முயற்சியில் இறங்கியிருக்கார். அவர் ரொம்பவும் திறமையான போலீஸ் ஆபீஸர். பல சிக்கலான குற்றவியல் சம்பந்தப்பட்ட கேஸ்களை எல்லாம் ஒரு புதிய கோணத்தில் இன்வெஸ்டிகேட் பண்ணி குற்றவாளிகளை கார்னர் பண்ணியிருக்கார். அவரோட வீரச்செயலைப் பாராட்டி போன வருஷம் தமிழக அரசு விருதும் கொடுத்திருக்காங்க"

"மேடம்... அஸிஸ்டெண்ட் கமிஷனர் அன்பரசனை நான் அண்டர்எஸ்டிமேட் பண்ணி பேசறதாய் நீங்க நினைக்க வேண்டாம். நாளைக்கு சாயந்தரம் ஆறுமணிக்குள்ளே நாம வளர்மதியை மீட்கணும்ன்னா நீங்க போலீஸோட ஹை அஃபிஷியல்ஸைப் பார்த்துப் பேசணும்... உங்க ஒட்டுமொத்த போலீஸ் டிபார்ட்மெண்ட்டும் ஒரு ஆர்மி மாதிரி செயல்படணும்" ஹரி சற்றே குரலை உயர்த்தி பேச, திரிபுரசுந்தரி பெருமூச்சோடு மௌனம் காத்தாள்.

"என்ன மேடம்... பேச்சைக் காணோம்... லைன்ல இருக்கீங்களா...?"

"ஹரி ... அயாம் ஆன் த லைன்... உங்க நியாயமான கோபமும் வருத்தமும் எனக்குப் புரியுது... ஆனா... அட் திஸ் டைம் அயாம் ஹெல்ப்லஸ்.."

"ஹெல்ப்லஸா... என்ன சொல்ல வர்றீங்க மேடம்?... எனக்கு ஒண்ணும் புரியலை..."

"ஹரி... உங்ககிட்டே நான் எதையும் மறைக்க விரும்பலை... ஐ ஹேவ் பீன் சஸ்பெண்டட் ஃப்ரம் த சர்வீஸ்"

"மே...ட...ம்...!!"

"எஸ்...! டி.ஜி.பிகிட்டே நான் கொஞ்சம் கடுமையான முறையில் பேசிட்டதால சி.எம். செல்லில் இருந்து எனக்கு சஸ்பெண்ட் ஆர்டரை இஷ்யூ பண்ணிட்டாங்க. நான் நாளைக்கு யூனிஃபார்ம் போட்டுகிட்டு ஆபீஸ் போக முடியாது ..."

"மே...ட...ம்...!" ஹரி மறுமுனையில் உடைந்து போனவனாய் குரல் கொடுத்தான்."நீங்க இப்ப சொன்ன இந்த இடியை என்னால டைஜஸ்ட் பண்ண முடியலை. பதவியில் இருக்கும் போதே உங்களுக்கு அதிகாரம் இல்லாத போது இப்ப பதவியில் இல்லாத போது எந்த அதிகாரத்தைப் பயன்படுத்தி வளர்மதியை மீட்கப் போறீங்க...?"

"எனக்குப் பின்னாடி அன்பரசன் இருக்கார். அவர் நிச்சயமாய் நாளைக்கு சாயந்தரம் ஆறுமணிக்குள்ளே வளர்மதி இருக்கிற இடத்தை ட்ரேஸ் அவுட் பண்ணிடுவார்"

"ஸாரி மேடம்... எனக்கு நம்பிக்கையில்லை"

"ஹரி... பி... பாஸிட்டீவ்... நேர்மறையா பேசுங்க. எதிர்மறையான எண்ணங்களை மனசுக்குள்ளே நுழைய விடாதீங்க"

"ஒன்ஸ் அகெய்ண் ஸாரி மேடம்... நீங்க சொன்ன இந்த புத்திமதியை நான் இன்னொருத்தர்க்கு வேணும்ன்னா சொல்ல முடியும். ஆனா அந்தப் பிரச்சினைகளை நாம சந்திக்கும்போதுதான் அதனோட வலி தெரியும். நான் இப்ப ஒரு தூக்க மாத்திரையை போட்டுகிட்டு தூங்கப்போறேன். நாளைக்கு நான் கண் விழிக்கும்போது உங்ககிட்டயிருந்து ஒரு நல்ல செய்திவரும் என்று எதிர்பார்க்கிறேன்"

"வரும் ஹரி... கண்டிப்பாய் வரும்"

"இந்த ஒரு சின்ன சந்தோஷத்தோட தூங்கப்போறேன். குட்நைட் மேடம்"

"குட்நைட்"

ஹரி மறுமுனையில் செல்போனின் இணைப்பைத் துண்டித்தான். திரிபுரசுந்தரியும் கனத்த மனதோடு தன்னுடைய செல்போனை அணைக்க முயன்ற விநாடி ஒரு வாட்ஸ்அப் செய்தி உள்ளே வருவதற்கான அலர்ட் டோனின் சிறிய மியூஸிக் சிதறல் கேட்டது. அதைத் தொடர்ந்து செல்போனின் டிஸ்ப்ளேயின் சதுரத்திற்குள் "மெஸேஜ் ஃப்ரம் அன்பரசன்" என்ற வாக்கியமும் உற்பத்தியாயிற்று.

பதட்டத்தோடு வாட்ஸ்அப் ஆப்ஷனுக்குப் போய்ப் பார்த்தாள். ஆங்கிலத்தில் டைப் செய்திருந்த ஒரு நீளமான கடிதம் பார்வைக்குத் தட்டுப்பட்டது. தவிப்புடன் படிக்க ஆரம்பித்தாள்.

“மேடம்... இந்த செய்தியை உங்களோடு பகிர்ந்து கொள்வதில் வெட்கமாகவும் இருக்கிறது. வேதனையாகவும் இருக்கிறது. நான் உங்களோடு பேசிவிட்டு வீட்டுக்குத்திரும்பிய சிறிது நேரத்தில் எனக்கு டெப்டி கமிஷனர் குரு கண்ணனிடம் இருந்து ஹாட்லைன் போன் கால் வந்தது. எடுத்துப் பேசியதும் அவர் கேட்ட முதல் கேள்வி சஸ்பெண்ட் செய்யப்பட்ட போலீஸ் கமிஷனர் வீட்டுக்கு எதற்காகப் போனீர்கள்... என்ன பேசினீர்கள் என்பதுதான். நான் அவர் கேட்ட கேள்விக்கு எதையும் மறைக்காமல் நீங்கள் என்னிடம் சொன்ன எல்லா விபரங்களையும் அவரிடம் சொன்னேன். அவர் அதையெல்லாம் கேட்டுவிட்டு சஸ்பெண்ட் செய்யப்பட்ட ஒரு அதிகாரியின் பேச்சை நீங்கள் கேட்க வேண்டிய அவசியம் இல்லை. குடும்பப் பெண்ணான வளர்மதியை ஒரு போலீஸ் இன்ஃபார்மராக பணிபுரிய வைத்ததே பெரிய குற்றம். அந்தக் குற்றத்திற்கு அவர்தான் பொறுப்பேற்க

வேண்டும். இந்த விவகாரத்தில் நம்முடைய போலீஸ் டிபார்ட்மெண்ட் தலையிடாது. நீங்களும் இதில் மூக்கை நுழைக்கக்கூடாது. இது என்னுடைய உத்தரவு அல்ல. டி.ஜி.பியின் உத்தரவு. இந்த உத்தரவை நீங்கள் மீறும்பட்சத்தில் இலாகா பூர்வமான நடவடிக்கைக்கு உட்பட நேரிடும். எனவே பார்த்து நடந்து கொள்ளுங்கள் என்றார். நான் டெப்டி கமிஷனர்க்கு பதில் சொல்ல முயற்சித்தபோது அவர் கோபமாக, 'இனிமேல் நீங்கள் எதுவும் பேசி நான் கேட்க வேண்டிய அவசியம் இல்லை' என்று சொல்லி ஹாட் லைனை கட் செய்து விட்டார். மேடம்... இப்போது எனக்கு என்ன செய்வதென்றே தெரியவில்லை. வளர்மதியை கண்டுபிடிக்கும் விஷயத்தில் நான் நம்முடைய டிபார்ட்மெண்ட்டுக்குத் தெரியாமல் ஒரு குண்டூசியைக்கூட நகர்த்தி வைக்க முடியாது. மீறி செயல்பட்டால் நானும் சஸ்பென்ஸன் ஆர்டரை கையில் வாங்கிக் கொள்ள வேண்டி வரலாம். எனக்கு அடுத்த ஆறுமாத காலத்திற்குள் திருமணம் நடக்கவிருக்கிறது. இந்த நேரத்தில் நான் வேலையை இழக்க நேரிட்டால் என்னுடைய கல்யாணம் மட்டுமல்ல, எதிர்கால வாழ்க்கையே கேள்விக்குறியாக மாறிவிடும் அபாயமும் இருக்கிறது, மேடம். எனவே நீங்கள் எனக்குக் கொடுத்த அசைன்மெண்ட்டிலிருந்து விலகிக் கொள்கிறேன். என்னை மன்னித்துவிடுங்கள் மேடம். இதையெல்லாம் நான் உங்களிடம் நேரில் வந்து பேச முடியாது. செல்போனில் பேசினால் எனக்கு வார்த்தை வராது. அதனாலதான் நான் வாட்ஸ் அப்பில் என்னுடைய நிலைமையை விளக்கி ஒரு கடிதமாக எழுதியுள்ளேன். இதைப் படித்துவிட்டு டெலிட் செய்துவிடுங்கள். மீண்டும் உங்களிடம் மன்னிப்பைக் கோரும் அன்பரசன்"

வாட்ஸ்அப் செய்தியைப் படித்து முடித்த திரிபுரசுந்தரியின் உடம்பும் மனசும் சிறிது சிறிதாய் இடிந்து கொண்டிருந்தது.

52

மாதவன் அறைக்கதவை மெல்லத் தள்ளிக்கொண்டு உள்ளே போனான். நீலநிறத்தில் மங்கலாய் எரிந்து கொண்டிருந்த ஜீரோ வாட்ஸ் வெளிச்சம் அறையில் இருந்த பொருட்களை நிழல் உருவங்கள் போல் காட்டியது. கட்டிலை நோக்கி மெல்ல நடை போட்டான்.

அறையின் சுவரோரமாய் போடப்பட்டிருந்த கட்டிலை நெருங்கிய மாதவனை அதிர்ச்சி அலைகள் புரட்டிப் போட்டன.

'கட்டிலில் வளர்மதி இல்லையே.'

திடுக்கிட்டுப் போனவனாய் சுற்றும் முற்றும் பார்த்தான். பதினாறுக்கு பதினாறு என்ற அளவிலான அந்தப் பெரிய அறைக்குள் வளர்மதி ஒளிந்து கொள்ளக்கூடிய வகையில் உயரமான பெரிதான எந்த ஒரு பொருளும் இல்லை. விழிகள் பயத்தோடு சுழன்று அறையுடன் அட்டாச் செய்யப்பட்டிருந்த அந்த சிறிய டாய்லட் ரூம் மாதவனின் பார்வையில் பட, அதை நோக்கி மெல்ல நடந்து போய் கதவருகே நின்று அதன் தாழ்ப்பாளை இழுத்துப் பார்த்தான்.

டாய்லட் கதவு உட்புறமாய் தாழிடப்பட்டிருந்தது. மாதவனின் மனசுக்குள் சின்னதாய் ஒரு மகிழ்ச்சியும் பெரிதாய் ஒரு பயமும் ஒரு சேர அரும்பியது.

'வளர்மதி உள்ளேதான் இருக்கிறாள்'

'நாளைக்குக் காலையில் தெளிய வேண்டிய மயக்கம் இந்த நள்ளிரவு நேரத்திலேயே தெளிந்து, கட்டிலினின்றும் எழுந்து நடந்து டாய்லட் அறைக்கு கவனமாக போகும் அளவுக்கு சுயஉணர்வோடு இருக்கிறாள். இவளிடம் ஜாக்கிரதையாக இருக்க வேண்டும். டாய்லட் அறையிலிருந்து அவளாக வெளிப்படும் வரை பொறுமையுடன் காத்திருக்க வேண்டும்.'

மாதவனின் மூளைக்குள் மளமளவென்று யோசனைகள் அரும்பிக் கொண்டிருக்க, சத்தம் காட்டாமல் நகர்ந்து அறையை விட்டு வெளியே வந்தான். கதவை ஓசை வராமல் சாத்திவிட்டு தன்னுடைய செல்போனை எடுத்து ஜோன்ஸை தொடர்பு கொண்டான்.

மறுமுனையில் ரிங் போய் ரிஸீவர் எடுக்கப்பட்டது. மாதவன் கிசுகிசுப்பாய் பேசினான்.

"ஜோன்ஸ்"

"என்ன மாதவன்... குரல்ல இவ்வளவு பயம் ஏதாவது பிரச்சினையா...?"

"பிரச்சினைதான்... வளர்மதிக்கு மயக்கம் தெளிஞ்சு இப்போ சுய உணர்வோடு இருக்கா..."

"நீ என்ன சொல்றே... உன்னைப் பார்த்ததும் சத்தம் போட்டாளா...?"

"இல்லை"

"அப்புறம்...?"

"நான் கதவைத் திறந்துகிட்டு உள்ளே போனப்ப அவ ரூமுக்குள்ளே இல்லை... நான் உள்ளே வந்தது அவளுக்குத் தெரியாது. இப்போ அட்டாச்சடு டாய்லட்டுக்குள்ளே இருக்கா... மயக்கம் நல்லாத் தெளிஞ்சிருந்தாத்தான் எழுந்து நடக்க முடியும்... அவளால நடக்க முடியுதுன்னா நாம கொஞ்சம் ஜாக்கிரதையாய் இருக்கணும்..."

"நீ இப்போ எங்கே இருக்கே...?"

"ரூமுக்கு வெளியே வந்துட்டேன்"

"சரி...ரூமோட கதவை வெளிப்பக்கமாய் பூட்டிட்டு வெயிட் பண்ணு. நான் இப்போ வந்துடறேன். வளர்மதி டாய்லட்டிலிருந்து வெளியே வர்ற வரைக்கும் நாம வெயிட் பண்ணி உள்ளே போனாத்தான் அவளை சமாளிக்க முடியும். அவசரப்பட்டா காரியம் கெட்டுடும்"

"அது எனக்குத் தெரியாதா என்ன...? நீ லேட் பண்ணாமே புறப்பட்டு வா...!"

"இதோ புறப்பட்டேன்"

"சரி... சார்லி எதுக்காக குறைச்சுது...?"

"நீ சொன்ன மாதிரி காட்டுப்பன்றிகளோட நடமாட்டம்தான்... ரெண்டு நாளைக்கு முள்வேலியை எலெக்ட்ரிஃபை பண்ணினாத்தான் அதுங்க இந்தப் பக்கம் வராது..."

"இங்கே வந்து எல்லாத்தையும் பேசிக்கலாம். நேரம் போய்கிட்டிருக்கு... சீக்கிரமா வா..."

"இதோ வந்துட்டேயிருக்கேன்"

ஜோன்ஸ் செல்போனை அணைத்துவிட்டு இருட்டில் தெரிந்த அந்த பாதையில் வேகமாய் நடக்க ஆரம்பித்தான்.

அந்தக் குளிரான இரவு வேளையிலும் உடம்பு வியர்த்து ஊற்றியது. மூளையின் செல்கள் பயமாய் யோசித்தது.

'இவ்வளவு சீக்கிரத்தில் வளர்மதி மயக்கத்திலிருந்து மீள வாய்ப்பேயில்லை. அப்படியே சுய உணர்வுக்கு வந்தாலும் எழுந்து நிற்கவும், நடக்கவும், தடுமாற்றம் இல்லாமல் பாத்ரூம் போய் வரவும் எப்படியும் ஒரு நாளாகிவிடும்... அந்த அளவுக்கு வீரியம் வாய்ந்த மயக்க மருந்து ரோகிப்னால், தப்பு யாரிடம்... மாதவனிடமா, வளர்மதியிடமா... இல்லை மருந்திடமா...?'

யோசித்துக்கொண்டே மூச்சு வாங்க நடந்தவனை திடீரென்று இரிடியம் செல்போன் அழைத்தது. பதட்டமாய் எடுத்துப் பார்த்தான்.

மறுமுனையில் தீபக்.

வாய் உலர்ந்து போனவனாய் செல்போனை காதுக்கு ஒற்றிப் பேசினான்.

"ஸார்..."

"ஜோன்ஸ்... நாய் குரைக்கிற சத்தம் கேட்டுகிட்டேயிருந்தது. என்ன எதுன்னு போய்ப் பார்த்தியா ...?"

"இப்ப பார்த்துட்டுதான் ஸார் வந்துட்டுகிட்டிருக்கேன்"

"என்ன பிரச்சினை...?"

"நார்த் வெஸ்ட் மூலையில இருக்கிற காட்டுப்பகுதியிலிருந்து நம்ம ஃபார்ம் ஹவுஸுக்குள்ளே காட்டுப்பன்னிங்க வரப் பார்க்குது ஸார். அதான் நாய் குரைக்குது..."

"முட்டாள்...அந்த பவுண்டரியை எல்க்ட்ரிக்கல் ஃபென்ஸிங் பண்ண வேண்டியதுதானே...?"

"நாளைக்கே பண்ணிடறேன் ஸார்"

"இதோ பார் ஜோன்ஸ்... நம்ம ஃபார்ம் ஹவுஸோட எல்லைக்குள்ளே எந்த ஒரு ஜீவராசியும் எட்டிப்பார்க்கக்கூடாது. நாளையிலிருந்து நாய்ங்க தேவையில்லாமே குரைக்கக்கூடாது. டாக்டர் ஜான் மில்லர்க்கு இது புது இடம். இப்படி நாய்கள் ராத்திரியில் குரைச்சுட்டிருந்தா அவர் எப்படி தூங்குவார்? அவர்க்கு சரியானபடி தூக்கமில்லைன்னா... மறுநாள் காலையில எப்படி ஃபிரெஷ்ஷா இருப்பார்... நான் என்ன சொல்ல வர்றேன்னு உனக்குப் புரியுதா ஜோன்ஸ்...?"

"புரியுது... ஸார்..."

"நாளைக்கு முதல் காரியமாய் ஃபார்ம் ஹவுஸோட நாலாபக்கமும் போய் ஃபென்ஸிங்கை எல்க்ட்ரிஃபைடா பண்ணிடு"

"பண்ணிடறேன் ஸார்"

தீபக் மறுமுனையில் செல்போனின் இணைப்பைத் துண்டித்துவிட, ஜோன்ஸ் பெருமூச்சொன்றை வெளியேற்றிவிட்டு நடந்தான்.

இரண்டு நிமிட வேகமான நடை. வளர்மதியை அடைத்து வைத்து இருந்த கட்டிடப்பகுதி பார்வைக்குத் தட்டுப்பட்டது. வியர்த்து வழிகிற உடம்போடு நெருங்கினான்.

அறையின் கதவில் பூட்டு தொங்கிக் கொண்டிருந்தது.

'மாதவன் எங்கே...?'

சுற்றும்முற்றும் பார்த்தான் ஜோன்ஸ். மாதவன் அந்த இடத்தில் இருப்பதற்கான ஒரு சின்ன அறிகுறி கூட தெரியவில்லை.

'ரூமை பூட்டிவிட்டு எங்கே போனான் இந்த மாதவன்...?'

'என்னைத் தேடிக்கொண்டு போயிருப்பானோ...? அப்படி போயிருந்தால் என் பார்வையில் பட்டிருப்பானே...?'

ஜோன்ஸ் கலக்கத்தோடு பூட்டின் அருகே போய் நின்று அறைக்குள் ஏதாவது சத்தம் கேட்கிறதா என்று காதுகளுக்கு உன்னிப்பைக் கொடுத்து கவனித்தான்.

அறைக்குள்ளே அசாத்திய நிசப்தம்.

அடிவயிற்றில் பரவிக்கொண்ட பயத்தோடு அறையை விட்டு நகர்ந்து போய் கட்டிடத்துக்குப் பின்புறமாய் நின்று கொண்டு தன்னுடைய இரிடியம் செல்போனை உயிர்ப்பித்து மாதவனின் செல்போனைத் தொடர்பு கொண்டான்.

மறுமுனையில் ரிங் போவதற்கு பதிலாக ஜோன்ஸின் இரிடியம் செல்போனின் திரையில் 'சம்திங்க் வென்ட் ராங்க்' என்ற வாசகம் ரத்தச்சிவப்பு நிறத்தில் ஒளிர்ந்து ஒளிர்ந்து மங்கியது. நான்கைந்து தடவை முயற்சித்தும் அதே வாசகம் வரவே, ஜோன்ஸின் இருதயத்துடிப்பு ஒரு டெலிபிரிண்டராய் மாறி தடதடத்தது.

'மேற்கொண்டு என்ன செய்யலாம்...?'

'தீபக்கிற்கு போன் செய்து நடந்து கொண்டிருக்கிற சம்பவங்களைச் சொல்லிவிடலாமா...?'

ஜோன்ஸ் பயமாய் யோசித்துக்கொண்டு இருக்கும்போதே அவனுக்குப் பின்புறம் சற்றுத்தள்ளி ஏதோ சத்தம் கேட்டது.

சட்டென்று திரும்பினான்.

ஐம்பதடி தொலைவில் அந்த உருவம் தெரிந்தது. மெல்ல நடந்து வந்தது. ஜோன்ஸ் உற்றுப் பார்த்தான்.

மாதவன் வந்து கொண்டிருந்தான். கையில் ஏதோ ஒரு ஆயுதம்.

திரிபுரசுந்தரி உறங்காத கண்களோடும் அடித்துக்கொள்கிற இதயத்தோடும் சுவர் கடிகாரத்தைப் பார்த்தாள்.

நேரம் சரியாய் 2 மணி.

படுக்கையின்றும் எழுந்து உட்கார்ந்தாள்.

'நாளைக்குக் காலையில் சூரியன் தலைகாட்டுவதற்குள் ஹரிக்கு வளர்மதியைப்பற்றிய ஒரு நல்ல செய்தியை சொல்லியாக வேண்டும்.' கட்டிலினின்றும் இறங்கி மெல்ல அறைக்குள் உலாவ ஆரம்பித்தாள். ஒரு ஐந்து நிமிடம் கரைந்திருந்த போது லேண்ட்லைன் டெலிபோனோடு இணைக்கப்பட்டிருந்த இண்டர்காம் மெலிதாய் முணுமுணுத்தது.

ரிஸீவரை எடுத்து காதில் வைத்தாள் திரிபுரசுந்தரி. மறுமுனையில் வீட்டு வாட்ச்மேன் பேசினார்.

"அம்மா..."

"சொல்லு பெரியசாமி"

"உங்களைப் பார்த்துப் பேசறதுக்காக ஹரின்னு ஒருத்தர் வந்திருக்கார்"

திரிபுரசுந்தரியின் முகம் வியப்புக்கு உட்பட்டது.

"பேர் என்ன சொன்னார் ஹரியா...?"

"ஆமாம்மா"

"சிவப்பா உயரமா சுருட்டை முடியோடு இருக்காரா ...?"

"ஆமாம்மா"

"உள்ளே அனுப்பு பெரியசாமி"

"அ...அ...அம்மா..."

"என்ன ...?"

"கார்ல அவர் மட்டும் இல்லை... வேற ரெண்டு பேரும் இருக்காங்க. அவங்களைப் பார்த்தா கொஞ்சம் சந்தேகமாய் இருக்கு"

திரிபுரசுந்தரி சில விநாடிகள் யோசித்துவிட்டு கேட்டாள்.

"அந்த ரெண்டு பேரும் ஜெண்ட்சா...?"

"ஆமாம்மா"

"ஹரிகிட்டே ரிஸீவரைக் குடு... நான் பேசறேன்"

"இதோ தர்றேம்மா..."

அடுத்த சில விநாடிகளில் ஹரியின் குரல் கேட்டது.

"மேடம்..."

"என்ன ஹரி... இந்த நேரத்துல...?"

"ஸாரி மேடம்... உங்களுக்குத் தொந்தரவு தர்றதா நினைக்க வேண்டாம். உங்களால வளர்மதியைக்கண்டு பிடிச்சு காப்பாத்த முடியாதப்ப நானாவது முயற்சி பண்ணித்தானேயாகணும்"

"என்ன ஹரி... இப்படி பேசறீங்க...?"

"வேற எப்படி பேசச் சொல்றீங்க மேடம். உங்களைப் பொறுத்தவரை வளர்மதி ஒரு போலீஸ் இன்ஃபார்மர். ஆனா எனக்கு ஒய்ஃப். நான் உயிர்க்கு உயிரா நேசிக்கிற என்னோட மனைவி. நாளைக்கு சாயந்தரம் ஆறுமணிக்குள்ளே என்னோட வளர்மதியை நான் மீட்டாகணும். அதுக்கான ஒரு திட்டத்தோடுதான் வந்திருக்கேன். அதைப்பத்தி போன்ல பேச நான் விருப்பப்படலை. அதான் நேர்லயே நேரம் காலம் பார்க்காமே வந்துட்டேன்"

"சரி... உங்க கூட வந்திருக்கிற அந்த ரெண்டு பேர் யாரு...?"

"வந்து சொல்றேன் மேடம்"...

53

"சரி... உள்ளே வாங்க..." என்ற திரிபுரசுந்தரி இண்டர்காம் ரிஸீவரை வைத்துவிட்டு மாடியினின்றும் கீழே இறங்கி வந்தாள். முன்வாசல் ட்யூப் லைட்டிற்கு உயிர் கொடுத்துவிட்டு கதவைத் திறந்தாள்.

வெளியே ஹரியும், அவனுக்குப் பின்னால் திடகாத்ரமான உடம்புகளோடு உயரமாய் இரண்டு பேர் நின்றிருந்தார்கள்.

"ப்ளீஸ்... கம்" திரிபுரசுந்தரி சொல்லிவிட்டு வீட்டின் ஹாலுக்குள் நுழைய அவர்கள் மூன்றுபேரும் பின்தொடர்ந்து உள்ளே வந்தார்கள். சோபாவைக் காட்டி அவர்கள் உட்கார்ந்ததும் திரிபுரசுந்தரி எதிர்புற நாற்காலியில் போய் அமர்ந்தாள்.

"சொல்லுங்க ஹரி...! வளர்மதியை மீட்க ஏதோ திட்டம் இருக்கிறதாய் சொன்னீங்க... என்ன அது...?"

ஹரி சில விநாடிகள் வரை மௌனமாய் இருந்துவிட்டு ஒரு பெருமூச்சோடு நிமிர்ந்தான்.

"மேடம்... அந்தத் திட்டத்தைப்பத்தி உங்ககிட்ட நான் சொல்றதுக்கு முந்தி இவங்க யார்ன்னு சொல்லிடறேன். 'செவன்த் சென்ஸ்' என்கிற பிரைவேட் டிடெக்டிவ் ஏஜென்ஸி பற்றி நீங்க கேள்விப்பட்டு இருக்கீங்களா...?"

"ம்... கேள்விப்பட்டு இருக்கேன்"

"அந்த ஏஜென்ஸியைச் சேர்ந்தவங்கதான் இவங்க... இவர் மிஸ்டர் சுனில், இவர் மிஸ்டர் பண்டரிநாத். ஆறு மாசத்துக்கு முன்னாடி ஒரு ஆங்கில நாளிதழில்ல இந்த 'செவன்த் சென்ஸ்' என்கிற பிரைவேட் டிடெக்டிவ் ஏஜென்ஸி பற்றிய ஆர்ட்டிக்கள் ஒண்ணைப் படிச்சேன். தமிழ்நாட்டுல இருக்கிற சில முக்கியமான வி.ஐ.பிக்களுக்கு நேரக்கூடிய குற்றவியல் சம்பந்தப்பட்ட பிரச்சினைகளை இவங்க காதும் காதும் வெச்ச மாதிரி முடிச்சு கொடுத்து இருக்காங்க என்கிற விபரமும் அதுல இருந்தது. நான் ஒரு மணி நேரத்துக்கு முன்னாடி உங்ககிட்ட செல்போன்ல பேசறப்ப 'நான் இப்ப கமிஷனர் போஸ்ட்ல இல்ல. அயாம் ஹெல்ப்லஸ்'ன்னு நீங்க சொன்னதுமே எனக்கு இந்த செவன்த் சென்ஸ் பிரைவேட் டிடெக்டிவ் ஏஜென்ஸி பத்தின ஞாபகம் வந்தது. நான் உடனடியாய் கூகுள்ல தேடிப் பார்த்து ஏஜென்ஸியோட போன் நெம்பரைக் கண்டுப் பிடிச்சு காண்டாக்ட்

பண்ணி பேசினேன். பிரச்சினையை எடுத்துச் சொன்னேன். அடுத்த அரை மணி நேரத்துக்குள்ளே என் வீட்டுக்கு வந்துட்டாங்க. எப்படியும் நாளைக்கு சாயந்தரம் ஆறுமணிக்குள்ளே வளர்மதியை மீட்டுத் தர்றோம்ன்னு உறுதியோடு சொல்றாங்க..."

திரிபுரசுந்தரி, ஹரி சொன்னதைக் கேட்டு விட்டு விரக்தியாய் புன்னகைத்தாள்.

"ஹரி... நீங்க சொல்றதைக் கேக்கறப்ப மனசுக்கு ரொம்பவும் சந்தோஷமாயிருக்கு. ஆனா அவங்க வளர்மதியை எப்படி மீட்கப் போறாங்கன்னு சொன்னாப் பரவாயில்லை. ஏதாவது திட்டம் இருக்கா...?"

அதுவரைக்கும் எதுவும் பேசாமல் மௌனமாய் இருந்த சுனில் என்கிற நபர் திரிபுரசுந்தரியை ஏறிட்டார்.

"மேடம்...! நாங்க செயல்படுத்தப் போகிற திட்டத்துக்கு நீங்க உதவி பண்ணினாத்தான் அது வெற்றிகரமாய் முடியும்..."

"உங்களுக்கு எதுமாதிரியான உதவி வேணும்...?"

"வளர்மதி உட்பட மொத்தம் மூணு பெண்கள் காணாமே போயிருக்காங்க... இதுக்குக் காரணம் பணபலமும், அதிகார பலமும் படைத்த அந்த ஈஸ்வர்தான் நீங்க நினைக்கிறீங்க இல்லையா...?"

"ஆமா..."

"அந்த ஈஸ்வர்க்கு தமிழ்நாட்ல நிறைய வீடுகள் இருக்கு... இப்ப அவர் எங்கே எந்த வீட்ல இருப்பார்ன்னு உங்களுக்கு தெரியலைன்னு சொல்லியிருக்கீங்க... இல்லையா மேடம்...?"

"ஆமா..."

"அந்த வீடுகளோட அட்ரஸெல்லாம் உங்களுக்கு தெரியுமா...?"

"தெரியாது"

"யார்கிட்ட கேட்டா தெரியும்... மேடம்...?"

"நோ... ஐடியா "

"செம்மேடு ஏரியாவுக்குள்ளே காரை ஓட்டிகிட்டு போன அபுபக்கர் என்கிற நபர் மறுபடியும் தன் காரோடு திரும்பி வராததினால ஈஸ்வர் அந்த ஏரியாவில்தான் இருப்பார்ன்னு அஸிஸ்டெண்ட் போலீஸ் கமிஷனர் அன்பரசன் உங்ககிட்ட சொன்னதுல உண்மை இருக்கும்ன்னு நினைக்கிறீங்களா...?"

"இருக்கலாம்..."

"அந்த ஏரியா பீட் போலீஸ் இன்ஸ்பெக்டர் குணசேகரன்கிட்டே நீங்க ஈஸ்வரைப்பத்தி விசாரிச்சா... ஏதாவது தகவல் கிடைக்கலாம் மேடம்... ஏன்னா அந்த ஏரியாவில் இருக்கிற முக்கியமான வி.ஐ.பிக்களைப்பத்தி அவர்க்கோ போலீஸ் ஸ்டேஷனில் இருக்கிற மத்தவங்களுக்கோ தெரிஞ்சிருக்க வாய்ப்பு அதிகம்..."

திரிபுரசுந்தரி பதில் சொல்லாமல் அமைதி காக்க, செவன்த் சென்ஸ் இன்வெஸ்டிகேஷனைச் சேர்ந்த இன்னொரு நபரான பண்டரிநாத் கேலியான புன்னகையோடு கேட்டார்.

"என்ன மேடம் சைலண்ட் ஆயிட்டீங்க... போலீஸ் இன்ஸ்பெக்டர் குணசேகரன் கிட்டே உங்களால பேச முடியாதா...?"

"நான் இப்போ சஸ்பென்ஷன்ல இருக்கேன்... இப்படியொரு நிலைமையில் இருக்கும்போது நான் எந்த ஒரு என்கொய்ரியையும் செய்யக்கூடாது... லீகலி இட்ஸ் ஏன் அஃபென்ஸ்"

"போலீஸ் டிபார்ட்மெண்ட்ல எல்லாமே சட்டப்படித்தான் நடக்குதா மேடம்...? வளர்மதியைக் காப்பாத்தற விஷயத்துல நீங்க சட்டத்தை மீறினாலும் தப்பில்லைன்னு நான் நினைக்கிறேன்"

திரிபுரசுந்தரி மேலும் சில விநாடிகள் மௌனிக்க, ஹரி மெல்ல தன் குரலை உயர்த்தினான்.

"என்ன மேடம்... ரொம்பவும் யோசிக்கிறீங்க போலிருக்கு... வளர்மதி தன்னோட உயிரையும் பொருட்படுத்தாமல் நீங்க கொடுத்த ஒரு அசைன்மெண்ட்டுக்காக தன்னோட பல மணி நேரங்களை செலவு பண்ணியிருக்கா. ப்ளீஸ் மைண்ட் இட்..."

திரிபுரசுந்தரி ஒரு பெருமூச்சோடு தலையசைத்தாள்."இட்ஸ்... ஓகே...ஹரி... நான் பேசறேன்" சொன்னவள் தன்னுடைய செல்போனை எடுத்து ஆலாந்துறை போலீஸ் ஸ்டேஷன் இன்ஸ்பெக்டர் குணசேகரனை தொடர்பு கொண்டாள். செல்போனின் ஸ்பீக்கரை ஆன் செய்துவிட்டு பேச ஆரம்பித்தாள்.

"குணசேகரன்..."

"மேடம்... நீங்களா... என்ன மேடம் இந்த நேரத்துல...?"

"சொல்றேன்... நீங்க இப்போ எங்கே இருக்கீங்க...?"

"வீட்லதான் மேடம்... இப்பத்தான் பெட்ரோலிங் போய்ட்டு வீட்டுக்கு வந்தேன். ட்ரஸ்ஸை மாத்திவிட்டு படுக்கைக்குப் போகும்போதுதான் உங்க போன் வந்தது"

"ஒரு நிமிஷம் பேசலாமா குணசேகரன்...?"

"பேசலாம் மேடம்..."

"நான் சஸ்பென்ஷன்ல இருக்கேன்...அந்த விஷயம் உங்களுக்குத் தெரியுமா?"

"கேள்விப்பட்டேன் மேடம்... எனி பாலிடிக்ஸ் இன் த டிபார்ட்மெண்ட்?"

"எஸ்... அதைப்பத்தி இப்போதைக்கு எதுவும் பேச வேண்டாம். இப்ப உங்களால எனக்கு ஒரு உதவியாகணும். கேன் யூ...?"

"பை ஆல் மீன்ஸ்... சொல்லுங்க மேடம்..."

"உங்களுக்கு தொழிலதிபர் ஈஸ்வரைத் தெரியுமா...?"

"தெரியும் மேடம்... வருஷா வருஷம் இலவசத் திருமணங்களை நூற்றுக்கணக்கில் நடத்தி வெப்பார். அவர்தானே...?"

"அவரேதான்... நீங்க அவரை நேர்ல பார்த்திருக்கீங்களா...?"

"இல்ல மேடம்... பேப்பர்லேயும் டி.வி. யிலேயும் அவரோட முகத்தைப் பார்த்திருக்கேன். நேர்ல பார்த்தது இல்லை"

"நீங்க ஆலாந்துறை ஸ்டேஷன்ல எப்ப சார்ஜ் எடுத்தீங்க...?"

"போன வருஷம் ஜனவரி"

"ஸோ... ஒன்றரை வருஷம் அந்த ஸ்டேஷன்லதான் இருக்கீங்க...?"

"ஆமா... மேடம்"

"அப்படீன்னா... ஆலாந்துறை செம்மேடு ஏரியாவில் உள்ள வி.ஐ.பிக்களோட பங்களாக்கள் எங்கே இருக்கு என்கிற விபரம் உங்களுக்குத் தெரிஞ்சிருக்கும்ன்னு நினைக்கிறேன்"

"தெரியும் மேடம்..."

"அந்த வி.ஐ.பிக்கள் யார் யார்ன்னு சொல்ல முடியுமா குணசேகரன்?"

"தாராளமாய்" என்று சொன்ன குணசேகரன் நான்கைந்து சினிமா பிரபலங்கள் பெயர்களையும், இரண்டு பல்கலைக்கழக துணைவேந்தர்களின் பெயர்களையும், சில தொழிலதிபர்களின் பெயர்களையும் குறிப்பிட்டார்.

அந்தப் பெயர்களையெல்லாம் கவனமாய்க் கேட்டுக்கொண்ட திரிபுரசுந்தரி சில விநாடிகள் மௌனித்துவிட்டு கேட்டாள்.

"தொழிலதிபர் ஈஸ்வர்க்கு சொந்தமான ஃபார்ம் ஹவுஸ், ரிசார்ட்ஸ் எதுவும் அந்த ஏரியாவில் இல்லையா?"

"அப்படி எதுவும் இருக்கிற மாதிரி தெரியலை மேடம். இருந்திருந்தா கண்டிப்பாய் எனக்குத் தெரிஞ்சிருக்குமே. நான் வேணும்ன்னா நாளைக்குக் காலையில் விசாரிச்சு சொல்லட்டுமா?"

"யார்கிட்ட போய் விசாரிப்பீங்க?"

"செம்மேடு கிராமத்துல வயசான வி.ஓ. ஒருத்தர் இருக்கார். நாளைக்கு அவர்கிட்டே கேட்டுச் சொல்றேன்"

"இந்த நேரத்துல அவரை காண்டாக்ட் பண்ணி விசாரிக்க முடியாதா...?"

"இந்த நேரத்துல எப்படி மேடம்...? செம்மேடு கிராமத்துக்கு போன மாசம் ஒரு கேஸ் விஷயமாய் விசாரிக்க போனப்ப அவரைப் பார்த்து போயிருக்கேன். அவரோட காண்டாக்ட் நம்பரோ அவரோட வீடு கிராமத்துல எங்கே இருக்கோன்னா எனக்குத் தெரியாது. நாளைக்குப் போய்தான் விசாரிக்கணும்"

"அவரோட பேர் என்ன?"

"ஞானமூர்த்தி. நாளைக்குக் காலையில் ஒரு ஏழு மணி சுமார்க்கு அவரைப் போய்ப் பார்த்து ஈஸ்வர்க்கு அந்த ஏரியாவில் ஏதாவது ஃபார்ம் ஹவுஸ் இருக்கான்னு கேட்டுச்சொல்றேன் மேடம்"

"உங்க போனுக்காக வெயிட் பண்ணிட்டிருப்பேன் குணசேகரன்... மேட்டர் ஈஸ் வெரி அர்ஜண்ட்"

"எனக்குப் புரியுது மேடம்... நான் நாளைக்குக் காலையில் எட்டு மணிக்குள்ளே போன் பண்ணி விபரம் சொல்றேன்"

"தேங்க்யூ"

திரிபுரசுந்தரி செல்போனை அணைத்துவிட்டு ஹரியை ஏறிட்டாள்.

"நாம நாளைக்கு காலையில எட்டு மணி வரைக்கும் பொறுமையாய் இருக்கிறதைத் தவிர வேறு வழியில்லை"

"ஓ.கே. மேடம்... நாங்க புறப்படறோம். நாளைக்குக் காலையில் எட்டு மணிக்கு உங்ககிட்டயிருந்து ஒரு நல்ல தகவலை எதிர்பார்க்கிறேன்"

மூவரும் எழுந்தார்கள்.

செம்மேடு.

இருட்டின் பின்னணியில் மாதவன் கையில் ஆயுதத்தோடு தெரிய, ஜோன்ஸ் மிரண்டு போன விழிகளோடு அவனை உற்றுப் பார்த்தான். மரத்தின் பெரிய கிளைகளை வெட்டக்கூடிய

இரண்டடி நீள அரிவாள் அது. செல்போனின் டார்ச் வெளிச்சத்தை தெளித்துக்கொண்டே மூச்சு வாங்கியபடி, மாதவனை நோக்கி வேகமாய் போனான் ஜோன்ஸ். மாதவனின் தோள் மேல் மேல் கை வைக்க முயன்றவன் திடுக்கிட்டான். மாதவனின் வலது மார்புச்சட்டை ரத்தத்தில் நனைத்திருக்க அவன் தடுமாற்றமாய் நடை போட்டபடி சுற்றும் முற்றும் பார்த்துக் கொண்டிருந்தான். பார்வையில் கோபம், ஆத்திரம் கனல் பொறிகளாய் தெறித்தன.

ஜோன்ஸ் நடுக்கமாய் மாதவனின் மணிக்கட்டைப் பற்றினான்.

எ...எ...என்னாச்சு மாதவன்...?"

"அவ... அவ... தப்பிச்சுட்டா..."

"யா...யாரு...?"

"வ...வ...வளர்மதி..."

"எ...எ...எப்படி...?"

"ஜோன்ஸ்... நான் ஒரு விஷயத்தை சொன்னா நீ நம்ப மாட்டே..."

"எ...எ...என்ன சொல்லு"

மாதவன் மூச்சிரைத்தபடி ஏதோ சொல்ல ஆரம்பித்தான். முடியவில்லை. மண்டியிட்டு அப்படியே உட்கார்ந்தான்.

அதே நேரம்...

ஃபார்ம் ஹவுஸின் எல்லாத் திசைகளிலிருந்தும் நாய்கள் ஒரே நேரத்தில் குரைக்க ஆரம்பித்தன.

54

ஜோன்ஸ் மிரண்டான்.

நாய்கள் ஒரு பக்கம் விடாமல் குரைத்துக்கொண்டிருக்க, கீழே மண்டியிட்டு உட்கார்ந்திருந்த மாதவன் திணறும் குரலில் பேச ஆரம்பித்தான். வார்த்தைகள் 0உடைந்து வெளியே வந்தது.

"ஜோ... ஜோன்ஸ்...அ... அந்த வளர்மதியை விடக்கூடாது... அவளை... அவளை..." கோபமாய் சொன்னவன் ஒரு பக்கமாய் சாய சட்டென்று மாதவனை ஒரு கையில் தாங்கிப் பிடித்துக்கொண்ட ஜோன்ஸ் கேட்டான்.

"மாதவன்... உனக்கு என்னாச்சு... வளர்மதி உன்கிட்டயிருந்து எப்படி தப்பிச்சா...?"

மாதவன் சோர்ந்து போன கண்களால் ஜோன்ஸைப் பார்த்தபடி மூச்சிரைக்கப் பேசினான்.

"நான் உன்கூட செல்போன்ல பே...பே...பேசிட்டு ரூமோட கதவைப் பூட்டப் போனேன். அ...அ...அதே நேரத்துல வளர்மதி நான் எதிர்பாராத நேரத்துல டாய்லட் கதவைத் திறந்துகிட்டு வே...வேகமா வெளியே வந்தா... அவ ...அவ கையில ஒரு துப்பாக்கி இருந்துச்சு"

ஜோன்ஸின் விழிகள் கலவரத்துக்குட்பட்டன.

"மாதவன்... நீ எ...என்ன சொல்றே...? வளர்மதியோட கையில துப்பாக்கி இருந்துச்சு...?"

"ஆ...ஆமா"

"எ...எ...எப்படி ...?"

"தெ...தெரியலை...நா...நான் அவ கையில இருந்த துப்பாக்கியைப் பார்த்ததும் தப்பிச்சு ஓட நினைச்சேன். ஆனா கண்ணிமைக்கிற நேரத்துக்குள்ளே அவ...எ...எ...என்னைச் சுட்டுட்டா. டப்ன்னு ஒரு சத்தம். வலது... மார்பு பக்கம்... ஒரு... தோட்டா பாயறதுக்கு... பதிலாய்..." மாதவனுக்குப் பேசப் பேச வெகுவாய் மூச்சு வாங்கியது. சுவாசிக்க வாயைத் திறந்து திறந்து மூடினான். ஜோன்ஸ் தவிப்போடு கேட்டான்."பதிலாய் ...?"

"என்னோட மார்புக்குள்ள ஒரு... ஊசியை சொருகி எடுத்த மாதிரி வலி... அப்படியே நிலைகுலைஞ்சு போய் விழுந்துட்டேன். நான் கீழே விழுந்ததும் அவ ரூமைப் பூட்டிட்டு சாவியையும் எடுத்துட்டு

அந்தப் பக்கமா ஓடினா... நானும் துரத்த ஆரம்பிச்சேன்... அந்த இருட்டுல எங்கே போய் அவ ஒளிஞ்சுகிட்டான்னு தெரியலை. அவளைத் தேடி அலையும் போதுதான் என் மார்பிலிருந்து துளித்துளியாய் வெளிப்பட்ட ரத்தம் என்னோட சட்டையை நனைக்க ஆரம்பிச்சது. மேற்கொண்டு என்னால வேகமாய் ஓட முடியலை... எப்படியோ டூல்ஸ் ரூமுக்குப்போய் இந்த அரிவாளை எடுத்துகிட்டேன். அவ பார்வைக்குத் தட்டுப்பட்டா அரிவாளை வீசியே ரெண்டு துண்டாக்கிடலாம்ன்னு தேடிகிட்டு இருந்தேன். இனி என்னால அது முடியாது. நீதான் அவளைத் தேடிக் கண்டுபிடிக்கணும் ஜோன்ஸ். போ...போய் தேடு..."

"மாதவன்... உன்னை இந்த நிலைமையில் எப்படி விட்டுட்டு...?" ஜோன்ஸ் தயக்கமாய் குரலை இழுக்க, மாதவன் அந்த நிலைமையிலும் கோபப்பட்டான். வேகமாய் பேச ஆரம்பித்தான்.

"நீ என்னைப்பத்தி கவலைப்படாதே... அந்த வளர்மதி எந்தக் காரணத்தை முன்னிட்டும் தப்பிச்சுப் போயிடக்கூடாது. நாய்கள் குரைச்சிட்டிருக்கு... என்னன்னு போய்ப்பாரு. நாய்களை ஃபாலோ பண்ணிட்டு போனாலே வளர்மதி எந்த இடத்துல ஒளிஞ்சிட்டிருக்கான்னு கண்டுபிடிச்சுட முடியும். எனக்கு ஒண்ணும் ஆயிடாது. நீ போ..." சொன்ன மாதவன் மேற்கொண்டு பேச முடியாமல் அந்த அடி மரத்துக்கு சாய்ந்து உட்கார்ந்து கண்களை மூடிக் கொண்டான்.

சில விநாடிகள் வரை யோசித்த ஜோன்ஸ் தன் இடுப்பில் இருந்த துப்பாக்கியை உருவிக்கொண்டு நாய்கள் குரைத்துக்கொண்டிருந்த திசையை நோக்கி ஓடினான்.

நாய்கள் குரைக்கும் சத்தம் இப்போது அதிகமாக கேட்க ஆரம்பித்திருந்தது.

ஜோன்ஸ் தன் ஓட்டத்தை விரைவுபடுத்திய விநாடி அவனிடம் இருந்த இரிடியம் செல்போன் ரிங்டோனை வெளியிட்டது.

போனை எடுத்து அழைப்பது யார் என்று பார்த்தான். தீபக் கூப்பிட்டுக் கொண்டிருந்தான். ஓடிக்கொண்டே பேசினான்.

"ஸார்"

"முட்டாள்... நாய்ங்க மறுபடியும் ஏன் குரைக்குது...?"

"அது... வந்து... வந்து..."

"என்ன மறுபடியும் காட்டுப்பன்றிகள் வருதா...?"

"இல்ல ஸார்"

"பின்னே ஏன் குரைக்குது...?"

ஜோன்ஸ் ஒரு விநாடி வளர்மதி தப்பித்துவிட்ட விஷயத்தை சொல்லலாமா என்று யோசித்துவிட்டு அடுத்த விநாடியே அந்த யோசனையை அழித்தான்.

'வேண்டாம்... தீபக்கிற்கு விஷயம் தெரிந்தால் அடுத்த சில நிமிஷங்களுக்குள் அவரோட துப்பாக்கி தோட்டாவுக்கு என்னோட உயிரைக் கொடுக்க வேண்டியிருக்கும். வளர்மதியைத் தேடிக் கண்டுபிடித்த பிறகு நடந்த சம்பவத்தை சொல்லிவிடலாம்'

தீபக் செல்போனின் மறுமுனையில் எரிந்து விழுந்தான்."என்ன பேச்சையே காணோம்... தூங்கி வழியறியா ...?"

"இல்ல ஸார்... இப்ப நாய்கள் குரைக்கிற பக்கமாத்தான் போயிட்டிருக்கேன்... என்ன ஏதுன்னு பார்த்துட்டு உங்களுக்கு போன் பண்றேன்"

"நீ ஒண்ணும் எனக்கு போன் பண்ண வேண்டாம்... நான் சொல்றபடி செய்"

"சொல்லுங்க ஸார்"

"இப்படியே நாய்கள் குரைச்சிட்டேயிருந்தா டாக்டர் ஜான்மில்லரால சரியா தூங்க முடியாது. ஏற்கெனவே அவரும் நானும் ஜெட்லாக்ல இருக்கோம். அவரும் நானும் குறைந்தபட்சம் ஒரு ஆறு மணிநேரத்துக்காவது தூங்கி எந்திரிச்சாத்தான் மறுநாள் காலையில ரிசர்ச் சம்பந்தமான வேலைகளைக் கவனிக்க முடியும். புரியுதா ஜோன்ஸ்...?"

"புரியுது ஸார்"

"என்ன புரியுது ...?"

"நாய்கள் குரைக்காமே இருக்கணும்"

"குரைக்காமே இருக்கணும்ன்னா என்ன பண்ணனும் ...?"

"பகல் நேரத்துல அதை கட்டிப்போடறதுக்காக மறைவாய் கட்டியிருக்கிற ஷெல்டர்க்கு கொண்டு போயிடணும் ஸார்"

"அதை மொதல்ல பண்ணு..."

"ஸார்... அது... வந்து..."

"என்ன மென்னு முழுங்கறே ...?"

"ராத்திரி நேரத்துல நாய்களைக் கட்டிப் போடறதை அப்பா விரும்ப மாட்டார் ஸார்"

"அதைப்பத்தி நீ கவலைப்படாதே... நாளைக்கு அப்பா ஏதாவது பேசினார்ன்னா நான் அவர்க்கு பதில் சொல்லிக்கறேன். நீ மொதல்ல நாய்களை ஷெல்டர்க்கு கொண்டு போய் கட்டிப்போடு..."

"சரி ஸார்"

"இன்னும் அஞ்சு நிமிஷத்துக்குள்ளே நாய்களோட குரைப்பு நின்னுடனும்" தீபக் மறுமுனையில் கண்டிப்பான குரலில் சொல்லிவிட்டு செல்போனின் இணைப்பைத் துண்டித்துவிட, ஜோன்ஸ் அதிர்ந்து போனவனாய் ஓடவும் மறந்து அப்படியே நின்றான்.

நாய்களின் குரைப்புச்சத்தம் இப்போது அதிகமாகியிருந்தது.

'தீபக் மறுபடியும் போன் செய்து திட்டுவதற்கு முன்பாக இந்த நாய்களின் வாயைச் சாத்த வேண்டும். அதற்குப்பிறகு தான் வளர்மதியைத் தேட வேண்டும்' யோசித்து ஒரு முடிவுக்கு வந்த ஜோன்ஸ் மறுபடியும் ஓட ஆரம்பித்தான். அந்த நள்ளிரவுக் குளிரிலும் அவனுக்கு உடம்பு வியர்த்து ஊற்ற, மனசுக்குள் யோசனை ஓடியது.

'வளர்மதியை நாய்கள் பார்த்திருக்க வேண்டும். அதுதான் இப்படி இடைவிடாமல் குரைக்கிறது. அவளும் நாய்களுக்கு பயந்து கொண்டு இந்த ஃபார்ம் ஹவுஸின் ஏதாவது ஒரு இடத்தில் பதுங்கியிருக்க வேண்டும். வளர்மதி என்னதான் முயற்சி செய்தாலும் இந்த ஃபார்ம் ஹவுஸிலிருந்து அவளால் தப்பிக்கவே முடியாது. சுற்றிலும் பத்தடி உயரத்திற்கு முன்வேலி. அந்த இரும்பு முள்வேலிகளோடு சேர்த்துக் கட்டப்பட்ட கண்ணாடித்துண்டுகள். தெரியாத்தனமாய் ஒரு கண்ணாடித்துண்டு கீறினாலும் உடம்பிலிருந்து ஒரு லிட்டர் ரத்தம் வெளியே வந்துவிடும். பத்தடி ஓடுவதற்குள் மயக்கம் வந்துவிடும்'

ஜோன்ஸ் யோசித்துக்கொண்டே நாய்கள் குரைத்துக் கொண்டிருந்த திசையை நோக்கி ஓடினான். மரங்களுக்கு நடுவில் நூறுமீட்டர் தூரம் ஓடி முடித்தபோது ஒரு பாறையின் அருகில் நின்றபடி எட்டு நாய்களும் ஒரே திசையைப் பார்த்தபடி குரைத்துக்கொண்டிருந்தன. நாய்களை நெருங்கினான் ஜோன்ஸ்.

தீபக் தன்னுடைய அறைக்கதவு தட்டப்படும் சத்தம் கேட்டு அரைகுறை தூக்கத்திலிருந்து விடுபட்டு சட்டென்று எழுந்து உட்கார்ந்தான். சுவர் கடிகாரத்தில் நேரம் பார்த்தான்.

மணி 2.15.

'இந்த நேரத்திற்கு கதவைத் தட்டுவது யார்...?' போர்வையை உதறிவிட்டு வேகவேகமாய் கதவை நோக்கிப் போனான். கதவின் உட்புறத்தில் பொருத்தப்பட்டிருந்த சிறிய 3D லென்ஸில் தன்னுடைய ஒரு கண்ணை வைத்துப் பார்த்தான்.

வெளியே அவனுடைய அப்பா ஈஸ்வர் நைட் கவுனில் தவிப்போடு நின்றிருந்தார். தீபக் கதவைத் திறந்து கொண்டு வெளியே வந்தான்.

"அப்பா... என்ன இந்த நேரத்துல...?"

ஈஸ்வர் கலவரப் பார்வையோடு தீபக்கை ஏறிட்டார்.

"நாய்ங்க குரைக்கிற சத்தம் உனக்கு கேட்டுச்சா..?"

"ம்... கேட்டது... அதுபற்றி ஜோன்ஸ்க்கு போன் பண்ணி கேட்டேன்"

"அவன் என்ன சொன்னான்...?"

"நம்ம ஃபார்ம் ஹவுஸுக்கு ஒட்டியிருக்கிற காட்டுப்பகுதியிலிருந்து வைல்டு போர்ஸ் உள்ளே வர முயற்சி பண்ணியிருக்கு. அதைப் பார்த்துட்டு நாய்ங்க குரைக்கிறதாய் ஜோன்ஸ் சொன்னான்"

"தீபக்... முதல் தடவை ஒரு நாயோட குரைப்பு சத்தம்தான் கேட்டது. ஆனா ரெண்டாவது தடவை எல்லா நாய்ங்களும் குரைச்சது. அது ஒரு சாதாரண விஷயம் கிடையாது"

"ஒண்ணு குரைச்சா அதைக் கேட்டுட்டு எல்லா நாய்ங்களும் குரைக்கத்தான் செய்யும்... இப்படி குரைச்சு தூக்கத்தைக் கெடுக்கறதால ஜோன்ஸுக்கு போன் பண்ணி எல்லா நாய்களையும் ஷெல்டரில் அடைக்கச் சொல்லிட்டேன்"

ஈஸ்வர் கோபமாய் தீபக்கைப் பார்த்தார்.

"உனக்கு உன்னோட தூக்கம் முக்கியமா... இல்லை நம்ம பாதுகாப்பு முக்கியமா...?"

தீபக் குரலைச் சற்றே தாழ்த்தினான்.

"அப்பா... இந்த ஃபார்ம் ஹவுஸை நாம கட்டி பத்து வருஷத்துக்கு மேல இருக்கும். இதுவரைக்கும் அந்நிய ஆட்கள் யாருமே உள்ளே நுழைஞ்சது இல்லை. நுழையவும் முடியாது. அதைப் பத்தின கவலையே வேண்டாம். என்னோட கவலையெல்லாம் டாக்டர் ஜான் மில்லர் நல்லா தூங்கி ரெஸ்ட் எடுத்தாத்தான் அவர் பண்ணப் போகிற ரிசர்ச் ப்ராஸஸ் எல்லா நல்லாயிருக்கும். என்னை கேட்டா ஒருவாரம் பத்து நாளைக்கு நாய்களை வெளியே விடாமே

இருக்கிறதுதான்...பெட்டர்" தீபக் சொல்லிக்கொண்டிருக்கும்போதே அவனுடைய இரிடியம் செல்போன் உயிர் பெற்று அழைத்தது. போய் எடுத்தான். மறுமுனையில் ஜோன்ஸ் பேசினான்.

"ஸார்... எல்லா நாய்களையும் ஷெல்டரில் கட்டிப்போட்டுட்டேன். இனிமே அது குரைக்காது"

"சரி... நீ ஏன் இவ்வளவு டென்ஷனா இருக்கே...?"

"டென்ஷனா... இல்லையே ஸார்...?"

"இதோ பார்... உன்னைப்பத்தி எனக்குத் தெரியும்... நீ இவ்வளவு வேகமாய் பேசி நான் பார்த்தது இல்லை... ஏதாவது பிரச்சினையா?"

"அதெல்லாம் ஒண்ணுமில்லை... ஸார் "

"சரி... நீ ஒரு வேலை பண்ணு"

"சொல்லுங்க ஸார்"

"மாதவனோட ரூமுக்குப்போய் அவன் தூங்கிட்டிருந்தா அவனை எழுப்பி கூப்பிட்டு ரெண்டுபேரும் விடியறவரைக்கும் ஃபார்ம் ஹவுஸை சுத்திவாங்க... நாய்கள் குரைச்சதால அந்நிய ஆட்கள் யாராவது உள்ளே வந்துட்டாங்களோன்னு சந்தேகப்படறார் அப்பா... ஒருவேளை வளர்மதியே மயக்கம் தெளிஞ்சு ரூமை விட்டு வெளியே வந்திருக்கலாம்"

"அ...அ...அப்படியெல்லாம் அவ வரமுடியாது ஸார்"

"எதுக்கும் ஒரு தடவை வளர்மதி இருக்கிற ரூமுக்குப் போய் அவ மயக்கத்துல இருக்காளா இல்லையான்னு பார்த்துடலாம். நான் இப்ப புறப்பட்டு வர்றேன். மாதவனை அங்கே வரச் சொல்லிடு"

55

தீபக் சொன்னதைக்கேட்டு ஜோன்ஸ் சில விநாடிகள் வரை செல்போனில் பேச்சிழந்தான்.

"என்ன ஜோன்ஸ்... நான் சொன்னது காதுல விழுந்ததா...?"

"வி...வி...விழுந்தது ஸார்"

"சரின்னு பதில் வரலையே...?"

"ஸாரி ஸார் யோசனை பண்ணிட்டிருந்தேன்"

"ஜோன்ஸ் இன்னிக்கு நீ ஏதோ குழப்பத்துல இருக்கேன்னு நினைக்கிறேன். லிக்கர் கன்ஸ்யூம் பண்ணியிருக்கியா...?"

"ஆமா ஸார்... கொஞ்சம்..."

"இது கொஞ்சம் மாதிரி தெரியலையே. இதோ பார் ஜோன்ஸ்... மாசா மாசம் ஒரு பெரிய தொகையை உனக்கு சம்பளமா தர்றோம். எதுக்காகத் தெரியுமா? நாங்க தூங்கும்போது நீ விழிப்போடு இருந்து இந்த ஃபார்ம் ஹவுஸை பார்த்துக்கணுங்கிறதுக்காகத்தான்... லிக்கர் கன்ஸ்யூம் பண்ணிட்டு ஜாலியாய் இருக்கிறதுக்காக இல்லை"

"புரியுது ஸார்... இனிமே சாப்பிடமாட்டேன்"

"சரி... இன்னும் ஒரு பத்து நிமிஷ நேரத்துக்குள்ளே மாதவனை கூட்டிகிட்டு வளர்மதியை அடைச்சு வெச்சிருக்கிற ரூமுக்குப் பக்கத்துல வந்து நில்லு... நானும் அப்பாவும் புறப்பட்டு வர்றோம்"

"ச...ச...சரி ஸார்"

தீபக் செல்போனை அணைத்துவிட்டு ஈஸ்வரை ஏறிட்டான்.

"அப்பா..."

"என்ன தீபக் ...?"

"ஜோன்ஸ் இன்னிக்கு நார்மலாய் இல்லை. அவன்கிட்டே ஏதோ தப்பு இருக்கு"

"தப்பா...?...என்ன தப்பு...?"

"எதையோ மறைக்கிறான்"

"மறைக்கிறான்னா... எதை மறைக்கிறான்?"

"எனக்கு சரியாய் சொல்ல தெரியலை அப்பா. நேரிடையாய்ப்

போய் அவனைப் பார்த்து பேசினா அந்தத் தப்பு என்னன்னு தெரிஞ்சுடும்"

"சரி... வா... போலாம்" ஈஸ்வர் சொல்லிக்கொண்டே நடக்க ஆரம்பித்துவிட, தீபக் அவரைப் பின் தொடர்ந்தான்.

ஒரு நிமிட நடைக்குப்பின் டாக்டர் ஜான் மில்லர் தங்கியிருந்த அந்த கெஸ்ட் ஹவுஸைக் கடந்த போது ஈஸ்வர் சட்டென்று நடையின் வேகத்தைக் குறைத்தபடி நின்றார். தீபக்கும் நின்று குழப்பமான குரலில் கேட்டான்.

"அப்பா... ஏன்... நின்னுட்டீங்க...?"

ஈஸ்வர் குரலைத் தாழ்த்தினார்.

"ஏதோ சத்தம் கேட்கலை...?"

"சத்தமா... என்ன சத்தம்...?"

"டாக்டர் ஜான் மில்லர் தங்கியிருக்கிற இந்த கெஸ்ட் ஹவுஸூக்குள்ளே ஏதோ ஒரு பொருள் கீழே விழுந்து உடையற மாதிரியான சத்தம்"

"எனக்கு கேட்கலையே?"

"எனக்கு கேட்டது தீபக்... எதுக்கும் போய் பார்த்துடலாமா?"

"சந்தேகம்ன்னு ஒண்ணு வந்துட்டா பார்த்துட வேண்டியதுதான்" சொன்ன தீபக், ஐம்பதடி தொலைவில் மரங்களுக்கு நடுவில் கரைந்து மறைந்திருந்த டாக்டர் ஜான் மில்லர் தங்கியிருந்த ரெஸ்ட் ஹவுஸை நோக்கி சற்றே வேகமான நடையில் போனான். ஈஸ்வர் தொடர்ந்தார்.

முன்புற போர்டிகோவில் ஒரு சிறிய மஞ்சள் குண்டுபல்பு சிக்கனமாய் மின்சாரத்தைச் சாப்பிட்டு, அழுக்கு படிந்த மாதிரியான வெளிச்சத்தை சில அடி தூரத்துக்கு மட்டும் தெளித்து வைத்திருந்தது.

ஈஸ்வரும், தீபக்கும் போர்டிகோ படிகளில் ஏறினார்கள்.

"அப்பா... நிஜமாவே உங்களுக்கு சத்தம் கேட்டதா?"

ஈஸ்வர் மகனை கோபமாய்ப் பார்த்தார்.

"இதுல பொய் சொல்ல என்ன இருக்கு தீபக்...? ஏதோ ஒரு பொருள் கீழே விழுந்து உடையற சத்தம் நல்லாவே கேட்டது. ஜான் மில்லர் எதையாவது கீழே தவறுதலாய் போட்டு இருக்கலாம். என்ன ஏதுன்னு பார்த்துடறது நல்லதில்லையா?"

"சரி...சரி" தீபக் தலையசைத்துக் கொண்டே கதவின் பக்கவாட்டு

சுவரில் இருந்த அழைப்புமணிக்கான ஸ்விட்ச்சில் விரலை வைத்த விநாடி ஈஸ்வர் சற்றே பதட்டமாய் குரல் கொடுத்தார்.

"தீபக்... ஒரு நிமிஷம்"

"என்ன" என்பது போல் ஈஸ்வரைத் திரும்பிப் பார்த்தான் தீபக்.

"கதவு திறந்திருக்கு"

தீபக் பார்த்தான். ஈஸ்வர் சொன்னது உண்மைதான். வீசிக்கொண்டிருந்த காற்றுக்கு கதவு லேசாய் அசைந்து கொண்டிருந்தது.

"ஜான் மில்லர் இவ்வளவு அஜாக்கிரதையாக கதவை திறந்து வைத்துக் கொண்டு தூங்க மாட்டாரே...?"

தீபக் மெல்ல நடந்து போய் கதவின் மேல் கையை வைக்க, அது உள் வாங்கிக்கொண்டு அரையிருட்டில் இருந்த அந்த சிறிய ஹாலைக் காட்டியது. உள்ளே போகலாமா வேண்டாமா என்று சில விநாடிகள் தயங்கிய தீபக், எட்டிப் பார்த்து குரல் கொடுத்தான்.

"டாக்டர்..!"

ஈஸ்வர் தீபக்கின் தோளைத் தொட்டார்.

"குரல் கொடுத்துட்டு இருக்க இது நேரமில்லை தீபக். உள்ளே போய்ப் பார்த்துடலாம்"

இருவரும் உள்ளே நுழைந்தார்கள். ஈஸ்வர் சுவரில் இருந்த சுவிட்ச்சைத் தொட, சீலிங்கில் ஒளிந்திருந்த எல்.இ.டி. பல்பு ஒன்று குட்டி சூரியனாய் பிரகாசித்து அந்தச் சிறிய ஹாலை வெளிச்சத்தில் நிரப்பி வைத்தது. ஹாலில் இருந்த பொருள்கள் எல்லாம் தெளிவாய்த் தெரிய மேற்கொண்டு நடக்க முயன்ற ஈஸ்வரும், தீபக்கும் ஆணியடித்தாற் போன்ற பார்வையுடன் அப்படியே நின்றார்கள். இருவரின் முகங்களும் நிறம் மாறின.

ஹாலில் போடப்பட்டிருந்த சோபாவை ஒட்டிய தரைப்பரப்பில் டாக்டர் ஜான் மில்லர் மல்லாந்து விழுந்திருந்தார். நடுமார்பில் ரத்தம் பரவியிருக்க, விழிகள் லேசான அசைவில் இருந்தன. தீபக் மொத்த உடலும் அதிர்ந்து போன குரலில்

"டாக்டர்..!!!" என்று கத்திக்கொண்டே வேகமாய்ப் போய் அவரருகே குனிந்தான். அவர்க்குப் பக்கத்திலேயே கண்ணாடியாலான ஃப்ளவர் வாஷ் ஒன்று தரையில் விழுந்து சில்லுச்சில்லாய் சிதறியிருந்தது. தண்ணீர் பாட்டில் உருண்டு கிடந்தது.

"டா...டாக்டர்...! டா...டாக்டர்...!!" தீபக் கூப்பிட்டுக்கொண்டே

குனிந்து அவரைத் தூக்கி உட்கார வைக்க முயன்றான். அவருடைய உடல் ஒத்துழைக்க மறுத்து சரிந்தது. ரத்தம் மார்பினின்றும் கொப்பளித்து வழிந்தது."டாக்டர்... டாக்டர்"

ஜான் மில்லரின் சிறிய விழிகள் சிரமப்பட்டு திறக்க மெலிதாய் முனகினார்."ம்...ம்..."

"டாக்டர்... உங்களை சுட்டது யார்...?"

ஜான் மில்லரின் விழிகள் ஜன்னல் பக்கமாய் போயிற்று. தீபக் ஈஸ்வரைப் பார்த்து கத்தினான்.

"அப்பா...!!! இப்பத்தான் நடந்து இருக்கும்ன்னு நினைக்கிறேன். அந்த ஜன்னல் பக்கமாய்ப் போய் பாருங்க"

ஈஸ்வர் ஜன்னலை நோக்கி வேகமாய்ப் போனார். திறந்திருந்த ஜன்னல் வழியே எட்டிப்பார்த்தார். வெளியே இருட்டு ஒரு கார்பன் பேப்பர் போல் தெரிய, காற்றுக்கு மரங்கள் அசைவதை மட்டும் பார்க்க முடிந்தது. பதட்டமாய் குரல் கொடுத்தார்.

"தீபக்... இங்கே யாருமில்லை... வெளியே போய் பார்க்கட்டுமா...?"

"வேண்டாம்பா... நீங்க மட்டும் தனியா போகாதீங்க... நானும் வர்றேன்" என்று சொன்னவன் கீழே விழுந்து கிடந்த ஜான் மில்லரைப் பார்த்தான்.

அவருடைய விழிகள் நிலைத்துப் போயிருந்தது.

தீபக் திகிலடித்துப் போனவனாய் ஜான் மில்லரின் உடம்பை அசைத்தான்.

"டா...டா...டாக்டர்"

உடம்பில் துளி சலனமில்லை.

பயம் அப்பிய விழிகளோடு ஈஸ்வரை ஏறிட்டான் தீபக்.

"அப்பா... நீங்க சந்தேகப்பட்டது சரிதான். நாய்கள் குரைச்சதுக்குக் காரணம் வைல்டு போர்ஸ் இல்லை. நம்ம ஃபார்ம் ஹவுஸூக்குள்ளே அந்நிய நபர் யாரோ இருக்காங்க. ஜான் மில்லரை கொலை செஞ்சது அந்த நபராகத்தான் இருக்கணும். ஜோன்ஸை உடனே மடக்கணும்... அவன்கிட்டே ஏதோ தப்பு இருக்கு. போன்ல பேசும்போதே அவன் சரியில்லை..."

சொன்ன தீபக், தன்னுடைய இடுப்புப் பக்கமாய் கையைக்கொண்டு போய் அங்கே இடம் பிடித்திருந்த பிஸ்டலை உருவிக்கொண்டான்.

"அப்பா... எம் பின்னாடியே வாங்க"

ஈஸ்வர் தீபக்கின் கையைப் பற்றினார். கைகளில் நடுக்கம்.

"ஒரு நிமிஷம் தீபக்...இப்ப நாம வெளியே போறது அவ்வளவு புத்திசாலித்தனமாய் எனக்குப் படலை... நீ சொல்ற அந்த அந்நிய நபரால நம்ம ரெண்டு பேரோட உயிர்க்கும் ஆபத்து வர வாய்ப்பு இருக்கே ...?"

தீபக் இரண்டு விநாடிகள் யோசித்துவிட்டு ஈஸ்வரைப் பார்த்தான்.

"சரி... இப்ப என்ன பண்ணலாம் சொல்லுங்க அப்பா...?"

"ஜோன்ஸ்க்கு போன் போட்டு கொடு. அவன்கிட்ட நான் பேசறேன்"

"என்ன பேசப் போறீங்க...?"

"நீ போன் போட்டு கொடு... சொல்றேன்"

தீபக் தன்னுடைய இரிடியம் செல்போனை எடுத்து ஜோன்ஸை தொடர்பு கொண்டு பேசிவிட்டு ஈஸ்வரிடம் போனைக் கொடுத்தான். ஈஸ்வர் வாங்கி ஸ்பீக்கரை ஆன் செய்துவிட்டு பேசினார்.

"ஜோன்ஸ்"

"ஸார்"

"இப்ப நீ எங்கே இருக்கே...?"

"வளர்மதியை அடைச்சு வெச்சிருக்கிற ரூமுக்கு முன்னாடி உங்களுக்காக வெயிட் பண்ணிட்டிருக்கேன் ஸார்"

"மாதவன் பக்கத்துல இருக்கானா?"

"இ...இல்லை..."

அவனுக்கு போன் பண்ணி வரச் சொல்லலையா?"

"அது...அது... வந்து... "

"என்னடா... மென்னு மென்னு பேசிட்டிருக்கே...? தீபக் சொன்ன மாதிரி உன்கிட்டே ஏதோ தப்பு இருக்குன்னு நினைக்கிறேன். இந்த ஃபார்ம் ஹவுஸூக்குள்ளே இப்ப என்ன நடந்துட்டிருக்குன்னு எனக்குத் தெரிஞ்சாகணும்... உனக்கும் மாதவனுக்கும் தெரியாமே உள்ளே எவனாவது பூந்துட்டானா...?"

ஜோன்ஸ் மறுமுனையில் நடுங்கினான்.

"உ...உ...உண்மையைச் சொல்லிடறேன் ஸார்"

"சொல்லுடா பரதேசி"

"வெளியேயிருந்து யாரும் உள்ளே வரலை ஸார்"

"அப்புறம்?"

"நாம அடைச்சு வெச்சிருந்த வளர்மதி மயக்கத்திலிருந்து மீண்டு சுய உணர்வுக்கு வந்து தப்பிச்சுட்டா ஸார். இப்ப... அவ ரூமுக்குள்ளே இல்லை. நம்ம ஃபார்ம் ஹவுஸூக்குள்ளே ஏதோ ஒரு இடத்துல மறைஞ்சிருக்கா. தப்பிச்சுட்டு போக அவளுக்கு வழி தெரியலை"

ஜோன்ஸ் பேச்சை முடிக்கவில்லை. ஈஸ்வர் தன்னுடைய தொண்டையே தெறிக்கும் அளவுக்கு கத்தினார் "அறிவு கெட்ட நாயே... என்னடா சொல்லிட்டிருக்கே. வளர்மதி தப்பிச்சுட்டாளா...? பூட்டின ரூமுக்குள்ளேயிருந்து அவளால எப்படி தப்பிக்க முடிஞ்சுது?"

"அது... அது... வந்து ... ஸார்... நானும் மாதவனும் வளர்மதி மேல சபலப்பட்டு ஒரு மணி நேரத்துக்கு முன்னாடி அவளை அடைச்சு வெச்சிருந்த ரூமுக்குப் போனோம்... அப்ப..." என்று சொல்ல ஆரம்பித்தவன், அடுத்த ரெண்டு நிமிஷ நேரத்திற்குளே நடந்த சம்பவங்கள் எல்லாவற்றையும் திக்கலும் திணறலுமாய் சொல்லி முடித்தான். ஈஸ்வரும், தீபக்கும் வெகுவாய் முகம் இருண்டு போனவர்களாய் ஒருவரையொருவர் பார்த்துக் கொண்டிருந்தார்கள்.

தீபக் ஈஸ்வரிடம் இருந்த செல்போனை பறித்து காதில் வைத்தான். பதட்டமான குரலில் கேட்டான்.

"ஜோன்ஸ் ... நீ இப்ப சொன்னதெல்லாம் நிஜமா?"

"நான் எதுக்கு ஸார்... பொய் சொல்றேன்?"

"சரி... வளர்மதிகிட்டே துப்பாக்கி இருந்ததா சொன்னே. அவளுக்கு எப்படி துப்பாக்கி கிடைச்சுது?"

"தெரியலை ஸார் "

56

தீபக் சில விநாடிகள் மௌனமாய் இருந்துவிட்டு கேட்டான்.

"வளர்மதியோட கையில் துப்பாக்கி இருந்ததை நீ பார்த்தியா ஜோன்ஸ்..?"

"நான் பார்க்கலை ஸார்... மாதவன் என்கிட்டே சொன்னதைத்தான் உங்ககிட்டே சொன்னேன். வளர்மதி அறையோட டாய்லெட் பகுதியிலிருந்து வெளியே வரும்போதே அவ கையில் துப்பாக்கி இருந்ததாகவும், மாதவன் அதிர்ச்சியடைஞ்சு தப்பிச்சு ஓடறதுக்குள்ளே அவ அவனைச் சுட்டுட்டதாகவும் சொன்னான். ஆனா வளர்மதி மாதவனை துப்பாக்கியில் சுட்டது வித்தியாசமான முறையில் இருந்ததாகவும் சொன்னான்"

"என்ன வித்தியாசம் ..?"

"மாதவனோட வலது மார்புப் பக்கம் ஒரு தோட்டா பாயறதுக்கு பதிலா ஊசியை சொருகி எடுத்த மாதிரி வலி ஏற்பட்டதாகவும், அதைத் தொடர்ந்து கொஞ்ச நேரத்துக்குள்ளே மார்பிலிருந்து துளித்துளியாய் வெளிப்பட்ட ரத்தம் சட்டை முழுவதையும் நனைக்க ஆரம்பிச்சதாகவும் சொன்னான்"

"மாதவன் இப்ப உயிரோட இருக்கானா இல்லையா...?"

"தெரியலை ஸார்... நான் வளர்மதியைத் தேடிகிட்டு போகும்போது மாதவனோட நிலைமை ரொம்பவும் மோசமாய் இருந்தது. திணறித்திணறி பேசிட்டிருந்தான். இந்த நிமிஷம் மாதவன் உயிரோடு இருப்பானா மாட்டானான்னு எனக்குத் தெரியாது"

"மாதவன் விழுந்து கிடக்கிற இடம் எங்கேன்னு தெரியுமா...?"

"தெரியும் ஸார்"

"முதல்ல அவனைப் போய்ப் பாரு... அவனோட நிலைமை எப்படியிருக்குன்னு அங்கிருந்த போன் பண்ணிச் சொல்லு"

"ஸார்... நீங்க இங்கே வர்றதா சொன்னீங்க...? நான் வெயிட் பண்ண வேண்டாமா?"

"வேண்டாம்...இப்ப நாம் எச்சரிக்கையாய் செயல்படவேண்டிய நேரம். வளர்மதி இப்போ துப்பாக்கியும் கையுமாய் நம்ம ஃபார்ம் ஹவுஸுக்குள்ளேயே ஏதோ ஒரு இடத்துல பதுங்கியிருக்கா. அது எந்த இடம்ன்னு நமக்குத் தெரியாது. அவ நம்ம நடமாட்டத்தை கண்காணிச்சுட்டும் இருக்கலாம். அவ நம்ம பார்வைக்கு தட்டுப்படுகிற

வரை நாம எக்ஸ்போஸ் ஆகாமே இருக்கிறது நல்லது. உன் கையில துப்பாக்கி இருக்கா?"

"இருக்கு ஸார்"

"வளர்மதி உன்னோட பார்வையில் படற அடுத்த விநாடியே யோசனை பண்ணாமே சுட்டுரு... அவளை உயிரோடு மடக்க நினைக்க வேண்டாம்"

"சரி... ஸார்"

"மொதல்ல மாதவனைப் போய்ப் பாரு... அவன் உயிர்க்கு போராடிகிட்டு இருந்தா காப்பாத்த முயற்சி பண்ணு இல்லேன்னா அப்படியே விட்டுடு" தீபக் பேசிவிட்டு செல்போனை அணைத்தான். திகில் உறைந்துபோன முகத்தோடு நின்றிருந்த ஈஸ்வரை ஏறிட்டான்.

ஈஸ்வர் கேட்டார்.

"டாக்டர் ஜான் மில்லர் கொல்லப்பட்ட சம்பவத்தை ஜோன்ஸ்கிட்டே நீ ஏன் சொல்லலை...?"

"சொல்லியிருந்தா அவன் பயந்து போய் இருக்கிற இடத்தை விட்டு அசைய மாட்டான்"

"தீபக்... வளர்மதி விஷயத்துல நாம ஏமாந்துட்டோம்..."

"ரொம்பவே ஏமாந்துட்டோம் அப்பா... அவளுக்கு இன்னொரு ஆம்பியூல் ரோப்கினால் மயக்க மருந்தை இஞ்ஜெக்ட் பண்ணியிருக்கணும் "

"டாக்டர் ஜான் மில்லர் வளர்மதியை சோதிச்சுப் பார்த்துட்டு ரோப்கினால் இஞ்செக்ஷன் போட வேண்டிய அவசியமில்லைன்னு சொன்னாரே...?"

"வளர்மதி அந்த அளவுக்கு மயக்கம் வந்த மாதிரி நடிச்சு எல்லாரையும் ஏமாத்தியிருக்கா"

ஈஸ்வர் அனலாய் பெருமூச்சொன்றை வெளியேற்றிவிட்டு தீபக்கை ஏறிட்டார்.

"இனிமே அதைப் பத்திப் பேசி பிரயோஜனமில்லை தீபக். வளர்மதியை விடியறதுக்கு முன்னாடி ட்ரேஸ் அவுட் பண்ணியாகணும். துப்பாக்கியால் சுடப்பட்ட மாதவன் இப்போ எந்த நிலைமையில் இருக்கான்னு ஜோன்ஸ் போன் பண்ணிச் சொல்லட்டும். அதுக்கப்புறம் மேற்கொண்டு என்ன செய்யலாம்ன்னு யோசிப்போம்"

ஈஸ்வர் சொல்லிவிட்டு அருகிலிருந்த நாற்காலிக்கு சாய்ந்து

உட்கார்ந்தார்.

அந்த நள்ளிரவு இருட்டு அடர்த்தியாய் தெரிய, ஜோன்ஸ் பழக்கமான பாதையில் சிரமம் இல்லாமல் நடை போட்டு மாதவன் விழுந்து கிடந்த இடத்தை நோக்கி போனான். வலது கையில் அவன் பிடித்து இருந்த துப்பாக்கி தன்னுடைய ஒற்றைக் கண்ணால் எல்லாப் பக்கமும் ஜாக்கிரதை பார்வை பார்த்தது.

ஒரு சிறிய சத்தம் கேட்டாலும் ஜோன்ஸ் எச்சரிக்கையாகி அருகில் இருந்த மரத்துக்குப் பின்னால் ஒளிந்து நின்று சுற்றுப்புறம் முழுவதையும் உன்னிப்பாய் கவனித்துவிட்டு பிறகு மேற்கொண்டு நடந்தான்.

ஜோன்ஸின் மனம் பதட்டப்பட்டு யோசித்தது.

'மாதவன் உயிரோடு இருப்பானா...?'

'மாதவனைச் சுட்டது போல் என்னையும் வளர்மதி எந்த நிமிஷமும் சுடலாம்' யோசிப்போடு வேகவேகமாய் அதே நேரத்தில் சுற்றும்முற்றும் பார்த்துக் கொண்டு நடந்தான் ஜோன்ஸ்.

ஒரு ஐந்து நிமிட நடையில் மாதவன் உட்கார்ந்திருந்த மரத்தடிக்கு வந்து சேர்ந்தான்.

மாதவன் இப்போது மரத்தடிக்குக் கீழே ஒருக்களித்து படுத்த நிலையில் தெரிய, ஜோன்ஸ் வேகமாய் அவனை நெருங்கி மெல்லப் புரட்டினான்.

உடம்பில் எந்த சலனமும் இல்லை.

மாதவனின் தோள்பட்டையைப் பிடித்து உடம்பை உலுக்கி மெல்ல கூப்பிட்டான்."மாதவன்"

அவனிடமிருந்து சிறிய முனகல் சத்தம் கூட எழாமல் போகவே, நாசியருகே கை வைத்துப் பார்த்தான்.

சுவாசம் அறவேயில்லை.

சில விநாடிகள் வரை மௌனமாய் இருந்த ஜோன்ஸ் பிறகு தன்னிடம் இருந்த செல்போனை எடுத்து தீபக்கைத் தொடர்பு கொண்டான். குரல் நடுங்கப் பேசினான்.

"ஸார்... மூச்சு இல்லை"

"சரி... இனி மாதவனை மறந்துட்டு... அந்த வளர்மதியை தேடிக் கண்டுபிடிக்க வேண்டியதுதான் நம்ம வேலை"

"ஸார்... இந்த இருட்டுல இவ்வளவு பெரிய ஏரியால அந்த வளர்மதி

எந்த இடத்துல ஒளிஞ்சுட்டிருக்கான்னு எப்படி கண்டுபிடிக்கப் போறோம்...?"

“மொதல்ல நீ டாக் ஷெல்டர்க்கு போய் மறுபடியும் எல்லா நாய்களையும் அவுத்துவிடு... நாய்கள் வெளியே சுத்திட்டு இருந்தாத்தான் வளர்மதி தான் ஒளிஞ்சுட்டு இருக்கிற ஒரு இடத்திலிருந்து இன்னொரு இடத்துக்கு மூவ் பண்ண முடியாது"

"ஸ...ஸ...ஸார்"

"என்ன... குரல் உதறுது ...?"

"டாக் ஷெல்டர்க்கு போகிற வழியில் புதர்கள் மண்டி கிடக்குது ஸார்... வளர்மதி அந்த இடத்தில் பதுங்கியிருக்க வாய்ப்பு அதிகம்..."

"அவ உன்னை சுட்டுடுவான்னு பயப்படறியா...?"

"ஆ...ஆமா... ஸார்"

"ஜோன்ஸ்... நீ ரொம்பவும் தைரியசாலின்னு இத்தனை நாளும் நான் நினைச்சுட்டு இருந்தது எவ்வளவு பெரிய தப்புன்னு இப்பத்தான் தெரியுது..."

"ஸாரி ஸார்... வளர்மதியோட கையில் துப்பாக்கி இருக்கப் போய்த்தான் பயம். ஏற்கனவே நாம மாதவனை இழந்துட்டோம்... நாம கொஞ்சம் யோசிச்சு செயல்படணும் ஸார்"

"சரி... நீ அங்கேயே இரு ஜோன்ஸ். நான் புறப்பட்டு வர்றேன். ரெண்டு பேருமா சேர்ந்து டாக் ஷெல்டர்க்கு போய் நாய்களை வெளியே அவிழ்த்து விட்டுடலாம். அதுங்க எப்படியும் வளர்மதி பதுங்கியிருக்கிற இடத்தைக் காட்டிக் கொடுத்துடும்... உன் கையிலும் துப்பாக்கி இருக்கு. என் கையிலும் துப்பாக்கியிருக்கு. அவ நம்ம பார்வைக்கு கிடைச்ச அடுத்த விநாடியே சுட்டுத்தள்ளி உடம்பை சல்லடை ஆக்குவோம். நான் ஒரு பத்து நிமிஷத்துல புறப்பட்டு வர்றேன். நீ அங்கேயே இரு..."

தீபக் சொல்லிவிட்டு இணைப்பைத் துண்டித்துவிட ஜோன்ஸும் செல்போனை அணைத்துவிட்டு துப்பாக்கியும் கையுமாய் மெல்ல நடந்து போய் மாதவனின் உடல் கிடந்த மரத்துக்குப் பின்னால் போய் மறைவாய் உட்கார்ந்து தீபக்கை எதிர்பார்த்து காத்திருந்தான்.

தீபக் செல்போனில் பேசி முடித்ததும் ஈஸ்வர் கலவரமாய் அவனை ஏறிட்டார். "தீபக்...! ஜோன்ஸ் பயப்படறதுல நியாயம் இருக்கு. வளர்மதியோட கையில் துப்பாக்கி இருக்கும்போது அவளைத் தேடிட்டுப் போறது முட்டாள்தனம். அவ இருக்கிற இடம்

நமக்கு தெரியாது. ஆனா நாம வெளியே போனா அவளுக்குத் தெரியும். அவ சுட ஆரம்பிச்சுட்டா நம்மாளாலே எதுவும் பண்ண முடியாது. அதைப் பத்தின பயமே உனக்கு வரலையா? அளவுக்கு மீறின துணிச்சல் ஆபத்துலதான் போய் முடியும்"

"அப்பா... பயப்படறதுக்கான நேரம் இதில்லை. துணிஞ்சு இறங்கணும். நீங்க வேணும்ன்னா இங்கேயே இருங்க நான் ஜோன்ஸ்கிட்டே போறேன்... நாங்க ரெண்டு பேரும் சேர்ந்து வளர்மதி இந்த ஃபார்ம் ஹவுஸ்ல எங்கே பதுங்கியிருந்தாலும் சரி அவளை மடக்கி டெட்பாடியாய் கொண்டு வந்து ஜான் மில்லரோட உடம்புக்கு பக்கத்துல போடறோம்" சொல்லிக்கொண்டே நகர முயன்ற தீபக்கின் கையைப் பிடித்தார் ஈஸ்வர்.

"என்னைத் தனியா விட்டுட்டுப் போகாதே தீபக்...நானும் உன்கூட வர்றேன்"

"என்ன இப்படி பயப்படறீங்க அப்பா ...?"

"பயப்படறதுக்கு பயப்பட்டுத்தான் ஆகணும்... நேத்து ராத்திரி நம்ம கூட உட்கார்ந்து டின்னர் சாப்பிட்ட டாக்டர் ஜான் மில்லர் இப்ப உயிரோடு இல்லை. கடந்த அஞ்சு வருஷமாய் நம்மகிட்டே விசுவாசமாய் வேலை பார்த்த மாதவனும் உயிரோடு இல்லை. இனிமேலாவது நீயும்,நானும் ஜோன்ஸும் உயிர்க்குப் பயப்படாமே இருக்க முடியுமா...?"

"அப்பா... உங்க மனசுக்குள்ளே இவ்வளவு பயம் இருக்கும்போது உங்களை இங்கே விட்டுட்டுப் போறது சரியில்லை. வாங்க... எம் பின்னாடி... துப்பாக்கியை அலர்ட்ல வெச்சுக்குங்க. நடக்கும்போது பக்கவாட்டில் இருக்கிற செடி கொடிகளோட அசைவை உன்னிப்பாய் கவனிங்க. சாதாரணமாய் வீசற காத்துக்கு ஒரு செடியோட இலைகள் அசையறதுக்கும் ஒரு நபர் நகர்ந்து போகும்போது இலைகள் அசையறதுக்கும் வித்தியாசம் இருக்கும். இடது பக்கம் பார்த்துட்டு வாங்க. நான் வலது பக்கம் பார்த்துட்டு வர்றேன் "

விழிகள் நிலைத்து ரத்தத்தில் நனைந்திருந்த டாக்டர் ஜான் மில்லரின் உடலை சோபாவுக்கு பின்புறமாய் இழுத்துப் போட்டுவிட்டு ஈஸ்வரும், தீபக்கும் வெளியே வந்தார்கள். காத்திருந்த குளிர்காற்று இருவரின் முகங்களிலும் மோதியது.

நட்சத்திரங்களின் வெளிச்சத்தில் இருட்டின் சாயம் சற்றே கரைந்து போயிருக்க, அவர்கள் நடக்க ஆரம்பித்தார்கள். இருவரின் கைகளிலும் இருந்த துப்பாக்கிகள் எந்த விநாடியும் சுடுவதற்கு ஏற்றபடி உயர்த்தி பிடிக்கப்பட்டு இருந்தன.

"அப்பா..."

"ம்... சொல்லு"

"வளர்மதியை நாம சாதாரணமா எடை போட்டுட்டோம். அவ என்னிக்கு உங்களுக்கு பிறந்தநாள் வாழ்த்து சொல்ல வந்தாளோ அன்னிக்கே அவ கதையை முடிச்சிருக்கணும்... அவளால என்ன பண்ண முடியும்ன்னு நீங்க அலட்சியமாய் இருந்ததின் விளைவு இன்னிக்கு அவளைப் பார்த்து நாம நடுங்க வேண்டியிருக்கு... உயிரை கையில் பிடிச்சுட்டு நடக்க வேண்டியிருக்கு"

ஈஸ்வர் பெருமூச்சுவிட்டார்.

"உண்மைதான் தீபக்... வளர்மதி ஒரு புல் மாதிரி முளைச்சு காணாமே போயிடுவான்னு நினைச்சேன். இப்படி ஒரு முள் மரமா வளர்ந்து நிப்பான்னு தெரியலை... அவளை..." என்று பேசிக்கொண்டே போன ஈஸ்வர் சட்டென்று நின்றார்.

தீபக் திகைப்போடு கேட்டான்.

"ஏம்பா நின்னுட்டீங்க...?"

"ஏதோ சத்தம் கேட்கலை...?"

57

தீபக் தன்னுடைய காதுகளுக்கு உன்னிப்பை கொடுத்துக்கொண்டே சுற்றும் முற்றும் பார்த்தான். பிறகு ஈஸ்வரை ஏறிட்டான்.

"எனக்கு எந்த சத்தமும் கேட்கலையேப்பா"

ஈஸ்வர் தனக்கு வலது பக்கமாய் தெரிந்த ஒரு புதர் போன்ற மறைவுப் பகுதியைக் காட்டினார்.

"சத்தம் அந்த இடத்திலிருந்துதான் வந்தது. காய்ஞ்ச சருகுகள் மேல காலை வெச்சா ஒரு சத்தம் வருமே... அதுமாதிரியான சத்தம். யாரோ உன்னையும், என்னையும் ஃபாலோ பண்ணி வர்றாங்கன்னு நினைக்கிறேன்"

"அப்பா... இந்த ஸ்பாட்ல நிறைய குழி முயல்கள் இருக்கிறதாய் நீங்களே சொல்லியிருக்கீங்க. நாம வர்றதைப் பார்த்துட்டு புதர் பக்கமாய் குதிச்சு ஓடியிருக்கும்"

"இல்ல தீபக்... குழி முயல்கள் குதிச்சு ஓடினா அந்த சத்தம் இப்படியிருக்காது... இது வேற மாதிரி இருந்தது"

"சரி... நீங்க இங்கேயே இருங்க. நான் அந்தப் புதர் பக்கமாய் போய் பார்த்துட்டு வர்றேன்" சொன்ன தீபக் தன்னுடைய செல்போனின் டார்ச்லைட்டை உயிர்ப்பித்துக்கொண்டு துப்பாக்கியை உயர்த்தி பிடித்தபடி நடந்தான்.

"நானும் உன்கூட வர்றேன் தீபக்... எனக்குத் தனியாய் இருக்க பயமாயிருக்கு" மகனின் கையை நடுக்கமாய்ப் பற்றிக்கொண்டார் ஈஸ்வர். தீபக் ஈஸ்வரை வியப்பாய்ப் பார்த்தான்.

"அப்பா... இதைவிட இக்கட்டான சமயங்களில் கூட உங்களை நான் தைரியசாலியாய் பார்த்திருக்கேன். இன்னிக்கு இப்படி நடுங்கறதைப் பார்த்தா... நீங்க என்னோட அப்பாதானான்னு ஆச்சர்யமாயிருக்கு..."

ஈஸ்வர் மகனின் கையை கெட்டியாய் பற்றிக்கொண்டார்."தீபக்... வளர்மதியை நான் ஒரு சாதாரணப் பெண்ணாய் நினைச்சு கடத்திட்டு வந்தது... எவ்வளவு பெரிய முட்டாள்தனம்ன்னு இப்பத்தான் தெரியுது. கொஞ்சம் யோசனை பண்ணியிருக்கணும். நான் பெரிய தப்பு பண்ணிட்டேன். மாதவனையும் டாக்டர் ஜான் மில்லரையும் அநியாயமாய் இழந்துட்டோம்"

"அப்பா... அதைப்பத்தி இனிமேல் கவலைப்பட்டு ஒரு பிரயோஜனமும் இல்லை... நீங்க என் பின்னாடியே வாங்க... அந்த வளர்மதியை இன்னும் ஒரு மணி நேரத்துக்குள்ளே நாம மடக்கிடலாம்... அந்தப் புதர்க்குப் பின்னாடி ஏதோ சத்தம் கேட்டதாய் சொன்னீங்க... அது என்னன்னு போய்ப் பார்த்துடலாம் வாங்க..."

தீபக் சொல்லிக்கொண்டே இடது கையில் வெளிச்சத்தை உமிழும் செல்போனோடும்,வலது கையில் உயர்த்திப் பிடித்துக்கொண்ட துப்பாக்கியோடும் சற்றுத் தொலைவில் இருந்த அந்தப் புதரை நோக்கி நடந்தான்.

ஈஸ்வர் கலவரப் பார்வையோடு தீபக்கைத் தொடர்ந்தார்.

ஜோன்ஸ் அந்த இருட்டில் கையில் துப்பாக்கியோடு சுற்றும்முற்றும் பார்த்தபடி தீபக்கின் வருகையை எதிர்பார்த்து காத்திருந்தான். இருட்டுக்கு பார்வை பழகியிருந்ததால் தொலைவில் இருக்கும் மரங்கள் கூட காற்றுக்கு அசைவது தெரிந்தது.

பத்து நிமிஷம் கரைந்திருந்த போது நூறடி தொலைவில் இரண்டு உருவங்கள் மெதுவான நடையில் வந்து கொண்டிருப்பது அவனது கூரிய பார்வைக்கு புலப்படவே விழிகளுக்கு உன்னிப்பைக் கொடுத்து உற்றுப் பார்த்தான்.

வந்து கொண்டிருப்பது தீபக்கும், ஈஸ்வரும் என்று தெரிந்ததும் அவர்களை நோக்கி நகர்ந்தான். வேக நடை போட்டு நெருங்கினான்.

"ஸ...ஸ...ஸார்"

தீபக் லேசாய் மூச்சு வாங்கிக்கொண்டே கேட்டான்."என்ன... ஜோன்ஸ்... வளர்மதி பார்வைக்குத் தட்டுப்பட்டாளா...?"

"இல்ல ஸார்... நாய்ங்க வெளியே சுத்திகிட்டு இருக்குன்னு நினைச்சு ஏதாவது ஒரு மறைவான இடத்துல பதுங்கியிருக்கலாம்..."

"நீ அப்படி நினைக்காதே ஜோன்ஸ்... வளர்மதி நம்மை மானிட்டரிங் பண்ணிட்டிருக்கா"

"எப்படி ஸார் சொல்றீங்க..?"

"நானும் அப்பாவும் உன்னைப் பார்க்க வந்துட்டிருக்கும் போது ஒரு புதரோட மறைவுக்குப் பின்னாடியிருந்து சத்தம் வர்றதை அப்பா கேட்டிருக்கார். காய்ஞ்ச சருகுகள் மேல யாரோ காலை வெச்சு நடந்து போற மாதிரியான சத்தம். ரெண்டு பேரும் துணிச்சலை வரவழைச்சுகிட்டு புதர் பக்கமாய் போனோம்... யாரோ மின்னல்

வேகத்துல இருட்டுல ஓடி மறைஞ்ச மாதிரி இருந்தது. வளர்மதியோட கையில் துப்பாக்கி இருக்குன்னு நீ சொன்னதால ஃபாலோ பண்ணிப் போறது ரிஸ்க்ன்னு மனசுக்குப்பட்டது. திரும்பிட்டோம்"

"ஸார்... மொதல்ல டாக் ஷெல்டர்க்குப் போய் நாய்களை அவுத்து விட்டுறுவோம்... வளர்மதியை அதுங்க எப்படியும் கண்டுபிடிச்சுடும்"

மூன்று பேரும் இருட்டில் கரைந்து நடக்க ஆரம்பித்தார்கள். ஜோன்ஸ் முதல் ஆளாய் நடந்து கொண்டே பேசினான்.

"ஸார்... டாக்டர் ஜான் மில்லரோட தூக்கத்துக்கு தொந்தரவாய் இருக்கக்கூடாதுன்னு நீங்க சொன்ன ஒரே ஒரு காரணத்துக்காகத்தான் நாய்களைக் கொண்டு போய் ஷெல்டர்ல அடைச்சேன். அப்படி அடைக்காமே இருந்திருந்தா இந்நேரம் வளர்மதி பதுங்கியிருக்கிற இடத்தைக் கண்டுபிடிச்சிருக்கலாம்"

"நீ சொல்றது சரிதான் ஜோன்ஸ்... இனிமே ஜான் மில்லரோட தூக்கத்தைப் பத்தி நாம கவலைப்படவேண்டியதில்லை. ஏன்னா இனிமே அவர் நமக்கு உபயோகப்பட மாட்டார்"

நடந்து கொண்டிருந்த ஜோன்ஸ் யாரோ பிடித்து இழுத்தாற்போல் சட்டென்று நின்றான்.

"என்ன ஸார் சொல்றீங்க... டாக்டர் ஜான் மில்லர் உபயோகப்பட மாட்டாரா...?"

"அவர் இப்போ உயிரோடு இல்லை ஜோன்ஸ்"

"ஸ...ஸார்..."

"வளர்மதியால மாதவனுக்கு என்ன நிலைமை ஏற்பட்டுச்சோ அதே நிலைமைதான் ஜான் மில்லர்க்கும்..."

ஜோன்ஸ் பயத்தில் உறைந்து போனவனாய் அப்படியே நிற்க, தீபக் அவனுடைய தோள் மீது கையை வைத்தான்.

"உனக்கு இந்த செய்தி அதிர்ச்சியாய் இருக்கும்ன்னுதான் நான் போன்ல சொல்லலை..."

"ஸார்... நான் ஒரு யோசனை சொன்னா நீங்க கேப்பீங்களா ..?"

"என்ன சொல்லு..."

"நம்ம மூணு பேர்ல யார்க்கு வேணும்ன்னாலும் வளர்மதியால ஆபத்து ஏற்படலாம். நீங்களும் அப்பாவும் உயிரோடு இருக்க வேண்டியது முக்கியம் ஸார். நான் மட்டும் டாக் ஷெல்டர்க்கு போய் நாய்களை வெளியே அனுப்பிட்டு வர்றேன்"

ஈஸ்வர் குறுக்கிட்டு கேட்டார்.

"நீ டாக் ஷெல்டர்க்கு போய்ட்டு வர்ற வரைக்கும் நானும் தீபக்கும் இதே இடத்துல நின்னுட்டிருக்க சொல்றியா..?"

"இல்ல ஸார்... இங்கே நீங்க நின்னுட்டு இருந்தாலும் உங்க உயிர்க்கு ஆபத்து வர வாய்ப்பிருக்குன்னு எனக்கு தெரியாதா என்ன? இதோ பக்கத்தில் இருக்கிற நான் தங்குகிற அவுட் ஹவுஸுக்குப்போய் உள்பக்கமாய் பூட்டிகிட்டு பத்திரமாய் இருங்க ஸார்" ஜோன்ஸ் சொல்லிக்கொண்டே தன்னிடம் இருந்த அவுட் ஹவுஸின் சாவியை எடுத்தான்.

தீபக் ஜோன்ஸை ஏறிட்டான்.

"டாக் ஷெல்டர்க்கு தனியாய் போக பயமாயிருக்குன்னு சொன்னியே ஜோன்ஸ்..?"

"இப்பவும் பயம்தான் ஸார்... ஆனா வேற வழியில்லை. யாராவது ஒருத்தர் ரிஸ்க் எடுத்து டாக் ஷெல்டர்க்கு போய்த்தான் ஆகணும். நானே போய்ட்டு வந்துடறேன்"

ஈஸ்வர் கோபத்தில் கொந்தளித்தார்.

"ஒரு பொட்டச்சிக்கு இப்படி பயப்பட வேண்டியிருக்கு..?"

"அப்பா... வளர்மதி கையில துப்பாக்கி இருக்கப் போய்த்தான் இவ்வளவு பயம்..? நாய்களை வெளியே விட்டுட்டா அடுத்த ஒரு மணி நேரத்துக்குள்ளே வளர்மதி பதுங்கியிருக்கிற இடம் நமக்குத் தெரிஞ்சுடும். ஜோன்ஸ் சொல்ற மாதிரி நாம ரெண்டு பேரும் அவுட் ஹவுஸுக்குள்ள பத்திரமாய் இருப்போம்"

"ஸார்... பேசிட்டிருக்க நேரமில்ல... வாங்க போலாம்"

ஜோன்ஸ் சற்றுத் தொலைவில் தெரிந்த அவுட் ஹவுஸை நோக்கி நடக்க ஆரம்பித்துவிட இருவரும் பின் தொடர்ந்தார்கள்.

இரண்டு நிமிட வேகமான நடையில் ஜோன்ஸ் வழக்கமாக தங்கும் அவுட் ஹவுஸ் மரங்களுக்கு மத்தியில் தெரிந்தது. இருட்டில் தெரிந்த படிகளில் ஏறிய ஜோன்ஸ் வாசற்கதவில் தொங்கிக்கொண்டிருந்த பூட்டுக்கு விடுதலை கொடுத்து தள்ளினான். உள்ளே பரவியிருந்த இருட்டைத் துடைப்பதற்காக ஸ் விட்ச்சின் மேல் கையை வைக்கப் போன ஜோன்ஸை தீபக் தடுத்தான்.

"வெளிச்சம் வேண்டாம்... ஜோன்ஸ். நானும் அப்பாவும் இருட்டிலேயே இருக்கோம். ஒரு அஞ்சு நிமிஷம் இருட்டுல இருந்தா போதும் இருட்டுக்கு பார்வை பழகிடும். நீ டாக் ஷெல்டர்க்கு

போயிட்டு வந்துடு..."

ஜோன்ஸ் தலையாட்டினான்.

"சரி ஸார்... நான் போயிட்டு பதினைஞ்சு நிமிஷத்துக்குள்ளே வந்துடுவேன்..."

"பத்திரம்... ஜோன்ஸ்... உன்னோட கைத்துப்பாக்கி அலர்ட்லயே இருக்கட்டும்... வளர்மதி பார்வைக்குத் தட்டுப்பட்டாலோ, அவள் பதுங்கியிருக்கிற இடம் தெரிஞ்சாலோ ஒரு விநாடி கூட யோசனை பண்ணாமே சுட்டுடு..."

"இதை நீங்க சொல்லணுமா ஸார்...? நான் என்னைப் பார்த்துக்கிறேன். நீங்க கதவைச் சாத்தி உட்பக்கமாய் தாள் போட்டுகிட்டு ஸேஃப்பா இருங்க... என்னைப் பத்தின கவலை வேண்டாம் ஸார்"

ஜோன்ஸ் சொல்லிவிட்டு போய்விட ஈஸ்வரும், தீபக்கும் வீட்டுக்குள் நுழைந்து கதவை சாத்தி தாழிட்டார்கள்.

மூன்று அறைகளோடு கூடிய சற்றே பெரிதான அவுட் ஹவுஸ் அது. முதல் அறையில் போடப்பட்டு இருந்த ஒரு பழைய சோபாவில் இருவரும் போய் உட்கார்ந்தார்கள்.

ஈஸ்வர் பெருமூச்சு விட்டார்.

"தீபக்...நீயும் டாக்டர் ஜான்மில்லரும் இந்தியாவுக்கு வந்த நேரம் சரியில்லை போலிருக்கு... ஜான் மில்லர்க்கு இப்படியொரு நிலைமை ஏற்படும்ன்னு நான் கொஞ்சம்கூட நினைக்கலை. டாக்டரோட உதவியில்லாமே உன்னால இந்த செல்ஃபிஷ் ஜீன், தி ப்ளைண்ட் வாட்ச்மேக்கர் ஜீன் ஆராய்ச்சியை தொடர முடியுமா..?"

"முடியும்"

"எப்படி இவ்வளவு உறுதியா சொல்றே..?"

"அப்பா... இந்த ரிசர்ச் சம்பந்தப்பட்ட ப்ராஸஸ் எந்த நாளில் இருந்து ஆரம்பிச்சதோ, அந்த நாளில் இருந்து டாக்டர் ஜான் மில்லர்க்கு என்னென்ன தெரியுமோ அதெல்லாம் எனக்கும் தெரியும். அவரை இந்தியாவுக்கு நான் கூட்டிட்டு வந்ததற்கு காரணம் அவர் என்னோட கண்காணிப்பில் இருக்கணுங்கிறதுக்காகத்தான்"

"தீபக்... நீ என்ன சொல்றே... அவரை எதுக்காக நீ கண்காணிக்கணும்..?"

"அவர் மேல எனக்கு கொஞ்சம் சந்தேகம் இருந்தது"

"என்ன சந்தேகம்..?"

"அந்த செல்ஃபிஷ் ஜீன், தி ப்ளைண்ட் வாட்ச்மேக்கர் ஜீன் சம்பந்தப்பட்ட எல்லா விஷயங்களையும் அவர் க்யூபா பயோ ரிசர்ச் சென்டர்க்கு விற்க பேச்சு வார்த்தை நடத்திட்டு இருந்தார். நல்ல விலை படியாத காரணத்தால நாட்கள் தள்ளிப் போயிட்டிருந்தது"

ஈஸ்வர் திடுக்கிட்டுப் போனவராய் மகனைப் பார்த்தார்.

"தீபக்... நீ சொல்றது உண்மையா? இதை என்னால நம்ப முடியலை..."

"நம்புங்கள் ஈஸ்வர்... உங்கள் மகன் தீபக் சொல்வது நூற்றுக்கு நூறு உண்மை"

பின்பக்கம் குரல் கேட்டு ஈஸ்வரும் தீபக்கும் அதிர்ந்து போனவர்களாய் திரும்பிப் பார்த்தார்கள்.

வீட்டின் உள்ளறையில் இருந்து அந்த உருவம் மெதுவாய் வெளிப்பட்டது.

டாக்டர் ஜான் மில்லர்.

58

டாக்டர் ஜான் மில்லரைப் பார்த்ததும் ஈஸ்வரும் தீபக்கும் அதிர்ந்து போனவர்களாய் உடம்பைச் சிறிதும் அசைக்கத் தோன்றாமல் அப்படியே ஆணியடித்தாற்போல் நின்றார்கள்.

ஜான் மில்லரின் அகலமான சதைப்பிடிப்பான முகம் பாறையாய் இறுகிப் போயிருக்க, உதட்டில் மட்டும் சின்னதாய் ஒரு புன்னகை தொற்றியிருந்தது. அமெரிக்கன் ஆங்கிலத்தில் நிறுத்தி நிதானமாய் பேசினார்.

"அப்பாவுக்கும் மகனுக்கும் நான் உயிரோடு உங்களுக்கு முன்பாய் வந்து நிற்பது வியப்பாய் இருக்கும். என்ன செய்வது? சிலருடைய சுய உருவத்தை தெரிந்து கொள்ள வேண்டுமென்றால் எப்படியெல்லாம் நடிக்க வேண்டியிருக்கிறது...?"

ஈஸ்வர் உடம்பு நடுங்க இரண்டடிகள் முன்னால் வந்தார்.

"டாக்டர்... நீங்கள் பேசுவது எனக்கு புரியவில்லை"

ஜான் மில்லரின் புன்னகை பெரிதாயிற்று.

"மிஸ்டர் ஈஸ்வர்... நான் பேசுவது உங்களுக்கு வேண்டுமானால் புரியாமல் இருக்கலாம். ஆனால் உங்கள் மகனுக்கு நன்றாகப் புரியும்..."

இப்போது தீபக் வியர்த்து வழியும் முகத்தோடும் கலவரம் பரவிய விழிகளோடும் மெல்ல முன்னோக்கி வந்தான்.

"டாக்டர்... நீங்கள் சொல்வது எனக்கும் புரியவில்லை... எதற்காக இறந்தவர் போல் நடித்தீர்கள்?"

"நான் இறந்து போக வேண்டும் என்பதுதானே உன்னுடைய விருப்பம் தீபக்...?"

"என்ன சொல்கிறீர்கள்...?"

ஜான் மில்லர் இப்போது விஷமமாய் புன்முறுவல் பூத்தார்.

"இதோ பார் தீபக்... நீ யாரை வேண்டுமானாலும் ஏமாற்றலாம். ஆனால் என்னை ஏமாற்ற முடியாது. இந்த செல்ஃபிஷ் ஜீன், தி ப்ளைண்ட் வாட்ச்மேக்கர் ஜீன் ரிசர்ச் ப்ராஸஸ் எல்லாம் முடிந்து பாஸிட்டீவ் ரிப்போர்ட் தயாரானதும் நான் உயிரோடு இந்த பண்ணை வீட்டை விட்டு போகக் கூடாது என்பது உன்னுடைய திட்டம். நான்

சொன்னது சரியா இல்லையா என்பது உன் மனச்சாட்சிக்கே தெரியும்"

ஜான் மில்லர் பேசிகொண்டிருக்கும்போதே தீபக் சட்டென்று தன் இடுப்பின் மறைவுக்கு கையைக்கொண்டு போய் துப்பாக்கியை எடுக்க முயற்சித்த அதே விநாடி, ஜான் மில்லரின் உள்ளங்கைக்குள் பதுங்கியிருந்து பிஸ்டல் ஒன்று விருட்டென்று உயர்ந்து தோட்டாவை உமிழ்ந்தது. தோட்டா தீபக்கின் வலது முழங்காலுக்குக் கீழே இருந்த கணுக்கால் சதையை ரத்தம் தெறிக்க சிதைத்தது."ம்...மா...ஆ...!!!" என்று பெரிதாய் வீறிட்டு அலறி இடதுகாலால் மண்டியிட முயன்று முடியாமல் ஒருக்களித்து விழுந்து மல்லாந்தான் தீபக். பெருகி வழிந்த ரத்தம் ஒரு கோடாய் மாறி தரையில் ஓடியது.

ஈஸ்வர் பதறியபடி தீபக்கை நோக்கி ஓட முயல, ஜான் மில்லரின் குரல் உயர்ந்தது.

"ஈஸ்வர்... நீங்கள் இருக்கும் இடத்தை விட்டு ஓர் அடி கூட அசையக் கூடாது. மீறி அசைந்தால் உங்களுடைய முழங்காலுக்கும் ஒரு தோட்டாவை அனுப்ப வேண்டியிருக்கும்"

ஈஸ்வர் அப்படியே நின்றார். பயத்தில் நடுங்கி இரண்டு கைகளையும் குவித்து ஆங்கிலத்தில் கெஞ்சினார்.

"டாக்டர்... எங்களை ஒன்றும் செய்து விடாதீர்கள். உங்களுக்கு என்ன வேண்டுமோ அதை நானும் என் மகன் தீபக்கும் தரத் தயாராக இருக்கிறோம். என் மகன் உங்களைக் கொலை செய்வதற்காக திட்டம் போட்டது எனக்குத் தெரியாது. அதற்காக நான் உங்களிடம் மன்னிப்பு கேட்டுக்கொள்கிறேன். அவன் அப்படி நினைத்தது மிகப் பெரிய தவறு"

"மன்னிப்பு கேட்க வேண்டியது உங்கள் மகன்தான். நீங்கள் அல்ல ஈஸ்வர்"

"அவனை உங்களிடம் மன்னிப்பு கேட்க வைக்கிறேன் டாக்டர் "

"ம்... பேசுங்கள்... ஆனால்... நீங்கள் இருவரும் தமிழ் மொழியில் பேசக் கூடாது. ஆங்கிலத்தில்தான் பேச வேண்டும். என்னை ஏதாவது ஒரு வகையில் ஏமாற்ற நினைத்தாலோ, அல்லது இங்கிருந்து தப்பிக்க நினைத்தாலோ இப்போது முழங்காலுக்குக் கீழே பாய்ந்த தோட்டாக்கள் உங்களுடைய இருவரின் நடு மார்புகளில் பாயும்"

திகில் உறைந்த பார்வையோடு ஈஸ்வர் தலையாட்டிவிட்டு கீழே மண்டியிட்டு மகனிடம் குனிந்தார். ரத்தம் தோய்ந்த முழங்காலை இரண்டு கைகளாலும் பற்றிக்கொண்டு வலியால்

அரற்றிக்கொண்டிருந்த தீபக்கின் தோளைத் தொட்டார். நடுங்கும் குரலில் பேசினார்.

"தீபக்... உன்னோட கோபத்தையும் பிடிவாதத்தையும் காட்ட இது நேரமில்லை. டாக்டர் ஜான் மில்லர் இங்கேயிருந்து உயிரோடு திரும்பக் கூடாதுன்னு நீ திட்டம் போட்டு வெச்சிருந்தது உண்மையா...?"

தீபக் தலைகுனிந்தபடி மௌனம் சாதித்தான். ஈஸ்வர் அவனை உசுப்பினார்.

"சொல்லு தீபக்... இனிமே எந்த ஒரு உண்மையையும் மறைக்க பிரயோஜனமில்லை. எதுவாயிருந்தாலும் பேசிடு"

தீபக் தனக்கு முன்னால் துப்பாக்கியும் கையுமாய் நின்றிருந்த ஜான் மில்லரை சற்றே கலக்கத்தோடு நிமிர்ந்து பார்த்து பேசினான்.

"டாக்டர்... இந்த பண்ணை வீட்டில் ரிசர்ச் ப்ராஸஸ் எல்லாம் முடிந்த பிறகு உங்களை உயிரோடு விட்டு வைக்கக்கூடாது என்று நான் திட்டம் போட்டு வைத்திருந்தது உண்மை. ஆனால் நீங்கள் எனக்கு எதுமாதிரியான துரோகத்தை செய்ய இருந்தீர்கள் என்பதை உங்கள் மனச்சாட்சியிடம் கேட்டுப்பாருங்கள். அப்போதுதான் நான் எடுத்த முடிவு சரியானது என்பது உங்களுக்கு தெரியும்"

ஜான் மில்லர் சிரித்தார்.

"இதோ பார் தீபக்... நீ ஒரு பிஸினஸ்மேன். நான் ஒரு டாக்டர். ஆக்ஸ்போர்ட் யூனிவர்ஸிடியில் படித்து ஜெனிடிக் தியரியில் பட்டம் வாங்கிய ஒரு ரிசர்ச் ஸ்காலர். இந்த செல்ஃபிஷ் ஜீன், தி ப்ளைண்ட் வாட்ச்மேக்கர் ஜீன் சம்பந்தப்பட்ட ஆராய்ச்சிகள் அமெரிக்காவில் தடை செய்யப்பட்டு இருப்பதால் உன்னுடைய உதவியை நாடினேன். ஆரம்பக்கட்ட ஆராய்ச்சிகள் எல்லாம் முடிந்த நிலையில் பெண் மனித எலிகள் வேண்டும் என்கிற ஒரு கட்டம் வந்த நேரத்தில் அதற்கு நான் இந்தியாவில் ஏற்பாடு செய்கிறேன் என்று நீ என்னிடம் சொன்னாய். சொன்னதோடு மட்டுமல்லாமல் நீ உன்னுடைய அப்பாவுக்கு தகவல் கொடுத்து அவர் மூலம் இலவச திருமணங்களை நடத்தி பெண் மனித எலிகளை என்னுடைய ஆராய்ச்சிக்கு கொடுத்து உதவினாய். ஆனால் அந்த ஆரம்ப கால ஆராய்ச்சிகள் எல்லாம் தோல்வியில் முடிந்து சம்பந்தப்பட்ட பெண்களுக்கு பக்க விளைவுகள் உண்டாகவே அவர்கள் எல்லோரையும் தற்கொலை என்ற போர்வையில் தீர்த்துக்கட்ட வேண்டியதாயிற்று. அந்த நிலைமையில்தான் க்யூபா நாட்டு பயோ மெடிக்கல் சென்டர் என்னை அணுகி என்னிடம் இருந்த ரிசர்ச் ப்ராஜக்ட்களுக்கு விலை

பேசினார்கள். ஆனால் அந்த ப்ராஜக்ட்களில் செல்ஃபிஷ் ஜீன், தி ப்ளைண்ட் வாட்ச்மேக்கர் ஜீன் இரண்டும் இடம் பெறவில்லை. என்னுடைய முந்தைய ப்ராஜக்ட்களுக்குத்தான் விலை பேசினார்கள். நான் கேட்ட தொகைக்கு அவர்கள் ஒத்துக்கொள்ளாததால் பேரம் படியாமல் நாட்கள் தள்ளிப் போய் கொண்டிருந்தது. இந்த விபரம் எல்லாம் தெரியாமல் நீ என்னை தப்பாக புரிந்து கொண்டு ரிசர்ச் எல்லாம் முடிந்தபிறகு என்னைத் தீர்த்துக் கட்ட திட்டம் போட்டாய்"

ஜான் மில்லர் பேசப் பேச தீபக் அவரையே இமைக்காமல் பார்த்தான். அவர் புன்னகையோடு தொடர்ந்தார்.

"என்ன தீபக் அப்படி பார்க்கிறாய்? நீ உன்னுடைய மனதுக்குள் போட்டு வைத்திருந்த திட்டம் எல்லாம் எனக்கு எப்படி தெரிந்தது என்று நீ ஆச்சர்யப்படலாம். உனக்கு விசுவாசமானவர்கள் எல்லாம் உனக்கு மட்டும்தான் விசுவாசமாய் இருப்பார்கள் என்று நீ நினைத்ததுதான் பெரிய தப்பு... எந்த நாய்க்கும் பிஸ்கெட் போட்டால் அது தன்னுடைய வாலை ஆட்டத்தான் செய்யும். அப்படி வாலாட்டியவர்களில் ஒருவன்தான் ஜோன்ஸ்... உன்னுடைய அப்பாவுக்குக்கூட தெரியாமல் நீ ஜோன்ஸோடு இரிடியம் போனில் பேசிய எல்லா விபரங்களும் அடுத்த நிமிஷமே எனக்கு வந்துவிடும்... ஜோன்ஸுக்கு மாதாமாதம் சம்பளம் கொடுத்தது நீ. ஆனால் அவன் வேலை பார்த்தது எனக்கு.."

டாக்டர் சொல்லிக்கொண்டிருக்கும்போதே அறையின் கதவுத் தட்டப்பட்டது.

சரியாய் மூன்று தட்டல்கள்.

ஜான் மில்லர் ஒரு புன்னகையோடு ஈஸ்வரை பார்த்தார்.

"ஈஸ்வர்... சிறிது சிரமம் பார்க்காமல் போய் சாத்தியிருக்கும் தாழ்ப்பாளை விலக்கி கதவைத் திறந்து விடுங்கள். அது ஜோன்ஸ்"

ஈஸ்வர் தயக்க நடை போட்டு கதவை நெருங்கி தாழ்ப்பாளை விலக்கினார்.

ஜோன்ஸ் உள்ளே வந்தான். ஈஸ்வரையும், கீழே விழுந்து கிடக்கும் தீபக்கையும் சிறிது கூட பொருட்படுத்தாமல் ஜான் மில்லருக்கு முன்னால் போய் நின்றான்.

"டாக்டர்... எட்டு நாய்களையும் அவிழ்த்து விட்டாயிற்று. அந்த வளர்மதி இந்த ஃபார்ம் ஹவுஸில் எந்த இடத்தில் பதுங்கியிருந்தாலும் அவளால் வெளியே வர முடியாது. இன்னும் ஒரு மணி நேரத்துக்குள் அவள் இருக்கும் இடத்தை ஏதாவது ஒரு நாய் கண்டுபிடித்து

குரைக்க ஆரம்பித்து விடும்... அவளையும் இந்த வீட்டுக்கு கொண்டு வந்துவிட்டால் நாம் நிம்மதியாய் மூச்சு விடலாம்"

"ஜோன்ஸ்...நீ உடனடியாய் செய்ய வேண்டிய காரியம் இன்னொன்று இருக்கிறது"

"என்ன டாக்டர்...?"

"தீபக்கை முழங்காலுக்கு கீழே சுட வேண்டியதாகிவிட்டது. முதலுதவி செய்து கட்டுப்போட வேண்டும்"

"போட்டு விடுகிறேன் டாக்டர்"

"நாளையிலிருந்து நான் மேற்கொள்ளப் போகும் ஆய்வு பணிகளுக்கு இவர்கள் எனக்கு எந்த விதத்திலும் இடையூறாக இல்லாமல் பார்த்துக்கொள்ள வேண்டும்"

"டோண்ட் வொரி டாக்டர்... இந்த நிமிஷம் அவர்களுடைய நிலைமை என்னவென்று அவர்களுக்கே புரிந்து இருக்கும்... அப்பாவும் மகனும் உங்களுடைய ரிசர்ச் வேலைகள் முடிகிறவரை பலமாகக் கூட மூச்சு விட மாட்டார்கள். மூன்று வேளையும் சாப்பிட்டுக்கொண்டு இதே அவுட்ஹவுஸில்தான் முடங்கிக் கிடப்பார்கள்"

"என்னைப் பொறுத்தவரைக்கும் இந்த இரண்டு பேருமே விஷக்கிருமிகள். நாம் எச்சரிக்கையோடு இருக்க வேண்டியது முக்கியம். நாளைக்கு ஒருநாள் முழுவதும் இவர்கள் மயக்கத்தில் இருக்க வேண்டும். ரோப்கினால் இஞ்ஜெக்சனைப் போட்டுவிடு... ஜோன்ஸ்"

"நானும் அதைத்தான் நினைத்தேன் டாக்டர்"

"சரி... மாதவனை என்ன செய்யப் போகிறாய்...?"

"மாதவன் உயிரோடு இருக்க வாய்ப்பில்லை டாக்டர். அவன் உயிரோடு இருந்தாலும் சரி, இல்லாமல் போனாலும் சரி, உடலை காண்ட்ரூ மீன்கள் இருக்கும் கிணற்றில் போட்டு டிஸ்போஸ் செய்து விடுகிறேன்"

"ஜோன்ஸ்"

"டாக்டர்..."

"நாம் திட்டம் போட்டபடி எல்லாம் நடந்துகொண்டு வருகிறது. இதில் நாம் எதிர்பார்க்காத ஒரே ஒரு விஷயம் வளர்மதி நம் பிடியிலிருந்து நழுவியதுதான்"

"விடிவதற்குள் மடக்கிவிடலாம் டாக்டர்..."

"அவளிடம் துப்பாக்கி இருக்கிறது ஜோன்ஸ். ஒரு விநாடி ஏமாந்தாலும் தோட்டாவை நாம் வாங்கிக்கொள்ள வேண்டி வரலாம்"

ஜோன்ஸ் மெல்லச் சிரித்தான்.

"டாக்டர்... உங்களுக்கு ஒரு விஷயம் தெரிய நியாயமில்லை"

"என்ன ...?"

"இப்போது வெளியே சுற்றிக்கொண்டிருக்கும் எட்டு நாய்களும் விதவிதமான மோப்ப சக்திகளை உணரும் திறன் படைத்தவை. இந்த ஃபார்ம் ஹவுஸின் எங்கோ இருக்கும் ஒரு பூ மலர்ந்தால் கூட அதன் வாசத்தை மோப்பம் பிடித்துக்கொண்டு அந்த இடத்துக்குப் போய்விடும் ஆற்றல் கொண்டவை. வளர்மதியின் உடம்பு மேல் பட்ட காற்றை ஏதாவது ஒரு நாய் ஸ்மெல் செய்தாலே போதும். அந்நிய மனிதர் யாரோ உள்ளே இருக்கிறார்கள் என்பதை உணர்ந்து கொண்டு குரைக்க ஆரம்பித்துவிடும். அதற்குப்பிறகு வளர்மதி எந்த இடத்தில் பதுங்கி இருந்தாலும் சரி, அந்த இடத்தை எப்படியும் மோப்ப சக்தியால் கண்டுபிடித்துவிடும். அதன் பிறகு அந்த நாய் வித்தியாசமாய் குரைத்து மற்ற நாய்களை அந்த இடத்துக்கு வரவழைக்கும். வளர்மதியோட கையில் துப்பாக்கி இருந்தாலும் ஒரே நேரத்துல எட்டு நாய்களை அவளால எப்படி சமாளிக்க முடியும்...?"

ஜோன்ஸ் சொல்லிக்கொண்டிருக்கும்போதே வெளியே ஒரு நாயின் குரைப்புச்சத்தம் கேட்க ஆரம்பித்தது.

59

நாயின் குரைப்புச் சத்தம் கேட்டதுமே லேசாய் பதட்டப்பட்டான் ஜோன்ஸ். ஜான் மில்லரிடம் திரும்பினான்.

"டாக்டர்... எட்டு நாய்களில் ஒரு நாய் குரைக்க ஆரம்பித்துவிட்டது. இன்னும் சிறிது நேரத்தில் அந்த நாயின் குரைப்புச் சத்தம் வித்தியாசமாக மாறும்போதுதான் நம்மால் வளர்மதி இருக்கிற இடத்தைக் கண்டுபிடிக்க முடியும். அதற்குள் தீபக்கின் முழங்காலில் பட்டிருக்கிற குண்டடி காயத்திற்கு முதலுதவி செய்துவிட்டு அப்பா மகன் இரண்டு பேர்களுக்கும் ரோகிப்னால் இஞ்ஜெக்சனைப் போட்டு ஒருநாள் முழுவதும் மயக்க நிலையில் இருக்கும்படி பார்த்துக் கொள்வோம்"

ஜோன்ஸ் சொன்னதைக் கேட்டு மையமாய் தலையாட்டினார் ஜான் மில்லர்.

"அந்த வேலையை முதலில் செய். வளர்மதியை நாம் மடக்கும்வரை இவர்கள் சுயநினைவு இல்லாமல் இருப்பது மிகவும் முக்கியம். புலியின் கால்கள் நடக்க முடியாத நிலையில் இருந்தாலும் அதன் மூர்க்ககுணம் போகாது என்று சொல்வார்கள். முதல் உதவி மெடிக்கல் கிட்டை எடுத்து வந்து சிகிச்சையை முடித்து ரோகிப்னால் ஊசியையும் போட்டுவிடு... ஜோன்ஸ்"

ஜோன்ஸ் உள்ளறைக்கு சென்று அடுத்த இரண்டு நிமிடங்களில் ஒரு மெடிக்கல் கிட்டோடு வந்தான்.

ஜான் மில்லர் உயர்த்திப் பிடித்துக்கொண்ட துப்பாக்கியோடு சொன்னார்.

"ஈஸ்வர், தீபக்... நான் யார் என்பதும் எப்படிப்பட்டவன் என்பதும் உங்களுக்கு இந்நேரம் புரிந்து இருக்கும். நீங்கள் இருவரும் உயிரோடு இருக்க வேண்டும் என்பதுதான் என் விருப்பம். ஜோன்ஸ் உங்களுக்குப் பக்கத்தில் வரும்போது அவனைத் தாக்க முயன்றாலோ, அவன் முதலுதவி செய்து ரோகிப்னால் இஞ்ஜெக்சன் போடும்போது ஒத்துழைப்பு கொடுக்க மறுத்தாலோ நான் தயவு தாட்சண்யம் பார்க்காமல் சுட்டுவிடுவேன். உங்களுக்கு உயிர் மீது ஆசையிருந்தால் கட்டுப்பட்டு நடங்கள். என்னை கொலையாளியாக மாற்றிவிட வேண்டாம்"

ஜான் மில்லர் சொல்லச் சொல்ல ஈஸ்வர் பதறிப்போனவராய்

கைகளை ஆட்டி மறுத்தார்.

"டாக்டர்... நானும் என்னுடைய மகன் தீபக்கும் எந்த வகையிலும் உங்களுக்கு தொந்தரவாக இருக்க மாட்டோம். நீங்கள் விரும்பிய ஜீன் ஆராய்ச்சிப் பணிகளை உங்கள் விருப்பம் போல் முடித்துக்கொண்டு உங்கள் நாட்டுக்கு சென்று விடுங்கள். எங்களுக்கு அது சம்பந்தமான எந்த விபரங்களும் வேண்டாம். நாங்கள் உயிரோடு இருந்தால் அதுவே எங்களுக்கு போதும். ஆனால் ஒரே ஒரு கோரிக்கை"

"என்ன...?"

"சில்பா, நர்மதா, வளர்மதி இந்த மூன்று பேர்களையும் உங்களுடைய ஜீன் ஆராய்ச்சிகளுக்கு பயன்படுத்திக்கொண்ட பிறகு அவர்களை கொன்று காண்ட்ரூ மீன்கள் இருக்கும் கிணற்றில் போட்டுவிடுங்கள். அவர்களைப் பற்றின எந்த ஒரு தடயமும் இந்த பண்ணை வீட்டில் இருக்கக்கூடாது"

ஜான் மில்லர் சிரித்தார்.

"உங்களுக்கு அந்தக் கவலை வேண்டாம்...ஈஸ்வர். ஜோன்ஸ் எல்லாவற்றையும் பார்த்துக்கொள்வான். ஜோர்ன்ஸ் பலசாலி மட்டுமில்லை. கொஞ்சம் விஞ்ஞானமும் படித்தவன். எந்த நேரத்தில் எதைச் செய்ய வேண்டும் என்று தெரிந்தும் வைத்து இருப்பவன்"

ஜான் மில்லர் பேசிக்கொண்டிருக்கும்போதே ஜோன்ஸ் மெடிக்கல் கிட்டோடு தீபக் அருகே போய் உட்கார்ந்து முதல் உதவியை ஆரம்பித்தான்.

தீபக் வலி தாளாமல் துடிக்க, ஜோன்ஸ் அதைப் பொருட்படுத்தாமல் ரத்தக்காயத்தைத் துடைத்து பஞ்சில் மருந்தை வைத்துக்கட்டி பெரிதாய் பேண்டேஜ் ஒன்றைப் போட்டான்.

ஜான் மில்லரின் கையில் இருந்த துப்பாக்கி உச்சபட்ச எச்சரிக்கையோடு உயர்ந்து தன்னுடைய ஒற்றைக்கண்ணால் ஈஸ்வரையும் தீபக்கையும் மாறி மாறி பார்த்துக்கொண்டிருந்தது.

ஜோன்ஸ் முதல் உதவி சிகிச்சையை முடித்துக்கொண்டு ரோகிப்னால் மருந்து குப்பியையும் இஞ்ஜெக்சனையும் எடுத்தான்.

"இனி ஒரு பனிரெண்டு மணி நேரத்துக்கு அப்பாவுக்கும் மகனுக்கும் நிம்மதியான தூக்கம்" சொல்லிக்கொண்டே இருவர்க்கும் ரோகிப்னால் மருந்தை இஞ்ஜெக்ட் செய்ய சரியாய் முப்பதாவது விநாடி ஈஸ்வரும் தீபக்கும் சரிந்து மடங்கி இரண்டு அடைப்புக்குறிகளாய் மாறினார்கள்.

ஜோன்ஸ் எழுந்து ஜான் மில்லரிடம் வந்தான்.

"டாக்டர்... இனி நாளை இரவு வரை இவர்களைப்பற்றி நாம் கவலைப்படவேண்டியதில்லை...நமக்கு முன்னால் இப்போது இருக்கக்கூடிய ஒரே ஒரு விஷயம் வளர்மதிதான். அவளையும் அடுத்த ஒரு மணி நேரத்திற்குள் நாய்கள் கண்டுபிடித்து அவள் இருக்கும் இடத்தைக் காட்டிக் கொடுத்துவிடும் "

ஜான் மில்லர் கையமர்த்தினார்.

"ஜோன்ஸ்... அதற்கு முன்பாய் நான் சில்பாவையும் நர்மதாவையும் பார்த்து அவர்கள் நான் மேற்கொள்ளப்போகும் ஆராய்ச்சியைத் தாங்கக்கூடிய வகையில் இருக்கிறார்களா என்பதை உறுதிப்படுத்திக்கொள்ள வேண்டும். அவர்கள் இருக்கும் இடத்திற்கு என்னை கூட்டிக்கொண்டு போ"

"அவர்கள் இரண்டு பேரும் ஆரோக்கியமாய் இருக்கிறார்கள் டாக்டர். அதைப்பற்றிய கவலை உங்களுக்கு வேண்டாம்"

"இதோ பார் ஜோன்ஸ்... நான் மேற்கொள்ளப்போகும் ஆராய்ச்சி எதுமாதிரியானது என்று உனக்குத் தெரியாது. நான் உடனடியாய் அவர்களைப் பார்க்க வேண்டும் கூட்டிக்கொண்டு போ"

"டாக்டர்"

"என்ன...?"

"வளர்மதி வெளியே எந்த இடத்தில் பதுங்கியிருக்கிறாள் என்பது தெரியாத நிலைமையில் நாம் வெளியே செல்வது அவ்வளவு உசிதமில்லை... நாய்கள் குரைத்த பிறகு..." ஜோன்ஸ் பேச்சை முடிக்கும்முன் ஜான் மில்லர் சீறினார். "முட்டாள்... நாய்கள் குரைப்பதற்காக நாம் காத்துக்கொண்டு இருக்க முடியாது. நாம் வெளியே போனால்தான வளர்மதி தான் ஒளிந்திருக்கும் இடத்தைவிட்டு வெளியே வந்து நம்மைத் தாக்கவோ சுடவோ முயற்சிப்பாள்"

"அது ரிஸ்க் இல்லையா டாக்டர்...?"

"ரிஸ்க்தான்... இந்த இருட்டில் குறி பார்த்து சுடுவது என்பது அவ்வளவு சுலபமில்லை. அந்த அளவுக்கு வளர்மதியிடம் துப்பாக்கியை கையாள்வதில் புத்திசாலித்தனம் இருக்காது என்றே நினைக்கிறேன்"

ஜோன்ஸ் சில விநாடிகள் அமைதியாய் இருந்துவிட்டு நிதானமான குரலில் பேசினான்.

"டாக்டர்... நான் உங்களை எதிர்த்து பேசுவதாகவோ அல்லது புத்திமதி சொல்வதாகவோ நினைக்க வேண்டாம். நான் ஈஸ்வரிடம் சம்பளம் வாங்கிக் கொண்டு உங்களுக்கு விசுவாசமாக இருந்தேன். இப்போதும் இருந்து கொண்டு இருக்கிறேன். என்னை இங்கே இருப்பவர்கள் நம்புவதற்காக நான் எவ்வளவு கஷ்டப்பட்டு நடிக்க வேண்டியிருந்தது என்று உங்களுக்குத் தெரியாது. நான் ஏமாந்தது வளர்மதியிடம் மட்டும்தான். மாதவன் அவளைக் கடத்திக்கொண்டு வந்தபோது அவள் முழுமையான மயக்க நிலையில் இருந்தாள். நாங்கள் இருவரும்தான் அவளைத் தூக்கிக்கொண்டு போய் அறைக்குள் படுக்க வைத்தோம். அப்போது அவளிடம் துப்பாக்கி இருந்ததற்கான அடையாளமே இல்லை. அவள் தன் இடுப்பில் துப்பாக்கியை மறைத்து வைத்திருந்தால் கண்டிப்பாக எங்களுடைய கைகளுக்கு நிச்சயம் தட்டுப்பட்டிருக்கும்"

"பழைய கதையைப் பேசிக்கொண்டிருக்க வேண்டாம் ஜோன்ஸ். இனிமேல் நடக்க வேண்டிய விஷயங்கள் இரண்டே இரண்டுதான். வளர்மதி இந்தப் பண்ணை வீட்டை விட்டு தப்பித்துப் போய்விடக்கூடாது. இரண்டாவது வரும் ஒரு வார காலத்திற்குள் என்னுடைய ஜீன் எக்ஸ்பரிமெண்ட்ஸ் இந்த மூன்று பெண் மனித எலிகள் மீது நடத்தப்பட்டு ஒரு ஆரோக்கியமான அறிக்கையோடு நான் என்னுடைய நாட்டுக்குத் திரும்ப வேண்டும்"

"நீங்கள் விருப்பப்பட்ட இந்த இரண்டுமே நடக்கும் டாக்டர்"

"அப்புறம் என்ன புறப்படு... மணி மூன்றாகப் போகிறது"

"ஒரு நிமிஷம் டாக்டர்"

"என்ன...?"

"சில்பா, நர்மதா இருக்கும் இடத்திற்கு நூறு மீட்டர் தூரமாவது நடக்க வேண்டும். நான் போய் பேட்டரியால் இயங்கும் மினி காரைக்கொண்டு வந்து விடுகிறேன். நாம் பேட்டரி காரில் போவது இன்னொரு வகையிலும் பாதுகாப்பானது வெளியே சுற்றிக்கொண்டிருக்கும் நாய்கள் என்னைப் பார்த்தால் குரைக்காது. ஆனால் உங்களைப் பார்த்து விட்டால் குரைத்துக்கொண்டே வந்து மேலே பாய்ந்து குதறிவிடும். காரில் சென்றால் அந்த ஆபத்து இல்லை"

ஜான் மில்லர் மெல்லச் சிரித்தார்.

"இன்னொரு வகையிலும் பாதுகாப்பு இருக்கிறது ஜோன்ஸ். நாம் பேட்டரி காரில் சென்றால் வளர்மதியால் ஏற்படும் ஆபத்தும்

இருக்காது... நீ போய் பேட்டரி காரைக் கொண்டு வந்து விடு. நான் காத்திருக்கிறேன். காரைக்கொண்டு வர எவ்வளவு நேரமாகும் ...?"

"பதினைந்து நிமிடமாகும்"

"புறப்படு... துப்பாக்கி அலர்ட்டில் இருக்கட்டும்..."

ஜோன்ஸ் தலையாட்டிவிட்டு அந்த அவுட்ஹவுஸை விட்டு வெளியேற ஜான் மில்லர் கதவைச் சாத்தி தாழிட்டுக்கொண்டு சுவரோரமாய் போடப்பட்டிருந்த சோபாவுக்கு சாய்ந்தார்.

செல்போனின் டயல்டோன் சத்தம் கேட்டு சட்டென்று கண் விழித்தாள் திரிபுரசுந்தரி. சுவர் கடிகாரம் மணி 3.05 காட்டியது.

'இந்நேரத்திற்கு அழைப்பது யார்?' செல்போனின் டிஸ்ப்ளேயை உற்றுப் பார்த்தாள்.

செம்மேடு போலீஸ் ஸ்டேஷன் இன்ஸ்பெக்டர் குணசேகரன் அழைத்துக் கொண்டிருந்தார். செல்போனை காதுக்கு ஒற்றினாள்.

"சொல்லுங்க குணசேகரன்"

"ஸாரி ஃபார் த டிஸ்டர்பன்ஸ் மேடம். இந்த நேரத்துக்கு உங்களை நான் கூப்பிட்டு இருக்கக்கூடாது. பட் நோ அதர் வே"

"நோ ப்ராப்ளம்... என்ன விஷயம் சொல்லுங்க?"

"மேடம்... செம்மேடு ஏரியாவில் ஈஸ்வர்க்கு சொந்தமான ஃபார்ம் ஹவுஸ், ரிசார்ட்ஸ் ஏதாவது இருக்கான்னு விசாரிக்கச் சொல்லியிருந்தீங்க... நானும் அந்த கிராமத்துல இருக்கிற ஞானமூர்த்தி என்கிற வயசான வி.ஓ. ஒருத்தரை விசாரிச்சு சொல்றதா சொல்லியிருந்தேன்"

"ஆமா..."

"செம்மேடு கிராமத்துக்கு போன மாசம் ஒரு கேஸ் விஷயமாய் விசாரிக்கப் போனப்ப அந்த ஞானமூர்த்தியைப் பார்த்து பேசினதாகவும், ஆனா அவரோட காண்டாக்ட் போன் நெம்பர் இல்லைன்னும் சொன்னேன்"

"ஆமா... சொன்னீங்க"

"தப்பா சொல்லிட்டேன் மேடம்... பத்து நிமிஷத்துக்கு முந்தி தூக்கம் கலைஞ்சு கண் முழிச்ச போது சட்டுன்னு ஒரு விஷயம் எனக்கு ஞாபகம் வந்தது. அந்த வி.ஓவை ஒரு கேஸ் சம்பந்தப்பட்ட விஷயத்துல சாட்சியாக போட்டப்ப அவர்கிட்டே விட்னஸ் கையெழுத்து

கேட்டேன். அவரும் ஸ்டேஷனுக்கு வந்து சில ஃபார்ம்ஸ்ல கையெழுத்து போட்டார். அப்படி கையெழுத்து போடும்போது, கீழே அவரோட செல்போன் நம்பரையும் எழுதச் சொன்னேன். அவர் போன் நெம்பரை எழுதியது ஒரு பத்து நிமிஷத்துக்கு முந்திதான் ஞாபகத்துக்கு வந்தது. உடனே நான் போலீஸ் ஸ்டேஷனுக்கு போன் பண்ணி எஸ்.ஐகிட்டே விபரம் சொல்லி அந்தப் ஃபைலை எடுத்துப் பார்த்து வி.ஓ. ஞானமூர்த்தியோட செல்போன் நம்பரை எனக்கு அனுப்பச் சொன்னேன். அவரும் அடுத்த அஞ்சு நிமிஷத்துக்குள்ளே அனுப்பி வெச்சார்"

திரிபுரசுந்தரி உடம்பு முழுவதும் பரவிக்கொண்ட பதட்டத்தோடு கேட்டாள்.

"அந்த ஞானமூர்த்திக்கு போன் பண்ணீங்களா?"

"உடனே போன் பண்ணினேன். லாங் ரிங் போன பிறகு வி.ஓ. பேசினார். நான் தொழில்அதிபர் ஈஸ்வரைப் பத்தி சொல்லிட்டு அவரோட ஃபார்ம் ஹவுஸோ, ரிசார்ட்களோ அந்த செம்மேடு ஏரியாவில் இருக்கான்னு கேட்டேன். அவர் இல்லைன்னு சொன்னார்"

"நீங்க எந்த ஈஸ்வர்ன்னு விபரமா சொன்னீங்களா குணசேகரன்?"

"சொன்னேன் மேடம்... அப்படி யாரையும் எனக்குத் தெரியாது. ஈஸ்வர் என்கிற பேர்ல எந்த ப்ராப்பர்ட்டியும் செம்மேடு ஏரியாவில் கிடையாதுன்னு சொல்றார்"

திரிபுரசுந்தரி பெருமூச்சுவிட்டாள்.

"மேற்கொண்டு என்ன செய்யலாம் குணசேகரன்?"

"வி.ஓ. ஞானமூர்த்தியை அரஸ்ட் பண்ணி ஸ்டேஷனுக்கு கொண்டு வரணும் மேடம்"

"அ...அ...அவரை அரஸ்ட் பண்ணனுமா?"

"எஸ்... மேடம்"

"எதுக்கு?"

"ஈஸ்வரை தெரியாதுன்னு அவர்... பொய் சொல்றார் மேடம்"

60

திரிபுரசுந்தரி திடுக்கிட்டுப் போனவளாய் கேட்டாள்.

"என்ன சொல்றீங்க குணசேகரன்... வி.ஓ. ஞானமூர்த்தி ஈஸ்வரை தெரியாதுன்னு பொய் சொல்றாரா?"

"ஆமா மேடம்"

"அவர் பொய் சொல்றார்ன்னு உங்களுக்கு எப்படித் தெரியும்?"

"மேடம்... நான் அவர்க்கு போன் பண்ணின போது வி.ஓ. ஞானமூர்த்தி ஒரு லாங் ரிங் போன பின்னாடிதான் போன் காலை அட்டெண்ட் பண்ணினார். பேசறது யார்ன்னு கேட்டார். நான் செம்மேடு போலீஸ் ஸ்டேஷன் இன்ஸ்பெக்டர்ன்னு சொன்னதும் அவர் சில விநாடி மௌனமாய் இருந்துட்டு என்ன விஷயம்ன்னு கேட்டார். நான் ஈஸ்வரைப்பற்றி பேச ஆரம்பிச்சு அந்தப் பேர்ல உங்களுக்கு யாரையாவது தெரியுமான்னு கேட்டுகிட்டு இருக்கும்போதே குறுக்கே ஒரு பொண்ணோட குரல் லோ டெஸிபிலில் கேட்டது"

"பொண்ணோட குரலா?"

"ஆமா மேடம்..."

"அந்தப் பொண்ணு என்ன சொன்னா?"

"யாராவது ஈஸ்வரைப்பத்தி கேட்டா... அப்படி ஒருத்தரை தெரியாதுன்னு சொல்லிடுங்கன்னு சொன்னா"

"நீங்க சொல்றதைப் பார்த்தா அந்த வி.ஓ. ஞானமூர்த்தி உங்ககிட்ட செல்போன்ல பேசும்போது ஸ்பீக்கரை ஆன் பண்ணிட்டு பேசியிருக்கணும் இல்லையா குணசேகரன்?"

"எஸ்... மேடம்..."

"அந்தப் பெண் அவரோட மனைவியாய் கூட இருக்கலாம்ன்னு நினைக்கிறேன்"

"மே...பி...மேடம்..."

"ஸோ... அவர்கிட்டே ஏதோ தப்பு இருக்கு"

"கண்டிப்பா மேடம்..."

"அவரை எப்ப அரஸ்ட் பண்றீங்க?"

"நான் இப்ப ஸ்டேஷனுக்கு கிளம்பிப் போயிட்டிருக்கேன் மேடம். அங்கிருந்து ஒரு அரை மணி நேரத்துல கிளம்பி வி.ஓ.

வீட்டுக்கு போயிடுவேன். போன்ல பேசும்போது அட்ரஸ் கேட்டு வெச்சுகிட்டேன்"

"குணசேகரன்... இந்த விஷயத்துல நான் என்னோட ஒப்பினியனைச் சொல்லட்டுமா?"

"சொல்லுங்க மேடம்"

"அவரை அரஸ்ட் பண்ணாதீங்க... வீட்டுக்குப்போய் அவரை விசாரணை பண்ணுங்க... நீங்க அவரை அரஸ்ட் பண்ணி ஸ்டேஷனுக்கு கூட்டிட்டுப் போனா அது ஒரு பெரிய இஷ்யூவா மாறி மீடியாக்களுக்கு நியூஸா மாறிடும்... நாம என்ன தகவலை எதிர்பார்க்கிறோமோ அந்தத் தகவல் நமக்குக் கிடைக்காது. ஞானமூர்த்தியை வீட்ல வெச்சு விசாரிக்கும்போது போன் போட்டு எனக்குக் கொடுங்க. நான் பேசறேன்"

"மேடம்... சில விஷயங்களை நாம கையாளும்போது அதிரடியான நடவடிக்கைகள் தேவை. ஞானமூர்த்தி சாதாரண நபர் கிடையாது. வி.ஓவாக அதாவது வில்லேஜ் அட்மினிஸ்ட்ரேட்டிவ் ஆபீஸராய் பல வருஷமாய் அந்த செம்மேடு கிராமத்துல வொர்க் பண்ணவர். அவர் சாதாரணமான விசாரணைக்கெல்லாம் பயப்படமாட்டார். அரஸ்ட் பண்ணி ஸ்டேஷனுக்கு கூட்டிப்போய் அவரை பயமுறுத்தற மாதிரி என்கொயர் செஞ்சாத்தான் ஓரளவுக்காவது உண்மை பேசுவார்"

"ப்ளீஸ்... வேண்டாம் குணசேகரன்... ஈஸ்வரை தனக்குத் தெரியாதுன்னு வி.ஓ. ஞானமூர்த்தி சொல்றதுக்கு நிச்சயமாய் ஏதாவது காரணம் இருக்கும். அவரை ஸ்மூத்தா ஹேண்டில் பண்ணினா நமக்குத் தேவையான பதில் கிடைக்கும். அந்தப் பதிலை வெச்சுத்தான் நாம வளர்மதியைக் கண்டுபிடிக்க முடியும். இப்போதைக்கு சிவியரான எந்த ஒரு நடவடிக்கையும் ஞானமூர்த்திக்கு எதிராய் எடுக்காமே இருக்கிறதுதான் நல்லதுன்னு நினைக்கிறேன்"

"ஓ.கே. மேடம்... நீங்க இவ்வளவு தூரம் ஒரு விஷயத்தை வற்புறுத்திச் சொல்லும்போது நான் இந்த விஷயத்தை ஸ்மூத்தாவே ஹேண்டில் பண்றேன். நான் இப்பவே அவர் வீட்டுக்கு கிளம்பிப் போறேன். எப்படி விசாரிக்கணுமோ அப்படி விசாரிச்சு அவர்கிட்டயிருந்து உண்மையை வரவழைக்கிறேன்"

"தேங்க்யூ குணசேகரன்... இனிமேல் என்னால தூங்க முடியாது. உங்க போன்காலை எதிர்பார்த்து காத்திட்டிருப்பேன்" பேசிவிட்டு செல்போனை அணைத்தாள் திரிபுரசுந்தரி.

செம்மேடு.

மூன்று தடவை கதவு தட்டப்படும் சத்தம் கேட்டு சோபாவுக்கு சாய்ந்து உட்கார்ந்திருந்த ஜான் மில்லர் எழுந்து போய் தாழ்ப்பாளை விலக்கினார்.

வெளியே ஜோன்ஸ் நின்றிருந்தான். டாக்டர் லேசாய் கோபப்பட்டார்.

"பதினைந்து நிமிடத்துக்குள் வருவதாய் சொன்னாய். அரைமணி நேரமாகிறது. ஏன் தாமதம்...?"

"ஸாரி டாக்டர்... பேட்டரி கார் ஸ்டார்ட் ஆவதில் ஒரு சிறிய பிரச்சினை ஏற்பட்டுவிட்டது. அதை சரி செய்து ஓட்டிக்கொண்டு வர லேட்டாகிவிட்டது"

"இப்போது நேரம் என்ன தெரியுமா...மூன்று மணி முப்பது நிமிஷம். அடுத்த இரண்டு மணி நேரத்திற்குள் விடிய ஆரம்பித்துவிடும். அதற்குள் நான் சில முக்கியமான வேலைகளை முடிக்க வேண்டும். மாதவனின் உடலை டிஸ்போஸ் செய்ய வேண்டிய வேலையும் உனக்கு இருக்கிறது. எல்லாவற்றுக்கும் மேலாக வளர்மதியைக் கண்டுபிடித்து மடக்க வேண்டும். நாம எப்பேர்ப்பட்ட நிலைமையில் இருக்கிறோம் என்பது உனக்கு புரிகிறதா...?"

"எனக்கும் நிலைமை புரிகிறது டாக்டர். ஆனால் நாம் பதட்டப்படாமல் அவசரப்படாமல் செயல்பட்டால் மட்டுமே வெற்றிகரமாய் ஒவ்வொரு செயலாய் முடிக்க முடியும்"

"சரி...சரி... இனியும் தாமதம் செய்ய வேண்டாம் புறப்படு... நான் முதலில் அந்த சில்பாவையும், நர்மதாவையும் பார்த்து அவர்கள் என்னுடைய ரிசர்ச் ப்ராசஸஸிற்கு ஈடு கொடுக்கும் வகையில் ஆரோக்கியமாய் இருக்கிறார்களா என்று சோதனை செய்ய வேண்டும். பேட்டரி கார் எங்கே இருக்கிறது...?"

"என்னைப் பின்தொடர்ந்து வாருங்கள் டாக்டர்"

ஜான் மில்லர் வெளியே வந்ததும் ஜோன்ஸ் அந்த அறையின் கதவைச் சத்தம் எழாமல் பூட்டிவிட்டு இருபதடி தூரத்தில் நின்றிருந்த அந்தச் சிறிய பேட்டரி காரை நோக்கிப் போனான். டாக்டர் சுற்றும்முற்றும் பார்த்தபடி ஜோன்ஸைப் பின்தொடர்ந்தார்.

எச்சரிக்கையான பார்வைகளோடு இருவரும் கார்க்குள் ஏறி உட்கார்ந்தார்கள்.

ஜோன்ஸ் காரை மெதுவாய் ஓட்டிக்கொண்டே சொன்னான்.

"டாக்டர்...இந்த நிமிஷம் முதல் உங்களை மட்டுமே நான்

முழுமையாய் நம்பியிருக்கிறேன். உங்களுடைய ஆராய்ச்சிகள் வெற்றிகரமாய் முடிந்த பிறகு எனக்கு தருவதாக சொன்ன இரண்டு லட்ச டாலர் பணத்தை தருவதில் நீங்கள் எந்த தாமதமும் செய்ய மாட்டீர்களே...?"

ஜான் மில்லர் சிரித்தார்."நீ பேசுகிற பேச்சைப் பார்த்தால் என்னை நீ முழுமையாய் நம்பவில்லை போலிருக்கிறதே...?"

"நான் அந்த அர்த்தத்தில் சொல்லவில்லை டாக்டர்... நீங்கள் செய்யப் போகும் இந்த செல்ஃபிஷ் ஜீன், தி ப்ளைண்ட் வாட்ச்மேக்கர் ஜீன் ஆராய்ச்சிகளுக்குப் பின்னால் யார் யார் இருக்கிறார்கள் என்று எனக்குத் தெரியாது. உங்களுக்கு அவர்களால் ஏதாவது பிரச்சினை ஏற்பட்டால் அந்தப் பிரச்சினை என்னையும் பாதிக்குமே என்கிற பயம் என்னுடைய மனசுக்குள் லேசாய் இருக்கிறது "

"அந்த பயமே உனக்கு வேண்டாம் ஜோன்ஸ். நான் இப்போது மேற்கொள்ளப்போகும் ஆராய்ச்சிகள் இறுதிக்கட்டத்தை நெருங்கிவிட்ட ஒன்று. பாஸிட்டீவ் ரிப்போர்ட்ஸ் வர 99 சதவீதம் வாய்ப்பு இருக்கிறது. ரிப்போர்ட் தயாரானதும் எனக்குப் பேசப்பட்ட பணம் என்னுடைய ரகசிய வங்கிக் கணக்குக்குப் வந்துவிடும். அந்த கணக்கிலிருந்து உன்னுடைய வெளிநாட்டு வங்கிக்கணக்கிற்கு அடுத்த ஒரு மணி நேரத்துக்குள்ளாக நான் உனக்குப் பேசிய பணத்தை அனுப்பிவிடுவேன். அதற்குப்பிறகு நீ யாரோ நான் யாரோ..?"

ஜான் மில்லர் பேசிக்கொண்டிருக்கும்போதே பேட்டரி காரின் வேகம் குறைந்து, இருட்டில் ஒரு வரைபடம் போல் தெரிந்த அந்த கட்டிடத்திற்கு முன்பாய் போய் தன்னுடைய இயக்கத்தை நிறுத்திக்கொண்டது. ஜோன்ஸ் சொன்னான்.

"இதுதான் டாக்டர் அந்த ரிசர்ச் லேப்..."

"இந்த லேப்புக்குள்தானே சில்பாவும், நர்மதாவும் இருக்கிறார்கள்...?"

"ஆமாம் டாக்டர்"

ஜோன்ஸ் காரினின்றும் இறங்கினான். டேஷ்போர்டில் இருந்த மேக்னடிக் லாக் சிஸ்டத்தோடு கூடிய டிவைஸ் ஒன்றை எடுத்துக்கொண்டான். இருட்டில் இருவரும் கற்கள் பதித்த பாதையில் நடந்து கட்டிடத்திற்கு முன்பாய் வந்து நின்றார்கள், ஜோன்ஸ் மேக்னடிக் லாக் சிஸ்டத்தை பயன்படுத்தி கதவைத் திறந்தான்.

இதமான நீலநிற வெளிச்சத்தில் அந்த ஒட்டுமொத்த லேப்பும் ஏ.ஸியின் மிதமான குளிரில் அசாத்தியமான நிசப்தத்தோடு

பார்வைக்குப் புலப்பட்டது. பெரும்பாலும் கண்ணாடி கதவோடு கூடிய சிறிய அறைகள். அந்த அறைகளில் இருந்த பாலிமர் மேஜைகளின் மேல் செல்லுலார் ஜீன் தெரபி சம்பந்தப்பட்ட அதிநவீன கருவிகள் நிறம் நிறமாய் தெரிந்தன. பல ஜாதிகளில் கம்ப்யூட்டர்கள் மானிட்டரிங் செய்தபடி வெளிச்சப் புள்ளிகளோடு கண் சிமிட்டிக்கொண்டிருந்தன.

ஜான் மில்லர் கேட்டார்.

"சில்பா, நர்மதா அந்த இரண்டு பேரும் எங்கே...?"

"உள்ளே இருக்கிறார்கள்"

"இப்போது நினைவோடு இருப்பார்களா...?"

"வாய்ப்பில்லை டாக்டர்... நான் உங்களை ரிஸீவ் செய்ய ஏர்போர்ட் வருவதற்கு முன்பே இரண்டு பேர்க்கும் சப்-க்யூடேனியஸ் இஞ்ஜெக்சன் போட்டுவிட்டுதான் வந்தேன். இனி நாளை மதியம்தான் கண் விழிப்பார்கள்"

"அவர்களுடைய ஹெல்த் சார்ட்டில் எந்தப் பிரச்சினையும் இல்லையே...?"

"இல்லை டாக்டர்... சில்பா மட்டும் இரண்டு கிலோ எடை குறைந்து பிறகு வந்த நாட்களில் தேறிவிட்டாள். நர்மதாவுக்கு எந்த எடை குறைவும் ஏற்படவில்லை. நீங்கள் இருவரையும் சோதித்துக்கொள்ளலாம்"

'ஜெனிடிக் டெஸ்டிங் க்யூப்' என்று ஸ்டிக்கர் ஒட்டப்பட்டிருந்த அந்த கனமான கண்ணாடி கதவுக்கு முன்னாடி நின்ற ஜோன்ஸ் கதவைச் சிரமப்பட்டு தள்ளி உள்ளே போக, ஜான் மில்லர் தொடர்ந்தார்.

அறையின் நடுவே இரண்டு சாய்வான கட்டில்கள் போடப் பட்டிருக்க, அவைகளில் நர்மதாவும், சில்பாவும் மல்லாக்க படுக்க வைக்கப்பட்டிருந்தார்கள். சிறிது கூட சலனமில்லாத உடல்கள். அவர்களோடு இணைக்கப்பட்டிருந்த பயோ கம்ப்யூட்டர்கள் தத்தம் திரைகளில் இருவருடைய ஆரோக்கியத்தையும் அளந்து பச்சை நிறத்தில் சதவீத எண்களைக் காட்டி நெட் ரிசல்ட்டில் நார்மல் என்கிற வார்த்தையை காட்டின.

ஜான் மில்லர் அங்கேயிருந்த ஒரு கம்ப்யூட்டர்க்கு முன்பாய் போய் உட்கார்ந்து க்யூபாவில் இருக்கும் டாக்டர் ஒருவரோடு சாட்டிங் செய்ய ஆரம்பித்தார்.

"டாக்டர் பெம்பே"

மறுமுனையில் டாக்டர் பெம்பே சாட்டிங்கைத் தொடர்ந்தார்.

"உங்களுக்காகத்தான் காத்து கொண்டிருக்கிறேன் மில்லர்"

"அங்கே நிலைமை எப்படி...சாதகமா...?"

"மிக மிக சாதகமாப் போய்க் கொண்டிருக்கிறது. எனக்கு முன்னால் இப்போது எந்த ஒரு தடைகல்லும் இல்லை. நாளை காலை முதல் என்னுடைய ஆய்வுப் பணியை ஆரம்பித்துவிடுவேன்"

"அற்புதத்தை நிகழ்த்த என் வாழ்த்துக்கள்"

ஜான் மில்லர் மேற்கொண்டு சாட்டிங்கைத் தொடங்கும் முன்பு லேப்ரட்ரிக்கு வெளியே நாய் குரைக்கும் சத்தம் கேட்டது.

ஜோன்ஸ் பதட்டமானான்.

"டாக்டர்... நாய் குரைக்கிறது..."

ஜான் மில்லர் கோபமாய் நிமிர்ந்தார்."நான் இப்போது முக்கியமான வேலையில் இருக்கிறேன். நாய் குரைத்தால் குரைத்துவிட்டு போகட்டும்"

"ஸாரி டாக்டர்... குரைக்கிற இந்த நாயின் பெயர் ரோஜர். அபார மோப்ப சக்தி திறன் கொண்டது. அந்நிய ஆட்கள் யாரையாவது பார்த்திருந்தால்தான் இப்படி குரைக்கும். ரோஜர் நிச்சயமாய் வளர்மதியைப் பார்த்து இருக்க வேண்டும். வாருங்கள் போய்ப் பார்த்துவிடலாம்"

"அந்த நம்பிக்கை உனக்கு இருந்தால் போய்ப் பார். நான் டாக்டர் பெம்பேயுடன் சில விஷயங்களை சாட்டிங்கின் மூலம் பகிர்ந்து கொள்ள வேண்டும். இந்த டாக்டரை நான் மறுபடியும் தொடர்பு கொள்ள வேண்டுமென்றால் அடுத்த வாரம் வரை காத்திருக்க வேண்டும்"

"ஓ.கே. டாக்டர்... நீங்கள் உங்கள் வேலையை கவனியுங்கள். நான் வெளியே போய் ரோஜரை கவனிக்கிறேன்" சொன்ன ஜோன்ஸ் இடுப்பில் இருந்த துப்பாக்கியை உருவிக்கொண்டபடி நடக்க முயன்றான்.

ஜான் மில்லர் குரல் கொடுத்தார்.

"ஒரு நிமிஷம் ஜோன்ஸ்"

"சொல்லுங்கள் டாக்டர்...!."

"வளர்மதி உன்னுடைய பார்வைக்குத் தட்டுப்பட்டால் ஒரு விநாடி கூட தாமதம் செய்யாமல் சுட்டு வீழ்த்திவிடு. அவள் உயிரோடு இருக்கக்கூடாது. என்னுடைய ரிசர்ச்சிற்கு இந்த இரண்டு பெண் மனித எலிகளே போதுமானது"

டாக்டர் ஜான் மில்லர் சொல்லிக்கொண்டிருக்கும்போதே நாய் ரோஜரின் குரைப்புச்சத்தம் படிப்படியாய் அதிகரித்துக்கொண்டே போனது.

61

நாய் ரோஜரின் குரைப்புச் சத்தம் அதிகமானதும் ஜோன்ஸின் பதட்டம் உச்சகட்டத்துக்குப் போனது. நடுக்கக் குரலில் கூப்பிட்டான்.

"டா...டா...டாக்டர் ..."

"என்ன?"

"நாய் ரோஜர் நிச்சயமாய் வளர்மதியை மோப்பம் பிடித்துவிட்டதென்று நினைக்கிறேன். இப்போது நான் மட்டும் வெளியே போவதென்பது அவ்வளவு புத்திசாலித்தனம் கிடையாது. நீங்களும் வந்தால் நிச்சயமாய் வளர்மதியை மடக்கிவிடலாம் டாக்டர்"

ஜான்மில்லர் கம்ப்யூட்டரினின்றும் பார்வையை நகர்த்தி ஜோன்ஸை ஒரு உக்கிரப் பார்வை பார்க்க அவன் இரு கைகளையும் கூப்பினான்.

"ப்ளீஸ் டாக்டர்... என் மீது கோபப்படாதீர்கள். நாம் இரண்டு பேரும் வெளியே சென்றால்தான் வளர்மதிக்கு பயம் வரும். அவள் சுடுவதாக இருந்தாலும் ஒரே நேரத்தில் இரண்டு பேரையும் குறி பார்த்து சுட முடியாது. இது அவளுக்கு பெரிய மைனஸ் பாயிண்ட். இந்த வீக்னஸை நாம் உபயோகப்படுத்திக்கொள்ள வேண்டும். நான் உங்களுக்கு உத்தரவு போடுவதாக நினைக்க வேண்டாம் டாக்டர்"

ஜான்மில்லர் சில விநாடிகள் மௌனமாய் இருந்துவிட்டு கம்ப்யூட்டர் பக்கம் திரும்பினார். சாட்டிங்கில் காத்திருந்த க்யூபா டாக்டர் பெம்பேவுக்கு "வில் கால் யூ சூன்" என்று சாட்டில் டைப் செய்துவிட்டு நாற்காலியினின்றும் எழுந்தார்.

"வா... போகலாம்"

"தேங்க்யூ டாக்டர்"

"நாய் என்னை தாக்காதபடி பார்த்துக்கொள்..."

"கவலைப்படாதீர்கள் டாக்டர். ரோஜர் என் வார்த்தைக்குக் கட்டுப்படுவான். நீங்கள் என்னையொட்டி பின்புறமாக வாருங்கள். வெளியே என்ன நடந்தாலும் நான் பார்த்துக்கொள்கிறேன்"

சொல்லிவிட்டு ஜோன்ஸ் க்யூப்பை விட்டு வெளியேற ஜான்மில்லர் ஒரு பெருமூச்சோடு அவனைத் தொடர்ந்தார்.

ரோஜர் சற்றும் சளைக்காமல் அதே வீரியத்தோடு குரைத்துக்கொண்டிருக்க, இருவரும் லேப்பின் நீண்ட ஹாலில் நடந்து பிரதான கதவருகே வந்தார்கள்.

ஜோன்ஸ் தன் கையில வைத்திருந்து மேக்னடிக் லாக் சிஸ்டத்தைப் பயன்படுத்தி கதவைத் திறந்தான். உடனே வெளியே வந்துவிடாமல் மெல்ல எட்டிப் பார்த்தான்.

வெளியே கொட்டிக்கிடந்த இருட்டு, ஒரு கருப்பு நிற வார்னிஷ் பேப்பர் போல் தெரிய, நாயின் குரைப்புச்சத்தம் மட்டும் காதுகளின் ஜவ்வை அதிர வைக்கிற தினுசில் கேட்டது.

"என்ன ஜோன்ஸ்... பார்வைக்கு ஏதாவது தட்டுப்படுகிறதா?"

"இல்லை டாக்டர்... இன்னும் கொஞ்சம் முன்னால் போனால்தான் ரோஜர் இருக்கிற இடம் தெரியும். நான் மட்டும் போகட்டுமா?"

ஜோன்ஸ் ஜான்மில்லரிடம் சொல்லிக்கொண்டிருக்கும்போதே ரோஜரின் குரைப்புச்சத்தம் சட்டென்று நின்றது.

இருவரும் ஒருவரையொருவர் திகைப்புடன் பார்த்துக் கொண்டார்கள்.

"நாய் ஏன் குரைப்பதை நிறுத்திவிட்டது ஜோன்ஸ்...?"

"தெரியவில்லை டாக்டர்"

"தனக்கு தெரிந்த நபர் யாரையாவது அது பார்த்து இருக்குமோ...?"

"இப்போதைக்கு ரோஜர்க்கு தெரிந்த நபர் நான் மட்டும்தான் டாக்டர். வேறு யாரும் இங்கே வர வாய்ப்பில்லை"

"இப்போது என்ன செய்யலாம் சொல்...?"

"நான் முன்னால் போகிறேன் டாக்டர். நீங்கள் எச்சரிக்கையோடு என்னைத் தொடருங்கள்" சொன்ன ஜோன்ஸ் தன்னிடமிருந்த ரிவால்வரை உயர்த்திப் பிடித்துக்கொண்டு எச்சரிக்கையான பார்வையோடு மெல்ல நடக்க ஆரம்பித்தான்.

செம்மேடு கிராமம்.

நேரம் விடியற்காலை 3.15 மணி.

கிராமம் சொற்ப தெருவிளக்குகளோடு இருட்டை வெல்ல முடியாமல் போராடிக்கொண்டிருக்க, போலீஸ் ஜீப் அந்த மீடியம் ரக டெரஸ் வீட்டுக்கு முன்பாய் போய் நின்றது. ஒட்டுமொத்த தெருவும் அசாத்தியமான நிசப்தத்தில் உறைந்து போயிருக்க இன்ஸ்பெக்டர் குணசேகரன் ஜீப் ட்ரைவரிடம் கேட்டார்."இந்த வீடுதானே?"

"ஆமா ஸார்... காம்பௌண்ட் கேட்ல நெம்பர் 59ன்னு போட்டிருக்கு"

"நீ ஜீப்லயே இரு... நான் போய் பேசிட்டு வர்றேன்"

குணசேகரன் ஜீப்பை விட்டு இறங்கி காம்பௌண்ட் கேட்டை நெருங்கி பக்கவாட்டுச் சுவரில் பொருத்தியிருந்த அழைப்பு மணியின் பொத்தானின் மேல் கையை வைத்தார். வீட்டுக்குள்ளே ஒரு ஒலிச்சிதறல் கேட்டது.

அடுத்த சில விநாடிகளில் முன்பக்கம் இருந்த ஒரு ட்யூப் லைட் இரண்டு தடவை கண் சிமிட்டிவிட்டு பளீரென்று எரிந்து முன்புறம் இருந்த இருட்டை விரட்டியது. தொடர்ந்து வாசலின் கதவு தயக்கத்தோடு திறக்க தாடி வைத்த முகம் ஒன்று எட்டிப் பார்த்தது. அது வி.ஓ. ஞானமூர்த்திதான் என்பது குணசேகரனுக்கு உடனே பிடிபட்டது. குரல் கொடுத்தார்.

"கேட்டைத் திறங்க ஞானமூர்த்தி... நான் இன்ஸ்பெக்டர் குணசேகரன்..."

அந்த நேரத்தில் இன்ஸ்பெக்டரை எதிர்பாராததால் அதிர்ந்து போன ஞானமூர்த்தி முழுவதுமாய் கதவைத்திறந்து கொண்டு எரிச்சலான குரலோடு வெளிப்பட்டார். பயம் கலந்த குரலில் கேட்டார்.

"இப்ப எதுக்காக என் வீட்டுக்கு வந்திருக்கீங்க?"

"உங்க கூட பேசணும்"

"என்ன பேசணும்... அதுதான் பேச வேண்டியதை போன்லயே பேசிட்டோமே?"

"இன்னும் கொஞ்சம் பேச வேண்டியிருக்கு" குணசேகரன் சொல்ல அவிழும் நிலையில் இருந்த வேஷ்டியை இறுகக் கட்டிக்கொண்டு கேட் அருகே வந்து கோபமாய் பேச ஆரம்பித்தார் ஞானமூர்த்தி.

"இன்ஸ்பெக்டர்... திஸ் ஈஸ் டூ மச்... நான் வி.ஓவாய் இருந்து ரிடையரானவன். அரசு அதிகாரி. எல்லாவற்றுக்கும் மேலாய் ஒரு சீனியர் சிட்டிசன்... இப்படித்தான் நேரம் கெட்ட நேரத்துல வந்து விசாரணை என்கிற பேர்ல டார்ச்சர் பண்றதா?"

"ஸாரி...மிஸ்டர் ஞானமூர்த்தி... இது ஒரு சாதாரண என்கொயரியாய் இருந்தா நானும் என்னோட தூக்கத்தைக் கெடுத்துகிட்டு உங்க வீட்டுக்கு வந்திருக்க மாட்டேன். ப்ளீஸ் ஓப்பன் த காம்பௌண்ட் கேட்... நீங்க விசாரணைக்கு ஒத்துழைப்பு தரலைன்னா நான் உங்களை ஸ்டேஷனுக்கு கூட்டிட்டுப் போக வேண்டியிருக்கும்... லா

அண்ட் ஆர்டர், சட்டம் இதெல்லாம் உங்களுக்கும் தெரிஞ்சிருக்குன்னு நினைக்கிறேன்"

அதிர்ச்சி விலகாமல் சில விநாடிகள் வரை குணசேகரனை முறைத்துப் பார்த்த ஞானமூர்த்தி பிறகு காம்பௌண்ட் கேட்டைத் திறந்துவிட்டார்.

குணசேகரன் உள்ளே நுழைந்தார்.

ஞானமூர்த்தி வீட்டின் முன்னறைக்கு கூட்டிப்போய் நாற்காலியைக் காட்டினார்.

"உட்காருங்க...!" என்று சொல்லிவிட்டு தானும் எதிரில் இருந்த ஒரு நாற்காலியில் அமர்ந்தார்.

"என்ன பேசணும்...?"

"அந்த ஈஸ்வரைப் பற்றித்தான்"

"அவர் யார்ன்னு தெரியாதுன்னு நான்தான் சொல்லிட்டேனே...?"

"அவர் யார்ன்னு உங்களுக்கு தெரியாமே இருக்கலாம். ஆனா உங்க மனைவிக்கு அவர் யார்ன்னு தெரியும்"

"என்ன சொல்றீங்க இன்ஸ்பெக்டர்?"

"இதோ பாருங்க... மிஸ்டர் ஞானமூர்த்தி... நான் உபயோகிக்கிற இந்த செல்போன் ஹைலி சென்ஸிபிள்... இந்த போன் மூலமா நான் யார்கிட்டே பேசினாலும் சரி, அவங்களுக்குப் பக்கத்துல இருக்கிறவங்க எவ்வளவு மெதுவா கிசுகிசுப்பாய் பேசினாலும் எனக்குத் தெளிவாய் கேட்கும். அரைமணி நேரத்துக்கு முன்னாடி நான் உங்களுக்கு போன் பண்ணிப் பேசும் போது உங்க குரல் எனக்கு கேட்டுகிட்டு இருக்கும்போதே ஒரு பெண்ணோட குரல் கேட்டது"

ஞானமூர்த்தி முகம் மாறினார்.

"பெண்ணோட குரலா?"

"எஸ்... யாராவது ஈஸ்வரைப் பத்தி கேட்டா அப்படிப்பட்ட ஒருத்தரை தெரியாதுன்னு சொல்லிடுங்கன்னு அந்தக்குரல் கிசுகிசுப்பாய் பேசினது எனக்கு கேட்டது. அது உங்க மனைவியோட குரலாய் இருக்கலாம்ன்னு நான் நினைக்கிறேன்..." என்று சொன்ன குணசேகரன் தன் கையில் இருந்த செல்போனை ஆன் செய்து அவர்க்கும் தனக்கும் நடந்த செல்போனிக் கான்வர்சேஷனை ஒலிபரப்பினார்.

அதைக்கேட்டு முடித்த ஞானமூர்த்தியின் முகம் வெகுவாய் இருண்டு போயிருந்தது. அவரையே கவனித்துக்கொண்டிருந்த குணசேகரன் மெல்லிய குரலில் கேட்டார்.

"இப்ப என்ன சொல்றீங்க ?"

ஞானமூர்த்தி மௌனம் சாதித்தார். குணசேகரன் ஒரு புன்னகையுடன் பேச்சைத் தொடர்ந்தார்.

"ரொம்ப நேரத்துக்கு நீங்க பேசாமே இருக்க முடியாது ஞானமூர்த்தி. இந்த விசாரணைக்கு சரியான முறையில ஒத்துழைப்பு கிடைக்காத பட்சத்தில் நாளைக்குக் காலையில் நீங்களும் உங்க மனைவியும் போலீஸ் ஸ்டேஷனுக்கு வர வேண்டியிருக்கும். ஒருநாள் பூராவும் ஸ்டேஷனிலேயே இருக்க வேண்டியும் வரலாம்...இப்ப வாயைத் திறந்து பேசறீங்களா இல்லை நாளைக்கு இந்த கிராமமே பார்க்க ஜீப்ல ஏறி போலீஸ் ஸ்டேஷனுக்கு வரப் போறீங்களா?"

இன்ஸ்பெக்டர் குணசேகரன் சொல்லிக்கொண்டு இருக்கும்போதே வீட்டின் உள்ளேயிருந்து அந்த அம்மாள் வெளிறிப்போன முகத்தோடு வெளிப்பட்டு ஞானமூர்த்தியின் அருகே நின்று அவருடைய தோளைத் தொட்டாள். நடுக்கமான குரலில் சொன்னாள்.

"உண்மையைச் சொல்லிடுங்க. இனிமேலும் மறைக்க என்ன இருக்கு?"

ஞானமூர்த்தி பெருமூச்சொன்றை வெளியேற்றியபடி குணசேகரனை ஏறிட்டார். வார்த்தைகளை நிறுத்தி நிதானமாய் பேசினார்.

"இன்ஸ்பெக்டர் ... இந்த செம்மேடு கிராமத்தில் நான் வில்லேஜ் அட்மினிஸ்ட்ரேடிவ் ஆபீஸராய் இருபது வருஷமாய் ஒர்க் பண்ணி ரெண்டு வருஷத்துக்கு முன்னாடிதான் ரிடையர்ட் ஆனேன். நான் சர்வீஸ்ல இருந்த போது ஈஸ்வர் ஒரு தடவை அவரோட வீட்டுக்கு என்னை வரவழைச்சுப் பேசினார். ஃபாரஸ்ட் டிபார்ட்மெண்ட்டுக்கு சொந்தமான ஒரு பத்து ஏக்கர் நிலம் ரிக்கார்ட்ஸ்படி இல்லாமே ஒரு பொதுப்படையான சொத்தாக இருப்பதாலும், அந்த பத்து ஏக்கர் நிலத்தை அவரோட பினாமியான ஒருத்தர்க்கு பட்டா செய்து கொடுக்கும்படி சொன்னார். நான் முதலில் முடியாதுன்னு சொன்னேன். ஆனா அவர் மேலிடத்து அதிகாரிகளோட செல்வாக்கைப் பயன்படுத்தி என்னை மிரட்டி அந்த பத்து ஏக்கர் நிலத்தை பினாமி பேர்ல எழுதி வாங்கிட்டார். ஃபாரஸ்ட் டிபார்ட்மெண்ட்டும் இந்த பிரச்சினையை கண்டுக்கலை... அந்த பத்து ஏக்கர் நிலத்துலதான் ஈஸ்வர் ஒரு ஃபார்ம் ஹவுஸைக் கட்டியிருக்கார். வருஷத்துக்கு

ஒரு தடவையோ ரெண்டு தடவையோ வருவார். வாரம் பத்துநாள் தங்கியிருந்து விட்டு போயிடுவார்"

குணசேகரன் குறுக்கிட்டு கேட்டார்.

"செம்மேட்ல அந்த ஃபார்ம் ஹவுஸ் எங்கே இருக்கு?"

"வெள்ளியங்கிரி மலைக்குப் போகிற வழியில் பொன்னருவின்னு ஒரு இடம் வரும், அதையொட்டியிருக்கிற மண் ரோட்டில் ரெண்டு நிமிஷம் நடந்தா அந்த ஃபார்ம் ஹவுஸ் வரும். ஒரு பெரிய இரும்புக் கதவும் பத்தடி உயரத்துக்கு எழுப்பப்பட்ட காம்பௌண்ட் சுவரும் பார்வைக்குத் தட்டுப்படும். அதுதான் ஈஸ்வரோட ஃபார்ம் ஹவுஸ்... ஆனா இந்த செம்மேடு கிராமத்து ஜனங்களுக்கு அது ஈஸ்வரோட ஃபார்ம் ஹவுஸ்ன்னு தெரியாது. ஃபாரஸ்ட் டிபார்ட்மெண்ட்டுக்கு சொந்தமான குவார்ட்டர்ஸ் உள்ளே இருக்குன்னு நினைச்சிட்டிருக்காங்க. நானும் யார்கிட்டேயும் ஈஸ்வரோட பேரைச் சொல்றதில்லை. ஏன்னா அவர் பண்ணின நிலமோசடிக்கு நானும் ஏதோ ஒரு வகையில் தெரிந்தோ தெரியாமலோ காரணமாய் இருந்திருக்கிறேன்"

இன்ஸ்பெக்டர் குணசேகரன் நாற்காலியினின்றும் எழுந்து கொண்டார்.

"எனக்கு இந்தத் தகவல் போதும் மிஸ்டர் ஞானமூர்த்தி. ஏதாவது விபரம் தேவைப்பட்டா மறுபடியும் உங்களுக்கு போன் பண்றேன்"

வீட்டைவிட்டு வெளியே வந்தவர் ஜீப் அருகே போய் நின்றுகொண்டு தன்னுடைய செல்போனை எடுத்து திரிபுரசுந்தரியின் எண்ணைத் தொடர்பு கொண்டார்.

முதல் தடவை லாங் ரிங் போய் லைன் அறுந்து போக இரண்டாவது தடவை அதே எண்ணை க்ளிக் செய்தார்.

உடனே ஒரு பெண்ணின் ரிக்கார்ட்டட் வாய்ஸ் கேட்டது.

"நீங்கள் தொடர்பு கொள்ள விரும்பும் நபர் தற்போது தொடர்பு எல்லைக்கு அப்பால் உள்ளார்"

குணசேகரன் பதட்டமாகி மூன்றாவது தடவை அதே எண்ணைத் தொட்டார்.

அடுத்த விநாடியே ரிக்கார்ட்டட் வாய்ஸ் காற்றில் சிதறியது.

“தாங்கள் டயல் செய்த நபரின் செல்போன் எண்ணானது தற்போது ஸ்விட்ச் ஆஃப் செய்யப்பட்டுள்ளது."

62

மேலும் ஒரு தடவை திரிபுரசுந்தரிக்கு போன் செய்து அதற்கும் ஸ்விட்ச் ஆஃப் என்று ரிக்கார்ட்டட் வாய்ஸ் வரவே, இன்ஸ்பெக்டர் குணசேகரன் பெருமூச்சொன்றை வெளியேற்றியபடி, தன்னுடைய செல்போனை அணைத்துவிட்டு, யோசனையாய் நெற்றியைத் தேய்த்தார். மொத்த உடம்பும் ஒரு பதட்டத்துக்குட்பட்டு அந்தக் குளிரான அதிகாலை வேளையிலும் வியர்த்தது.

'என்ன செய்யலாம்?'

ஜீப்புக்கு சாய்ந்தபடி யோசித்தவரின் மூளைக்குள் ஒரு பொறி தட்டவே தன் செல்போனை மறுபடியும் உயிர்ப்பித்து ஒரு எண்ணைத் தொடர்பு கொண்டார். ரிங் போய் உடனே மறுமுனையில் கரகரப்பான ஹலோ குரல் கேட்டது. குணசேகரன் கேட்டார்.

"பொன்னையராஜபுரம் போலீஸ் ஸ்டேஷன்?"

"ஆமா..."

"இன்ஸ்பெக்டர் நமச்சிவாயம் இருக்காரா?"

"நீங்க?"

"நான் ஆலாந்துறை இன்ஸ்பெக்டர் குணசேகரன் பேசறேன்"

மறுமுனையில் பேசிக்கொண்டிருந்த நபரின் குரல் வெகு பவ்யமாயிற்று.

"ஸார்... நான் ஸ்டேஷன் ரைட்டர் வேல்முருகன் பேசறேன். ஒரு நிமிஷம் லைன்ல இருங்க ஸார்... பேட்ரோலிங் போய்ட்டு இப்பத்தான் எஸ்.ஐயும், ஸாரும் வந்தாங்க.. போனை அவர்கிட்ட தர்றேன்"

குணசேகரன் லைன்ல காத்திருக்க, அடுத்த முப்பது விநாடிகளில் மறுமுனையில் இன்ஸ்பெக்டர் நமச்சிவாயத்தின் குரல் கேட்டது.

"என்ன குணசேகரன் இந்த நேரத்துல உங்ககிட்டயிருந்து ஒரு அன்யூஸ்வல் போன். எனி அர்ஜென்ஸி?"

"வெரி மோஸ்ட்"

"விஷயம் என்னன்னு சொல்லுங்க... குணசேகரன்?"

"கமிஷனர் மேடம் திரிபுரசுந்தரியோட வீடு உங்க ஸ்டேஷனுக்குப் பக்கத்துத் தெருவில்தானே இருக்கு?"

"ஆமா "

"கொஞ்ச நேரத்துக்கு முன்னாடி மேடம் எனக்கு ஒரு அவசர அசைன்மெண்ட் கொடுத்து இருந்தாங்க. அது சம்பந்தமாய் அவங்ககிட்டே பேசணும். அவங்க செல்போனுக்கு ட்ரை பண்ணினேன். ஃபர்ஸ்ட் டைம் லாங் ரிங் போய் ரெண்டாவது தடவை நாட் ரீச்சபிள்ன்னு வந்தது. மூணாவது தடவை போன் பண்ணின போது ஸ்விட்ச் ஆஃப். என்ன நடந்ததுன்னு தெரியலை. மேடத்துகிட்ட நான் ஒரு முக்கியமான விஷயத்தை கன்வே பண்ணனும். இஃப் யூ டோன்ட் மைண்ட் நீங்க சிரமம் பார்க்காமே மேடத்தோட வீட்டுக்குப் போய் அவங்களை என்கூட பேச வைக்க முடியுமா?"

மறுமுனையில் ஒரு சில விநாடிகள் இன்ஸ்பெக்டர் நமச்சிவாயம் மௌனம் காத்துவிட்டு கேட்டார்.

"மேடம் திரிபுரசுந்தரி சஸ்பெண்ட் செய்யப்பட்ட விஷயம் உங்களுக்குத் தெரியுமா குணசேகரன்?"

"தெரியும்..."

"ஏஸ் பெர் ரூல்ஸ் சஸ்பெண்ட்டான ஒரு போலீஸ் ஆபீஸர்க்கு ட்யூட்டியில் இருக்கிற யார்க்கும் அசைன்மெண்ட் தர ரூல்ஸ் இல்லையே?"

"அது எனக்கும் தெரியும் நமச்சிவாயம். ஆனா இது கொஞ்சம் வேற மாதிரியான பிரச்சினை... அது என்னன்னு பின்னாடி சொல்றேன். இப்ப இந்த உதவியை மட்டும் பண்ணுங்க"

"இட்ஸ் ஓ.கே... குணசேகரன்... நீங்க சரியான காரணம் இல்லாமே உதவி கேட்க மாட்டீங்க... நான் இப்பவே மேடம் வீட்டுக்குக் கிளம்பிப் போய்ப் பார்க்கிறேன். எப்படியும் பதினைஞ்சு நிமிஷம் ஆயிடும்"

"நோ ப்ராப்ளம்... நான் வெயிட் பண்றேன்" சொன்ன குணசேகரன் செல்போனை அணைத்துவிட்டு ஜீப்பில் ஏறி உட்கார்ந்தார்.

ஜோன்ஸ் துப்பாக்கியை உயர்த்திப் பிடித்தபடி அந்த கெட்டியான இருட்டில் துணிச்சலாய் நடந்து போக, ஜான்மில்லர் தடுமாற்ற நடையோடு அவனைப் பின்தொடர்ந்தார். பத்தடி நடப்பதற்குள் இரண்டு தடவை கீழே விழப் பார்த்தார். கிசுகிசுப்பான குரலில் கூப்பிட்டார் "ஜோன்ஸ்"

"என்ன டாக்டர்?" ஜோன்ஸூம் குரலைத் தாழ்த்தினான்.

"இந்த இருட்டில் எனக்கு ஒன்றும் தெரியவில்லை. நீ எப்படி தடுமாறாமல் நடக்கிறாய்?"

"எனக்கும் ஒன்றும் தெரியவில்லை டாக்டர். எனக்கு இது பழக்கமான இடம் என்பதால் என்னால் தடுமாறாமல் நடக்க முடிகிறது. என் தோளின் மீது கையை வைத்துக்கொண்டு வாருங்கள். உங்களால் சரளமாய் நடக்க முடியும்"

ஜான்மில்லர் தனக்கு முன்னாடி இரண்டடி தூரத்தில் சென்று கொண்டிருந்த நடந்துகொண்டிருந்த ஜோன்ஸின் தோள் மீது கையை வைத்தபடி அவன் அடியொற்றி நடந்தார். நடந்தபடியே கேட்டார்.

"நாய் ரோஜர் ஏன் குரைப்பதை நிறுத்திவிட்டது...?"

"தெரியவில்லை டாக்டர்... அநேகமாய் அது தன்னுடைய மோப்ப சக்தியால் வளர்மதி ஒளிந்திருக்கும் இடத்தைத் தேடிக் கொண்டிருக்கலாம். ரோஜர் மோப்ப சக்தியை பயன்படுத்தும்போது குரைக்காமல் சமர்த்தியமாய் செயல்படும்..."

"ஆச்சர்யமான நாய்தான்"

"நாயை தீபக் குட்டியாக வாங்கியபோது அதனுடைய விலை ஒரு லட்ச ரூபாய்" சொல்லிக் கொண்டே நடந்த ஜோன்ஸ் சட்டென்று நின்றான். காலில் எதுவோ மெத்தென்று மோதியது.

"என்ன ஜோன்ஸ்?"

"டாக்டர்... காலுக்கு ஏதோ தட்டுப்படுகிறது. நீங்கள் அப்படியே நின்று கொண்டிருங்கள். நான் மட்டும் குனிந்து பார்க்கிறேன்"

ஜோன்ஸ் அந்த அடர்த்தியான இருட்டில் அப்படியே மண்டியிட்டு உட்கார்ந்து, தன்னுடைய செல்போனின் டார்ச் வெளிச்சத்தை கீழே கவிழ்த்து கால்களுக்குத் தட்டுப்பட்ட அது எதுவென்று பார்த்தான். தண்டுவடம் உறைந்து போயிற்று.

நாய் ரோஜர் ரத்தத்தில் நனைந்து சலனமில்லாமல் ஒருக்களித்து விழுந்திருந்தது.

ஜான்மில்லர் நடுக்கத்துடன் ஜோன்ஸின் தோள்பட்டையைப் பிடித்துக்கொண்டு கிசுகிசுப்பான குரலில் சொன்னார்.

"ஜோன்ஸ்... முதலில் செல்போனின் டார்ச் லைட்டை அணை. வளர்மதி இந்தப் பகுதியில்தான் எங்கோ ஒளிந்துகொண்டு இருக்கிறாள் என்று நினைக்கிறேன். ரோஜரை சுட்டுக்கொன்றதும் அவளாகத்தான் இருக்க வேண்டும்"

ஜான்மில்லர் சொன்ன அடுத்த விநாடியே ஜோன்ஸ் செல்போனின் டார்ச் லைட்டை அணைத்துவிட்டு சுற்றும்முற்றும் பார்த்தான்.

எதுவும் புலப்படாத அளவுக்கு மை பூசிய தினுசில் இருட்டு எல்லாப்

பக்கமும் தெரிய மெல்ல எழுந்து நின்றான். குரல் உதறப் பேசினான்.

"டா...டாக்டர் நாம் இப்போது என்ன செய்வது? மறுபடியும் லேப்ரட்ரிக்குள் போய் விடுவோம். விடிந்ததும் வெளியே வருவோம். இந்த இருட்டில் வளர்மதியைத் தேடுவது என்பது நாம் தற்கொலை செய்துக் கொள்வதற்கு சமம்"

"விடிவதற்குள் அவள் தப்பித்துப் போய்விட்டால்...?"

"அவள் தப்பித்துப்போக வாய்ப்பில்லை டாக்டர். பண்ணை வீட்டின் முன்பக்கக் கதவு மிகவும் பெரியது. இரும்பாலானது. உட்பக்கமாய் பூட்டப்பட்டு இருக்கும் பத்தடி உயர காம்பவுண்ட் சுவர். அந்த திசையில் இரண்டு நாய்கள் வேறு மோப்பம் பிடித்துக்கொண்டு திரியும். அதுவும் இல்லாமல்..." என்று பேசிக்கொண்டு போன ஜோன்ஸ் சட்டென்று பேச்சை நிறுத்தினான்.

ஜான்மில்லர் குழப்பத்தோடு ஜோன்ஸின் தோளைப் பிடித்து அழுத்தினார்.

"என்ன... பேச்சை நிறுத்திவிட்டாய்...?"

ஜோன்ஸ் கிசுகிசுத்தான்."டாக்டர்... வளர்மதி ஒளிந்து கொண்டிருக்கிற இடம் எதுவென்று எனக்குத் தெரிந்துவிட்டது"

"எ...எ...எங்கே...?" ஜான்மில்லர் பரபரத்தார்.

"எனக்கு இடது பக்கம்... ஒரு ஐம்பதடி தொலைவில் ஒரு பெரிய ட்ரம் இருப்பது உங்களுக்குத் தெரிகிறதா?... அது செடிகளுக்காக உரம் போட்டு வைத்திருக்கும் ட்ரம்".

ஜான்மில்லர் பார்த்துவிட்டு "இ...இ...இல்லையே எ...எ...எனக்குத் தெரியவில்லையே..." என்றார்.

"உங்களுக்கு இந்த இடம் பழக்கம் இல்லாத காரணத்தால் அந்த ட்ரம் இருப்பது தெரியவில்லை... அந்த ட்ரம்முக்கு பின்புறம் அவள் இருப்பதற்கு அடையாளமாக அந்த இடத்தில் அசைவுகள் தெரிகிறது"

ஜான்மில்லர் மிரண்டு போன விழிகளோடு ஜோன்ஸ் சுட்டிக்காட்டிய இடத்தைப் பார்த்தார். பார்வையை உன்னிப்பாக்கிய போது சற்றுத் தொலைவில் ஒரு மங்கலான அவுட் லைன் போல் ட்ரம் ஒன்று தெரிவதும் அது லேசாய் அசைவதும் புலப்பட்டது.

"ஜோன்ஸ்... இப்போது எனக்கு அந்த ட்ரம் தெரிகிறது. அதற்குப் பின்னால்தான் அவள் இருக்கிறாள் என்று நினைக்கிறேன். அந்த இடத்தை நோக்கி நாம் ஒரே நேரத்தில் சுட ஆரம்பித்தால் அவளால் தப்பிக்கவே முடியாது"

"யூ ஆர் கரெக்ட் டாக்டர் " என்று சொன்ன ஜோன்ஸ் துப்பாக்கியை உயர்த்திப் பிடித்துக்கொண்டு மெல்ல அந்த ட்ரமை நோக்கி நகர, ஜான்மில்லரும் கையில் ரிவால்வரோடு அவனைப் பின்தொடர்ந்தார்.

இன்ஸ்பெக்டர் குணசேகரன் தவிப்போடு இருபது நிமிஷத்தைக் கரைத்திருந்த போது செல்போன் ஒலித்தது.

மறுமுனையில் நமச்சிவாயம் கூப்பிட்டுக்கொண்டிருந்தார். செல்போனை எடுத்துப் பேசினார் குணசேகரன்.

"சொல்லுங்க நமச்சிவாயம்... மேடத்தைப் பார்த்து பேசினீங்களா?"

"ஸாரி குணசேகரன்... மேடம் திரிபுரசுந்தரி இப்ப வீட்ல இல்லை"

"தென்?"

"ஹாஸ்பிடல்ல அட்மிட்டாகியிருக்காங்க"

குணசேகரன் அதிர்ந்து போனவராய் நிமிர்ந்தார்.

"என்னாச்சு மேடத்துக்கு?"

"ஹைபர் டென்ஷன்... பி.பி. சூட் அப்பாகி மயக்கம் போட்டு விழுந்திருக்காங்க. வாட்ச்மேன் சத்தம் கேட்டு போய்ப் பார்த்திருக்கார். மேடம் சுய நினைவு இல்லாமே இருக்கவும் பக்கத்து வீட்டுக்கு தகவல் கொடுத்திருக்கார். பக்கத்து வீட்ல இருந்த லாயர் ஒருத்தர் ஆம்புலன்ஸுக்கு போன் பண்ணி வரவழைச்சு..."

"மேடம்... இப்ப எந்த ஹாஸ்பிடல்ல இருக்காங்க?"

"ஆர்.எஸ்.புரத்தில் இருக்கிற பாலாஜி நர்ஸிங் ஹோம். மேடத்தோட செல்போன் வீட்லதான் இருந்தது. ஆனா மேஜைக்கு கீழே விழுந்து கிடந்தது. நீங்க மேடத்துக்கு போன் பண்ணின நேரத்துலதான் அவங்களுக்கு பி.பி. சூட் அப்பாகியிருக்கும்ன்னு நினைக்கிறேன். லாங் ரிங் போன போது அவங்க செல்போனை அட்டெண்ட் பண்ண முயற்சி செஞ்சிருக்கலாம். முடியாமல் போகவே போன் கீழே விழுந்து டி ஆக்டிவேட் ஸ்டேஜுக்குப் போயிருக்கலாம். அதான் உங்களுக்கு நாட் ரீச்சபிள், ஸ்விட்ச் ஆப் ன்னு ரெக்கார்ட்டட் வாய்ஸ் கேட்டிருக்கும்ன்னு நான் நினைக்கிறேன்"

"மே...பி... நமச்சிவாயம்" என்று சொன்ன குணசேகரன் மெல்லிய குரலில் கேட்டார்.

"பாலாஜி நர்ஸிங் ஹோமில் அட்மிட்டாகியிருக்கிற மேடம் திரிபுரசுந்தரி இப்ப பேசக்கூடிய நிலைமையில் சுயஉணர்வோடு இருக்காங்களா?"

"பி.பி. இன்னமும் கண்ட்ரோலுக்கு வரலைன்னு டாக்டர் சொல்லியிருக்கார். எதுக்கும் விடிகிற வரைக்கும் வெயிட் பண்ணுங்க குணசேகரன். மேடம் சஸ்பென்ஷன்ல இருக்கும்போது நீங்க அவங்க குடுத்த அசைன்மெண்ட்டுக்கு அவ்வளவு முக்கியத்துவம் கொடுக்க வேண்டாம். பின்னாடி ஏதாவது பிரச்சினைகள் வந்தா யூ ஹேவ் டூ ஆன்ஸர் ஃபார் அன்னெசஸரி கொஸ்டீன்ஸ். நம்ம டிபார்ட்மெண்ட்ல கறுப்பு ஆடுகளுக்கா பஞ்சம்"

"நீங்க சொல்றதும் சரிதான்... மேடத்துக்கு சுயஉணர்வு வந்து அவங்க எதுமாதிரியான இன்ஸ்ட்ரக்சன்ஸ் கொடுக்கறாங்கன்னு பார்த்துட்டு செயல்படறதுதான் உத்தமம். நான் வெயிட் பண்றேன்" சொன்ன குணசேகரன் செல்போனை அணைத்துவிட்டு ஒரு பெருமூச்சோடு ஜீப்பின் இருக்கைக்குச் சாய்ந்தார்.

டாக்டர் ஜான்மில்லரும், ஜோன்ஸூம் இருட்டில் கரைந்து அடிமேல் அடி எடுத்து வைத்து சற்றுத் தொலைவில் தெரிந்த ட்ரம்மை உன்னிப்பாக பார்த்தபடி நடந்தார்கள்.

ஜோன்ஸின் காதருகே மெல்ல கிசுகிசுத்தார் டாக்டர்.

"ஜோன்ஸ்... எனக்கு இப்போது அந்த ட்ரம் சரியாய் தெரியவில்லை..."

"எனக்கு ஓரளவுக்கு தெரிகிறது டாக்டர்... நீங்கள் எனக்குப் பின்னாடியே என் தோள் மீது கை வைத்தபடியே வாருங்கள். நான் சுடு என்று சொல்லும்போது சுடுங்கள்"

ஜோன்ஸ் சொல்லிக்கொண்டே அங்குலம் அங்குலமாய் நடந்து கொண்டிருக்க ஜான்மில்லர் மேலும் சில அடிகள் நடப்பதற்குள் சட்டென்று நின்றார். ஜோன்ஸின் தோள்பட்டையை இறுக்கிப் பிடித்தார். குரல் பிசிறடித்தது.

"ஜோ...ஜோ...ஜோன்ஸ்"

"என்ன டாக்டர்?"

"எ...எ...எனக்குப் பின்னால் காலடிச் சத்தம் கேட்கிறது. யாரோ நம்மை ஃபாலோ செய்கிறார்கள்"

"அது பிரமையாய் இருக்கும் டாக்டர்"

"இல்லை ஜோன்ஸ்... உண்மை. எனக்கு சத்தம் கேட்கிறது"

நம்பிக்கையில்லாமல் ஜோன்ஸ் நின்று திரும்பிப் பார்த்தான். ஒரே ஒரு விநாடி பார்வைக்குப் புலப்பட்ட அந்த உருவம் அடுத்த விநாடியே இருட்டில் கரைந்து மறைந்தது.

63

ஜோன்ஸ் டாக்டர் ஜான்மில்லரிடம் திரும்பினான். பயம் தடவப்பட்ட வார்த்தைகள் அவனுடைய வாயிலிருந்து கிசுகிசுப்பாய் உதிர்ந்தன.

"டா...டா... டாக்டர்.... நீங்கள் சொன்னது உண்மைதான். யாரோ நம்மைப் பார்த்துக்கொண்டு இருக்கிறார்கள். பின்தொடர்ந்து வந்து கொண்டும் இருக்கிறார்கள். மரங்களின் அடர்த்தி காரணமாய் இந்தப் பகுதியில் இருட்டு அதிகமாய் இருப்பதால் நம்மால் அந்த உருவத்தைப் பார்க்க முடியவில்லையென்று நினைக்கிறேன்"

ஜான்மில்லரும் குரலைத் தாழ்த்தினார்."அது ஏன் வளர்மதியாய் இருக்கக் கூடாது...?"

"நான் அப்படி நினைக்கவில்லை டாக்டர். ஒரு பெண்ணுக்கு அவ்வளவு தைரியம் இருக்க வாய்ப்பில்லை... அது தவிர..."

ஜோன்ஸ் மேற்கொண்டு பேசும் முன்பு பின்பக்க இருட்டிலிருந்து அந்தப் பெண் குரல் கேட்டது.

"நான் வளர்மதிதான் ஜோன்ஸ்... டாக்டர் சொல்வது சரிதான்"

ஜோன்ஸும், ஜான்மில்லரும் திடுக்கிட்டுப் போனவர்களாய் திரும்பிப் பார்த்தார்கள்.

இருட்டில் எதுவும் புலப்படவில்லை. குரல் மட்டும் தொடர்ந்து கேட்டது.

"ஜோன்ஸ்... இந்த இருட்டு உனக்கும் டாக்டருக்கும் பாதகம். எனக்கு சாதகம். எப்படீன்னு கேட்கறியா...? உங்க ரெண்டு பேரையும் இந்த கெட்டியான இருட்டிலும் தெளிவாய்ப் பார்க்க முடியுது. நான் இப்படி சொன்னதுமே என்கிட்டே ஏதோ விசேஷமான நைட் பைனாக்குலர் இருக்குன்னு நினைச்சுடாதே... வெறும் கண்ணாலத்தான் பார்த்துட்டிருக்கேன்"

வளர்மதி பேசிக்கொண்டிருக்கும்போதே ஜோன்ஸ் குரல் வந்த திசையை நோக்கி துப்பாக்கியை எச்சரிக்கையாய் பிடித்தபடி முன்னால் இரண்டடி எடுத்து வைத்தான்.

வளர்மதி உடனே டாக்டர் ஜான்மில்லர்க்கும் தான் பேசுவது புரிய வேண்டுமென்பதற்காக ஆங்கிலத்தில் பேசினாள்.

"ஜோன்ஸ்...நீயும் சரி உன்னோடு இருக்கின்ற டாக்டரும் சரி

இப்போது நின்று கொண்டிருக்கிற இடத்தை விட்டு ஒரு அடி அசைந்தாலும் அடுத்த விநாடியே உங்கள் ரெண்டு பேர்க்கும் நாய் ரோஜர், மாதவனுக்கு என்ன நிலைமை ஏற்பட்டதோ அதே நிலைமைதான் ஏற்படும். அதாவது உயிரோடு இருக்க மாட்டீர்கள். ஏனென்றால் இந்த அடர்த்தியான இருட்டிலேயும் தெளிவாய் குறி பார்த்து என்னால் சுட முடியும். இதை நான் ஏதோ உங்களைப் பயமுறுத்துவதற்காக சொல்கிற பொய் என்று நினைத்துக் கொள்ள வேண்டாம். என்னுடைய பார்வைத்திறன் இந்த நிமிடம் எப்படியிருக்கிறது என்று சொல்லட்டுமா? எனக்கும் உங்களுக்கும் இடையே இருக்கிற தூரம் இப்போது ஐம்பது அடி. ஒரு பகல் நேரத்தில் பார்த்துக்கொண்டு இருப்பது போல் உங்களைப் பார்த்துக் கொண்டிருக்கிறேன்"

வளர்மதி சொல்வதைக் கேட்டு ஜோன்ஸும், ஜான்மில்லரும் மூச்சைக்கூட பலமாய் விடாமல் அப்படியே நின்று கொண்டிருக்க வளர்மதி பேச்சைத் தொடர்ந்தாள்.

"ஜோன்ஸ்... நீ இப்போது அணிந்திருக்கும் சட்டை வெளிர் சிவப்பில் கோடுகள் போட்ட மஞ்சள் நிறம். நீல நிறத்தில் பேண்ட். உன் வலது கையில் உயர்த்திப் பிடிக்கப்பட்ட துப்பாக்கி தெரிகிறது. டாக்டர் அணிந்திருக்கும் ஓவர் கோட்டின் நிறம் பிரவுன். உள்ளே இருக்கும் சட்டையின் நிறம் பச்சை. அவருடைய வலது கை மணிக்கட்டில் வாட்ச்சும் இடது கையில் துப்பாக்கியும் தெரிகிறது. நான் சொல்வது சரியா இல்லையா?"

வளர்மதி கேட்க ஜோன்ஸும், டாக்டரும் அதிர்ந்து போனவர்களாய் மௌனம் சாதித்தார்கள்.

குரலை உயர்த்தினாள் வளர்மதி.

"என்ன பேச்சையே காணோம்... நான் சொன்னது சரியா தப்பா...?"

"ச...ச...சரி..."

"இப்போது நீங்கள் எப்படிப்பட்ட ஆபத்தில் இருக்கிறீர்கள் என்பது புரிந்திருக்கும் என்று நினைக்கிறேன். இனிமேல் நான் என்ன சொன்னாலும் நீங்கள் கேட்டேயாக வேண்டிய கட்டாயம். என்னுடைய முதல் கட்டளை இது. உங்களிடம் இருக்கும் துப்பாக்கிகளை பக்கத்தில் இருக்கும் அந்தப் பாறைத்திட்டுக்குப் போய் அதன் மேல் வைத்துவிடுங்கள்"

இருவரும் அசையாமல் அப்படியே நின்றார்கள். சில விநாடி

மௌனத்துக்குப் பிறகு வளர்மதி சற்றே கோபமாய் குரல் கொடுத்தாள்.

"என்ன நான் சொன்னது உங்களின் காதுகளில் விழவில்லையா...? இன்னும் இரண்டு நிமிஷம் அவகாசம் தருகிறேன். அதற்குள் உங்கள் கைகளில் இருக்கும் துப்பாக்கிகள் அந்தப் பாறைத்திட்டின் மேல் வைக்கப்பட்டிருக்க வேண்டும். இல்லாவிட்டால் என் கையில் இருக்கும் இந்த ஜெல் புல்லட் பிஸ்டலுக்கு வேலையைத் தரவேண்டியிருக்கும். இந்த பிஸ்டல் பற்றி உங்கள் இரண்டு பேர்க்கும் தெரிய நியாயமில்லை. அதைப்பற்றியும் இப்போது சொல்லிவிடுகிறேன். இந்த பிஸ்டலின் பெயர் லிட்டில் ஸ்பேரோ. நமது உள்ளங்கையின் பரப்புக்குள் அடங்கிவிடக்கூடிய அளவுக்கு மிகவும் சிறிதான ஃபோல்டபிள் பிஸ்டல் இது. தனியாக இருக்கும் பெண்களின் பாதுகாப்புக்காகவே ஜெர்மனி நாட்டில் தயாரிக்கப்பட்ட ஒரு அதி நவீன பிஸ்டல். இந்த லிட்டில் ஸ்பேரோ பிஸ்டல் எனக்கு எப்படி கிடைத்தது என்று நீங்கள் யோசிக்கலாம். நீங்கள் நினைப்பது போல் எனக்கு இந்த பிஸ்டல் இந்த ஃபார்ம் ஹவுஸில் கிடைத்தது இல்லை. இது எப்போதுமே என்னிடம் இருக்கும் பிஸ்டல். நான் என்னுடைய வீட்டைவிட்டு வெளியே வரும்பொழுதெல்லாம் என் தலையின் அடர்த்தியான தலைமுடி கொண்டைக்குள் இந்த ஜெல் புல்லட் பிஸ்டல் தன்னுடைய உலோக உறுப்புகளையெல்லாம் ஒரு ஆமையைப்போல் உள்ளடக்கிக்கொண்டு சம்மணம் போட்டு உட்கார்ந்திருக்கும். எனக்கு ஏதாவது ஆபத்து என்று வந்துவிட்டால் அடுத்த இரண்டே விநாடிகளில் அதை என் தலைமுடியின் கொண்டையிலிருந்து எடுத்து எதிரியை சுட்டுவிட முடியும்"

வளர்மதி சொன்னதைக்கேட்டு ஜான்மில்லரும், ஜோன்ஸூம் இரு சிலைகளாய் இருட்டில் அப்படியே நின்றிருக்க, அவள் தொடர்ந்தாள்.

"இப்போது உங்களுக்கு இன்னொரு சந்தேகமும் இருக்கலாம். மயக்க மருந்தால் சுவாசிக்கப்பட்ட நான் எப்படி அந்த உணர்வற்ற மயக்க நிலையிலிருந்து அடுத்த இரண்டு மணி நேரத்திற்குள் மீண்டேன். எப்படி இப்போது இவ்வளவு தெளிவாய் பேசிக்கொண்டிருக்கிறேன் என்கிற இந்த இரண்டு கேள்விகள் உங்களுடைய மனசுக்குள் எழுந்து ஆச்சர்யப்படுத்திக் கொண்டு இருக்கலாம். நான் கடந்த ஐந்து வருஷ காலமாய் பிரக்ஞை யோகா செய்து வருகிறேன். இது ஒரு உளவியல் ரீதியான யோகா. இதற்கு இன்னொரு பெயர் தந்திரா மூச்சு விபாசனா தியானா என்றும் சொல்லலாம். இதன் அடிப்படை நம் மூச்சை நாமே கவனித்து நம்முடைய கட்டுப்பாட்டுக்குள் வைத்திருப்பது. மாதவன் மயக்க மருந்தைப் பயன்படுத்தி துணியால் என்னுடைய முகத்தைப்

மூடியபோதே நான் எச்சரிக்கையாகி பிரக்ஞை யோகா மூலம் என்னுடைய உள்ளிழுக்கும் மூச்சுத்திறனைக் கட்டுப்படுத்தினேன். ஆனால் அதையும் மீறி சிறிது மயக்க மருந்து உள்ளே போய்விட்டது. குறைவான மயக்க மருந்து ரத்தத்தில் கலந்ததின் காரணமாய் நான் அடுத்த இரண்டு மணி நேரத்திற்குள் சுய உணர்வுக்கு வந்துவிட்டேன். இருந்தாலும் நான் கற்றிருந்த விபாசா தியானம் காரணமாய் மூச்சை என் கட்டுப்பாட்டுக்குள் வைத்துக்கொண்டு சுய உணர்வு இல்லாததுபோல் ஒரு மரக்கட்டைபோல் கிடந்தேன். உங்களையெல்லாம் மடக்குவதற்கு ஒரு சரியான நேரத்தையும் எதிர்பார்த்து காத்திருந்தேன். இப்போது அந்த நேரம் வந்துவிட்டது. இதே விநாடி உங்கள் இரண்டு பேரையும் இந்த ஜெல் புல்லட் பிஸ்டலால் அந்த நாயைச் சுட்டுத்தள்ளியது போல் என்னால் சுட்டுத் தள்ள முடியும். ஆனால் சில்பாவும் நர்மதாவும் எங்கே இருக்கிறார்கள் என்பது எனக்குத் தெரிய வேண்டும். அதற்கு முன்னால் நீங்கள் இருவரும் உங்களிடம் உள்ள துப்பாக்கிகளையும், செல்போனைகளையும் அந்தப் பாறையின் திட்டின் மேல் வைக்க வேண்டும். உங்களுக்கு இனி முப்பது விநாடிகள் மட்டுமே அவகாசம். முப்பதாவது விநாடி முடியும்போது செல்போன்களும், துப்பாக்கிகளும் அந்தப் பாறைத்திட்டில் இருக்க வேண்டும்"

வளர்மதி சொல்லிவிட்டு நிதானமான குரலில் ஒன்று, இரண்டு என்று விநாடிகளை எண்ண ஆரம்பித்தாள்.

ஜோன்ஸ் ஜான்மில்லரிடம் மெதுவான குரலில் பேசினான்.

"டாக்டர்... இப்போது என்ன செய்யலாம்?"

"உன் பார்வைக்கு அவள் தட்டுப்படுகிறாளா?"

"இல்லை..."

"அவள் எந்த இடத்தில் நின்று கொண்டிருக்கிறாள் என்பதையாவது உன்னால் அனுமானிக்க முடிகிறதா?"

"ஓரளவுக்கு"

"அந்த இடத்தைப் பார்த்து சரமாரியாய் சுடு. ஒரு தோட்டாவது அவள் உடம்புக்குள் பாய வாய்ப்பு இருக்கிறது"

ஜோன்ஸ் வளர்மதியின் குரல் வந்த திசையை உற்றுப்பார்த்தபடி துப்பாக்கியை திருப்பினான்.

வளர்மதி விநாடிகளை எண்ணிக்கொண்டிருந்தாள்."பதினாறு, பதினேழு, பதினெட்டு, பத்தொன்பது, இருபது"

இனியும் தாமதிக்கக்கூடாது என்ற எண்ணத்தில் ஜோன்ஸ், வளர்மதி இந்த இடத்தில்தான் இருப்பாள் என்பதை குத்துமதிப்பாய் கணக்கிட்டு துப்பாக்கியின் டிரிக்கரை சுண்டினான்.

தோட்டாக்கள் அடர்த்தியான இருட்டையும் கனத்த நிசப்தத்தையும் அறுத்துக் கொண்டு பாய்ந்தன. எங்கோ போய் எதையோ துளைத்துவிட்டு மௌனமாயின.

வளர்மதி சிரித்தாள்.

"முட்டாள்... குறிப் பார்த்து சுடுவது என்றால் இப்படி சுட வேண்டும்"

அடுத்த விநாடியே ஏதோ ஒரு கதவைச் சாத்தியது போல் டப் என்று ஒரு சத்தம். ஜோன்ஸின் நடுமார்பில் ஏதோ ஒன்று வலியோடு ஊடுருவிக்கொண்டு போக, அவன் நிற்க முடியாமல் மண்டியிட்டு உட்கார்ந்து, பின் ஒரு பக்கமாய் சரிந்தான். ரத்த நாளங்கள் நெருப்பு ஆறுகளாய் மாறிவிட்ட தினுசில் உடம்பு முழுவதும் தீப்பற்றிக்கொண்டு எரிவதைப் போன்ற உணர்ச்சி கண்கள் இருட்டிக் கொண்டு போக, தோட்டா பாய்ந்த இடத்தில் இடது கையை வைத்தான் ஜோன்ஸ். வெதுவெதுப்பான ரத்தம் உள்ளங்கையில் நிரம்பி துளித்துளியாய் கீழே சொட்டியது.

ஜான்மில்லர் அரண்டு போனவராய் கீழே குனிந்து ஜோன்ஸை தூக்க முயல வளர்மதியின் குரல் இருட்டிலிருந்து கேட்டது.

"அவனை விட்டுவிடுங்கள் டாக்டர்... இறந்து போகப் போகிறவனைக் காப்பாற்ற முயற்சி செய்யாதீர்கள். நீங்களாவது இனிமேல் உயிர் பிழைக்க வேண்டுமென்று ஆசைப்பட்டால் நான் சொல்லும் கட்டளை வார்த்தைகளுக்கு கீழ்ப்படியுங்கள். இல்லாவிட்டால் ஜோன்ஸுக்கு துணையாய் நீங்களும் மரண யாத்திரை மேற்கொள்ள வேண்டியிருக்கும்"

"நோ... நோ... டோண்ட் ஷீட் மீ... நீ சொன்னபடி நான் நடந்து கொள்கிறேன்"ஜான்மில்லர் எதிரே கொட்டிக்கிடந்த இருட்டைப் பார்த்து பயத்துடன் கத்தினார்.

வளர்மதி சிரித்தாள்.

"இது புத்திசாலித்தனம். முதலில் உங்களிடம் இருக்கும் துப்பாக்கியையும், செல்போனையும் அந்தப் பாறைத்திட்டின் மீது கொண்டு போய் வையுங்கள்"

"எ...எ...என்னிடம் செல்போன் இல்லை... துப்பாக்கி மட்டுமே... அதை வைத்து விடுகிறேன்"

"உங்கள் சட்டையின் பாக்கெட்டில் ஏதோ கறுப்பு நிறத்தில் நீட்டியபடி தெரிகிறதே அது என்ன?"

"அ...அ...அது என்னுடைய மூக்குக்கண்ணாடி"

"அதையும் எடுத்து வையுங்கள்"

"இதோ..."

"ஒரு நிமிஷம்... டாக்டர்"

"எ...எ...என்ன?"

"ஜோன்ஸிடம் இருக்கும் அவனுடைய செல்போனையும், துப்பாக்கியையும் சேர்த்து எடுத்து வையுங்கள்"

டாக்டர் ஜான்மில்லர் பதட்டத்தோடு செயல்பட ஆரம்பித்தார். ஜோன்ஸிடம் இருந்த செல்போன், துப்பாக்கியையும் தன்னிடம் இருந்த உறையுடன் கூடிய மூக்குக்கண்ணாடியையும், பிஸ்டலையும் எடுத்துக்கொண்டு இருட்டில் தடுமாற்றமாய் நடந்து ஒரு அவுட்லைன் போல் தெரிந்த அந்தப் பாறைத்திட்டின் மேல் கொண்டு போய் வைத்தார்.

மேற்கொண்டு என்ன செய்வது என்று தெரியாமல் ஜான்மில்லர் நின்று கொண்டிருக்கும்போதே அவர்க்குப் பின்னாலிருந்து வளர்மதியின் குரல் கேட்டது.

"இந்த வேலையை ஜோன்ஸ் செய்திருந்தால் அவன் உயிரை விட்டிருக்க வேண்டிய அவசியம் இருந்திருக்காது. ஒரு டாக்டருக்குத்தான் உயிரின் மதிப்பு தெரியும். ஓ.கே. டாக்டர் இனி நாம் அடுத்த கட்டத்துக்குப் போவோம். ஈஸ்வரால் கடத்தப்பட்ட சில்பாவும், நர்மதாவும் இப்போது எங்கே இருக்கிறார்கள்?"

"லேப்பில்..."

"உங்களுக்கு இடதுகைப் பக்கம் நூறடி தூரத்தில் செவ்வகமாய் ஒரு கட்டிடம் என் பார்வைக்குத் தெரிகிறது. அதுதானே நீங்கள் சொல்லும் லேப்?"

"ஆமாம்..."

"நீங்கள் முன்னால் போங்கள்... நான் உங்கள் பின்னாலேயே வருகிறேன்"

"இருட்டில் எனக்கு எதுவும் சரியாய் தெரியவில்லை"

"இடதுபுறம் திரும்பி நேராய் நடங்கள். பாதை மேடு பள்ளம் இல்லாமல் சீராய் இருக்கிறது. நீங்கள் கீழே விழுந்து விடமாட்டீர்கள் "

ஜான்மில்லர் இருட்டில் கைகளை நீட்டியபடி மெதுவாய் நடக்க ஆரம்பிக்க, வளர்மதி பாறைத்திட்டை வேகமாய் நெருங்கி அதன் மீது வைக்கப்பட்டிருக்க துப்பாக்கிகளையும், செல்போன், மூக்குக்கண்ணாடியையும், எடுத்துகொண்டு சற்றுத்தொலைவில் தடுமாற்றமாய் போய்க்கொண்டிருந்த டாக்டரை நோக்கிப் போனாள். எச்சரிக்கையாய் பின்தொடர்ந்தாள். அதே விநாடி -

அவள் கையில் இருந்த ஜோன்ஸின் செல்போன் டயல்டோனை காற்றில் சிதறவிட்டது.

64

ஜோன்ஸின் செல்போன் ரிங்டோனை வெளியிட்டதும் அழைப்பது யாரென்று டிஸ்ப்ளேயில் பார்த்தாள் வளர்மதி.

பெயர் இல்லாமல் ஒரு எண் மட்டும் ட்ரூ காலரில் தெரிந்தது. வளர்மதி ஐந்து விநாடி நேரம் யோசித்துவிட்டு செல்போனை தன் இடது காதுக்குப் பொருத்தினாள். பேசுவது யாரென்று தெரிந்து கொள்வதற்காக மௌனம் காக்க, மறுமுனையில் ஒரு ஆண் குரல் கேட்டது. சற்றே பதட்டம் நிரம்பிய குரல்.

"பேசுறது யாரு... ஜோன்ஸா...?"

வளர்மதி எச்சரிக்கையோடு ஜோன்ஸின் குரலையும், அவன் சற்றுமுன் வரை பேசிக்கொண்டிருந்த குரல் மாடுலேஷனையும் மூளையின் மையத்துக்குக் கொண்டு வந்து நிறுத்திக்கொண்டு கனைத்தாள். சற்று சிரமப்பட்டு ஆண் குரலுக்கு மாறி, அதில் தூக்கக் கலக்கத்தையும் கலந்து கொண்டு கரகரப்பாய் பேசினாள்.

"நான் ஜோன்ஸ்தான்... நீ... நீ...நீங்க யாரு...?"

"ஸாரி ஜோன்ஸ்... நீங்க நல்லாத் தூங்கிட்டிருந்தீங்க போலிருக்கு. டிஸ்டர்ப் பண்ணிட்டேன். ஒரு முக்கியமான விஷயத்தை தெரியப்படுத்த வேண்டியிருந்ததால நீங்க என்னிக்கோ பேப்பர்ல எழுதி என்கிட்ட கொடுத்த உங்க செல்போன் நம்பரை தேடி எடுத்து போன் பண்ணிட்டிருக்கேன். ரொம்ப நாளானதால என்னோட குரல் உங்களுக்கு அடையாளம் தெரியலை போலிருக்கு... நான் செம்மேடு கிராமத்துல வி.ஓவாய் இருந்த ஞானமூர்த்தி... இப்போ ரிடையர்ட் ஆயிட்டேன்"

வளர்மதி இன்னமும் எச்சரிக்கையோடு ஜோன்ஸின் குரலை சிரமப்பட்டு தொண்டைக்குக் கொடுத்துப் பேசினாள்.

"எ...எ...என்ன விஷயம்...?"

"ஈஸ்வர் அய்யாகிட்டே ஒரு விஷயத்தை உடனடியாய் கொண்டு போய் சேர்க்கணும்"

"ம்... சொல்லுங்க"

"கொஞ்ச நேரத்துக்கு முந்தி என்னோட வீட்டுக்கு போலீஸ் இன்ஸ்பெக்டர் குணசேகரன் வந்து இருந்தார். செம்மேடு கிராமத்தை ஒட்டியிருக்கிற காட்டுப் பகுதியை ஆக்ரமிச்சு ஃபார்ம் ஹவுஸ் கட்டின

ஈஸ்வர் அய்யாவைப் பத்தி விசாரிச்சார். நான் மொதல்ல ஈஸ்வர் என்கிற பேர்ல எனக்கு யாரையுமே தெரியாதுன்னு சொன்னேன். ஆனா அந்த இன்ஸ்பெக்டர் ஒரு வலுவான ஆதாரத்தை வெச்சு நான் சொல்றது பொய்ன்னு கண்டுபிடிச்சுட்டார். நான் ரொம்ப நேரத்துக்கு உண்மையை மறைக்க முடியலை. ஃபாரஸ்ட் டிபார்ட்மெண்ட்டுக்கு சொந்தமான பத்து ஏக்கர் நிலத்தை ஈஸ்வர் அய்யாவோட பினாமிக்கு பட்டா பண்ணிக் குடுத்ததை என்னால சொல்லாமே இருக்க முடியலை. சொல்லிட்டேன். மேற்கொண்டு என்ன பிரச்சினை வந்தாலும் என்னை மாட்டிவிட வேண்டாம்ன்னு அய்யாகிட்ட ஒரு வார்த்தை சொல்லிடுங்க... இந்த வயசான காலத்துல என்னை ஜெயிலுக்கு அனுப்பிடாதீங்க ஜோன்ஸ்"

"ம்...சரி..."

"ரொம்ப நன்றி ஜோன்ஸ்... அய்யாகிட்டே மறக்காமே சொல்லிடுங்க. விடியதுக்குள்ளே போலீஸோட வாயைச் சாத்தணும்... மீடியாக்காரங்க மோப்பம் பிடிச்சுட்டாங்கன்னா நாளைக்குப் பூராவும் பிரேக்கிங் நியூஸா போட்டு என்னிக்கோ நாம புதைச்சு வெச்ச உண்மைகளையெல்லாம் வெளியே கொண்டு வந்துடுவாங்க"

"பார்த்துக்கிறேன்..!" வளர்மதி செல்போனை அணைத்துவிட்டு சற்று தூரத்தில் இருட்டின் அடர்த்தியில் ஒரு அவுட்லைன் மாதிரி நின்றிருந்த ஜான்மில்லரை நோக்கிப் போனாள். கையில் ஜெல்புல்லட் பிஸ்டலோடு பாதுகாப்பான இடைவெளியை ஏற்படுத்திக்கொண்டு பேசினாள்.

"டாக்டர்...!. இப்போது சற்று நேரத்துக்கு முன்பு ஜோன்ஸின் செல்போனிலிருந்து ஒரு அழைப்பு வந்தது. பேசிய நபர் தன்னுடைய பெயரை ஞானமூர்த்தி என்று சொன்னார். அவர் செம்மேடு கிராமத்தின் முன்னாள் வி.ஓவாக பணிபுரிந்தவர். அவரை உங்களுக்கு தெரியுமா ...?"

ஜான்மில்லர் குரலைத் தாழ்த்தினார்.

"பெயர் என்ன... ஞானமூர்த்தியா ...?"

"ஆமாம்"

"அப்படி யாரையும் எனக்குத் தெரியாது"

"பொய் சொல்லாதீர்கள்"

"இனிமேல் நான் பொய் பேச வேண்டிய அவசியமில்லை. இப்போதைய என்னுடைய ஒரே நோக்கம் என்னுடைய உயிரைக் காப்பாற்றிக் கொண்டு சொந்த நாட்டுக்குச் செல்வதுதான்.

ஜோன்ஸிடம் இரண்டு போன்கள் இருக்கும். ஒன்று அவனுடைய உபயோகத்திற்காக வைத்துக்கொண்ட ஒரு சாதாரண ஆண்ட்ராய்ட் போன். இன்னொன்று இரிடியம் போன். அந்த நபரின் அழைப்பு எந்தப் போனில் வந்தது...?"

வளர்மதி தன்னுடைய கைகளில் வைத்திருந்த செல்போன்களில் ஒன்றை எடுத்து அதை வெளிச்சப்படுத்திக் காட்ட ஜான்மில்லர் பார்த்துவிட்டு "இது ஜோன்ஸின் ஆண்ட்ராய்ட் போன். அவனிடம் இருந்த இன்னொரு போனான இரிடியம் போனுக்கு ஈஸ்வர், தீபக் என்னைத்தவிர வேறு யாரும் தொடர்பு கொள்ள முடியாது"

சில விநாடிகள் மௌனம் சாதித்த வளர்மதி செல்போனின் வெளிச்சத்தை அணைத்துவிட்டு மெதுவான குரலில் பேச ஆரம்பித்தாள்.

"டாக்டர்... நான் உங்களிடம் நிறைய பேச வேண்டியிருக்கிறது. இப்படி நாம் வெளியே நின்று பேசிக் கொண்டிருந்தால் ஃபார்ம் ஹவுஸுக்குள் சுற்றிக் கொண்டிருக்கிற மற்ற நாய்களும் நம்மை மோப்பம் பிடித்துக்கொண்டு வந்துவிடும். அவைகளிடமிருந்து நாம் தப்புவது என்பது முடியாத விஷயம். லேப்பிற்குள் போய்விடுவதுதான் நமக்கு பாதுகாப்பு. நீங்கள் முன்னால் சொல்லுங்கள்"

ஜான்மில்லர் தலையாட்டிவிட்டு நடக்க ஆரம்பித்தார். வளர்மதி சுற்றும்முற்றும் பார்த்தபடி எச்சரிக்கையோடு பின்தொடர்ந்தாள்.

மேலும் ஒரு தூக்க மாத்திரையைப் போட்டுக்கொண்டு தூங்க முயற்சித்துக் கொண்டிருந்த ஹரியை அவனுடைய செல்போன் உசுப்பி எழ வைத்தது. கடிகாரத்தில் நேரம் பார்த்தான்.

மணி 3.15

ஹரி பதட்டத்தோடு செல்போனை எடுத்து காதுக்கு வைத்தான்.

மறுமுனையில் செவன்த் சென்ஸ் டிடெக்டிவ் ஏஜென்ஸியைச் சேர்ந்த பண்டரிநாத் பேசினார்.

"ஸார்... நானும் சுனிலும் இப்போ ஆலாந்துறை போலீஸ் ஸ்டேஷன்ல இருக்கோம்"

"என்ன பண்டரிநாத்... வளர்மதி பத்தின தகவல் ஏதாவது கிடைச்சுதா...?"

"ஸாரி ஸார் மேடம் பற்றின தகவல் ஏதும் கிடைக்கலை ஆலாந்துறை இன்ஸ்பெக்டர் குணசேகரன் கொஞ்ச நேரத்துக்கு முந்தி செம்மேடு கிராமத்துக்குள்ளே போய் ஞானமூர்த்தி என்கிற

ரிடையர்ட் வி.ஓ. ஆபீஸர் ஒருத்தரை விசாரிச்சுட்டு வந்திருக்கார்"

"அந்த வி.ஓ. என்ன சொன்னார் ...?"

"தெரியலை ஸார் "

"இன்ஸ்பெக்டர்கிட்டே கேட்டீங்களா ...?"

"கேட்டேன் ஸார்... ஆனா ப்ராப்பரா அவர் எங்களுக்கு எந்த ஆன்ஸரும் பண்ணலை"

"இன்ஸ்பெக்டர் குணசேகரன் பக்கத்துல இருக்காரா...?"

"ஸ்டேஷனுக்குள்ளே கண்ட்ரோல் கேபினுக்குள்ளே இருக்கார் ஸார்"

"உங்க செல்போனை அவர்கிட்டே கொடுங்க நான் பேசறேன்"

"இதோ தர்றேன் ஸார்"

ஹரி கையில் செல்போனை வைத்துக்கொண்டு நிலை கொள்ளாமல் காத்திருக்க ஒரு நிமிஷம் கழித்து இன்ஸ்பெக்டர் குணசேகரனின் குரல் கேட்டது.

"சொல்லுங்க மிஸ்டர் ஹரி"

"நீங்கதான் சொல்லணும் இன்ஸ்பெக்டர்... என்னோட ஒய்ஃப் வளர்மதியைப் பத்தி தகவல் ஏதாவது கிடைச்சுதா ...?"

"இன்னும் இல்லை...வீ ஆர் ட்ரையிங். நாம சந்தேகப்படற ஈஸ்வரோட ஃபார்ம் ஹவுஸ் செம்மேடு கிராமத்தையொட்டிய காட்டுப்பகுதியில் இருக்கிறதாய் கொஞ்ச நேரத்துக்கு முன்னாடிதான் தகவல் கிடைச்சுது"

"போய் பார்க்க வேண்டியதுதானே ...?"

"அப்படியெல்லாம் போய் உடனடியாய் பார்த்துட முடியாது ஹரி. சில ஃபார்மாலிடீஸையெல்லாம் பார்க்க வேண்டியிருக்கு?"

"என்ன பெரிய ஃபார்மாலிடீஸ்...? உங்க போலீஸ் டிபார்ட்மெண்ட்டுக்கு இன்ஃபார்மராய் இருந்து கடந்த ரெண்டு வருஷ காலமாய் உதவி பண்ணிட்டிருந்த என்னோட மனைவியை யாரோ கடத்திட்டுப் போயிருக்காங்க. இந்த நிலைமையில உங்க டிபார்ட்மெண்ட் போர்க்கால அடிப்படையில் செயல்பட்டு இந்நேரம் அவளை மீட்டிருக்க வேண்டாமா...?"

"மிஸ்டரி ஹரி... நிலைமை புரியாமே பேசாதீங்க. போலீஸ் கமிஷனர் திரிபுரசுந்தரி சஸ்பெண்ட் செய்யப்பட்டு இருந்தாலும் அவங்க மேல எனக்கு இருந்த மரியாதை காரணமாய் உங்க

மனைவி வளர்மதி காணாமே போன விஷயத்துல கூடுதல் கவனம் செலுத்தி இன்வெஸ்டிகேஷனை கண்டினியூ பண்ணிட்டிருக்கேன். வளர்மதியைக் கடத்திட்டு போனது பிரபல தொழில் அதிபரும், அரசியல் செல்வாக்கு மிகுந்தவருமான ஈஸ்வராகத்தான் இருக்கணும்ன்னு திரிபுரசுந்தரி மேடம் சொன்னாங்க. அந்த சந்தேகத்தின் அடிப்படையில் விசாரிச்சப்ப ஈஸ்வரோட ஃபார்ம் ஹவுஸ் ஒண்ணு அவரோட பினாமி பேர்ல செம்மேட்டில் இருக்கிறது உறுதியாயிடுச்சு. அந்த ஃபார்ம் ஹவுஸூக்குப் போய் அங்கே இருக்கிற ஆட்களை என்கொயர் பண்ணனும்ன்னா கையில் சர்ச் வாரண்ட் இருக்கணும். ஈஸ்வர் ஒரு சாதாரண நபராய் இருந்தா சர்ச் வாரண்ட் இல்லாமலே போய் என்னால விசாரிக்க முடியும். அவர் ஒரு பிக் ஷாட்டாய் இருக்கிறதாலத்தான் இந்தப்பிரச்சினை... அதுவுமில்லாமே மேடம் திரிபுரசுந்தரிக்கு ஒரு மணி நேரத்துக்கு முந்தி திடீர்ன்னு பி.பி. சூட் அப்பாகி மயக்கம் போட்டு விழுந்திட்டாங்க. ஹாஸ்பிடல்ல அட்மிட்டாகி இன்னமும் சுயஉணர்வுக்கு திரும்பாத நிலையில் இருக்காங்க. இப்படிப்பட்ட ஒரு இக்கட்டான நிலைமையில் என்னால எதுமாதிரியான நடவடிக்கை எடுத்து உங்க மனைவி வளர்மதியை மீட்க முடியும்ன்னு நினைக்கிறீங்க ...?"

ஹரி அதிர்ந்து போய் சில விநாடிகள் மௌனமாக இருந்துவிட்டு கேட்டான்.

"மேடம் இப்ப எந்த ஹாஸ்பிடலில் அட்மிட்டாகியிருக்காங்க?"

"பாலாஜி நர்ஸிங் ஹோம். மேடம் சுயஉணர்வுக்கு வந்து அவங்க என்ன இன்ஸ்ட்ரக்சன்ஸ் கொடுக்கிறாங்களோ அதன்படிதான் என்னால நடக்க முடியும்"

"நீங்க வேற போலீஸ் ஹை அஃபிஷியல்ஸோடு இதுபற்றி பேச முடியாதா...?"

"என்னோட போஸ்ட்டுக்கு அஸிஸ்டண்ட் கமிஷனர் அன்பரசன்தான் ஹை அஃபிஷியல். நான் அவர்க்கு போன் பண்ணினேன்"

"என்ன சொன்னார் ...?"

"அவர் என்னோட போனை அட்டெண்ட் பண்ணினால்தானே நான் பேச முடியும்...?"

"இன்ஸ்பெக்டர்... நீங்க பொறுப்பாய் பேசற மாதிரி எனக்குத் தெரியலை"

"வெரி ஸாரி மிஸ்டர் ஹரி... ஐ அக்ரி வித் யுவர் வேர்ட்ஸ்... உங்க மனைவி வளர்மதியை காப்பாற்ற வேண்டிய பொறுப்பு போலீஸ்

டிபார்ட்மெண்ட்டுக்கு இருக்கு. ஆனா ஆட்கள்தான் சரியில்லை... அயாம் ஹெல்ப்ல்ஸ். என்னால எதுவும் செய்ய முடியாது"

ஹரி பெருமூச்சு ஒன்றை வெளியேற்றிவிட்டு அழுகையில் கம்மிப்போன குரலோடு கேட்டான்.

"இப்ப என்ன செய்யலாம் இன்ஸ்பெக்டர்...?"

குணசேகரன் தளர்ந்துபோன குரலில் சொன்னார்.

"விடிகிறவரைக்கும் பொறுமையாய் இருப்போம்"

ஹரி எரிச்சலோடும் கோபத்தோடும் கத்தினான்.

"அதுக்குள்ளே வளர்மதிக்கு ஏதாவது ஒண்ணு ஆயிட்டா...?"

"இந்த கேள்விக்கு நான் பதில் சொல்ல முடியாது மிஸ்டர் ஹரி" சொன்ன குணசேகரன் மறுமுனையில் செல்போனை அணைத்தார்.

இருட்டில் நடந்து கொண்டிருந்த ஜான்மில்லர் லேப்ரட்ரியை நெருங்கி அதனுடைய உலோகக் கதவுக்கு முன்பாய் நின்றார்.

வளர்மதியின் குரல் அவர்க்குப் பின்புறத்திலிருந்து கேட்டது."இந்த லேப்புக்குள்ளேதான் சில்பாவும் நர்மதாவும் இருக்கிறார்களா டாக்டர்...?"

"ஆமாம்"

"கதவை அன்லாக் செய்யுங்கள்"

ஜான்மில்லர் தன்னிடம் இருந்த மேக்னடிக் சாவியைப் பயன்படுத்தி லேப்பின் ஸ்டீல் கதவை திறக்க முயன்றார். ஒரு நிமிஷ நேரம் முயன்றும் முடியாமல் போகவே பின்பக்கம் திரும்பி குரல் கொடுத்தார்.

"லாக் சிஸ்டம் ஒத்துழைக்கவில்லை. கதவை திறக்க முடியவில்லை"

வளர்மதி மெல்ல சிரித்தாள்."இதோ பாருங்கள் டாக்டர். லாக் சிஸ்டம் ஒத்துழைப்பு தரவில்லையென்று சொல்லி நீங்கள் என்னை ஏமாற்ற முடியாது. நீங்கள் ஏமாற்ற நினைக்கிற ஒவ்வொரு விநாடியும் உங்களுக்கு ஆபத்தானது என்பதைப் புரிந்து கொள்ளுங்கள். ஃபார்ம் ஹவுஸுக்குள் சுற்றிக் கொண்டிருக்கிற நாய்கள் எந்த நிமிஷமும் நம்மை மோப்பம் பிடித்துக்கொண்டு இங்கே வந்து விடலாம். அப்படி வந்தால் நானாவது தப்பித்துக்கொள்வேன். ஏனென்றால் என்னிடம் துப்பாக்கி இருக்கிறது. ஆனால் உங்கள் நிலைமையை எண்ணிப் பாருங்கள். ஒரு நாயிடம் சிக்கினாலே உங்கள் உடம்பு நார் நாராகிவிடும். மொத்தம் ஏழு நாய்கள். என்னாகும் யோசனை

செய்யுங்கள்"

ஜான்மில்லர் இருட்டில் அப்படியே மண்டியிட்டு உட்கார்ந்தார்."நான் சொல்வதை நம்புங்கள். மேக்னடிக் லாக் சிஸ்டம் ஒத்துழைப்பு தர மறுக்கிறது. நான் பொய் பேசவில்லை. இப்போது நான் பேசிக்கொண்டிருக்கிற ஒவ்வொரு வார்த்தையும் நிஜம்"

ஜான்மில்லர் சொல்லிக்கொண்டிருக்கும் போதே வளர்மதிக்கு இடதுபுறம் அந்த உறுமல் சத்தம் கேட்டது.

"வ்வர்ர்ர் வ்வர்ர்ர்"

வளர்மதி திரும்பிப் பார்த்தாள்.

பழுப்பும் கருப்பும் கலந்த அந்த உயரமான நாய் தன்னுடைய செந்நிற கண்களோடு உக்கிரமாய்ப் பார்த்தபடி கோரைப் பற்களைக் காட்டி உறுமிக்கொண்டிருந்தது.

வளர்மதி தன் கையில் இருந்த துப்பாக்கியை உயர்த்தி சுடுவதற்குள் அவள் மீது பாய்ந்தது. துப்பாக்கி எகிறி காற்றில் பறந்து ஜான்மில்லருக்குப் பக்கத்தில் போய் விழுந்தது.

65

வளர்மதி கண்ணிமைக்கிற நேரத்திற்குள் நிலைமையைப் புரிந்து கொண்டு, நாயின் அசுரத்தனமான பாய்ச்சலுக்கு தன்னுடைய உடம்பு கிடைத்துவிடாமல் இருக்க மின்னல் வேகத்தில் கீழே உருண்டாள். அருகேயிருந்த அடர்த்தியான புதரின் மறைவுக்குள் நுழைந்து அடுத்த விநாடியே காணாமல் போனாள்.

வளர்மதியைத் தவறவிட்ட நாயின் கோபமான பார்வை இப்போது ஜான்மில்லரின் மேல் பதிந்தது.

ஜான்மில்லர் அரண்டு போனவராய் சற்றே பின்வாங்கி உட்கார்ந்த நிலையில் நகர, அவருடைய இடதுகையின் விரல்களுக்கு வளர்மதி தவறவிட்ட அந்தத் துப்பாக்கி கிடைத்தது. அந்த ஒரு இக்கட்டான வேளையிலும் "தேங்க் காட்" என்று மனசுக்குள் சொல்லிக்கொண்டவர் அந்தத் துப்பாக்கியை நாயை நோக்கித் திருப்பினார்.

தரையை விட்டு நான்கடி உயரத்தில் எம்பி தன்னை நோக்கிப் பாய்ந்த நாயை இருட்டில் உன்னிப்பாய் குறி பார்த்து டிரிக்கரை அழுத்தினார்.

"க்ளிக்" என்று ஒரு சத்தம் கேட்டதே தவிர தோட்டாவை பிரசவிக்காமல் துப்பாக்கி மௌனம் சாதித்தது.

ஜான்மில்லர் உடம்பு முழுவதும் நடுங்கிப்போனவராய் தன்மீது வந்து விழுந்த நாயை எட்டி உதைத்தார். தள்ளிப் போய் விழுந்த நாய் மறுபடியும் பாய்ந்து வர துப்பாக்கியின் டிரிக்கரை மீண்டும் சுண்டினார். தோட்டாக்கள் இல்லாத அந்தத் துப்பாக்கி கனத்த நிசப்தத்தை அனுஷ்டிக்க, நாயிடம் இருந்து தப்பிப்பதற்காக ஜான்மில்லர் எழுந்து அந்த இருட்டில் இலக்கில்லாமல் ஓட ஆரம்பித்தார்.

அசுரத்தனமான ஓட்டம்.

பத்து விநாடி ஓடியிருப்பார்.

"டப்" என்று ஒரு சத்தம்.

நாய் விநோதமாய் கத்திக்கொண்டே ஒரு மூட்டை மாதிரி "பொத்" என்று விழுந்து ஒரு ஈனக்குரலை எழுப்பிவிட்டு அப்படியே சுருண்டு ஒரு பக்கமாய் சரிந்தது.

வெகுவாய் மூச்சிரைத்து ஓடிக்கொண்டிருந்த ஜான்மில்லர் நின்று

திரும்பிப் பார்த்தார். நாய் சலனமில்லாமல் கிடந்தது. வியர்த்தபடி யோசித்தார்.

'நாய்க்கு என்னவாயிற்று...?'

குழப்பமாய் நின்று ஜான்மில்லர் யோசித்துக்கொண்டிருக்கும்போதே அவர்க்கு இடது பக்கமிருந்து வளர்மதியின் குரல் கேட்டது.

"இனி... அந்த நாயைப்பற்றி கவலைப்படாதீர்கள் டாக்டர்... அது கொஞ்சம் கொஞ்சமாய் உயிரை விட்டுக்கொண்டு இருக்கிறது. இந்த ஜெல் புல்லட் பிஸ்டலுக்கு இது இரண்டாவது பலி. இன்னொரு நாய் நம்மை மோப்பம் பிடிப்பதற்குள் நாம் லேப்ரட்ரிக்குள் உள்ளே போய்விடுவது நல்லது. சீக்கிரம் லேப்பின் மேக்னடிக் லாக்கை ஓப்பன் செய்யுங்கள்"

ஜான்மில்லர் சற்றுத் தொலைவில் துடித்துக்கொண்டிருந்த நாயின் உடம்பைப் பார்த்துக்கொண்டே வளர்மதியை நெருங்கினார்.

"எ...எ...எனக்கு ஒரு உண்மை தெரிய வேண்டும்"

"என்ன உண்மை...? நீங்கள் என்னிடம் எதைக் கேட்பதாக இருந்தாலும் ஐந்தடி தள்ளி நின்று கேளுங்கள்"

ஜான்மில்லர் சற்றே பின்னுக்கு நகர்ந்து நின்று கொண்டு தன் கையில் வைத்து இருந்த துப்பாக்கியைக் காட்டியபடி பதட்டமான குரலில் கேட்டார்.

"இது என்னுடைய துப்பாக்கி. இதில் ஆறு தோட்டாக்களை நிரப்பி வைத்திருந்தேன். நாய் உன் மீது பாய்ந்தபோது என்னிடமிருந்து நீ பறிமுதல் செய்யப்பட்ட இந்த துப்பாக்கி எதிர்பாராதவிதமாய் நழுவி எனக்குப் பக்கத்தில் வந்து விழுந்தது. நான் நாயைச் சுட்டுத்தள்ளுவதற்காக ட்ரிக்கரை அழுத்தினேன். ஆனால் புல்லட் பேரலில் தோட்டாக்கள் இல்லை. துப்பாக்கியில் இருந்த அந்த தோட்டாக்கள் என்னவாயிற்று...?"

வளர்மதி மெல்லச் சிரித்தாள்.

"ஸாரி டாக்டர்... உங்களுடைய துப்பாக்கியும் சரி, ஜோன்ஸின் துப்பாக்கியும் என்னுடைய கைக்கு வந்த அடுத்த நிமிஷமே இரண்டு துப்பாக்கிகளின் புல்லட் நிரம்பிய வயிறுகளை சுத்தம் வைத்துவிட்டேன். நான் எப்போதுமே தற்காப்பு விஷயத்தில் ஜாக்கிரதையாய் இருப்பவள். போலீஸ் கமிஷனர் திரிபுரசுந்தரி எனக்குக் கற்றுக்கொடுத்த பாடங்களில் இது ஒரு முக்கியமான பாடம்... இப்போது என் கையில் இருக்கும் இந்த ஜெல் புல்லட் பிஸ்டலுக்கு மட்டுமே உயிர் இருக்கிறது"

ஜான்மில்லர் தன் கையில் வைத்திருந்த துப்பாக்கியை இருட்டின் அடர்த்தியில் வீசிவிட்டு இறுகிப்போன குரலில் சொன்னார்.

"யூ ஆர் வெரி ப்ரில்லியண்ட்"

"டாக்டர்... எனக்கு வேண்டியது உங்களுடைய பாராட்டல்ல. எனக்கு லேப்ரட்ரி அன்லாக் செய்யப்பட வேண்டும். நீங்கள் முடியாது என்று சொல்லியோ, தெரியாது என்று சொல்லியோ தப்பித்துக் கொள்ளலாம். ஆனால் ரோந்து சுற்றிக்கொண்டிருக்கும் மற்ற நாய்கள் எந்த விநாடியும் இங்கே வந்து விடலாம். என் கையில் ஜெல் தோட்டாக்களோடு கூடிய துப்பாக்கி இருப்பதால் என்னால் நாய்களிடமிருந்து தப்பித்துக்கொள்ள முடியும். ஆனால் உங்களால் தப்பிக்க முடியாது. நான் உங்களைக் காப்பாற்றவும் முயற்சி எடுத்துக் கொள்ள மாட்டேன்" வளர்மதியின் பேச்சைக் கேட்டு அதிர்ந்துபோன ஜான்மில்லர் பதில் ஒன்றும் பேசாமல் அப்படியே நின்றிருக்க வளர்மதி சற்றே குரலை உயர்த்தினாள்.

"யோசிப்பதற்கான நேரம் இதுவல்ல டாக்டர். சீக்கிரம் ஒரு முடிவுக்கு வாருங்கள். இரண்டு மூன்று நாய்கள் ஒரே நேரத்தில் வந்துவிட்டால் உங்களால் அவைகளை சமாளிக்க முடியாது. நான் ஏற்கனவே சொன்னது போல் இந்த இருட்டில் என்னால் எல்லாவற்றையும் பார்க்க முடியும். ஆனால் உங்களால் பார்க்க முடியாது"

ஜான்மில்லர் பெருமூச்சுவிட்டார்."நீ என்ன கார்னர் செய்துவிட்டாய். இனிமேலும் நான் எதுவும் தெரியாதது போல் நடிக்க முடியாது. லேப்ரட்ரியை அன்லாக் செய்கிறேன். எல்லா உண்மைகளையும் சொல்லி விடுகிறேன்"

"இப்போதுதான் புத்திசாலித்தனமான வார்த்தைகளை பேசியிருக்கிறீர்கள். லேப் இருக்கும் திசைப்பக்கமாய் நடங்கள். நான் உங்களுக்குப் பின்னாலேயே வருகிறேன்"

ஜான்மில்லர் இருட்டில் தட்டுத்தடுமாறி நடக்க ஆரம்பித்துவிட வளர்மதி துப்பாக்கியை எச்சரிக்கையோடு வைத்தபடி பின்தொடர்ந்தாள்.

விடியற்காலை 3.40 மணி.

ஆலாந்துறை போலீஸ் ஸ்டேஷன்.

ஸ்டேஷனின் உட்புறம் இருந்த கண்ட்ரோல் க்யூப்பிலிருந்து வெளிப்பட்ட இன்ஸ்பெக்டர் குணசேகரனை செவன்த்சென்ஸ் டிடெக்டிவ் ஏஜென்சியைச் சேர்ந்த பண்டரிநாத்தும் சுனிலும்

ஆவலாய் ஏறிட்டார்கள்.

"இன்ஸ்பெக்டர்...டிட் யூ கெட் எனி யூஸ்ஃபுல் இன்ஃபர்மேஷன்...?"

"ஸாரி... நாட் யெட்..."

"வளர்மதியைக் கண்டுபிடிக்க நாம் அந்த ஈஸ்வரோட ஃபார்ம் ஹவுஸுக்குப் போறதைத் தவிர வேறு வழியில்லை இன்ஸ்பெக்டர்"

"நான் ஏற்கனவே உங்ககிட்டே சொல்லிட்டேன் ஈஸ்வர் சாதாரண நபர் கிடையாது, அரசியல் பலம் வாய்ந்த மிகப் பெரிய புள்ளி. முறையான சர்ச் வாரண்ட் இல்லாமே அந்த ஃபார்ம் ஹவுஸோட கேட்டுக்கு முன்னாடி கூட நிக்க முடியாது. என்னுடைய மேலதிகாரியான அஸிஸ்டண்ட் கமிஷனர்க்கு நாலைஞ்சு தடவை போன் பண்ணிப் பார்த்துட்டேன். நோ... ரெஸ்பான்ஸ். மேடம் திரிபுரசுந்தரி சுய உணர்வோடு இருந்தாலாவது..."என்று தொடர்ந்து பேச முற்பட்ட குணசேகரனை அவருடைய செல்போன் தன் ரிங்டோனை வெளியிட்டு அவருடைய பேச்சை நிறுத்தியது.

செல்போனை எடுத்து அழைப்பது யார் என்று பார்த்தார். ட்ரூ காலரில் பாலாஜி நர்சிங்ஹோம் என்ற பெயர் தெரிந்தது.

குணசேகரன் குரல் கொடுத்தார்.

"எஸ்"

"இன்ஸ்பெக்டர் குணசேகரன்...?"

"ஸ்பீக்கிங்"

"நான் பாலாஜி நர்சிங்ஹோமின் ட்யூட்டி டாக்டர் சீனிவாசன்..."

"சொல்லுங்க டாக்டர்"

"இன்ஸ்பெக்டர்... மேடம் திரிபுரசுந்தரி சுய உணர்வுக்குத் திரும்பிட்டாங்க. உடனடியாய் உங்ககூட பேசணும்ன்னு சொன்னாங்க"

"அவங்க இப்போ பேசக்கூடிய நிலைமையில் இருக்காங்களா டாக்டர்... எந்தப் பிரச்சினையும் இல்லையே ...?"

"நவ் ஷி ஈஸ் ஃபைன். பி.பியும் பல்ஸ் ரேட்டும் நார்மலுக்கு வந்து இப்போ பெட்டிலிருந்து எந்திரிச்சு உட்கார்ந்துட்டாங்க... நான் போனை அவங்க கிட்டே தர்றேன் நீங்க பேசுங்க..."

"ம்... குடுங்க" சொல்லிவிட்டு குணசேகரன் காத்திருக்க, மறுமுனையில் திரிபுரசுந்தரியின் குரல் கேட்டது.

"குணசேகரன்"

"சொல்லுங்க மேடம்... ஆர் யூ ஆல்ரைட்...?"

"நோ... ப்ராப்ளம்... வளர்மதி பற்றி ஏதாவது தகவல் கிடைச்சுதா ...?"

"மேடம்... இப்ப இருக்கிற நிலவரப்படி ஈஸ்வர் மேலத்தான் நாம சந்தேகப்பட வேண்டியிருக்கு... ஈஸ்வர்க்கு சொந்தமான ஃபார்ம் ஹவுஸ் செம்மேடு ஃபாரஸ்ட்டுக்குப் பக்கத்துலதான் இருக்குங்கிற உண்மையும் கன்ஃபார்ம் ஆயிடுச்சு...ஆனா கையில சர்ச் வாரண்ட் இல்லாமே ஈஸ்வரோட ஃபார்ம் ஹவுஸுக்குள்ளே நுழைய முடியாது. இது சம்பந்தமாய் பேசறதுக்கு அஸிஸ்டண்ட் கமிஷனரை செல்போன்ல காண்டாக்ட் பண்ணிப் பார்த்தேன். அவர் என்னோட போனை அட்டெண்ட் பண்ணலை. என்னோட நிலைமையைப் புரிஞ்சுக்காம ஹரி ஏற்பாடு பண்ணியிருக்கிற பிரைவேட் டிடெக்டிவ் ஏஜென்ஸியை சேர்ந்த பண்டரிநாத்தும் சுனிலும் ரொம்பவும் அவசரப்படறாங்க எனக்கு என்ன பண்றதுன்னு தெரியலை மேடம்..."

"உங்க நிலைமை எனக்குப் புரியது குணசேகரன். இப்ப நான் ஒரு யோசனை சொல்றேன்... கேட்கறீங்களா...?"

"சொல்லுங்க மேடம்..."

"பக்கத்துல யாராவது இருந்தா கொஞ்சம் தள்ளி வந்து பேசுங்க"

"ஓ.கே.மேடம்" என்று சொன்னவர் போலீஸ் ஸ்டேஷனின் பின்புறம் நோக்கிப் போனார்.

டாக்டர் ஜான்மில்லர் லேப்ரட்ரியின் இரும்புக் கதவோடு ஒரு நிமிஷம் போராடிவிட்டு அதை அன்லாக் செய்துவிட்டு பக்கத்துச் சுவரில் இருந்த ஒரு பொத்தானை அழுத்த கதவு விலகி உள்ளே மெலிதான வெளிச்சத்தில் பரவியிருந்த லேப்பின் பரப்பளவைக் காட்டியது.

வளர்மதி ஜான்மில்லரின் நடு முதுகில் தன் கையில் இருந்த துப்பாக்கியின் வாயைப் பதித்தாள்.

"ம்... உள்ளே நடங்கள்... டாக்டர்... இது எனக்கு பழக்கம் இல்லாத இடம் என்பதால் என்னை எப்படி ஏமாற்றலாம் என்கிற எண்ணம் உங்களுடைய மூளையின் ஏதாவது ஒரு பாகத்தில் ஓடிக்கொண்டு இருக்கலாம். நீங்கள் எந்த நிமிஷம் என்னை ஏமாற்ற நினைக்கிறீர்களோ அந்த நிமிஷமே இந்த பிஸ்டலுக்கு தெரிந்துவிடும். நான் மன்னிக்க விரும்பினாலும் இந்த பிஸ்டல் விரும்பாது"

ஜான்மில்லர் ஒன்றும் பேசாமல் மௌனமாக நடக்க வளர்மதி துப்பாக்கியை அழுத்தினாள்.

"என்ன... டாக்டர் பேச்சையே காணோம்...? நிறைய யோசிக்கிறீர்கள் போலிருக்கிறது"

"நான் உன்னை ஏமாற்ற மாட்டேன் என்று சொல்லிவிட்டேன். நீதான் இன்னமும் நம்பவில்லை"

"ஈஸ்வரையும், அவருடைய மகன் தீபக்கையுமே ஏமாற்றியவர் நீங்கள் என்பதால்தான் இவ்வளவு எச்சரிக்கை...கடைசி விநாடி வரை உங்களை நம்பமாட்டேன் டாக்டர். நீங்கள் முன்னால் செல்லுங்கள். சில்பாவும், நர்மதாவும் எங்கேயிருக்கிறார்கள் என்பதை எனக்கு முதலில் காட்டுங்கள். நான் சொன்னாலொழிய நீங்கள் திரும்பி என்னைப் பார்க்கக் கூடாது. போகிற வழியில் எதையும் தொடக்கூடாது"

ஜான்மில்லர் தலையசைத்துவிட்டு மௌனமாய் கண்ணாடி தடுப்புகளால் உருவான அறைகளுக்கு நடுவில் நடக்க ஆரம்பித்தார். அறைகளுக்குள்ளே கம்ப்யூட்டர்கள் நிறம் நிறமாய் திரைகளில் பேசிக் கொண்டிருந்தன.

வளர்மதி நடந்துகொண்டே யோசித்தாள். 'இனியும் நேரத்தை வீணாக்கக் கூடாது. ஜோன்ஸின் செல்போனை பயன்படுத்தி கமிஷனர் திரிபுரசுந்தரிக்கு உடனடியாய் தகவல் கொடுத்து போலீஸ் படையை வரவழைத்துவிடவேண்டும். இனியும் நான் தனியாளாய் டாக்டரை சமாளிப்பது கஷ்டம்...'

ஒரு கையில் துப்பாக்கியை வைத்துக்கொண்டே இன்னொரு கையில் ஜோன்ஸின் ஆன்ட்ராய்ட் செல்போனை எடுத்து போனின் ஆன் பட்டனை அழுத்தினாள். செல்போனின் டிஸ்ப்ளே திரை வெளிச்சம் பிடித்துக்கொண்டு அந்த ஆங்கில வாசகத்தை சிவப்பு நிற எழுத்துகளில் காட்டியது.

ஸ்வைப் ஸ்க்ரீன் டு அன்லாக் (SWIPE SCREEN TO UNLOCK)

வளர்மதி செல்போனின் ஸ்க்ரீனைத் தேய்த்தாள். அடுத்த விநாடியே செல்போன் கட்டளையிட்டது. பின் நெம்பர் கேட்டது.

ENTER PIN

முதன்முதலாய் வளர்மதியின் அடிவயிற்றில் ஒரு பயம் பரவியது.

'செல்போனை ஆக்டிவேட் செய்ய வேண்டுமென்றால் ஜோன்ஸ் பயன்படுத்தும் ரகசிய பின் நம்பர் வேண்டுமே...?'

வளர்மதி நடுக்கமாய் நடந்துகொண்டே யோசித்தாள்.

'ஏதாவது எண்களை மாற்றிப்போட்டு மூன்று தடவை முயற்சி செய்து பார்க்கலாம். அந்த மூன்று முயற்சிகளும் தோற்றுவிட்டால் செல்போன் நிரந்தரமாய் லாக் ஆகிவிடும் அபாயம் இருக்கிறது'

'ஜோன்ஸ் செல்போனின் பின் நெம்பர் டாக்டர் ஜான்மில்லர்க்குத் தெரிய வாய்ப்பில்லை...'

'எனக்கு பின் நெம்பர் தெரியாது என்கிற உண்மையும் ஜான்மில்லர்க்குத் தெரிந்துவிடக்கூடாது. தெரிந்தால் அவரிடம் இப்போது இருக்கும் பயம் காணாமல் போய்விடும்.' யோசிக்க... யோசிக்க... வளர்மதியின் உடம்பில் சுரந்த பய வியர்வை அவளை நனைக்க ஆரம்பித்தது.

66

வளர்மதி பயத்தை வெளிப்படையாகக் காட்டிக்கொள்ளாமல் ஜான்மில்லரை பின்தொடர்ந்தாள்.

ஜான்மில்லர் நேர்பார்வை பார்த்தபடி நடந்து கொண்டிருக்க, வளர்மதியின் பார்வை 180 டிகிரி கோணத்தில் சுழன்றது.

மெலிதான நீலவண்ண எல்.இ.டி. விளக்குகளின் வெளிச்சத்தில் சுமார் ஆயிரம் சதுரடி பரப்புள்ள அந்த லேப் சென்ட்ரலைஸ்ட் செய்யப்பட்ட ஏ.சியின் மிதமான குளிரில் உறைந்து போயிருந்தது. கண்ணாடிக்கதவுகளோடு கூடிய சிறிய அறைகளின் நெற்றிப்பரப்பில் ஜீன் சம்பந்தப்பட்ட பெயர்களோடு ஸ்டிக்கர்கள் ஒட்டப்பட்டிருக்க, உள்ளே போடப்பட்டிருந்த க்ரே நிற பாலிமர் மேஜைகளின் மேல் செல்லுலார் ஜீன்தெரபி சம்பந்தப்பட்ட பயோ கம்ப்யூட்டர்கள் பார்வைக்குத் தட்டுப்பட்டன. அவைகளில் சில எதையோ மானிட்டரிங் செய்தபடி நிறம் நிறமாய் வெளிச்சப்புள்ளிகளைக் காட்டிக் கொண்டிருந்தன.

வளர்மதியின் இருதயத்துடிப்பு உச்சத்தில் இருக்கும்போதே முன்னால் நடந்து கொண்டிருந்த ஜான்மில்லர் வேகத்தைக் குறைத்துக்கொண்டு ஜெனிடிக் டெஸ்டிங் க்யூப் என்று ஸ்டிக்கர் சொன்ன அறைக்கு முன்பாய் நின்றார். திரும்பிப் பார்க்காமல் வளர்மதியிடம் பேசினார்.

"இந்த அறைக்குள்தான் சில்பாவும் நர்மதாவும் இருக்கிறார்கள்"

"உள்ளே செல்லுங்கள்"

ஜான்மில்லர் அந்தக் கனமான கண்ணாடிக்கதவைத் தள்ளிக்கொண்டு நுழைய வளர்மதியும் பின்தொடர்ந்தாள். அறையின் நடுவே இரண்டு சாய்வான படுக்கைகள் போடப்பட்டிருக்க, அதில் சில்பாவும் நர்மதாவும் கண்மூடிய நிலையில் மல்லாந்து தெரிந்தார்கள்.

அவர்களின் உடம்போடு சேர்த்துக் கட்டப்பட்டிருந்த மெல்லிய வயர்கள் பக்கத்தில் இருந்த கம்ப்யூட்டர்களோடு இணைக்கப்பட்டிருந்தன. கம்ப்யூட்டர் திரைகளில் அவர்களின் உடல் ஆரோக்கியம் குறித்த பதிவுகள் விநாடிக்கு விநாடி மாறி "நெட் ரிசல்ட்" என்கிற வார்த்தைக்கு நேராக "நார்மல்" என்கிற ஆங்கில எழுத்துகள் பச்சை நிறத்தில் ஒளிர்ந்தன.

வளர்மதி பார்வை நடுங்க, சில்பாவையும் நர்மதாவையும் பார்த்துவிட்டு தன் கையில் இருந்த துப்பாக்கியை அசைத்து ஜான்மில்லரை சுவரோரமாய் போடப்பட்டிருந்த நாற்காலியில் உட்கார வைத்தாள்.

"டாக்டர்... இனி நீங்கள் அந்த நாற்காலியை விட்டு எழக்கூடாது. அப்படியே உட்கார்ந்துகொண்டு நான் கேட்கும் கேள்விகளுக்கு பொய் கலப்பில்லாமல் பதில் சொல்லவேண்டும்"

ஜான்மில்லர் பயம் பரவிய விழிகளோடு மெல்ல தலையாட்டினார். வளர்மதிக்கு உள்ளூர இருதயம் உதைத்துக்கொண்டாலும் சலனமில்லாத முகத்தோடு அவரை ஏறிட்டாள்.

"சில்பா, நர்மதா இவர்கள் இருவரும் இப்போது சுய உணர்வோடு இருக்கிறார்களா...?"

"இ...இ...இல்லை"

"ஏதாவது ஊசி போட்டு இருக்கிறீர்களா...?"

"ஆமாம்"

"எதுமாதிரியான ஊசி...?"

"சப்-க்யூடேனியஸ் இஞ்ஜெக்சன்"

"மயக்கம் எவ்வளவு நேரத்திற்கு நீடிக்கும்?"

"நாளை மதியம்தான் சுயஉணர்வுக்குத் திரும்புவார்கள் "

"இவர்களை உடனடியாய் இந்த மயக்க நிலையிலிருந்து மீட்க முடியாதா?"

"முடியாது..."

"இவர்களின் மேல் எதுமாதிரியான சோதனைகளை நடத்தப் போகிறீர்கள்...?"

ஜான்மில்லர் மௌனமாக இருந்தார்.

"நீங்கள் இப்படி மௌன விரதம் இருப்பது என் கையில் இருக்கும் பிஸ்டலுக்குப் பிடிக்காது டாக்டர்"

அவர் மெல்ல முனகினார்.

"ஜீன் சம்பந்தப்பட்ட சில சோதனைகளை நடத்துவதுதான் என் நோக்கம்"

"குறிப்பாக பெண்களை தேர்ந்தெடுக்க என்ன காரணம்...?"

"அது...அது...வந்து..."

"முழுக்க நனைந்துவிட்டீர்கள். இனி முக்காடு வேண்டாம். சரியான பதில் வேண்டும் எனக்கு"

"நல்லதொரு நோக்கத்திற்காக ஆரம்பிக்கப்பட்ட இந்த ஜீன்தெரபி சம்பந்தப்பட்ட ஆராய்ச்சி, தீபக், ஈஸ்வரின் விபரீதமான பேராசைக்கு பலியாகி விட்டது. ஆரம்பத்தில் நான் அவர்கள் இருவர்க்கும் புத்திமதி சொல்லிப் பார்த்தேன். அவர்கள் அதை காதில் போட்டுக்கொள்வதாகவே இல்லை. நான் அவர்களுடைய திட்டத்திற்கு ஒத்துழைக்க மறுத்தால் அவர்கள் வேறு ஒரு ஜெனிடிக்சிஸ்ட் விஞ்ஞானியோடு கை கோர்க்கவும் தயாராக இருந்தார்கள். அவர்களின் அந்த முயற்சி எனக்கு இன்னமும் ஆபத்தாக தோன்றவே வேறு வழியில்லாமல் அவர்களோடு பார்ட்னர்ஷிஃப் போட வேண்டியதாகிவிட்டது"

வளர்மதி குறுக்கிட்டு கேட்டாள்.

"அதாவது தப்பு என்று தெரிந்தே அவர்களுக்கு உதவி செய்து கொண்டிருந்தீர்கள்"

"ஆமாம்... ஐநூறு மில்லியன் டாலர்களுக்கு அந்த ஜீன்தெரபி ப்ராஜக்ட் விலை பேசப்பட்டால் யார்க்குத்தான் ஆசை வராது? துணிந்து நானும் இறங்கிவிட்டேன். ஆனால் என்னுடைய மனதின் ஒரு மூலையில் ஈஸ்வர், தீபக் இருவர் மேலும் ஒரு சந்தேகம் இருந்து கொண்டே இருந்தது"

"என்ன சந்தேகம் ...?"

"ப்ராஜக்ட் சம்பந்தப்பட்ட ஆராய்ச்சியின் கடைசி கட்டம் முடிவடைந்து பாஸிட்டீவ் ரிசல்ட் கிடைத்ததும் என்னுடைய உயிர்க்கு ஆபத்து ஏற்படலாம் என்கிற ஒரு உறுத்தல் எனக்குள்ளே இருந்து கொண்டேயிருந்தது. அதனால் ஈஸ்வர், தீபக் இருவரின் நடவடிக்கைகளை வாசனைப் பிடித்து எனக்கு உடனுக்குடன் தெரிவிக்க அவர்களிடம் வேலை பார்க்கும் ஜோன்ஸை பணத்தாசை காட்டி என்னுடைய மறைமுக பார்ட்னராய் ஆக்கிக்கொண்டேன்"

"முள்ளை முள்ளாலேயே எடுக்க தீர்மானித்துவிட்டீர்கள்"

"ஆமாம்..."

"சரி... இது எதுமாதிரியான ப்ராஜக்ட் என்பதை சொல்ல முடியுமா...?"

ஜான்மில்லர் சில விநாடிகள் தயங்கிவிட்டு சொன்னார்.

"எம்.டி.ஸி. வெர்சஸ் என்.டி.என்.ஏ"

"எனக்குப் புரியும்படியாய் சொல்லுங்கள்"

"எம்.டி.ஸி. என்பதின் விரிவாக்கம் மைட்டோகாண்ட்ரியா (MITOCHONDRIA) என்.டி.என்.ஏ என்பதின் விரிவாக்கம் நியூக்ளியர் டிஆக்சி ரிபோ நியூக்ளிக் ஆசிட் (NUCLEAR DEOXYRIBO NUCLEIC ACID) அதாவது மைட்டோகாண்ட்ரியா எனப்படும் ஒரு செல்லுக்கும், நியூக்ளியர் டி.என்.ஏ. எனப்படும் மரபணுக்கும் இடையே ஒரு மோதலை உண்டாக்கி அதன் மூலம் ஒரு புதிய கண்டுபிடிப்பை உருவாக்கி மருத்துவ உலகத்துக்கு அளிப்பதுதான் நாங்கள் மேற்கொண்ட ஓர் ஆராய்ச்சி. நான் ஏற்கனவே சொன்னதுபோல் மருத்துவ உலகின் நன்மைக்காக ஆரம்பிக்கப்பட்ட இந்த ஆராய்ச்சி இப்போது ஒரு வியாபார பொருளாக மாறி உலகம் முழுவதும் நூற்றுக்கணக்கில் ஃபார்மசூட்டிகல் கம்பெனிகளை வைத்திருக்கும் கார்பரேட் பணமுதலைகளின் கைகளுக்கு போய்விட்டது"

வளர்மதி குறுக்கிட்டாள்.

"மருத்துவ உலகின் நன்மைக்காக ஆரம்பிக்கப்பட்டது இந்த ஆராய்ச்சி என்று சொன்னீர்கள். அது எதுமாதிரியான நன்மை என்று சொல்ல முடியுமா...?"

"அதைச் சொல்வதாக இருந்தால் நான் சற்று விரிவாக கல்லூரியில் வகுப்பு எடுப்பது போல் பேச வேண்டியிருக்கும்"

"பரவாயில்லை... உண்மை விரிவாக இருந்தால்தான் அந்த உண்மைக்கே ஒரு மதிப்பு இருக்கும்... நீங்கள் விரிவாகப் பேசலாம்... பொழுது விடிவதற்குள் எனக்கு எல்லா உண்மைகளும் உங்களிடம் இருந்து எனக்கு வந்துவிட வேண்டும்"

ஜான்மில்லர் சிலவிநாடிகள் தலைகுனிந்தபடி யோசனையாய் இருந்துவிட்டு பேச ஆரம்பித்தார்.

"நமது உடலின் 50 சதவீதம் நமக்கு சொந்தமானதல்ல. அதில் பாதிக்கும் மேற்பட்ட உடல் பாக்டீரியாக்களுக்கும், வைரஸ்களுக்கும் சொந்தமானது என்கிற விபரம் உனக்குத் தெரியுமா...?"

வளர்மதி சற்றே திகைப்போடு தலையாட்டினாள்.

"தெரியாது"

"முதலில் நீ அந்த உண்மையைப் புரிந்து கொண்டால்தான் பின்னால் நான் சொல்லப்போகும் விஷயங்கள் உனக்கு விளங்கும். நாம் எவ்வளவுதான் சத்தான உணவுகளைச் சாப்பிட்டு, தினமும் குளித்து சுத்தமாக இருந்தாலும் கூட நமது உடலின் 50 சதவீத பரப்பளவு வைரஸ், பாக்டீரியாக்கள், ஆர்க்கியா

போன்ற நுண்ணுயிர்களால் நிரம்பியிருக்கும். மீதமுள்ள 50 சதவீத பரப்பளவுதான் மனித செல்களால் நிரம்பி நம்மை உருவமாக காட்டிக்கொண்டிருக்கிறது. அதாவது ஒவ்வொரு மனிதனும் மரபு அணுக்களாலும், நுண்ணுயிர்களாலும் இணைக்கப்பட்டு பல்வேறு முகங்களால் மட்டுமே வேறுபட்டு இருக்கிறார்கள்"

வளர்மதி வியப்போடு கேட்டுக்கொண்டிருக்க, ஜான்மில்லர் தொடர்ந்து நிதானமான குரலில் பேச ஆரம்பித்தார்.

"உடம்பில் இருக்கும் வைரஸ், பாக்டீரியாக்களால் மனிதனின் ஆரோக்கியத்திற்கு தீமை ஏற்படாதா நோய்கள் உண்டாகாதா என்று நீ கேட்கலாம். உண்மையில் ஒவ்வொரு மனிதனின் உடம்புக்குள்ளும் மனித செல்களுக்கும், நுண்ணுயிர்களுக்கும் 24 மணி நேரமும் ஒரு உயிரியல் யுத்தம் நடைபெற்றுக்கொண்டிருக்கிறது. நமது உடலில் நம்முடைய மரபு அணுக்களை விட நுண்ணுயிர்களின் மரபணு எண்ணிக்கை உயரும்போதுதான் ஆரோக்கிய குறைவு ஏற்பட்டு பலவித நோய்கள் உண்டாகின்றன. அப்படி நோய் உண்டாகும் போது நோயை உண்டாக்கும் நுண்ணுயிர்களை வைத்தே மருத்தை தயாரிக்க முடியும் என்று விஞ்ஞானிகள் நம்பி அந்த ஆராய்ச்சியில் ஈடுபட்டார்கள். ஆனால் நான் மட்டுமே மனித உடலில் உள்ள மைட்டோகாண்ட்ரியா செல்லை வைத்து மனிதனுக்கு நோய்களை வராத அளவுக்கு ஒரு மருந்தைக் கண்டுபிடிக்க முடியும் என்கிற மகத்தான உண்மைக்கு அஸ்திவாரம் போட்டேன். அதையும் மீறி நோய் வந்தால் சாதாரண காய்ச்சலில் தொடங்கி மூளையையும் நரம்பு மண்டலத்தையும் தாக்கி அல்ஸீமர், பார்கின்சன் நோய்வரையுள்ள அத்துணை நோய்களையும் குணப்படுத்தும் மாமருந்தாக அது அமைய ஒரு ஆராய்ச்சியையும் மேற்கொண்டேன். இந்த ஆராய்ச்சிக்காக செல்ஃபிஷ் ஜீன் என்ற ஒரு மரபணுவையும், தி ப்ளைண்ட் வாட்ச்மேக்கர் என்ற ஒரு வைரஸின் மரபணுவையும் இணைத்து எலி, முயல், நாய், குரங்கு போன்ற பாலூட்டி பிராணிகளின் கர்ப்பப்பைகளில் செலுத்தி வீரியமுள்ள புதிய நல்ல வைரஸ்களையும், பாக்டீரியாக்களையும் வளர்த்தெடுக்கிற ஒரு விபரீதமான முயற்சியில் ஈடுபட்டேன்"

வளர்மதி ஜான்மில்லரின் பேச்சில் குறுக்கிட்டு கேட்டாள்.

"சரி, தீபக், ஈஸ்வர் இருவரும் உங்களுக்கு எப்படி எப்போது பழக்கமானார்கள்?"

"அமெரிக்காவில் பிராணிகள் சம்பந்தப்பட்ட ஆராய்ச்சிகள் எல்லாம் முடிந்த பிறகு பெண் மனித எலிகள் வேண்டும் என்கிற

நிலை வந்தபோதுதான் பார்மா சம்பந்தப்பட்ட ஒரு செமினாரில் தீபக்கை சந்தித்தேன். தீபக்கிற்கும் புதிய மருந்துகள் தயாரிக்க வேண்டும் என்கிற ஆர்வம் இருந்ததால் நான் என்னுடைய ஆராய்ச்சியைப்பற்றிச் சொன்னேன். அமெரிக்காவில் இது மாதிரியான ஆராய்ச்சிகளை மேற்கொள்ள முடியாத அளவுக்கு கடுமையான சட்டங்கள் இருந்ததால், இந்தியாவில் தேவையான பெண் மனித எலிகளுக்கு தான் ஏற்பாடு செய்து தருவதாக தீபக் சொன்னார். சொன்னதோடு மட்டுமல்லாமல் அவருடைய அப்பா ஈஸ்வர்க்கு தகவல் கொடுத்து அவர் மூலம் அநாதைப் பெண்களுக்கும், ஏழைப் பெண்களுக்கும் இலவச திருமணங்களை நடத்தி, பெண் மனித எலிகளை என்னுடைய ஆராய்ச்சிக்கு கொடுத்து உதவ ஆரம்பித்தார், நானும் அவ்வப்போது இந்தியா வந்து அந்தப் பெண்களின் மேல் சோதனைகளை மேற்கொண்டேன். ஆனால் பிராணிகளிடம் கிடைத்த வெற்றி பெண்களிடம் கிடைக்கவில்லை. பெண்களுக்கு பக்க விளைவுகள் ஏற்படவே, இங்கே இருக்கும் டாக்டர்களுக்கு சந்தேகம் வராமல் இருப்பதற்காக, கல்யாண ஜோடிகள் சிலரை தற்கொலை என்ற போர்வையில் ஈஸ்வர் தீர்த்துக்கட்ட வேண்டியதாயிற்று"

வளர்மதி கோபமாய் ஜான்மில்லரைப் பார்த்தபடி கையமர்த்தினாள்.

"ஈஸ்வரால் கொலை செய்யப்பட்ட பெண்கள் எல்லோரும் மூன்று மாதம் கர்ப்பமாய் இருந்தார்கள். அப்படிப்பட்ட கர்ப்பமான பெண்களை மட்டும் தேர்ந்து எடுக்க ஏதாவது காரணம் இருக்கிறதா...?"

"இ...இ...இருக்கிறது"

"என்ன காரணம்...?"

"மூன்று மாத கர்ப்பமாய் இருக்கும் பெண்களின் கருவில் உள்ள மைட்டோகாண்ட்ரியா செல்கள் மின்சாரத்தை தயாரிக்கும் பவர் ஸ்டேஷன் போல் வீரியமும், சக்தியும் கொண்டதாக இருக்கும். அதற்காகத்தான் அப்படிப்பட்ட பெண்களை தேர்ந்தெடுத்து..."

"மைகுட்னஸ்..." என்று ஒரு விநாடி அதிர்ந்து போன வளர்மதி நெஞ்சம் நெகிழ்ந்து, கண்களில் பீறிட்ட நீரை துடைக்க தலையைத் தாழ்த்திய அதே விநாடி -

ஜான்மில்லர் மூர்க்கமான வேகத்தோடு அவள் மேல் வீசப்பட்ட ஒரு கத்தியைப்போல் பாய்ந்தார்.

67

வளர்மதி அந்தப் பாய்ச்சலை ஜான்மில்லரிடமிருந்து எதிர் பார்க்கவில்லை.

தன் மீது வந்து விழுந்த எண்பது கிலோ எடை கொண்ட ஜான்மில்லரின் உடம்பால் மோதப்பட்ட வளர்மதி அந்தக் கண்ணாடி அறையின் கனமான கதவின் மேல் போய் எசகுபிசகாய் இடித்துக்கொண்டு சாய்ந்தாள்.

அவளுடைய கையிலிருந்த ஜெல் புல்லட் பிஸ்டலும் ஜோன்ஸின் இரிடியம், ஆண்ட்ராய்ட் போன்களும் தெறித்து திசைக்கொன்றாய் விழ, ஜான்மில்லர் விநாடிக்கும் குறைவான நேரத்தில் பிஸ்டலை மட்டும் பொறுக்கிக் கொண்டு வளர்மதியை கூர்மையாய் குறி பார்த்தபடி நிதானமான குரலில் பேசினார்.

"ஒரு குடும்பப் பெண் போலீஸ் இன்ஃபார்மராய் மாறிவிட்டால் இப்படித்தான் ஒரு செண்டிமெண்டான விஷயத்தில் மாட்டிக்கொள்ள நேரிடும். நீ நிலை தடுமாறுகிற இந்த ஒரு விநாடிக்காகத்தான் நான் உன்னிப்பாய்ப் பார்த்துக் கொண்டிருந்தேன். மூன்று மாத கர்ப்பமாய் இருக்கும் பெண்களை நான் ஆராய்ச்சிக்காக உபயோகப்படுத்திக்கொண்டதைப் பற்றி உன்னிடம் சொல்ல ஆரம்பித்ததுமே உன்னிடம் ஒரு தடுமாற்றம். கண்களில் நீரின் பளபளப்பு. நீ கண்ணீரைத் துடைக்க முயன்ற விநாடியை நான் பயன்படுத்திக்கொண்டேன்"

வளர்மதி அந்தக் கண்ணாடிக் கதவுக்குச் சாய்ந்துகொண்டே ஜான்மில்லரை கலவரமாய் பார்க்க அவர் வெள்ளைக்கோடு போன்ற தன்னுடைய பல்வரிசையைக் காட்டி சிரித்தார்.

"இது என்னுடைய நேரம் இனி நான் சொல்லப்போகிற ஒவ்வொரு வார்த்தையும் ராணுவக்கட்டளை. இந்த விநாடியே உன்னை என்னால் சுட்டுத்தள்ள முடியும். ஆனால் சில்பாவைப் போல், நர்மதாவைப்போல் நீ எனக்கு வேண்டும். முதலில் நீ எழுந்து நில்"

ஜான்மில்லரின் கையில் இருந்த துப்பாக்கியும், அவருடைய சிறிய கண்களும் வளர்மதியை உன்னிப்பாய் கவனித்து அளவெடுத்தன.

வளர்மதி தட்டுத்தடுமாறியபடி எழுந்து நின்றாள். ஜான்மில்லரின் எஃகுத்தனமான உடம்பு தன் தோள்பட்டையின் மீது மோதியதில் அந்த இடம் மட்டும் வலியால் விண்விண்னென்று துடித்தது.

"அப்படியே திரும்பி எனக்கு உன் முதுகுப்பக்கம் தெரியும்படியாய் நில்"

வளர்மதி திரும்பி நின்றாள்.

"குட்... நிலைமையைப் புரிந்துகொண்டு செயல்படுகிறாய். இப்போது இடதுபக்கம் தலையைத் திரும்பிப் பார். கண்ணாடிச் சுவரோரமாய் சாய்வான கோணத்தில் படுக்கை தெரிகிறதா? அதில் போய் படு..."

வளர்மதி தலையைத் திருப்பி அந்தப்படுக்கையை பார்க்க முயன்ற அதே விநாடி அவளுடைய பார்வைக்கு 25 சதவீத இடைவெளியோடு அறையின் கண்ணாடிக்கதவு தெரிந்தது. அடுத்த விநாடியே அவளுடைய மூளைக்குள் இருந்த அத்தனை நியூரான்களும் வெளிச்சமாய் எரிந்தன.

கண்ணிமைக்கிற நேரம் கூட இல்லை. கதவின் குமிழைப் பற்றி சட்டென்று இழுத்து, கதவின் இடைவெளியை 50 சதவீத அளவுக்கு மட்டும் விரித்து அந்த இடைவெளியில் உடம்பை நுழைத்து வெளியே பாய்ந்தாள் வளர்மதி. பாய்ந்த வேகத்திலேயே கண்ணாடிக்கதவையும் சாத்தினாள்.

அதிர்ந்து போன ஜான்மில்லர் கோபத்தின் உச்சத்துக்குப் போய் வளர்மதியைப் பார்த்து சுட்டார். துப்பாக்கியினின்றும் பாய்ந்த அந்த ஜெல் தோட்டா கண்ணாடிக்கதவை சிதறடிப்பதற்குப் பதிலாக அதில் ஒரு சின்ன கோலிக்குண்டு சைஸில் பசை போல் ஒட்டிக்கொண்டு மஞ்சள் நிறத்தில் வழிய ஆரம்பித்தது.

ஜான்மில்லர் வெறி பிடித்தவர் போல் "ஹேய்... யூ ப்ளடி பிட்ச்!!!" என்று குரலை உயர்த்திக் கத்திக்கொண்டே கதவைத் திறந்து கொண்டு வெளியே புயல் வேகத்தில் பாய்ந்து துரத்த ஆரம்பித்தார்.

வளர்மதி சற்றுத் தொலைவில் கண்ணாடி தடுப்புகளுக்கு இடையே முட்டி மோதிக்கொண்டு தடுமாற்றமாய் ஓடுவது தெரிய, குறிப் பார்த்து சுட முயன்று தோற்றார். ஜெல் தோட்டாக்கள் இலக்குத்தவறி வெவ்வேறு இடங்களில் பாய்ந்தன.

வளர்மதி வாயில் மூச்சிறைத்தபடி குனிந்தவாக்கில் ஓடி லேப்ரட்ரியின் பிரதானக் கதவை நெருங்கினாள். இதயம் பயத்தில் தெறித்துவிடுவதைப்போல் துடித்தது.

'கடவுளே...! மேக்னடிக் கதவு லாக் ஆகாமல் இருக்க வேண்டும்...' ஒட்டுமொத்த கடவுள்களையும் வேண்டிக்கொண்டு வியர்த்த உடம்போடு கதவின் மேல் போய் விழுந்தாள்.

கதவின் ஃபைபர் ஹோல்டிங்கைப் பிடித்து பலம் கொண்ட மட்டும் இழுத்தாள். கதவு சரியாக லாக் செய்யப்பட்டவில்லை என்பது முதல் இழுப்பிலேயே தெரிய இருதயத்துடிப்பின் வேகம் குறைந்தது. 'தேங்க் காட்'

உடம்பின் மொத்த வலுவையும் வளர்மதி தன்னுடைய கைகளுக்குக் கொடுத்து ஹோல்டிங்கைப் பிடித்து இழுக்க கதவு சிறிதுசிறிதாய் நகர்ந்து இடைவெளி ஏற்படுத்திக் கொடுத்தது. வியர்த்து ஊற்றிய தன்னுடைய உடம்பை அதற்குள் சிரமப்பட்டு நுழைத்து அங்குலம் அங்குலமாய் நகர்ந்து வெளியே வந்தாள்.

இருட்டில் காத்திருந்த குளிர்காற்று முகத்தில் மோதியது. பார்வை சில விநாடிகளுக்கு கண்ணைக் கட்டியது. எந்தப்பக்கம் எது இருக்கிறது என்று தெரியாமல் ஓட ஆரம்பித்தாள் வளர்மதி. இதயத்தின் மையத்தில் பயம் கீறியது. 'ஜான்மில்லரின் கையில் இனி மாட்டினால் நிச்சயமாய் உயிரோடு இருக்க முடியாது'

சிறு சிறு கற்களையும், செடிகளையும் மிதித்துக்கொண்டு ஓடியவளுக்கு ஒரு பெரிய மரத்தின் அடிப்பாகம் பார்வைக்குத் தட்டுப்பட, அதற்குப் பின்னால் போய் மறைவாய் உட்கார்ந்தாள். பெரிது பெரிதாய் மூச்சு வாங்கிக்கொண்டு மெல்ல எட்டிப்பார்த்தாள்.

ஜான்மில்லர், லேப்ரட்ரி கட்டிடத்துக்கு வெளியே கையில் துப்பாக்கியோடு இருட்டில் கரைந்து ஒரு நிழல் உருவமாய் நிற்பது தெரிந்தது. வளர்மதி மூச்சையடக்கிக்கொண்டு அவரையே பார்த்துக்கொண்டிருந்தாள்.

விநாடிகள் வேகமாய் விழுந்து நிமிஷங்களாக மாறிக்கொண்டிருக்க, ஜான்மில்லர் கையில் துப்பாக்கியோடு புதர் மண்டிக்கிடந்த இடங்களுக்குப் போய் குனிந்து, வளர்மதி உள்ளே ஒளிந்திருக்கிறாளாவென்று உற்றுப் பார்த்தார். பக்கத்தில் இருந்த பாறைகள் மீது ஏறி நின்று அசாதாரணமான அசைவுகள் ஏதேனும் பார்வைக்குத் தட்டுப்படுகிறதா என்று கவனித்துவிட்டு, அப்படி எதுவும் கிடைக்காமல் போகவே கோபமாய் இறங்கினார்.

ஜான்மில்லர் உடம்பின் ஒவ்வொரு அசைவிலும் உச்சபட்ச பதட்டம் தெரிந்தது. அவருடைய உதடுகளிலிருந்து ஆத்திரம் கொப்பளிக்கும் வார்த்தைகள் ஆங்கிலத்தில் வெடித்து காற்றில் கலந்தன.

"அந்தப் பெட்டை நாயை எந்த விநாடி பார்த்தாலும் சரி, அந்த விநாடியே சுட்டுத்தள்ளி வீழ்த்த வேண்டும்..."

"அவள் உயிரை விட்டுக்கொண்டிருக்கும்போதே என் பூட்ஸ் காலால் அவளுடைய கழுத்தை நசுக்க வேண்டும்..."

"அந்த திமிர் பிடித்தவள் அதிக தூரம் போயிருக்க மாட்டாள். நூறடி சுற்றளவுக்குள்தான் ஏதாவது ஒரு இடத்தில் பதுங்கியிருப்பாள். அவளை விடக்கூடாது"ஜான்மில்லர் வாய்விட்டு புலம்பிக்கொண்டே வேகவேகமாய் நடைபோட்டு ஒவ்வொரு மரத்திற்குப் பின்னாலும் போய் எட்டிப் பார்த்தார். கூடவே மனசுக்குள் ஒரு பயமும் நெருடியது.

'நாய்கள் என்னை மோப்பம் பிடிப்பதற்கு முன் வளர்மதியைக் கண்டு பிடித்தாக வேண்டும்...'

ஜான்மில்லர் கோபப் பார்வையோடும் பதட்டம் பரவிக்கொண்ட உடம்போடும் ஒவ்வொரு மரத்திற்கும் பின்னால் போய் எட்டிப் பார்க்க அந்தப் பெரிய மரத்திற்குப் பின்னால் உடம்பைக் குறுக்கிக்கொண்டு உட்கார்ந்திருந்த வளர்மதியின் இருதயம் ஒற்றையடி ட்ரம்மாய் மாறியது. ஒட்டுமொத்த உடம்பும் வியர்வையில் ஊறிக்கொண்டிருந்தது.

'ஜான்மில்லர் எந்த நிமிஷத்திலும் இந்த மரத்திற்குப் பின்னால் வந்து எட்டிப் பார்க்கலாம். பார்த்த அந்த விநாடியே சுடவும் கூட செய்யலாம். உடனடியாய் இந்த இடத்தை விட்டு வேறு ஒரு பாதுகாப்பான இடத்துக்கு நகர்ந்து விடுவது நல்லது...'

வளர்மதியின் தலைக்குள் யோசனைகள் ஒரு எறும்பு வரிசையைப் போல் போய்க் கொண்டிருக்க அவள் சுற்றும்முற்றும் பார்த்தாள். ஒளிவதற்கு ஏற்ற இடம் எதுவும் பார்வைக்குத் தட்டுப்படாமல் போகவே மரத்தின் அடித்தண்டோடு சேர்ந்து அப்படியே ஒட்டிக்கொண்டாள். பயத்தில் மார்பு தூக்கி தூக்கிப் போட்டது.

ஜான்மில்லர் எச்சரிக்கை நடையில் எல்லா மரங்களின் மறைவுகளையும் பார்த்து விட்டு வளர்மதி ஒளிந்திருந்த மரத்தை நோக்கி மெதுவாய் வந்து கொண்டிருந்தார்.

சில அடிகள் நடந்திருப்பார்.

அவர்க்கு இடதுகைப்பக்கம் ஏதோ சத்தம் கேட்ட உணர்வு. உடம்பில் நெருப்பு பட்ட தினுசில் சட்டென்று திரும்பிப் பார்த்தார் ஜான்மில்லர்.

'அது என்ன சத்தம்...?'

மறுபடியும் அந்தச் சத்தம் கேட்பதற்காக காத்திருந்தார். அதே இடத்தில் அசையாமல் நின்றிருந்தார்.

சில விநாடிகளின் நிசப்தத்திற்கு பிறகு அந்தச் சத்தம் மறுபடியும் கேட்டது.

யாரோ முனகுகிற சத்தம்.

உள்ளுக்குள் திடுக்கிட்டுப்போன ஜான்மில்லர் சர்வ ஜாக்கிரதையாய் கையில் இருந்த துப்பாக்கியை உடனே சுடுவதற்கு ஏற்ற தயார் நிலையில் வைத்துக்கொண்டு முனகல் வந்த திசையை நோக்கி மெல்ல நடை போட்டார். ஒவ்வொரு அடியையும் எடுத்து வைப்பதற்கு முன்னால் சில விநாடிகள் யோசித்தார். இருட்டு இப்போது சற்றே சாயம் வெளுத்துப் போயிருந்ததால் பார்வைக்கு சட்டென்று எல்லாமே புலப்பட்டது.

மேலும் சில அடிகள் நடந்திருப்பார்.

கோரைப் புற்களுக்கு நடுவே அந்த உருவம் உட்கார்ந்திருப்பது தெரிந்தது.

'யாரது...?' மனதுக்குள் எழுந்த கேள்வியோடு சற்று மறைவாய் நின்று கொண்டு கண்களுக்கு தன் உன்னிப்பான பார்வைக் கொடுத்தார். அது யார் என்பது அடுத்த சில விநாடிகளிலேயே புரிந்தது.

'மாதவன் '

ஜான்மில்லர் அவசர நடையில் அவனருகே போனார். மண்டியிட்டு உட்கார்ந்து அவனுடைய தோளைத் தொட்டு "மாதவன்" என்று மெல்லக் கூப்பிட்டார். அவன் தன்னுடைய தலையை மெல்ல உயர்த்தினான். பெரிது பெரிதாய் மூச்சு வாங்கிக்கொண்டு எழுந்து நிற்க முற்பட்டான். வியப்பான குரலில் தடுமாற்றத்தோடு கேட்டான்.

"டா... டா... டாக்டர்... நீ... நீங்கள்... இங்கே எப்படி... இந்த நேரத்தில்...?"

ஜான்மில்லர் குரலைத் தாழ்த்தினார்.

"எல்லாம் சொல்கிறேன்... நான் கேட்கிற கேள்விக்கு முதலில் நீ பதில் சொல். வளர்மதி உன்னைத் துப்பாக்கியால் சுட்டு நீ இறந்துவிட்டதாக ஜோன்ஸ் சொன்னானே... அது உண்மையா ...?"

மாதவன் சில விநாடிகள் மௌனமாய் இருந்துவிட்டு கம்மிப்போன குரலில் பேச ஆரம்பித்தான்.

"உண்மைதான் டாக்டர்... வளர்மதி என்னை சுட்டது உண்மை. ஆனால் மார்பில் தோட்டா பாய்ந்த உணர்வு இல்லை. ஏதோ ஊசியை சொருகி எடுத்த மாதிரியான வலி. கொஞ்சம் ரத்த சேதம்.

கீழே விழுந்த என்னால் எழ முடியவில்லை. அப்படியே மயக்க நிலைக்குப் போய்விட்டேன். சிறிது நேரத்திற்கு முன்புதான் எனக்கு மயக்க நிலை தெளிந்து, உணர்வு வந்தது. எழுந்து மெல்ல நடக்க ஆரம்பித்தேன். இந்த இடத்துக்கு வந்ததும் மேற்கொண்டு நடக்க முடியாமல் அப்படியே உட்கார்ந்து விட்டேன். அந்த வளர்மதி உங்களிடம் பிடிபட்டுவிட்டாளா டாக்டர்...?"

"இல்லை... இந்த ஃபார்ம் ஹவுஸுக்குள்தான் எங்கேயோ ஒளிந்து கொண்டு இருக்கிறாள். நான் அவளைத்தான் தேடிக்கொண்டிருக்கிறேன்... இப்போது என் கையில் இருக்கும் இந்த பிஸ்டல் அவளிடமிருந்து பறித்ததுதான். இது உயிரை எடுக்கும் பிஸ்டல் இல்லை... மயக்க மருந்தை செலுத்தும் ட்ராங்க்லைஸர் போன்ற பிஸ்டல். ஜோன்ஸையும் இந்த துப்பாக்கியால்தான் சுட்டிருக்கிறாள்"

ஜான்மில்லர் சொல்லிக்கொண்டிருக்கும்போதே மாதவன் கத்தினான்.

"டாக்டர்... உங்களுக்குப் பின்னாடி திரும்பிப் பாருங்கள் "

ஜான்மில்லர் சட்டென்று திரும்பிப் பார்த்தார்.

மரத்தின் மறைவினின்றும் வெளிப்பட்ட வளர்மதி எய்யப்பட்ட ஒரு அம்பைப் போல் வேகமாய் ஓடிக்கொண்டிருந்தாள்.

68

வளர்மதி ஓடிக்கொண்டிருப்பதைப் பார்த்ததும் ஜான்மில்லரும், மாதவனும் பதட்டத்தோடு ஒருவரையொருவர் பார்த்துக்கொண்டார்கள்.

"மாதவன்... அவள் நம் கண்ணில் பட்டுவிட்டாள். இனியும் அவளை விட்டு வைக்கக்கூடாது. உன்னால் என்னோடு ஓடி வர முடியுமா...?"

"முடியும் டாக்டர்... உங்களைப் பார்த்ததுமே என்னுடைய உடம்புக்குள் ஒரு யானை புகுந்து கொண்ட மாதிரியான பலம். இந்த இடம் எனக்குப் பழகிப் போன ஒன்று. அவள் ஓடிய திசையில் ஒளிந்து கொள்ள வசதியாக ஒரு இடம் கூட இல்லை. நூறு மீட்டர் தூரம் கடப்பதற்குள் கண்ணாடித் துண்டுகளோடு சேர்த்துக் கட்டப்பட்ட முள்வேலி வந்துவிடும். வடக்குப் பக்கமாக போனால் நாய்களின் மோப்ப சக்திக்கும், பார்வைக்குத் தப்ப முடியாது"

மாதவன் சொல்லிக்கொண்டே ஓட ஆரம்பித்துவிட, ஜான்மில்லர் அவனோடு இணைந்து கொண்டார். ஒரு நிமிட ஓட்டத்திற்குப் பிறகு வளர்மதி ஒரு புதரின் வளைவில் ஓடுவது ஜான்மில்லரின் பார்வையில் பட, தன் கையில் வைத்திருந்த ஜெல் புல்லட் பிஸ்டலால் சுட்டார். வளர்மதி அதற்குள் மறைந்துவிட புல்லட் இலக்கின்றி பாய்ந்தது.

மாதவன் ஓடிக்கொண்டே கேட்டான்.

"டாக்டர்... வளர்மதி தப்பித்துவிட்ட விஷயம் ஈஸ்வர்க்கும் தீபக்கிற்கும் தெரியுமா...?"

"தெரியாது"

"அவர்களுக்குத் தெரியப்படுத்த வேண்டாமா...?"

மாதவன் கேட்ட கேள்விக்கு ஜான்மில்லர் பதில் சொல்லாமல் ஓடிக்கொண்டிருக்க அவன் மறுபடியும் கேட்டான்.

"என்ன டாக்டர்... பதிலையே காணோம்...?"

"இதோ பார் மாதவன்... ஈஸ்வரும் தீபக்கும் ராத்திரி நன்றாக குடித்துவிட்டு போதையிலிருந்து மீள முடியாமல் மரக்கட்டைகளைப் போல் விழுந்து கிடக்கிறார்கள்"

"சரி... ஜோன்ஸ் எங்கே ...?"

"இதே ஜெல் பிஸ்டலால்தான் வளர்மதி ஜோன்ஸையும் சுட்டாள். ஜோன்ஸ் லேப் கட்டிடத்துக்கு பக்கத்தில் விழுந்து கிடக்கிறான். உனக்கு மயக்கம் தெளிந்த மாதிரி அவனுக்கும் ஒரு மணி நேரம் கழித்து மயக்கம் தெளிய வாய்ப்பு இருக்கிறது"

பேசிக்கொண்டே ஓடியதில் ஜான்மில்லருக்கு மூச்சிரைத்தது. லேசாய் தள்ளாடினார்.

"டாக்டர்... நீங்கள் இனி பேச வேண்டாம். அந்த வளர்மதியை முதலில் வீழ்த்துவோம்" மாதவன் சொல்லிவிட்டு தன்னுடைய வேகத்தை அதிகப்படுத்தினான். மண்டிக்கிடந்த புதர் வளைவைக் கடந்தான். வளர்மதி கண்ணில் படாமல் போகவே சில விநாடிகள் நின்று சுற்றும் முற்றும் பார்த்தான்.

ஜான்மில்லர் மூச்சு வாங்கிக்கொண்டு பக்கத்தில் வந்தார்.

"என்ன மாதவன்...?"

"எங்கேயோ ஒளிந்து கொண்டு விட்டாள்"

"அவள் ஒளிந்து கொள்வதற்கு இந்தப் பகுதியில் இடமே இல்லையென்று நீ சொன்னாயே...?"

"இப்போதும் எனக்கு அதுதான் ஆச்சர்யம்"

"இந்தப் புதர்க்குள்ளே மறைந்து இருக்கலாமே...?"

"இது விஷ முட்கள் நிரம்பிய அடர்த்தியான புதர். உள்ளே யாரும் நுழைய முடியாது டாக்டர்..." சொல்லிக்கொண்டே போன மாதவன் சட்டென்று பேச்சை நிறுத்தி இருட்டை உன்னிப்பாய் பார்த்தான்.

"என்ன பார்க்கிறாய்...?"

"லேப் கட்டிடத்துக்குப் பக்கத்தில் ஏதோ நிற்பது போல் தெரிகிறது"

ஜான்மில்லர் மாதவன் சொன்ன இடத்தை உற்றுப் பார்த்துவிட்டு ஏதோ பேச முயன்ற விநாடி பக்கவாட்டில் அந்த சத்தம் கேட்டது.

இருவரும் திரும்பிப் பார்த்தார்கள்.

அந்த இருட்டிலும் புழுதி பறக்க மோப்ப நாய்கள் ஒரு சிறிய கூட்டமாய் ஓடி வருவது தெரிய, ஜான்மில்லர் மிரண்டு போனவராய் மாதவனுக்குப் பின்னால் போய் நின்று கொண்டு அவனுடைய தோள்களைக் கெட்டியாகப் பற்றிக்கொண்டார். உதடுகளில் வார்த்தைகள் நடுங்கியது.

"மா...மாதவன்... நாய்களிடமிருந்து என்னைக் காப்பாற்று"

"பயப்படாதீர்கள் டாக்டர்...! நான் இருக்கும் போது நாய்கள்

உங்களை ஒன்றும் செய்யாது. என்னுடைய கட்டளைகளுக்கு அவை கீழ்ப்படிந்து விடும்.. தைரியமாய் இருங்கள்"

மாதவன் சொல்லிக்கொண்டிருக்கும்போதே வேகமாய் ஓடிவந்த அந்த ஆறு நாய்களும் அவன் மீது தாவி சில விநாடிகள் விளையாடிவிட்டு, அவனுக்குப் பின்னால் மறைவாய் நின்றிருந்த ஜான்மில்லரைப் பார்த்துவிட்டு உறும ஆரம்பித்தது. அவரை நோக்கி நகர்ந்தது.

மாதவன் சத்தமாய் குரல் கொடுத்தான்.

"கெட் பேக்"

நாய்கள் அவனுடைய கட்டளையைப் பொருட்படுத்தாமல் ஜான்மில்லரை நோக்கி "வர்ர்ர்ர்" என்று சன்னமாய், உறுமியபடி இன்னமும் முன்னோக்கி நகர மாதவன் நாய்களுக்கு குறுக்கே வந்தான். குரலை உயர்த்தினான்.

"ஸ்டே"

நாய்களின் உறுமல் நிற்கவில்லை. கட்டளைகள் தொடர்ந்தன.

"சிட்"

"டவுன்"

"அவே"

மாதவன் விதவிதமாய் நாய்களுக்கான கட்டளை வார்த்தைகளை பிரயோகம் செய்ய, நாய்கள் அதைப் பொருட்படுத்தாமல் ஜான்மில்லரின் மேல் பாய்ந்தது. தடுமாறி கீழே விழுந்த ஜான்மில்லர் சுதாரித்து எழுந்து ஓடத் துவங்க நாய்கள் துரத்த ஆரம்பித்தன.

மாதவன் கத்தினான்.

"டாக்டர்... ஓடாதீர்கள்...!!! நீங்கள் ஓடினால் நாய்களின் கோபமும் மூர்க்கமும் அதிகமாகும்"

அவன் சொல்லிக்கொண்டிருக்கும்போதே ஓடிக்கொண்டிருந்த ஜான்மில்லர் தடுமாற்றத்தோடு கீழே விழ, நாய்கள் ஆக்ரோஷத்தோடு அவர் மீது பாய்ந்தன.

மாதவன் தன் தொண்டை நாண்கள் தெறிக்கக் கத்தினான்.

"கெட் பேக்..!!!"

நாய்கள் அந்தக் கட்டளையைப் பொருட்படுத்தாமல் ஜான்மில்லரை கவ்வி இழுத்தன. அவருடைய அலறல் இருட்டைக் கிழித்தது.

மேற்கொண்டு என்ன செய்வது என்று தெரியாமல் மாதவன் உறைந்து போய் நின்ற விநாடி -

ஜான்மில்லரின் மேல் மொய்த்திருந்த நாய்களில் ஒன்று எகிறிப்போய் விழுந்தது. சின்ன முனகலோடு கத்தியபடி துடித்து நிசப்தமானது.

'என்ன நடக்கிறது...?'

மாதவன் திகைத்துப்போய் சுற்றும்முற்றும் பார்த்துக் கொண்டிருக்கும் போதே இரண்டாவது நாயும் எகிறிப்போய் விழுந்தது. மெல்ல துடித்து அடங்கியது. தொடர்ந்து முன்றாவது, நான்காவது, ஐந்தாவது, ஆறாவது என்று ஒவ்வொன்றாய் சின்னச் சின்ன முனகல்களோடு எம்பி விழுந்து ஸ்லோமோஷனில் துடித்து மௌனமாயின.

ஜான்மில்லர் நாய்களிடம் இருந்து தப்பித்து விட்ட மகிழ்ச்சி கலந்த நிம்மதியோடு எழுந்த மாதவனிடம் ஓடி வந்தார். குழப்பமும் பதட்டமுமாகக் கேட்டார்.

"மாதவன்... நாய்களை நீ என்ன செய்தாய்...?"

"நான் ஒன்றும் செய்யவில்லை டாக்டர்"

"பின் எப்படி துப்பாக்கியால் சுட்ட மாதிரி ஒவ்வொரு நாயும் துள்ளி விழுந்து அடங்கியது...?"

"தெரியவில்லை...!!" என்று மாதவன் சொல்லிக்கொண்டிருக்கும் போதே அவனுக்கு இடது பக்கமாய் சற்றுத் தொலைவில் வேலியோரமாய் ஒரு டார்ச்லைட் உயிர்பிடித்துக்கொண்டு ஒரு வெளிச்ச வட்டத்தைக் காட்டியது.

ஜான்மில்லரும், மாதவனும் பதற்றமானார்கள். குரல்கள் நடுங்கப் பேசிக்கொண்டார்கள்.

"மா...மா...மாதவன்...யாரது?"

"தெ...தெ...தெரியவில்லை டாக்டர் ..."

'நான் என் கையில் வைத்திருந்த ஜெல் புல்லட் பிஸ்டல் எங்கே?' என்று தனக்குள் கேட்டுக்கொண்டே ஜான்மில்லர் இருட்டில் குனிந்து இரண்டு கைகளாலும் தரையைத் துழாவித் தேட ஆரம்பிக்க, தொலைவில் தெரிந்த அந்த ஒரு டார்ச்லைட் வெளிச்ச வட்டத்திற்குப் பக்கத்தில் இன்னொரு வெளிச்ச வட்டம் உற்பத்தியாயிற்று. அதைத் தொடர்ந்து பத்துக்கும் மேற்பட்ட டார்ச்சுகள் கண்விழித்துப் பார்க்க, காற்றில் பூட்ஸ் சத்தங்கள்.

மாதவனுக்குப் புரிந்துவிட்டது. குரலில் பயக்குளிர்.

"டா...டா...டாக்டர்... இ...இது போலீஸ் ..."

ஜான்மில்லர் அதிர்ந்தார். "எ...எ...எப்படி... வந்தார்கள்?"

"தெ...தெ...தெரியவில்லையே..."

"எ...எ...என்ன செய்யலாம்... ஓடலாமா?"

"வேண்டாம்... அவர்களிடம் துப்பாக்கி இருக்கிறது. ஓடினால் நாய்களுக்கு நேர்ந்த கதிதான் நமக்கு ஏற்படும்... அப்படியே நில்லுங்கள்... ஒரு போலீஸ் படையே வந்திருக்கிறது என்று நினைக்கிறேன்... எப்படியோ தகவல் போய்விட்டது"

மாதவன் பயத்தில் வாய் உலர்ந்து சொல்லிக்கொண்டிருக்கும்போதே டார்ச்சின் வெளிச்ச வட்டங்கள் ஒரு பிறை வடிவமாய் மாறி இருவரையும் சூழ்ந்தது.

உறைந்து போய் நின்றிருந்த இருவருடைய முகங்களின் மேலும் டார்ச் வெளிச்சம் விழ, இன்ஸ்பெக்டர் குணசேகரன் உயர்த்திப்பிடித்த துப்பாக்கியோடு முன்னால் வந்தார்.

ஜான்மில்லர்க்கும், மாதவனுக்கும் முன்பாய் நின்றபடி கேட்டார்.

"ஈஸ்வர்... எங்கே?"

இருவரும் பதில் பேசாமல் நிற்க, குணசேகரன் தனது வலது பூட்ஸ் காலை உயர்த்தி மாதவனின் அடிவயிற்றில் உள்ள உறுப்புகள் எல்லாம் கலங்கிப் போகிற அளவுக்கு ஓர் உதை விட்டார். காற்று அதை "ஹக்க்" என்ற சத்தத்தோடு எதிரொலிக்க, மாதவன் பெரிதாய் அலறிக்கொண்டே போய் ஒரு குப்பைக் காகிதம் போல் விழுந்து மடங்கினான்.

குணசேகரனின் பார்வை இப்போது ஜான்மில்லரின் மேல் இடம் பெயர்ந்தது. அவர் வெளிநாட்டு ஜாதி என்று தெரிந்ததும் ஆங்கிலத்தில் குரலை உயர்த்தினார்.

"யார்... நீங்கள்...? இங்கே இந்த ஈஸ்வரின் பண்ணை வீட்டில் உங்களுக்கு என்ன வேலை?"

ஜான்மில்லர் குணசேகரனின் கையிலிருந்த துப்பாக்கியை தன்னுடைய மிரண்டு போன பழுப்பு விழிகளால் பார்த்துக் கொண்டே மெல்லிய குரலில் பேசினார்.

"நான் ஜான்மில்லர். அமெரிக்காவில் இருக்கும் மின்னிசோட்டாவிலிருந்து வருகிறேன். நான் ஒரு ரிசர்ச் அனாலிஸ்ட்

அண்ட் டாக்டர்..."

"இங்கே உங்களுக்கு என்ன வேலை?"

ஜான்மில்லர் மௌனம் சாதிக்க குணசேகரன் தன் கையில் இருந்த துப்பாக்கியையும் குரலையும் உயர்த்தினார்."நீங்கள் இனி எதையும் மறைக்க முடியாது. ஈஸ்வர்க்கு சொந்தமான இந்த பண்ணை வீட்டில் ஏதோ ஒரு சட்ட விரோதமான ஆராய்ச்சி நடப்பதாக எங்களுக்குத் தெரியும். அது எதுமாதிரியான ஆராய்ச்சி என்பதுதான் தெரியாது. அது என்ன என்பதை நீங்கள்தான் சொல்ல வேண்டும்"

ஜான்மில்லர் தொடர்ந்து மௌனம் காக்க, குணசேகரன் தன் கையிலிருந்த துப்பாக்கியை கீழே விழுந்து கிடந்த மாதவனை நோக்கி திருப்பினார்.

"உம்... பேர் என்ன?"

"மா...மா...மாதவன் ஸார் "

"வளர்மதி எங்கே?"

"வ...வ...வளர்மதியா... யார் ஸார் அது?"

"வளர்மதியை உனக்குத் தெரியாதா?"

"தெரியாது ஸார்"

"சரி... ஜோன்ஸ் யாரு?"

"தெ...தெ...தெரியலை ஸார்"

குணசேகரன் மாதவனையே சில விநாடிகள் உற்று பார்த்துக்கொண்டிருந்து விட்டு பின்பக்கம் திரும்பிப் பார்க்காமல் குரல் கொடுத்தார்.

"சசிகுமார்"

"ஸார்" இடது கையில் டார்ச் லைட்டும் வலது கையில் துப்பாக்கியுமாய் நின்றிருந்த சப்-இன்ஸ்பெக்டர் சசிகுமார் இரண்டடி முன்னால் வந்தார்.

"சொல்லுங்க ஸார்"

"நாம கூட்டிட்டு வந்த அந்த ஆளை இழுத்துட்டு வந்து இவனுக்கு முன்னாடி நிறுத்துங்க"

"எஸ் ஸார்" என்று சொல்லி டார்ச் வெளிச்சத்தில் சிறிது தூரம் நடந்து அங்கே நின்றிருந்த ஒரு நபரின் தோள்பட்டையைப்பிடித்து

இழுத்து வந்து மாதவனுக்கு முன்பாய் நிறுத்தினார் சப் - இன்ஸ்பெக்டர் சசிகுமார்.

குணசேகரன் அந்த நபரின் முகத்தை டார்ச் வெளிச்சத்தில் நனைத்தபடி மாதவனிடம் கேட்டார்."இவர் யார்ன்னு உனக்குத் தெரியுதா பாரு?"

மாதவன் பார்த்தான்.

இதயத்தின் முக்கிய பாகத்தில் உடைந்தான்.

69

டார்ச் வெளிச்சத்தில் தெரிந்த அந்த நபரின் முகத்தைப் பார்த்தபடியே மாதவன் இருக்க இன்ஸ்பெக்டர் குணசேகரன் மறுபடியும் கேட்டார்.

"சொல்லு... இவரை உனக்குத் தெரியுமா... தெரியாதா...?"

"தெ...தெரியாது ஸார்"

குணசேகரனின் கனமான பூட்ஸ் கால் மாதவனின் தாடைப் பகுதியை "நெக்" கென்று இடிக்க, வாய்க்குள் ரத்தம் கொப்பளித்து உப்பு கரித்தது. மீண்டும் அவருடைய பூட்ஸ் கால் உயர்ந்தபோது மாதவன் அலறியபடி குரல் கொடுத்தான்.

"தெ...தெரியும் ஸார்"

"இவர் யார்ன்னு உன்னோட வாயாலேயே சொல்லு..."

"இ...இ...இவர் ஞானமூர்த்தி ஸார். செம்மேடு கிராமத்து வி.ஓ வாய் இருந்தவர்"

"தெரியாதுன்னு ஏன் பொய் சொன்னே...?"

"அது...அது... வந்து..." என்று பேசத்திணறிய மாதவனின் முகத்தை நோக்கி துப்பாக்கியை உயர்த்தினார் குணசேகரன்.

"இனி உன்னோட வாயிலிருந்த ஒரு பொய் வந்தாலும் சரி உன்னை சுட்டுத்தள்ள வேண்டியிருக்கும். இந்த ரிடையர்ட் வி.ஓ. ஞானமூர்த்தி பாதி விஷயங்களை சொல்லிட்டார். அதுல ஒரு விஷயம் இந்த ஃபார்ம் ஹவுஸுக்குள்ளே மூர்க்கமான மோப்ப நாய்கள் இருக்குற விஷயம். அதுதான் முன்னெச்சரிக்கையோடு ட்ராங்குலைஸர் துப்பாக்கிகளோடு வந்தோம். மயக்க மருந்து ஊசிகளோடு கூடிய அந்த துப்பாக்கிகளோடு நாங்க சரியான நேரத்துக்கு வந்ததாலத்தான் இந்த ஜான்மில்லரை காப்பாத்த முடிஞ்சுது. இன்னும் ஆறு மணி நேரம் கழிச்சுதான் நாய்களுக்கு சுய உணர்வு திரும்பும். ஆனா இப்ப என் கையில் இருக்கிற இந்த துப்பாக்கியால உன்னை சுட்டா நீ அடுத்த ஜென்மத்தில்தான் கண்ணைத் திறந்து பார்ப்பே..."

உடம்பு நடுங்கிப்போனவனாய் மாதவன் அப்படியே மண்டியிட்டு உட்கார்ந்தான்.

"எ...எ...என்னை ஒண்ணும் பண்ணிடாதீங்க ஸார்... நான் எல்லா

உண்மைகளையும் சொல்லிடறேன் ஸார்" கைகளைக் கூப்பினான்.

"சரி... மொதல்ல வளர்மதி எங்கேன்னு சொல்லு"

மாதவன் பயத்திலும் படபடப்பிலும் வேகவேகமாய் பேச ஆரம்பித்தான்.

"ஸா...ஸார்... வளர்மதியைக் கடத்தினது நான்தான். இந்த ஃபார்ம் ஹவுஸுக்குத்தான் கொண்டு வந்தேன். மயக்கமாய் இருந்த வளர்மதி நாங்க எதிர்பார்த்த நேரத்துக்கு முன்னாடியே மயக்கம் தெளிஞ்சு எந்திரிச்சு தன்கிட்டயிருந்த ஜெல் புல்லட் பிஸ்டலால் என்னை சுட்டுட்டு"

மாதவன் பேசப் பேச இடைமறித்தார் குணசேகரன்.

"என்ன சொன்னே... ஜெல் புல்லட் பிஸ்டலா...?"

"ஆமா... ஸார்"

"பார்த்தியா... மறுபடியும் பொய் பேச ஆரம்பிச்சுட்டே...?"

"மாதவன் பொய் பேசலை... இன்ஸ்பெக்டர்! அவன் உண்மையைத்தான் சொல்லிட்டிருக்கான்"

தனக்குப் பின்பக்கம் எழுந்த பெண் குரல் கேட்டு திரும்பிப் பார்த்தார் குணசேகரன். கண்களில் திகைப்பு பரவியது.

அடர்த்தியான இருட்டிலிருந்து மெல்ல வெளிப்பட்ட வளர்மதி, இன்ஸ்பெக்டர் குணசேகரனை நோக்கி வந்தாள். அவளை நோக்கி வேகமாய்ப் போனார் குணசேகரன்.

"மேடம்...! உங்களுக்கு எந்தப் பிரச்சினையும் இல்லையே... ஆர்...யூ...ஆல்ரைட் ...?"

"நோ ப்ராப்ளம் இன்ஸ்பெக்டர். அயாம் ஆல்ரைட். இங்கே இந்த ஃபார்ம் ஹவுஸில் என்ன நடந்துட்டிருக்குன்னு நான் சொல்றேன். என்கிட்ட ஜெல் புல்லட் பிஸ்டல் இருந்தது உண்மை. அதை வெச்சுத்தான் மாதவன், ஜோன்ஸை சுட்டுட்டு ஜான்மில்லரை மடக்கினேன். உயிர் மேலிருந்த பயத்தின் காரணமாய் ஜான்மில்லர் சில உண்மைகளை மட்டும் சொல்லியிருக்கார். மீதியை அவர்கிட்டயிருந்து வாங்கணும். அதையும் இன்னும் கொஞ்ச நேரத்துல வாங்கிடலாம். இப்ப எனக்கு இருக்கிற சந்தேகம் இதுதான். இந்த இந்த ஃபார்ம் ஹவுஸுக்குள்ளதான் நான் இருப்பேன்னு எப்படி கண்டுபிடிச்சு வந்தீங்க இன்ஸ்பெக்டர்...?"

"இந்த விஷயத்துல சைபர் க்ரைம் ப்ராஞ்ச்தான் உதவி பண்ணினாங்க மேடம். செம்மேடு கிராமத்தின் ரிடையர்ட்

வி.ஓ. ஞானமூர்த்தியை அவரோட வீட்டுக்குப் போய் பார்த்து பேசிட்டு வந்ததிலிருந்து எனக்கு அவர் மேல ஒரு சந்தேகம் இருந்துட்டேயிருந்தது. அதனால அவரோட போன் நெம்பரை சைபர் க்ரைம் ப்ராஞ்சுக்குக் கொடுத்து அந்த நெம்பரிலிருந்து யார்க்காவது கால் போகுதான்னு மானிட்டரிங் பண்ணச் சொன்னேன். அவங்களும் மானிட்டரிங் பண்ணினாங்க. அந்த சமயத்துலதான் வி.ஓ. ஞானமூர்த்தி ஜோன்ஸுக்கு போன் பண்ணி போலீஸ் ஈஸ்வரை ஸ்மெல் பண்ணிட்டாங்க. போலீஸ்கிட்டே என்னைக் காட்டி கொடுத்துடாதீங்கன்னு கெஞ்சியிருக்கிறார். அந்த கால் ஹிஸ்டரியை பதிவு பண்ணிகிட்ட சைபர் க்ரைம் ப்ராஞ்ச் போலீஸ் ஜோன்ஸோட செல்போன் நம்பரை ட்ரேஸ் பண்ணினப்பஅந்தப் போன் இந்த பண்ணை வீட்டில் இருக்கிறது தெரிய வந்தது. நான் உடனடியாய் திரிபுரசுந்தரி மேடத்துக்கு இந்த விஷயத்தை கன்வே பண்ணினேன். ஈஸ்வரோட பண்ணை வீட்டை சர்ச் பண்ண போலீஸ் ஹை அதாரிட்டி பர்மிஷன் கொடுக்க மாட்டாங்கன்னு திரிபுரசுந்தரி மேடம் நினைச்சு டிஸ்ட்ரிக்ட் கலெக்டர் காயத்ரிகிட்டே ஸ்பெஷல் பர்மிஷன் கேட்டு ஆர்டர் வாங்கி, அந்த ஆர்டர் மெஸேஜை எனக்கு ஃபார்வார்ட் பண்ணினாங்க. கலெக்டர் காயத்ரி மேடம் ஒரு போலீஸ் ஸ்குவாடையும் எனக்கு உதவியாய் அனுப்பி வெச்சாங்க... பை காட்ஸ் கிரேஸ்... நாங்களும் சரியான நேரத்துக்கு வந்தோம். பண்ணை வீட்டோட முன்பக்கக் கதவு உட்பக்கமாய் பூட்டியிருந்ததால பின்பக்கமாய் வந்து முள்வேலியை கவனமாய் தாண்டினோம். இருட்டுல ஓடிட்டிருந்த ஜான்மில்லரும் மாதவனும் பார்வைக்கு தட்டுப்பட்டாங்க. அதுக்கப்புறம் என்ன நடந்ததுன்னுதானே உங்களுக்குத் தெரியுமே மேடம் ...?"

இன்ஸ்பெக்டர் குணசேகரன் சொல்லிவிட்டு இருட்டில் அசையாமல் ஒரு சிலையைப் போல் நின்றிருந்த ஜான்மில்லரிடம் வந்து ஆங்கிலத்தில் பேசினார்.

"நாங்கள் மட்டும் சரியான நேரத்திற்கு வந்து உங்களை நாய்களிடமிருந்து காப்பாற்றியிருக்கவிட்டால் இந்நேரம் உங்களுடைய உடம்பு உயிரற்ற சதைக் குவியலாய் மாறியிருக்கும். அந்த நன்றி உணர்ச்சி உங்களுக்கு இருந்தால் நீங்கள் செய்த பயலாஜிகல் சம்பந்தப்பட்ட குற்றங்களையெல்லாம் ஒப்புக் கொண்டு வாக்குமூலம் கொடுங்கள். நவ் ஈஸ் த டைம் டு கன்ஃபெஸ் யுவர் க்ரைம்ஸ்"

ஜான்மில்லர் பெருமூச்சொன்றை வெளியேற்றிவிட்டு, இரண்டு தோள்களையும் குலுக்கியபடி கம்மிப்போன குரலில் சொன்னார்.

"நவ் ஐ ஃபீல் கில்டி. இனிமேல் நான் எதையும் மறைக்க

முடியாது. எல்லாவற்றையும் ஒப்புக்கொள்கிறேன்"

மறுநாள் காலை ஏழுமணியிலிருந்தே எல்லா சேனல்களிலும் "பிரேக்கிங் நியூஸ்கள்" விதவிதமான பின்னணி இசையோடு ஒளிபரப்பாக்கிக் கொண்டிருந்தன.

"தவறான மரபணு ஆராய்ச்சியில் கர்ப்பிணி பெண்கள் பலி. பகீர் தகவல்கள்"

"வெளிநாட்டு டாக்டருடன் பிரபல தொழில் அதிபர் ஈஸ்வர், தீபக் இணைந்து கூட்டுச்சதி"

"மரபணுச் சோதனை மோசடியில் போலீஸ் மற்றும் சி.பி.ஐ. உயர் அதிகாரிகள் பங்கு"

"சஸ்பெண்ட் செய்யப்பட்ட பின்பும் துணிந்து பணியாற்றிய போலீஸ் கமிஷனர் திரிபுரசுந்தரி"

"போலீஸ் இன்ஃபார்மராக பணியாற்றி குற்றவாளிகளை மடக்கிய வளர்மதிக்கு பிரதமர் பாராட்டு"

வீட்டு சோபாவில் உட்கார்ந்து டி.வியைப் பார்த்துக்கொண்டிருந்த ஹரி தன்னருகே இருந்த வளர்மதியை புன்னகை தவழ இமைக்காமல் பார்த்தான்.

வளர்மதி அவனுடைய கன்னத்தைத் தட்டினாள்.

"என்ன அப்படிப் பார்க்கிறீங்க ...?"

"பொறாமையா இருக்கு"

"எதுக்கு பொறாமை ...?"

"ஓவர் நைட்ல இந்தியா பூராவும் பிரபலமாயிட்டியே அதை நினைச்சுத்தான்..."

"அப்புறமா பொறாமைப்படலாம். என்.டி. டிவிக்கு சேனலை மாத்துங்க... டாக்டர் ஜான்மில்லர்கிட்டே சேனல்காரங்க ஒரு பிரத்யேக பேட்டி எடுத்திருக்காங்களாம். இப்போ டெலிகாஸ்ட் பண்ற நேரம். அவர் என்ன சொல்றார்ன்னு கேட்போம்"

ஹரி தன் கையிலிருந்த ரிமோட் கண்ட்ரோலால் சேனலை மாற்ற என்.டி.டி.வி சானலில் ஜான்மில்லர் போலீஸ் காவலுடன் பேட்டி கொடுத்துக் கொண்டிருந்தார். தொலைக்காட்சியின் நெறியாளர் கேள்விகளை அப்போதுதான் ஆரம்பித்திருந்தார். சுற்றிலும் நிருபர் கூட்டம்.

"இந்த மைட்டோகாண்ட்ரியா செல் பற்றிய மரபணு ஆராய்ச்சிக்கு எல்லா நாடுகளும் தடைவிதித்து இருக்கும்போது இந்தியாவுக்கு வந்து இந்த ஆராய்ச்சியை அப்பாவி பெண்கள் மீது மேற்கொண்டது எந்த வகையில் நியாயம்..?" டி.வி.சேனலின் நெறியாளர் முதல் கேள்வியைக் கேட்க ஜான்மில்லர் இறுகிப்போன முகத்தோடு தாடையைத் தேய்த்துக்கொண்டே பேசினார்.

"தவறுதான்... அப்பாவி பெண்களை ஆராய்ச்சிக்கு பயன்படுத்தி இருக்கக்கூடாதுதான். ஆனால் இந்த ஆராய்ச்சி மனித குலத்துக்கு நன்மை செய்யக்கூடிய ஒரு உன்னதமான ஆராய்ச்சி என்பதை நீங்கள் புரிந்துகொள்ள வேண்டும்"

"எந்த வகையில் இதை உன்னதமான ஆராய்ச்சி என்று சொல்ல வருகிறீர்கள்..?" நெறியாளர் கேட்க ஜான்மில்லர் மெதுவான குரலில் கேட்டார்.

"ஸ்டில் பர்த்" என்ற வார்த்தையைக் கேள்விப்பட்டு இருக்கிறீர்களா..?"

70

"ஸ்டில் பார்த்தா... அப்படியென்றால் என்ன..?"என்.டி.டி.வி சேனலின் நெறியாளர் கேட்டார்.

ஜான்மில்லர் மௌனமாய் சில விநாடிகள் இருந்துவிட்டு தன்னைச் சுற்றிலும் நின்றிருந்த நிருபர்களைப் பார்த்தார். பிறகு ஒரு கேலியான புன்னகையோடு பேச ஆரம்பித்தார்.

"என்னைப் பேட்டி எடுப்பதற்காக இங்கே பலதரப்பட்ட சேனல்களைச் சேர்ந்தவர்கள் வந்திருக்கிறீர்கள். ஒருத்தர்க்கு கூடவா 'ஸ்டில் பார்த்' என்ற வார்த்தை பரிச்சயமில்லை...?"

என்.டி.டி.வி சேனலின் நெறியாளர் கேலியான குரலில் சிரித்தபடி கேட்டார்.

"தெரியாத ஒரு விஷயத்தை தெரியும் என்று எங்களால் எப்படி சொல்ல முடியும்..?"

"அது சரி, உங்களுக்கெல்லாம் கிரிக்கெட் வீரர்களைப்பற்றியும், சினிமா நட்சத்திரங்களைப்பற்றியும் தானே தெரியும்? ஸ்டில் பர்த் போன்ற மனித நலன் சார்ந்த விஷயங்கள் எல்லாம் தெரிய நியாயமில்லைதான். மருத்துவ அறிவியல் விஷயங்களுக்கு உங்களைப் போன்ற ஊடகங்கள் என்றைக்கும் முக்கியத்துவம் தரப்போவதில்லை" என்று ஜான்மில்லர் சொல்ல, சேனல் நெறியாளர் கோபமாய் குரலை உயர்த்தினார்.

"ஸ்டில் பர்த் மனித நலன் சார்ந்த உன்னதமான விஷயம் என்று சொன்னீர்கள். மனிதர்களின் மேல் ஆய்வு செய்யக்கூடிய அளவுக்கு முக்கியமான ஒன்றா அது ..?"

"ஆமாம்... அதை நாம் கண்டு கொள்ளாமல் இருந்தால் இந்த உலகத்தின் ஜனத்தொகை படிப்படியாக குறைய ஆரம்பித்து ஏதாவது ஒரு நூற்றாண்டில் இந்த பூமியில் மனித இனமே இல்லாமல் போய்விடும்"

என்.டி.டி.வி சேனலின் நிருபர்களும், நெறியாளரும் அதிர்ந்து போனவர்களாய் ஜான்மில்லரை ஒரு பயப் பார்வை பார்க்க, அவர் சலனமற்ற முகத்தோடு பேச ஆரம்பித்தார்.

"இந்த உலகத்தில் 15 விநாடிக்கு ஒரு குழந்தை பெண்ணின் கருப்பையில் இருக்கும்போதே இறந்து போய்விடுகிறது. அதற்கு

பெயர்தான் "ஸ்டில் பர்த்" இந்த விஷயம் உங்களுக்குத் தெரியுமா..?"

"தெரியாது"

"ஒரு வருடத்திற்கு 20 லட்சத்திற்கும் மேற்பட்ட குழந்தைகள் தாயின் கருப்பையை விட்டு வெளிவரும் முன்பே இறந்து போய்விடுகின்றன. இதற்கு காரணம் மைட்டோகாண்ட்ரியா செல்லில் உள்ள மரபணு பிழைகள்தான். அந்த பிழைகளை சரி செய்ய வேண்டுமென்றால் எம்.டி.ஸி. வெர்சஸ் என்.டி.என்.ஏ. கோண்ட்ரோஸோம் எனப்படும் ஜீன் தெரபி ஆய்வை கர்ப்பிணி பெண்களின் மேல் பிரயோகம் செய்து பார்த்தால் மட்டுமே முடியும்"

"அதற்கு எங்கள் நாட்டுப்பெண்கள்தான் உங்களுக்கு கிடைத்தார்களா ..?"

"இந்தக் குற்றச்சாட்டுக்கு நான் பொறுப்பு ஏற்க முடியாது. இதற்கு பொறுப்பு ஏற்கவேண்டியவர்கள் ஈஸ்வரும், தீபக்கும்தான். வறுமையின் பிடியில் சிக்கியிருக்கும் ஏழைப் பெண்களுக்கு இலவசத் திருமணங்கள் செய்து வைத்து அவர்களை கண்காணித்து மூன்று மாதம் கர்ப்பம் ஆகும்வரை காத்திருந்து சமயம் பார்த்து, அவர்களை ஆய்வுக்கு பயன்படுத்திக்கொள்ளலாம் என்று யோசனை சொன்னவர்களும் அந்த யோசனையை செயல்படுத்தியவர்களும் அவர்கள்தான். நான் முதலில் வேண்டாமென்றுதான் சொன்னேன். ஆனால் இந்த ஆய்வு வெற்றியில் முடிந்தால் பார்மா இண்டஸ்ரியை கையில் வைத்து இருக்கும் கார்ப்பரேட் கம்பெனிகள் கோடிக்கணக்கில் டாலர்களை தருவதாக சொன்னதும் எனக்கும் சபலம் தட்டியது. நான் ஒரு நல்ல ஆராய்ச்சியாளனாக, மருத்துவனாக இருந்திருக்கலாம். விதி யாரை விட்டது? ஈஸ்வர், தீபக்கோடு சேர்ந்து நானும் பல அப்பாவி பெண்களின் மரணங்களுக்கு காரணமாய் இருந்துவிட்டேன். உங்கள் நாட்டின் சட்டம் எனக்கு எதுமாதிரியான தண்டனையைக் கொடுத்தாலும் அதை ஏற்றுக்கொள்ள தயாராக இருக்கிறேன்"

சொன்ன ஜான்மில்லர் மேற்கொண்டு டி.வியின் நெறியாளர் கேட்கப்போகும் கேள்விகளுக்கு பதில் சொல்ல விருப்பப்படாமல் போலீஸ் அதிகாரிகளோடு எழுந்து போய்விட நெறியாளர் மைக்கில் டி.வி வ்யூவர்ஸைப் பார்த்து பேச ஆரம்பித்தார்.

"தமிழகத்தில் நடந்திருக்கும் இந்த பயலாஜிகல் க்ரைம் ஒட்டுமொத்த இந்தியாவையும் அதிர்ச்சிக்குள்ளாக்கியிருக்கிறது. இந்த அக்கிரமத்திற்கு காரணமான பிரபல தொழிலதிபர் ஈஸ்வரும், அவருடைய மகன் தீபக்கும் மயக்கத்திலிருந்து மீள்வதற்காக ஹாஸ்பிடலில் அனுமதிக்கப்பட்டிருக்கிறார்கள். அவர்கள் சுய

உணர்வுக்கு வந்ததும் மேலும் பல உண்மைகள் வெளியே வரலாம். இந்த மரபணு ஆராய்ச்சிக்கு மறைமுகமாய் ஆதரவு அளித்த அதிகாரிகள் எவ்வளவு பெரிய பதவியில் இருந்தாலும் அவர்கள் கைது செய்யப்படுவார்கள் என்று உள்துறை அமைச்சகம் உறுதிபடச் சொல்லியுள்ளது"

டி.வி. நெறியாளரின் பேச்சை உன்னிப்பாய் கேட்டுக் கொண்டிருந்த வளர்மதி தன் செல்போனின் டயல்டோனை செவி மடுத்திவிட்டு அழைப்பது யார் என்று எடுத்துப் பார்த்தாள்.

மறுமுனையில் திரிபுரசுந்தரி. ஸ்பீக்கரை ஆன் செய்த வளர்மதி உற்சாகமாய் குரல் கொடுத்தாள்.

"ரெண்டாவது குட்மார்னிங் மேடம்"

திரிபுரசுந்தரி சிரித்துவிட்டு சொன்னாள்.

"குட்மார்னிங்... இன்னிக்கு எல்லா டி.வி சானல்களிலும் உன்னோட பேரும் போட்டோவும்தான்... வளர்"

"எல்லாமே உங்களாலதான் மேடம்... நீங்க கலெக்டரோட உதவியைக் கேட்டது சரியான டெஸிசன்"

"உண்மைதான்... இப்ப நான் உனக்கு எதுக்காக போன் பண்ணியிருக்கேன் தெரியுமா ...?"

"சொல்லுங்க மேடம்"

"என்னோட சஸ்பெண்ட் ஆர்டர் ரத்தாகி இப்போ டி.ஜி.பி. பஞ்சாபகேசனுக்கு சஸ்பெண்ட் ஆர்டர் கொடுத்திருக்காங்க"

"மே...மே...மேடம் என்ன சொல்றீங்க...?"

"இன்னிக்குக் காலைல பத்து மணிக்கு நான் ட்யூட்டியில் ஜாயின் பண்ணனும்"

"கடவுள் இருக்கார் மேடம்..."

"அதுல என்ன சந்தேகம் வளர்... அப்புறம் உனக்கு இன்னொரு சந்தோஷமான விஷயம்"

"சொல்லுங்க மேடம்"

"ஒரு குடும்பப் பெண்ணான நீ ரிஸ்க் எடுத்து ஒரு போலீஸ் இன்ஃபார்மரா எனக்காக வேலை பார்த்தே. நானும் உன்னை அண்டர்எஸ்டிமேட் பண்ணி ஒரு இன்ஃபார்மராத்தான் நினைச்சேன். ஆனா நீ அரிதான யோகா சம்பந்தப்பட்ட கலையையெல்லாம் கத்துகிட்டு, நானே கேள்விப்படாத ஜெல் புல்லட் என்கிற ஒரு ஸ்பேரோ

பிஸ்டலை மறைச்சு வெச்சுகிட்டு நேற்றைக்கு ராத்திரி பூராவும் அந்த இருட்டான ஃபார்ம் ஹவுஸுக்குள்ளே ஜான்மில்லர், ஜோன்ஸ், மாதவன் மூணு பேரையும் கதறடிச்சு துவம்சம் பண்ணியிருக்கே... இந்த ப்ரேவரி அட்வென்ச்சர்க்காக உனக்குக் கிடைக்கப் போகிற பரிசு என்ன தெரியுமா...?"

"பரிசா...?"

"ஆமா... வளர்... உன்னை போலீஸ் டிபார்ட்மெண்ட்ல இருக்கிற இண்டலிஜென்ஸ் விங்கில் ஒரு ஷேடோ ஸ்குவாட் ஆபீஸராய் நியமனம் பண்ணியிருக்காங்க. சீஃப் மினிஸ்ட்ரோட நேரிடையான சிபாரிசு இது. இன்னும் ரெண்டு நாளைக்குள்ளே நீ இந்த போஸ்ட்ல ஜாய்ன் பண்ண வேண்டியிருக்கும். உன்னோட மாமியார் மாமனார் என்ன சொல்வாங்களோன்னு மனசைப் போட்டு குழப்பிக்காதே. ஹாஸ்பிடல்ல இருக்கிற அவங்க கூட கொஞ்ச நேரத்துக்கு முன்னாடி பேசிட்டேன். அவங்களுக்கும் இந்த விஷயத்துல ரொம்பவும் சந்தோஷம்"

"மே...மே...மேடம்..."

"ரொம்பவும் உணர்ச்சிவசப்பட்டு இதுக்கெல்லாம் காரணம் நீங்கதான் மேடம்ன்னு சொல்லி புராணம் பாட ஆரம்பிச்சுடாதே. வாசல்ல ப்ரஸ் ரிப்போர்ட்டர்ஸ் வந்து இருக்காங்க. நான் சாயந்தரம் மறுபடியும் உன்கிட்டே பேசறேன். ஹரிகிட்டேயும் பேசணும்"

"மேடம்"

"என்ன...?"

"இந்த ஈஸ்வர் கேஸ்ல என்னோட மனசுக்குள்ளே இன்னமும் ஒரு குழப்பம் இருக்கு"

"என்ன...?"

"ரிசின் விஷ ஊசி போட்டு கொலை செய்யப்பட்ட பூங்கோதையோட கணவன் கோலப்பன் வீட்டுக்கு நாம் போனப்ப கோலப்பனோட அண்ணன் ராஜப்பன் தன்னோட தம்பி கோலப்பனைப்பத்தி ஒரு அதிர்ச்சியான தகவல் சொன்னார். உங்களுக்கு ஞாபகம் இருக்கா மேடம்...?"

"நல்லாவே ஞாபகம் இருக்கு. பள்ளிக்கூடத்துக்கு போகாத எழுதப் படிக்கத் தெரியாத கோலப்பன் செல்போன்ல யார்கிட்டயோ ஆங்கிலத்தில் பேசினதாகவும், அவனோட ரூம்ல செல்ஃபிஷ் ஜீன், நைட் ப்ளைண்ட் வாட்ச்மேக்கர் ஜீன் என்கிற தலைப்புகளோடு ரெண்டு ஆங்கிலப் புத்தகங்கள் இருந்ததாகவும் சொன்னான்.

அதைத்தானே நீ இப்போ மென்ஷன் பண்றே...?"

"ஆமா மேடம்..."

"ராஜப்பன் அப்படி பொய் சொல்லியிருக்கான்"

"அவன் ஏன் பொய் சொல்லணும்...?"

"நீ இப்ப கேட்ட இந்த கேள்விக்கு ஒரு மணி நேரத்துக்கு முன்னாடிதான் எனக்கு பதில் கிடைச்சுது... அதுவும் மாதவனை போலீஸ் லாக்கப்பில் வெச்சு விசாரிக்கும்போதுதான் உண்மை வெளியே வந்தது"

"என்ன உண்மை மேடம்...?"

"ராஜப்பன் மாதவனோட ஃப்ரண்ட். கோலப்பனுக்கும், பூங்கோதைக்கும் கல்யாணம் பண்ணி வைக்க ஏற்பாடு செஞ்சதே ராஜப்பன்தான். கோலப்பனும், பூங்கோதையும் இறந்தது தற்கொலையால் அல்ல, அவங்க கொலை செய்யப்பட்டு இருக்கலாம்ன்னு போலீஸ் விசாரிக்க ஆரம்பிச்சதும் கேஸை திசை திருப்பறதுக்காகவும், கோலப்பன்கிட்டே ஏதோ தப்பு இருக்குன்னு போலீஸை நம்ப வைக்கிறதுக்காகவும் ராஜப்பன் சொன்ன பொய்தான் அது. அந்த பொய்யை மேலும் பலப்படுத்தறதுக்காக கோலப்பனோட ரூம்ல வைக்கப்பட்ட அந்த ரெண்டு புத்தகங்கள்தான் செல்ஃபிஷ் ஜீன், நைட் ப்ளைண்ட் வாட்ச்மேக்கர் ஜீன்"

"ரொம்பவும் சாமார்த்தியமா செயல்பட்டிருக்காங்க மேடம்..."

"என்ன சாமார்த்தியமா செயல்பட்டு என்ன பிரயோஜனம் வளர்...? உண்மைங்கிறது ஒரு நெருப்பு மாதிரி. அதை எந்த இடத்திலும் ஒளிச்சு வைக்க முடியாது. அப்படி ஒளிச்சு வைக்க நினைச்சா அந்த இடமே இருக்காது. இந்த அடிப்படை அறிவு தப்பு பண்றவங்களுக்கு தெரியாமே போனதுதான் ஆச்சர்யம். ஈஸ்வர், தீபக், ஜான்மில்லர், ஜோன்ஸ், மாதவன் இந்த அஞ்சு பேர்க்கும் இனி வரப்போகிற நாட்கள் எல்லாம் சிறைச்சாலையின் நிழல்படிந்த நாட்கள்தான். சுப்ரீம் கோர்ட்ல டெத் சென்டன்ஸ் கிடைக்கவும் வாய்ப்பிருக்கு... ஏன்னா கொலை செய்யப்பட்டதில் பாதி பேர் பெண்கள்"

"உண்மைதான் மேடம். நல்லவேளை சி.பி.ஐ. ஆபீஸர் சில்பாவும், நர்மதாவும் அந்த லிஸ்ட்ல சேரலை. இப்ப அவங்க எப்படி இருக்காங்க மேடம்...?"

"ஜி.கே ஹாஸ்பிடல்ல அட்மிட்டாகி ட்ரீட்மெண்ட்ல இருக்காங்க. கொஞ்ச நேரத்துக்கு முன்னாடிதான் டாக்டர் மிருதுபாஷிணிக்கு போன் பண்ணி விசாரிச்சேன். ரெண்டு பேரும் மயக்க நிலையிலிருந்து

மீண்டு சுய உணர்வுக்கு வர எப்படியும் மத்தியானம் ரெண்டு மணியாயிரும்ன்னு சொன்னாங்க. சாயந்தரம் நாலு மணிக்கு மேல் நீயும் நானும் ஹாஸ்பிடலுக்குப் போய் பார்த்து பேசிட்டு வரலாம்"

"கண்டிப்பா மேடம்"

செல்போன்கள் மௌனமாக, வளர்மதி தனக்குப் பக்கத்தில் உட்கார்ந்திருந்த ஹரியைப் பார்த்தாள்.

"திரிபுரசுந்தரி மேடம் சொன்னதைக் கேட்டீங்களா...?"

"ம்...ம்..."

"என்ன பேச்சையே காணோம்...?"

"மறுபடியும் பொறாமையா இருக்கு வளர்"

"எதுக்குப் பொறாமை? போலீஸ் டிபார்ட்மெண்ட்டோட இண்டலிஜென்ஸ் விங்க்ல ஷேடோ ஸ்க்வாட் ஆபீஸர் வேலை எனக்கு கிடைச்சதுக்காகவா...?"

"இல்லை"

"அப்புறம்...?"

"தமிழ்நாடு கவர்னர் தன்னோட ட்விட்டர் பக்கத்துல உன்னை புகழ்ந்து ஒரு பத்து வரி எழுதியிருக்கார். அதுல ஒரு வார்த்தை நீ மஹிளா ரத்னாவாம். மனசு திறந்து பாராட்டியிருக்கார்"

"மஹிளா ரத்னாவா...அப்படீன்னா...?"

"பெண்குலத்துக்கே நீ ரத்தினமாம்"

"அப்ப நீங்க பொறாமைப்படறது சரிதான்... அப்படியே பெருமையும்பட்டுக்கோங்க" சொல்லிவிட்டு வளர்மதி சிரிக்க, அந்தச் சிரிப்பில் ஹரியும் இணைந்து கொண்டான்.

●●●

www.ingramcontent.com/pod-product-compliance
Lightning Source LLC
LaVergne TN
LVHW040551051026
849519LV00004B/1305